தூக்கிலிடுபவரின் குறிப்புகள்

தூக்கிலிடுபவரின் குறிப்புகள்

சசி வாரியர்

தமிழாக்கம்

இரா. முருகவேள்

எதிர் வெளியீடு

தூக்கிலிடுபவரின் குறிப்புகள்
ஆசிரியர்: *சசி வாரியர்*
தமிழில்: *இரா. முருகவேள்*

முதல் பதிப்பு: டிசம்பர் 2013
இரண்டாம் பதிப்பு: ஜூலை 2018

எதிர்வெளியீடு,
96, நியூ ஸ்கீம் ரோடு, பொள்ளாச்சி – 642 002
தொலைபேசி: 04259 – 226012, 98650 05084

வடிவமைப்பு: ஜீவமணி

விலை: ரூ. 350

Thookilidupavarin kurippukal
Author: Sasi Variyar
Translated by: R. Murugavel

First Edition: December 2013
Second Edition: July 2018

Published by
Ethir Veliyeedu, 96, New Scheme Road, Pollachi - 2
email: ethirveliyedu@gmail.com
www.ethirveliyeedu.com

Cover Design: Santhosh Narayanan
ISBN: 978-81-92868-09-7
Printed at Jothy Enterprises, Chennai.

All rights reserved. No part of this book may be reprinted or reproduced or utilised in any form or by any electronic, mechanical or other means, now known or hereafter invented, including photocopying and recording, or in any information storage or retrieval system, without permission in writing from the Publisher.

கழுவாய்

உங்களுக்கு ஒன்று நேரிடும்போது அது உங்களை என்ன செய்கிறது? என்பதைப் பட்டுணரவும் பட்டறியவும் முடியும். இந்தப் பட்டுணர்வையும் பட்டறிவையும் பிறருக்குச் சொல்லவும் கூடும். நல்லது கெட்டது இரண்டுக்கும் இது பொருந்தும். பிள்ளை பெற்றவளால் பிள்ளைப் பேறு எப்படி இருந்தது என்று சொல்ல முடியும். வெட்டுப்பட்டுப் பிழைத்தவனால் வெட்டு எப்படியிருந்தது என்று சொல்ல முடியும். பட்டவர்கள் மட்டுமல்ல, படாதவர்களும்கூட பார்த்தும் கேட்டும் பலவாறு அறிந்தும் என்ன எப்படி நிகழ்ந்தது என்று சொல்ல முடியும்.

பட்டுணர்ந்தும் பட்டறிந்தும் சொல்ல முடியாத ஒன்றே ஒன்று உள்ளது; அதுவே சாவு. செத்தவன் சாவைப் பற்றிப் பேச உயிர்த்தெழுந்தால்தான் முடியும்.

மெய்யுலகில் அதற்கு வாய்ப்பே இல்லை. மாண்டவர் மீண்ட கதைகள் பலவும் அவ்வப்போது அடிபட்டாலும், ஆராய்ந்து பார்த்தால் மாண்டதும் மீண்டதும் மாயை எனத் தெரியவரும்.

என் தாயார் இப்படி ஒரு கதை சொல்வார்: அவருடைய பெரியப்பா இறந்து போனாராம். இடுகாட்டுக்குத் தூக்கிச் செல்லும் வழியில் பிணம் எழுந்து உட்கார்ந்து விட்டதாம். உயிர்த்தெழுந்த பெரியப்பா எமலோகத்தில் தனக்குக் கொட்டைச் சோறும் அகத்திக்கீரையும் கொடுத்த கதையெல்லாம் சொன்னாராம். எமன் ஏட்டைப் புரட்டிப் பார்த்து, வாழ்நாள் மிச்சமிருப்பதைக் கண்டுபிடித்து அவரை இகலோகத்துக்கே திருப்பியனுப்பி விட்டானாம். கொஞ்சம் வளர்ந்த பின் நான் அம்மாவிடம் திருப்பிக் கேட்பேன்: உங்கள் பெரியப்பா வெள்ளைக்காரனாய் இருந்திருந்தால் கட்டி வெண்ணெயும் முரட்டு ரொட்டியும் கொடுத்திருப்பார்களோ?

அவரவர் வளர்க்கப்பட்ட சமூகச் சூழலுக்கும், கேட்டு வளர்ந்த கதைகளுக்கும் ஏற்பவே எமலோக அனுபவம் அமைந்து விடுகிறது.

இறந்தவர் உண்மையில் இறக்கவில்லை. இறந்தது போன்ற மயக்கத்தில் இருந்தவரை இறந்ததாக எண்ணி ஈமச் சடங்குகள் செய்ய முற்படுகையில் மயக்கம் தெளிந்து எழுந்தவரை செத்துப் பிழைத்தவராக எண்ணி விடுவது அறியாமையே.

மாண்டவர் மீண்டு வந்து சாவு எத்தகையது என்று சொல்ல முடிந்தால் கற்பனைதான்! எப்படி இருக்கும்? மருத்துவ அறிவியலுக்குப் பயன்படுமா? அதனால் மாந்தர்தம் மெய்யியல் நோக்குகள் புரட்டிப் போடப்படுமா? எப்படியும், சாவுக்குப் பின் என்னவோ ஏதோ என்று அச்சமூட்டியே மதம் வளர்ப்பவர்களின் பாடு திண்டாட்டமாகி விடலாம், பரலோக வாழ்வைப் பேசி இகலோகப் பிழைப்பு நடத்துவது சிக்கலாகி விடலாம்.

இதெல்லாம் இருக்கட்டும். சாவு எப்படிப்பட்டது? என்பதைப் பற்றி வேறொரு புராணத்துக்காகத் தெரிந்து பேச வேண்டிய தேவை ஏற்பட்டுள்ளது. கொலைத் தண்டனை பற்றிய விவாதத்தில் இதுவும் ஒரு கூறு.

வாழ்வு என்பதே ஒரு வகையில் சாவு நோக்கிய பயணம்தான். "நாளென ஒன்றுபோல் காட்டி உயிரீரும் வாள்" என்பார் திருவள்ளுவர். ஆனால் அதற்காக யாரும் சாவை விரும்பி வரவேற்பதில்லை. தவிர்க்க முடியாததைத் தள்ளிப் போடும் முயற்சியே மருத்துவம். சாவு இயற்கையாக வராமல் செயற்கையாகக் குறுக்கிடும் நிகழ்வு. விபத்தோ, கொலையோ சாவின் அதிர்ச்சியைக் கூட்டிவிடுகிறது. கொலையே திட்டமிட்ட கொலையானால்? கொலைக்குத் திட்டமிடுவதே அரசானால்? திட்டமிட்ட கொலைக்கு நாள் குறிப்பதற்கு வழிவகை செய்வதே சட்டமானால்? இதற்குப் பெயர்தான் "மரண தண்டனை" எனப்படும் கொலைத் தண்டனை.

கொலைக் கருவி எதுவாயினும் கொலை கொடிதே. கொலைக் கருவிகள் விதைக்கருவிகளாகவும் இருக்க வேண்டும் என்ற கருத்து மறைந்து வருகிறது. கொலைத் தண்டனை என்பது அத்தண்டனைக்கு ஆளாகிறவரை வதைப்பதாக இருக்கக் கூடாது என்ற கருத்து வளர்ந்து வருகிறது. உயிர்த்தீயைச் சட்டென்று ஊதி அணைத்து விடலாமே தவிர அரசின் கொலைத் தண்டனை சிறுகச் சிறுக விதைத்துத் துன்புறுத்துவதாக இருக்கலாகாது.

கொலைத் தண்டனையை எப்படி நிறைவேற்றலாம்? தூக்கிடலாமா? தலையை வெட்டலாமா? துப்பாக்கியால் சுடலாமா? மின்சார நாற்காலியில் அமர்த்தி அதிர்ச்சியூட்டலாமா?

நஞ்சூட்டலாமா? வாயில் ஊட்டலாமா? ஊசி வழியாகக் குருதி நாளத்தில் செலுத்தலாமா?

பழி தீர்ப்பதே தண்டனையின் நோக்கம் என்றிருந்த காலத்தில் கொலைத் தண்டனையை நிறைவேற்றும் முறை திகிலூட்டுவதாக இருந்தது. அப்படித்தான் இருக்க வேண்டும் எனக் கருதப்பட்டது. கோவலனுக்குப் பாண்டிய மன்னன் விதித்த கொலைத் தண்டனை தலையை வெட்டி நிறைவேற்றப்பட்டது. "வெள்வாள் எறிந்தனன் விலங்கூடு அறுத்தது" என்கிறது சிலப்பதிகாரம். மதுரை வீரனை "மாறுகால் மாறுகை வாங்கிக்" கொன்றனர். மதுரை அருகே சமணர்கள் கழுவேற்றப்பட்டார்கள். "வெங்கழுவேற்றுவானில் வேந்தனே" என்கிறது பெரிய புராணம்.

மேலைநாடுகளிலும் கொலைத்தண்டனை நிறைவேற்றத்துக்குக் கொடிய பல வழிகள் கையாளப்பட்டன. சாக்ரடீஸ் நஞ்சூட்டிக் கொல்லப்பட்டார். அடிமை முறைக்கு எதிராகக் கலகம் செய்த ஸ்பார்ட்டகஸ் சிலுவையிலறைந்து கொல்லப்பட்டார். இயேசு கிறிஸ்துவுக்குக் கொலைத் தண்டனை நிறைவேற்றப் பயன்பட்டதால் சிலுவையே புனிதச் சின்னமாகிவிட்டது.

மத நம்பிக்கைகளைக் கேள்விக்குள்ளாக்கிய பலரும் கொடிய முறையில் கொலைத் தண்டனைக்கு ஆளாயினர். அண்டத்தின் மையம் புவியே என்ற நம்பிக்கையை மறுத்துச் சூரிய மையக் கொள்கையை வகுத்தவர் கோபர் நிக்கஸ். இந்தக் கொள்கையை ஆதரித்தமைக்காக அறிஞர் புருனோவை முலையில் கட்டி உயிரோடு எரித்தனர். இதற்காகவே கலிலியோவும் சிறையிலடைக்கப்பட்டார்.

பாலியல் ஒழுக்க மீறலுக்குக் கல்லால் அடித்துக் கொல்லும் தண்டனை தரப்பட்டதை விவிலியத்திலிருந்தே அறிய முடிகிறது. சில ஆண்டுகளுக்கு முன்புகூட "ஷரியத்" சட்டப்படி பாகிஸ்தானில் ஒரு பெண் இவ்வாறு தண்டனைக்காளான செய்தி வந்தது. சவுதி அரேபியாவில் கொலைத் தண்டனை அனைவரும் பார்க்கும்படி தலையை வெட்டி நிறைவேற்றப்படுவது இன்று வரை நடப்பில் உள்ளது.

கொலைத் தண்டனை எவ்வடிவிலும் கூடாது என்னும் குரல் உலகெங்கும் ஒலித்து வருவதோடு வலுத்தும் வருகிறது. உலகின் பெரும்பாலான அரசுகள் கொலைத் தண்டனையை ஒழித்துவிட்டன. சில நாடுகள் சட்டத்திலிருந்து அதனை அகற்றிவிட்டன. வேறுசில நாடுகள் சட்டத்தில் வைத்திருந்தாலும் செயலளவில் அதனை நீக்கி

விட்டன. சட்டத்திலும் செயலளவிலும் கொலைத் தண்டனையைத் தக்கவைத்துள்ள நாடுகளில் இந்தியாவும் ஒன்று.

இந்தியாவிலும் கூட கொலைத்தண்டனையின் ஆட்சிப்பரப்பு வெகுவாகச் சுருங்கிவிட்டது. கொலை குற்றத்துக்குக் கொலை தண்டனைதான் என்பது விதியாக இருந்து விதிவிலக்காகி விட்டது. கொலைக் குற்றத்துக்கு ஆயுள் சிறைத் தண்டனை என்பதே இப்போதைய விதி. "அரிதிலும் அரிதான" வழக்குகளில் மட்டுமே கொலைத் தண்டனை விதிக்கலாம். சட்டப்படியான நிலைமை இப்படியிருந்தாலும், சட்டப்புறம்பான கொலைத் தண்டனைகள் நீடித்து வருகின்றன. மோதல் என்ற பெயரிலான கொலைகள் இவ்வகைப்பட்டவையே. இவற்றை ஆட்சியாளர்கள் நியாப்படுத்தும் கொடுமையும் நிகழ்ந்து வருகிறது.

சட்டப்படியானவை என்றாலும் சரி, சட்டப்புறம்பானவை என்றாலும் சரி, கொலைத் தண்டனைகள் கூடவே கூடாது என்பதுதான் மனித உரிமைகளுக்கும் மனித கண்ணியத்திற்கும் மதிப்பளிக்கும் நிலைப்பாடு. இந்நிலைப்பாடு வெற்றி வெற வேண்டுமானால் இதற்கு ஆதரவான மக்கள் கருத்து வளர்ந்து வலுப்பெற வேண்டும். கொலைத் தண்டனையை நியாப்படுத்துவோரின் அரசியல் உள்நோக்கங்கள் ஒரு புறமிருக்க இத்தண்டனை குறித்து வெகுமக்களிடம் காணப்படும் அறியாமையும் கொலைத் தண்டனைக்கெதிராகப் போராடுவோர் கணக்கில் கொள்ள வேண்டிய ஒரு முக்கியக் காரணியாகும்.

கொலை தண்டனைக்கு எதிரான கோட்பாட்டு விளக்கங்கள் மட்டும் போதமாட்டா. உள்ளபடியே அது எவ்வாறு செயல்படுகிறது என்பதை நேரடியாக அறிதலும் அறியத் தருதலும் வேண்டும். சிறை நம் பார்வையிலிருந்து மறைத்து வைக்கப்பட்டிருப்பது என்றால், மரண தண்டனைக் கொட்டடி என்பது சிறைக்குள் சிறையாகும். சிறைக்குள் சிறையில் சிறைப்பட்டிருக்கும் மனிதர்களின் உள்ளச் சிறைக்குள் உறங்கும் எண்ணங்கள் எத்தகையவை? இறுதிக்காலத்தில், இறுதி நாளில், இறுதி மணியில், இறுதிக்கணத்தில் அவர்கள் எப்படி நடந்து கொள்கிறார்கள்? கொலைச் சுருக்கு கழுத்தை நெரிக்கும் போது அவர்களுக்கு என்ன நேர்கிறது?

இது பற்றியெல்லாம் யார் நமக்குச் சொல்வது? கொலைத் தண்டனைக்கு இரையாகிற யாரும் மீண்டு வந்து சொல்ல முடியாது என்பதால், அடுத்த நிலையில் இருப்பவர்கள்தான் சொல்ல முடியும். தாங்களே மரண தண்டனைக் கைதிகளாக இருந்திருப்பினும்

முடிவில் அதற்குப் பலியாகி விடாமல் தப்பி வந்தவர்கள் சொல்லலாம். தூக்குமர நிழலில் சி.ஏ. பாலன் சொல்லியிருக்கிறார். சுவருக்குள் சித்திரங்களிலும், கம்பிக்குள் வெளிச்சங்களிலும் நான் சொல்லியிருக்கிறேன்.

மனைவியைக் கொன்ற குற்றத்துக்காக வருந்தியும், சிறை நரகத்தில் ஆயுள் தண்டனை கழிக்க அஞ்சியும் இறையரசில் கர்த்தரிடம் போய்ச் சேருவதை நம்பியும் தூக்கு தண்டனையை விரும்பி ஏற்றுக் கொண்ட மாணிக்கம் செட்டியார்;

கடைசி வரை குற்றத்தை மறுத்துக் கொண்டிருந்து விட்டு, தூக்கு மேடைக்குச் செல்லும் வழியில், "மகனையும் கொன்று விட்டு இப்போது நானும் சாகப் போகிறேனே!" என்று புலம்பிய சுப்பையாக் கவுண்டர்;

சாக் கூடத்துக்கு வந்தபின் சமூக உணர்வு பெற்று சிறைப்பட்டோர் நலவுரிமைப் போராட்டத்தில் பங்கேற்று எப்படியும் வாழலாம் என்றிருந்த போது "வராத சாவு இப்படித்தான் வாழவேண்டும் எனத் தெரிந்தபின் வந்துவிட்டதே" என்பதற்காக மட்டுமே வருத்தப்பட்டுத் துணிவுடன் தூக்குமேடையேறிய பாலகிருஷ்ணன்;

கொடுங் குற்றத்துக்காகக் கொலைத் தண்டனை விதிக்கப் பெற்று, இறுதியில் அதுவே உறுதி என்று எதிர்பார்த்துத் தன் சவ அடக்கம் வரை திட்டமிட்டுக் கலங்காமல் சாவேற்ற விரையன்; ... ...

இவர்களைப் பற்றி எழுதியுள்ளேன். பொய் வழக்கில் கொலைத் தண்டனை விதிக்கப்பட்ட நிலையில் கடைசிவரை கருணை வேண்டவோ மன்னிப்புக் கேட்கவோ மறுத்து, இறுதிக்கட்டத்தில் தண்டனைக் குறைப்பு பெற்று ஆயுள் சிறைத் தண்டனை அனுபவித்த பூ. கருப்பையா பற்றி எழுதியுள்ளேன். மரண தண்டனைக் கூடத்தில் "வாழ்ந்து" உறவான வேறு பலரைப் பற்றியும் எழுதியுள்ளேன்.

கொலைத் தண்டனையில் சிக்கி அழிந்தவர்களின் கதைகளும் சரி, தப்பி மீண்டவர்களின் கதைகளும் சரி அத்தண்டனைக்கு எதிரான உண்மைச் சான்றுகள் ஆகும்.

சாக்கூடத்திலிருந்து மீண்டு வராமல் போய்விட்டவர்களைப் பற்றிப் பேச, அங்கிருந்து மீண்டு வந்தவர்களைத் தவிர வேறு யாருக்குத் தகுதி உண்டு? சிறை அதிகாரிகள், காவலர்கள், சிறை மருத்துவர்கள்... இவர்களால் கொஞ்சம் சொல்ல முடியும். இவர்களிலும் கூட தூக்கு மேடை வரை செல்கிறவர்கள் உண்டு. அந்தக் கடைசித் தருணத்தைப் பற்றி இவர்கள்தான் சொல்ல

வேண்டும். இவர்களிலும் கூட ஆகக் கூடுதலான தகுதி உடையவர் யார்? தூக்கிலிடுபவர் தான். கால்களைச் சேர்த்துக் கட்டி, கைகளைக் கட்டி, கறுப்புத் துணியால் முகத்தை மூடி, சுருக்குக் கயிற்றைக் கழுத்தில் சரியாக மாட்டிக் கடைசியாக அதிகாரியின் சைகைக் கட்டளைப்படி நெம்புகோலின் கைப்பிடியை இழுக்கிறவர்... இவரைத்தான் தூக்கிலிடுபவர் (Hangman) என்கின்றனர். சாகப் போகிறவனின் முகத்தை, அந்த முகத்தில் அணையப் போகுமுன் ஒளிவிடும் விழிகளைக் கடைகியாகப் பார்ப்பவர் அவரே.

தூக்கு பற்றிப் பேச தூக்கிலிடப்பட்டவர் வரப்போவதில்லை என்பதால் தூக்கிலிட்டவர் பேசுவதைத்தான் நாம் கேட்க வேண்டும். முன்னாள் தூக்குக் கைதிகளான என்னைப் போன்றவர்களை விடவும் தூக்கை நெருங்கிப் பார்த்திருப்பவர் அவரே.

தூக்கிலிடுபவர் ஒருவர் உண்மையாகத் தன் கதையைச் சொன்னால் எப்படியிருக்கும்? தூக்குத் தண்டனை தொடர்பான பல செய்திகளை அது நமக்கு அறியத் தரும். தூக்குத் தண்டனையின் வலிகளை அது நமக்கு உணரத் தரும். இந்தக் கதையே நேர்த்தியான நூல் வடிவம் பெற்றால் அது நமக்குத் தண்டனை பற்றிய வரலாற்று ஆவணமாகவே கைவரப் பெறும். அப்படியொரு வரலாற்று ஆவணம்தான் நீங்கள் கையில் வைத்திருக்கும் இந்த நூல்.

சசி வாரியர் எழுதி இரா. முருகவேள் தமிழாக்கம் செய்து வெளியிட்டுள்ள தூக்கிலிடுபவரின் குறிப்புகள் அதன் வகையில் முதல் வரவு என்பது இந்நூலின் முதற்சிறப்பு. இவ்வகையில் இன்னொரு நூல் கிடைக்க வேண்டுமென்றால், இன்னொரு தூக்கிலிடுபவர் வேண்டும், அவர் தன் கதையைச் சொல்லக் கூடியவராகவும் இருக்க வேண்டும் என்பதால் இதற்கான வாய்ப்பே இல்லை என்று சொல்லி விடலாம். ஆகவே இது தனித்துவமான ஒரு நூல்.

ஜனார்த்தனன் பிள்ளை 1940ல் தொடர்ந்து முப்பதாண்டு காலம் தூக்கிலிடுபவராக இருந்து 117 மனிதர்களைத் தூக்கிலிட்டவர். முதலில் திருவிதாங்கூர் மன்னராட்சியிலும், பிறகு சுதந்திர இந்தியாவிலும் தூக்கிடும் வேலை செய்தவர். ஜனர்த்தனன் பிள்ளை மூன்றாம் வகுப்புவரை மட்டுமே படித்தவர். அவரிடம் பேசிப் பேசி அவரைக் குறிப்புகள் எழுதச் செய்து அவரது கதையை இப்படியொரு நூலாக வடித்தவர் சசி வாரியர்.

ஜனார்த்தனன் பிள்ளை தமிழர், நாகர்கோயிலில் வாழ்ந்தவர். சசி வாரியர் அவ்வளவாகத் தமிழ் தெரியாத மலையாளி.

இவர்களுக்கிடையே இந்த முயற்சியில் பாலமாகச் செயல்பட்டவர் ப்ரிதா. ஜனார்த்தனன் பிள்ளை (தூக்கிலிடுபவர்) வாய்மொழியாகச் சொன்னவற்றையும் எழுதித் தந்த குறிப்புகளையும் பயன்படுத்தி சசி வாரியார் Hangman's Journal என்ற ஆங்கில நூலை எழுதினார்; அதுவும் ஜனார்த்தனன் பிள்ளை தாமே தம் கதையைச் சொல்வது போல் எழுதினார்; நூல் முழுக்க எழுத்தாளர் தன்மையிடத்தில் அன்றி படர்க்கையிடத்திலேயே வருகிறார்.

ஜனார்த்தனன் பிள்ளை தமிழில் தந்ததை சசி வாரியார் ஆங்கிலத்திற்குக் கொண்டு சென்று இப்போது முருகவேள் மீண்டும் தமிழுக்குக் கொண்டு வந்திருக்கிறார். இந்தச் சுற்றுப் பயணத்தில், தளர்வு தவிர்க்க முடியாத ஒன்று. பிள்ளை தமிழில் கூறியதை தக்க தமிழ் எழுத்தாளர் ஒருவர் தமிழ் நூலாகவே வடித்திருந்தால் அது இன்னும் கூட சிறந்த படைப்பாகவே அமைந்திருக்கும் எனக் கருதுகிறேன். ஆனால் இதுகுறித்து இனி செய்வதற்கு ஒன்றுமில்லை. இருமுறை மொழிமாற்றம் செய்யப்படுகையில் ஏற்படும் சிந்தல் சிதறலையும் மீறி இந்நூல் படிக்கிறவரின் நெஞ்சோடு ஒட்டிக் கொள்கிறது.

அறிவியல் இரக்கமற்றது. கொலைத் தண்டனையின் அறிவியல் பற்றிச் சொல்லவும் வேண்டுமோ? இந்த அறிவியலிலிருந்து நூலின் முடிவுரை தொடங்குகிறது. "வீழ்ச்சி" என்றால் என்ன? தூக்கிலிடப்படுகிறவர் தன் கழுத்தைச் சுற்றிய சுருக்கோடு எவ்வளவு உயரத்திலிருந்து விழுந்தால் கழுத்து முறிந்து உடனே சாவார் என்பதுதான் வீழ்ச்சி. உயரம் குறைந்தால் கழுத்து நெரிபட்டுச் சாவதற்குக் கூடுதல் நிமிடங்கள் தேவைப்படும். உயரம் அதிகமானால் தலை துண்டாகி விடக்கூடும். இராக்கில் சதாம் உசைன் தூக்கிலிடப்பட்ட போது அவர் தலை துண்டாகி விட்டதாகச் செய்தி வந்தது. அது இப்படித்தான் நடந்திருக்க வேண்டும்.

தூக்கிலிடப்படுகிறவரின் எடையைப் பொறுத்து வீழ்ச்சி மாறுபடும். இதற்கோர் அட்டவணையே உள்ளது. ஆம், நம் தூக்கிலிடுபவருக்கு எந்த அட்டவணையும் தேவையில்லை. அவரது பட்டறிவில் எல்லாமே அற்றுப்படி.

தூக்குமேடை என்கிற அந்தக் கொலை இயந்திரம் எத்தகையது? அதன் உறுப்புக்கள் என்ன? எல்லாவற்றையும் தெளிவாகக் குறித்துக் காட்டும் படவிளக்கமே தரப்பட்டுள்ளது.

நூற்பொருளின் கதை சொல்லப்படுவதற்கு முன், நூல் பிறந்த கதை சொல்லப்படுவது சுவையாக உள்ளது. இந்நூலில் நூலாசிரியரே

ஒரு கதைமாந்தராக இடம் பெறுவதும் விளங்கிக் கொள்ளத்தக்கதே. ஆனால், நூலாசிரியரின் பங்கு தலையீடாகவும் கடையீடாகவும் மட்டுமே இருந்து, இடையீடாக இல்லாமற் போயிருந்தால் இன்னும் கூட சிறப்பாக அமைந்திருக்கும். நூலாசிரியர் தம் பங்கு பற்றிச் சொல்ல விரும்பியதையெல்லாம் முதலில் சொல்லிவிட்டுப் பிறகு எவ்விதக் குறுக்கீடுமின்றி நூற்பொருளை மட்டுமே பேச விட்டிருக்க வேண்டும். தூக்கிலிடுபவரின் குறிப்புகளுக்கு நடுநடுவே நூலெழுதுபவரின் குறிப்புகள் குறுக்கிடுவது கதையோட்டத்தைத் தடைபடுத்தவே செய்கிறது. ஒரு சுவையான திரைப்படத்துக்கு நடுவில் திரைப்படம் உருவான விதத்தைக் காட்டுவதுபோல் அஃதுள்ளது. இருக்கட்டும், படிக்கிறவர் சற்றே முயன்றால் குறுக்கீடுகளை விலக்கி விட்டுக் குறிப்புகளை மட்டும் உள்வாங்கிப் படிக்கலாம்.

இது என் பார்வையில் ஒரு வடிவக் குறைபாடுதான். உள்ளடக்கம் என்ற வகையில் இந்நூலுக்குள்ள சிறப்பை இது குறைத்து விடாது; உணர்ச்சியில்லாத மனிதனுக்குத் தூக்கிலிடுவது எளிய பணிதான்.

> "கோபுரத்தின் விளக்குகளில் இருந்து வரும் ஒளிவெளிச்சத்தில் நான் இந்த மனிதர்களின் தலையில் முகமூடியை அணிவித்து அவரது கழுத்தைச் சுற்றி வெள்ளைச் சுருக்கை மாட்டினேன். அதன் முடிச்சைச் சரியானபடி இறுக்கினேன். பிறகு அமுங்கிய குரலிலான ஒரு பிரார்த்தனையோடு பொறிக்கதவை இயக்கும் நெம்புகோலை இழுத்தேன், அவர் கீழே சென்றார்... கயிறு ஒரு நிமிடத்திற்குத் துடித்தது; அவர் போய்ச் சேர்ந்துவிட்டார்."

ஜனார்த்தனன் பிள்ளை உணர்ச்சி மிக்கவர். அவர் சொல்கிறார்:

> "ஒவ்வொரு தூக்குக்குப் பிறகும் சில நாட்களுக்கு மனம் பனி மூடுண்டு கிடப்பதை எப்படி விளக்குவேன்? பனிமூட்டத்தின் போதே மற்றுமொரு தூக்கை நிறைவேற்றுவதென்பது என் வாழ்விலேயே நான் எப்போதும் செய்திராத கடினமான காரியமென்பதை எப்படி விளக்குவேன்?"

ஒருமுறை பிள்ளை மூன்று நாளில் மூன்று பேரைத் தூக்கிலிட வேண்டியதாயிற்று. தூக்குகளை முடித்து விட்டு திருவனந்தபுரத்திலிருந்து திரும்பிய போது அவர் மனைவிக்குப் பெண் குழந்தை பிறந்திருந்தது. அந்தக் குழந்தையை அவரால் தொட முடியவில்லை; ஏனென்றால், அவரால் தூக்கிலிடப்பட்டவர்களில் ஒருவர் அந்தக் குழந்தையாக வந்து பிறந்திருக்கலாமோ என்று அவர் அச்சப்பட்டார்.

திருவிதாங்கூர் சமஸ்தானத்தில் தூக்குத் தண்டனை தொடர்பாக அரங்கேற்றிக் கொண்டிருந்த ஒரு விபரீத நாடகத்தை இந்நூலிலிருந்து அறிந்து கொள்கிறோம்.

நீதிபதி ஒருவருக்கு மரணத் தீர்ப்பு வழங்கும் போதே மரணத் தேதி உறுதியாகி விடும். நீதிமன்றம் வழக்கம் போல் கருணை மனுவை மன்னருக்கு அனுப்பி வைக்கும். அரண்மனை அலுவலர்கள் தண்டனை நாளுக்கு முந்தைய நாள் மதியம்தான் மனுவைப் பெற்றுக் கொண்டதை உறுதி செய்வார்கள். மன்னர் மனுவைப் பெற்றவுடன் மரண தண்டனையை ஆயுள் தண்டனையாகக் குறைத்து விடுவார். மன்னரின் தூதுவர் இந்தத் தண்டனைக் குறைப்பாணையோடு பொழுது விடியத் தொடங்கும் போது தான் அரண்மனையிலிருந்து புறப்படுவார். அவர் சிறையை அடைவதற்குள் தூக்குத் தண்டனை நிறைவேற்றப்பட்டுவிடும்.

திருவிதாங்கூர் மன்னராட்சி என்பது கடவுள் பத்மநாபனின் ராஜ்ஜியமாகக் கருதப்பட்டது. அந்தக் கடவுள் விதித்த ஒழுங்கின்படி சூரியன் மறைந்த பிறகோ சூரிய உதயத்துக்கு முன்போ அரசு அதிகாரிகள் வேலை செய்யக் கூடாதாம். அரசுத் தூதுவரும் சிறை அதிகாரியும் ஒரு மனிதனைக் கொன்றதற்கான பழியைக் கடவுள் மீது போட்டுத் தங்களையும் மன்னரையும் காத்துக் கொண்டார்களாம்!

தூக்கு நிறைவேறும் முன்பே அரசுத் தூதுவர் வந்து விட்டாலும் கூட காத்திருந்து தூக்கு நிறைவேறிய பிறகே ஆணையை ஒப்படைப்பாராம்!

திருவிதாங்கூரில் பெண்களுக்கு மரண தண்டனை விதிக்கப்பட்டதில்லை என்ற செய்தியும் இந்நூலிலிருந்து நமக்குக் கிடைக்கிறது. விடியலில் தூக்கிலிடும் பழக்கம் எப்படி வந்தது என்றும் விளக்கப்படுகிறது. ஒரு நாள் என்பது ஒரு விடியலிலிருந்து மறுவிடியல் வரை என்று கணக்கிடப்பட்டது. ஒருவரைத் தூக்கிலிடும் நாள் உத்தரவில் குறிக்கப்பட்டிருக்கும். அந்த நாளில் அந்தக் கைதிக்கு முடிந்த அளவு வாழ்வு தர வேண்டும். சட்டத்திற்கும் மனிதாபிமானத்திற்கும் உட்பட்டு இதைச் செய்ய வேண்டும் என்பதற்காகவே விடியலில் - சூரிய உதயத்துக்கு முன்பு இயன்ற வரை கடைசிக் கணத்தில் - பழக்கம் பிறந்ததாம்.

கொலைக்குற்றம் சட்டத்தின் பார்வையில் கொடுங்குற்றமாகும். கொலைகளிலும்கூட திட்டமிட்ட கொலைதான் மிகக் கொடிய குற்றம். அப்படிப் பார்த்தால் கொலைத் தண்டனைதான் திட்டமிட்ட கொலைகளிலேயே முதலிடம் பெறக்கூடும். இதில்தான் நீதிபதி

முதல் தூக்கிலிடுபவர் வரை பலரும் பங்கேற்றுக் கொலைத் திட்டம் வகுக்கிறார்கள். மன்னராட்சியில் மன்னரும் மக்களாட்சியில் குடியரசுத் தலைவரும் மரணதன்டனை விதிக்கப்பட்டவரின் மீது இறுதி ஆணையுரிமை படைத்தவர்கள். வாழ்வா சாவா என்பதைத் தீர்வு செய்வது அவர்களே. ஒரு சிறை அதிகாரியோ தூக்கிலிடுபவரோ இதில் எவ்வகை ஆணையுரிமையும் அற்றவர்கள். கொலைச் சங்கிலியின் கடைசிக் கண்ணியாக இருக்கும் தூக்கிலிடுபவர் தன் விருப்பத்துக்கு எதுவும் செய்ய முடியாது. ஆனால் கொலைத் தண்டனை விதிக்கும் நீதிபதி மீதோ, தண்டனையை நிறைவேற்ற ஆணையிடும் மன்னர் அல்லது குடியரசுத்தலைவர் மீதோ வராத வெறுப்பு, தூக்கிலிடுபவர் மீது வருவது வேடிக்கைதான். நம் தூக்கிலிடுபவர் சொல்கிறார்!

> *“மற்ற எந்த மனிதனையும் போலவே நானும் எனது வாழ்வில் வெற்றியோ தோல்வியோ அடைந்திருக்கிறேன். என்னால் என்ன முடியுமோ அதைச் செய்திருக்கிறேன். இருப்பினும் யாரும் துக்கிலிடுபவனை நெருங்குவதில்லை. இது ஒரு மனிதன் தொழுநோயாளியாக இருந்தால் எப்படியோ அப்படி இருக்கிறது.”*

தூக்கிலிடுபவரின் தொழில் ஒரு குலத்தொழிலைப் போல் பரம்பரையாக வரக்கூடியது. ஜனார்த்தனன் பிள்ளையின் தந்தை இந்த வேலையைச் செய்தார். பிழைக்க வேறு வழி இல்லாததால் பிள்ளையும் இந்த வேலைக்கு வந்து விட்டார். அவருக்குப் பின் அவரது குடும்பத்தில் யாரும் இந்த வேலையைச் செய்யவில்லை. இப்போதும் கூட வட மாநிலங்களில் தூக்கிலிடுவதை குடும்பத் தொழிலாகச் செய்பவர்கள் இருப்பதாகச் சொல்கின்றனர். தமிழ்நாட்டிலும் கூட ஒரு காலத்தில் அப்படி இருந்திருக்கலாம். அப்போதெல்லாம் தூக்கிலிடுவது அடிக்கடி நிகழ்ந்து வந்தது. தூக்கு மேடையைத் தமிழகச் சிறைகளில் “சக்கி” என்பார்கள். தூக்கிலிடுவதைச் “சக்கியடித்தல்” என்பார்கள். நான் சிறைப்பட்ட 1970 க்குப் பின் தூக்கிலிடும் நிகழ்வுகள் பெரிதும் குறைந்து விட்டன. தூக்கிலிடுபவர் அல்லது சக்கியடிப்பவர் என்று பரம்பரையாக யாரும் இருப்பதாக எனக்குத் தெரியவில்லை.

1971இல் நான் சென்னை மத்திய சிறையில், கண்டத்தில் (மரண தண்டனைக் கூடம்) இருந்த போது இருவர் தூக்கிலிடப்பட்டனர். இருவரையும் சக்கியடித்தவரை எனக்குத் தெரியும். அவர் சிறையின் மூத்த தலைமைக் காவலர்களில் ஒருவரான முனுசாமி. கணுக்காலில் முட்டை வடிவக் கட்டி இருந்ததால் “முட்டைக்கால் முனுசாமி”

என்பார்கள். முனுசாமி உண்மையில் நல்லவர், அந்த வேலையைக் கச்சிதமாகச் செய்யத் தெரிந்தவர் என்பதால் அவர் அதைச் செய்தார். அந்த நாளில் அவருக்கு விடுமுறை உண்டு. அதற்காகக் கிடைக்கும் படிக்காசில் தண்ணியடித்து விட்டுப் போய்ப் படுத்து விடுவார். மறுநாள் வழக்கம் போல் வேலைக்கு வந்து விடுவார்.

மற்றச் சிறைகளிலும் கூட மூத்த காவலர்கள் அல்லது தலைமைக் காவலர்களில் ஒருவரே சக்கியடிப்பதாகக் கேள்விப்பட்டுள்ளேன். தூக்கிலிடுபவர்கள் என்று தனியாக யாரும் இல்லை. ஒரு வேளை இருந்திருந்தால், தூக்குத் தண்டனை நீக்கம் செய்யப்படுமுன் அவர்களுக்கான மாற்று வேலை வாய்ப்புக்கு வழிசெய்ய வேண்டியிருக்கலாம்!

ஜனார்த்தனன் பிள்ளை தனக்கும் தன் குடும்பத்தினர்க்கும் பிழைப்பு வேண்டித் தூக்கிலிடும் வேலையைச் செய்தார்; எனினும் குற்றவுணர்வால் அவர் மனம் குறுகுறுத்துக் கொண்டே இருந்தது. அவருக்கு ஆறுதல் தேவைப்பட்டது. அவர் எழுதுகிறார்:

"நான் செய்ததை மன்னரின் பெயரால்தான் செய்தேன். மன்னர் கடவுளின் பெயரால் உத்தரவிடுகிறார் என நினைத்திருந்தேன். எனவே கடவுளின் பெயரால்தான் நான் என் பணியைச் செய்தேன். நான் கடவுளின் ஒரு கருவிதான். மனிதர்களிடமிருந்து திருப்பித் தரமுடியாத ஒன்றை எடுக்கும் வேலையைச் செய்து வந்ததில் எனக்கு இருந்த ஒரே ஆறுதல் அதுதான்."

அதிகம் படிக்காத ஜனார்த்தனன் பிள்ளைக்கிருக்கும் குறுகுறுப்பில் பத்தில் ஒரு பங்காவது இந்த நாட்டின் மெத்தப் படித்த நீதிபதிகளுக்கும் மேலான அரசியல் தலைவர்களுக்கும் இருந்திருக்குமானால் தூக்குத் தண்டனை எப்போதோ ஒழிந்து போயிருக்கும்.

மனிதச் சாவு குறித்தான மனவுறுத்தல் யாருக்கு என்பது குறித்து ஜனார்த்தனன் பிள்ளையின் பட்டறிவு பேசக் கேளுங்கள்:

"என் நண்பர்கள் எவரும் ஒருபோதும் தூக்கிலிடுவதைப் பார்க்கத் தங்களை அழைத்துச் செல்லும்படி ஒரு நாளும் கேட்டதில்லை. தூக்கிலிட்ட பின்புதான் நான் திரும்பும்போது என் நிலையை அவர்கள் பார்த்திருக்கிறார்கள். எனவே அது பார்க்க வேண்டிய காட்சியல்ல என்பதை உணர்ந்து தங்களை அழைத்துச் செல்லும்படி கேட்டதில்லை. கௌரவம்

மிக்கவர்களை விட அவர்கள் இந்த விஷயத்தில் நுண்மையான உணர்ச்சி கொண்டவர்கள். ஒருவேளை உயர்ந்த அந்தஸ்து கொண்டவர்களுக்கு மரணத்தைக் கண்டு களிப்பதில் எந்த மன உறுத்தலும் இல்லாமல் இருக்கலாம்"

தூக்குத் தண்டனை நிறைவேற்றத்தில் ஒரு முக்கிய கேள்வி: "உயிர் அக்கணமே போய் விடுகிறது இல்லையா?" என்பதாகும். ஜனார்த்தனன் பிள்ளை தமது நீண்ட அனுபவத்தின் அடிப்படையில் இந்த வினாவிற்கு இந்நூலில் பல இடங்களில் விடையளிக்க முற்படுகிறார்.

தூக்குத் தண்டனை நிறைவேற்றத்துக்கு முன்னதாகக் கயிறு சோதிக்கப்படுகிறது. அந்தச் சோதனையின்போது, தூக்கில் தொங்கவிருக்கும் மனிதனைப் போல் ஒன்றரை மடங்கு எடையுள்ள கல் தொங்க விடப்படுகிறது. இவ்வாறு மூன்று கயிறுகள் சோதிக்கப்படுகின்றன. நீண்ட காலமாகப் பயன்பட்டு வரும் தூக்கு மரக் குறுக்குச் சட்டத்தில் இரண்டு குறுகிய அழுத்தமான பள்ளங்கள் காணப்படுகின்றன. ஒன்று, கயிறு சோதனையிடப்படுவதால் பதிந்த தடம். மற்றது, மனிதன் தூக்கிலிடப்படுவதால் பதிந்த தடம். சோதனைக் கல்லின் எடையையும் அது மூன்று முறை சோதிக்கப்படுவதையும் வைத்துப் பார்த்தால் முதல் தடம்தான் அதிகம் ஆழமானதாக இருக்க வேண்டும். ஆனால் உண்மையில் அப்படியில்லை. மனிதன் தூக்கிலிடப்பட்ட தடம்தான் அதிகம் ஆழமாகப் பதிந்துள்ளது. ஏன்? ஜனார்த்தனன் பிள்ளை விளக்குகிறார்:

"கயிறு சோதிக்கப்படும் போது பொறிக்கதவு திறந்து கல் கீழே விழுகிறது. அப்போது கயிறு உதறுகிறது. பின்பு அகற்றப்படும் வரை கல் அசைவின்றித் தொங்கிக் கொண்டிருக்கிறது. ஆனால் மனிதர் விழும்போது கயிற்றின் மறுமுனையில் சில நேரங்களில் சில நிமிடங்களுக்குத் துடித்துக் கொண்டிருப்பார். செத்துக் கொண்டிருந்த ஆயிரம் மனிதர்களின் இறுதிப் போராட்டம்தான் அந்தக் கருமையான உரமேறிப் போன தேக்குக் குறுக்குச் சட்டத்தில் ஆழமான வடுவை ஏற்படுத்தியிருக்கிறது."

சக்கியடித்த அக்கணமே சாவு நிகழ்ந்து விடுவதில்லை என்பது உறுதியாகிறது. வலியில்லாத தூக்குத் தண்டனை என்ற பேச்சுக்கே இடமில்லை. அது வெறும் உடல் வலி மட்டுமல்ல; எல்லா மனிதர்களுக்கும் பொதுவான சாவச்சம் தூக்கிலிடப்படும் மனிதனைச் சாவதற்கு முன்பே தின்றுவிடும். ஜனார்த்தனன் பிள்ளை

சொல்லும் பல கதைகள் - மெய்க்கதைகள் - இதற்குச் சான்றாக உள்ளன.

ஜனார்த்தனன் பிள்ளை சொல்கிறார்:

"தண்டிக்கப்பட்ட ஒவ்வொரு மனிதரும் முடிந்தவரை வலியில்லாமல் சாகும்படி பார்த்துக் கொள்வதுதான் எனது கடமை. சரியாக எந்த இடத்தில் முடிச்சை நிறுத்துவது என்பதை நான் அறிந்திருந்தால் - அதுதான் எல்லாவற்றையும் தீர்மானிக்கிறது - நான் என் கடமையைச் செய்தவனாவேன்"

இந்தக் கடமையைச் சரிவரச் செய்யாத நேர்வுகளை எண்ணி அவர் வருந்துகிறார்:

"லிவரை அழுத்துகிறேன்... பொறிக்கதவு படாரென்று கீழே திறந்து இருபுறம் உள்ள தூண்களில் மோதிக் கொள்ளும் ஓசை. அந்த மனிதர் குழிக்குள் மறைகிறார்... எல்லா முகங்களும் அந்த விநாடியில் மாறிப்போய் விட்டன. அவர்கள் எதைக் கவனிக்கிறார்கள் என்று நான் பார்க்கிறேன். அது உதறுகிறது, உதறுகிறது, உதறிக் கொண்டேயிருக்கிறது. கடவுளே... ஏன் இப்படி உதறுகிறது? கீழிருந்து அந்த மனிதர் தனக்குள் இருக்கும் அனைத்தையும் வெளியேற்றும் சத்தங்கள் வருகின்றன. முதலில் சிறுநீர்ப்பை பின்பு குடல்கள் அந்த மெல்லிய சத்தங்களாலும், திறந்திருந்த பொறிக்கதவு வழியாக மிதந்து வந்த மெல்லிய நாற்றத்தாலும் நான் குறுகிப் போகிறேன்... நீண்ட நீண்ட நேரத்திற்குப் பின்பு இறுதியாக கயிறு உதறுவது நிற்கிறது. அவர் இறந்து விட்டார்."

தூக்குத் தண்டனையின் துர்நாற்றம் மனிதக் கண்ணியத்துக்கே தலைக்குனிவு என்பதற்கான ஒரு குறியீடாகவே ஜனார்த்தனன் பிள்ளை அடைந்த மனத் துன்பத்தைக் கொள்ள வேண்டும்

ஜனார்த்தனன் பிள்ளை முப்பதாண்டு காலத்தில் 117 மனிதர்களைத் தூக்கிலிட்டார். அந்தக் குற்றவுணர்வு இறுதிமூச்சு வரை வாட்டி வதைத்ததன் தடயங்கள் நூலெங்கும் காணப்படுகின்றன. தன் குற்றத்துக்குக் கழுவாய் (பிராயச் சித்தம்) உண்டா? என்று அவர் தெரிந்து கொள்ள விரும்பியுள்ளார்.

அவர் செய்தது குற்றம் என்றால் அதற்கொரு கழுவாய் தேவையென்றால், இந்த நூலை எழுதியதன் மூலம், அல்லது இதனை எழுதுவதற்கான கட்டுமானப் பொருளை சசி வாரியருக்கு

வழங்கியதன் மூலம் அவர் சரியான கழுவாயைக் கண்டுவிட்டார் என்றே சொல்லலாம். அதற்கும் மேலே-

கொலைத் தண்டனையை இரத்தமும் சதையும் சீழும் சிறுநீருமாய் நம்முன் நிறுத்தியதன் மூலம் அத்தண்டனைக்கு எதிரான உணர்வை வளர்க்க ஜனார்த்தனன் பிள்ளை தம்மையறியாமலேயே உதவியிருக்கிறார்.

ஆம், இந்த நூல் தூக்குத் தண்டனையைத் தூக்கு மேடையில் நிறுத்தியிருக்கிறது; சரியான முறையில் சுருக்கை மாட்டி நெம்புகோலை இழுப்பது நம் பொறுப்பு.

சென்னை   **தியாகு**
06.02.2008

நன்றியுடன்...

தூக்கிலிடுபவரின் குறிப்புகள் ஜனார்த்தனன் பிள்ளையின் நெகிழ்வான வாழ்க்கையை அடிப்படையாகக் கொண்டது. 1940களின் துவக்கத்தில் திருவிதாங்கூர் மன்னருக்காகத் தூக்கிலிடுபவராகத் தன் வாழ்க்கையைத் தொடங்கி முப்பதாண்டுகளில் 117 தூக்குத் தண்டனைகளை நிறைவேற்றினார். இப்புத்தகம் உண்மையும் புனைவும் கலந்ததாக இருக்கும் நிலையில் இதன் முக்கியப் பாத்திரம் பெரும் அளவில் எனது உருவாக்கமே, இதற்காக பிள்ளைக்கு நான் கடன்பட்டிருக்கிறேன்.

எனது பெற்றோர், எப்போதும் போல் இப்புத்தகம் எழுதப் படுகையில் ஆதரவாக இருந்தனர். அவர்கள் இதன் வரலாற்று உள்ளடக்கத்திற்குச் சாரமான, பொருள் பொதிந்த பகுதியைப் பங்களித்தார்கள்.

என் நீண்டநாள் தோழியும் முன்னாள் வகுப்புத் துணையுமான ப்ரிதா, தன்னோடு இந்தப் புத்தகத்தை நான் பகிர்ந்து கொள்ளச் சம்மதித்தார். மற்றுமொரு பழைய நண்பரான சுரேஷ் மூலப்பிரதியின் பல பதிப்புருக்களைப் படித்து பல மதிப்புமிக்க ஆலோசனைகளை வழங்கினார்.

பல மாதங்களின் ஆய்வு இப்புத்தகத்தினுள் சென்றது. நண்பர்களும் உறவினர்களுமாக இணைந்து இந்த ஆய்வுக்கு உதவியவர்கள் 'மாத்ருபூமி'யின் முன்னாள் ஆசிரியர் திரு. பி.ஆர். வாரியர், அவரின் தொடர்பின்றி மிகக் குறைவே சாத்தியமாகியிருக்கும்; திரு. ஆர்.பி.சி. நாயர், பூஜாபுரா சிறையின் கண்காணிப்பு மேலாளர் திரு. ஜெபமணி மற்றும் அவரது பல சகாக்கள்; ஓய்வு பெற்ற காவல் அதிகாரியும் சக ஆசிரியருமான திரு. கே. ரமேஷன் நாயர், அரசு ஆவணக் காப்பக இயக்குனர் திரு. பி.எஸ். மொய்தீன், எண்பதுகளில் தூக்கிலிடுபவர் பற்றிப் பல தொடர் கட்டுரைகள் எழுதியவரும், மாத்ருபூமியின் நாகர்கோயில் தொடர்பாளருமான திரு. ராமாநந்த குமார், காவல் துறையிலிருந்து ஓய்வு பெற்றும், தனது வயதின் இடர்ப்பாடுகள்

பாராது பல பயனுள்ள தகவல்களை வழங்கிய திரு. ராகவன் நாயர், டி.ஆர். அலெக்ஸாண்டர் ஜேகப் மற்றும் பலர்.

எனது பழைய நண்பர்களான தினேஷ், சதீஷ், சித்ரா மற்றும் ஆதித்யா ஆகியோரின் ஒத்துழைப்பும் முக்கியமானது.

பென்குவின் வெளியீட்டகத்தின் ரவிசிங் அனுப்பிய கடிதத்திலிருந்து தூக்கிலிடுபவரின் குறிப்பேடு துவங்கியது. அவர் இப்புத்தகத்திற்குப் பொறுப்பேற்றதோடு, இதனைப் பல கட்டங்களில் பொறுமையிழக்காமல் பார்த்துக் கொண்டார்.

சசி வாரியர்

நன்றியறிதல்கள்...

திரு. ஜனார்த்தனன் பிள்ளை தமிழர். அவரது வாழ்க்கை மலையாளியான மூல நூலாசிரியரின் மூலம் ஆங்கிலத்திற்குச் சென்று பின்பு இப்பொழுது தமிழில் வருவது ஒரு முரண்நகை.

கேரளாவில் உள்ள பனமன்னா என்ற இடத்தில் வசித்து வரும் நூலாசிரியரான சசி வாரியர், பிட்ஸ் பிலானியில் எம்.ஏ. பொருளாதாரம் படித்துவிட்டு, முழுநேர எழுத்தாளராக இருக்கிறார்; இவருக்குத் தாய்மொழி மலையாளம்; எழுதுவது ஆங்கிலத்தில்.

இவரது நூல்களை பென்குவின் பதிப்பகம் தொடர்ந்து வெளியிட்டு வருகிறது. இதுவரை மூன்று நாவல்களும் (The Homecoming, Sniper, Hangman's journal) இரண்டு குழந்தைகளுக்கான நூல்களும் (Sally And The Warlocks And Other Stories, The Orphan Diaries) வெளிவந்துள்ளன.

இதுவரை கேட்டிராத ஒரு கதையை, பதியப்படாத ஒரு பதிவை தூக்கிலிடும் சடங்கை நிறைவேற்றும் சங்கிலியில் கடைசி கண்ணியாக இருந்து செயல்படும் ஜனார்த்தனன் என்னும் தூக்கிலிடுபவரின் சொற்களில் இருந்து பிறந்து ஆவணமாக மாறி உள்ள "தூக்கிலிடுபவரின் குறிப்புகள்" என்னும் இம்முக்கிய நூலை வெளியிட அனுமதி அளித்த தோழர் கௌதம சித்தார்த்தன் அவர்களுக்கும் தோழர் முருகவேள் அவர்களுக்கும் மிகுந்த நன்றிகள்...

அனுஷ்

இந்நூலின் மொழியாக்கத்திற்குப் பெரிதும் துணைநின்ற நண்பர்கள் சிவக்குமாரும், பிரசன்னாவும். இத்தோழர்களின் பங்களிப்பின் மூலமே இந்நூல் வெளிவருகிறது என்பது மிகையல்ல. இவர்களின் பேருதவியின்றி இம்மொழிபெயர்ப்பு சாத்தியமாகியிருக்காது. சரியாகச் சொன்னால் இதற்கு உதவியவர்களுடைய பெயரும் அட்டையில் இடம்பெற்றிருக்க வேண்டும். ஆனால் அவர்களின் விருப்பத்தினாலேயே என் பெயர் மட்டும் இடம்பெறுகிறது.

ஆங்கில மூலத்தில் இடம் பெற்றிருந்த பல கலைச் சொற்களைத் தமிழாக்கம் செய்வதில் பெரிதும் துணை நின்றவர் நண்பர் சு. செல்வராஜன். இவர்களுக்கு என் மனமார்ந்த நன்றிகள்.

இரா. முருகவேள்

முகவுரை

அவர்கள் அதை "வீழ்ச்சி" என்று அழைக்கின்றனர்.

சிறைக்காவலர் அதற்காக ஒரு சிறிய அட்டவணை வைத்திருக்கின்றனர். தண்டனை விதிக்கப்பட்டவர் முற்றிலும் இறப்பதற்குத் தன் கழுத்தைச் சுற்றியுள்ள சுருக்கோடு எவ்வளவு உயரத்திலிருந்து விழவேண்டும் என்பதை அது உங்களுக்குச் சொல்கிறது. கழுத்தை முறிப்பதற்குப் போதுமான அவகாசத்தைத் தரக்கூடிய வகையில் ஒருவர் விழவேண்டும் என்று தேர்ந்தவர்கள் கூறுகின்றனர். உடல் உயரம் அதிகமானால், கயிறு கழுத்தை அறுத்துத் தலையைத் துண்டித்து விடவும் கூடும். உடல் போதுமான உயரத்திலிருந்து விழவில்லையெனில், கழுத்து அறுபடாது. மேலும் சில நிமிடங்களில் கழுத்து நெரிபட்டு அந்த மனிதர் இறந்து போவார். எவ்வளவு கனமான மனிதரோ அவ்வளவு குறைவான வீழ்ச்சி.

எனக்கு இந்த அட்டவணை மனப்பாடம். ஒருவர் 44 கிலோவுக்குக் குறைவான எடையோடு இருப்பாரென்றால், அவர் 1.98 மீட்டர் உயரத்திலிருந்து விழவேண்டும். அவர் 44லிருந்து 57 கிலோவுக்கு உள்ளிருந்தால், வீழ்ச்சி 1.83 மீட்டராகி இருக்க வேண்டும். எடை 57லிருந்து 70 கிலோவுக்கு இடைப் பட்டிருந்தால், வீழ்ச்சி 1.68 மீட்டராகக் குறைகிறது. மற்றும் 70 கிலோவுக்கு அதிகமான எடைகொண்ட மனிதருக்கு 1.52 மீட்டர் வீழ்ச்சியே போதுமானது.

இதை ஒரு அட்டவணையாக நினைப்பது கடினம். பிரிட்டிஷ்காரர்கள் இதனை கட்டை விரலின் அளவைக்கொண்டு கணக்கிட்டார்கள். நூறு பவுண்டு எடைகொண்ட மனிதருக்கு ஆறரை அடி வீழ்ச்சி தேவை. மற்றும், ஒவ்வொரு முப்பது பவுண்டு கூடுதலான எடைக்கும் ஆறு அங்குலம் குறைய வேண்டும் என்று நினைக்கிறேன். அவர்கள் அளவையை கிலோகிராமுக்கும், சென்டிமீட்டருக்கும் மாற்றியமைத்தபோது, இப்போது நம்மிடம் இருப்பதைப் போன்று ஏடாகூடமான எண்கள்

உடையதாக அட்டவணை மாறியது. எனக்கு சென்டிமீட்டர்களும் கிலோகிராம்களும் வசதியாகப்படவில்லை. அவர்கள் எனக்குப் பள்ளியில் கற்றுத் தந்த பவுண்டுகளையும் அங்குலங்களையுமே நான் பயன்படுத்த விரும்புகிறேன்.

இந்த அட்டவணையின் துல்லியத்தன்மை சரியான பலனைத் தரவேண்டுமென்றால் நீங்கள், சுருக்கின் உயரம், கயிறு செலுத்தப்பட்டிருக்கும் உத்தரத்தின் உயரம் மற்றும் வீழ்ச்சியின் நீளம் ஆகியவற்றைத் தெரிந்திருக்க வேண்டும். தண்டிக்கப்படும் மனிதரின் உயரத்தை நீங்கள் அளவிட்ட பிறகு அதிலிருந்து அம்மனிதரின் தலையின் நீளத்தைக் கழித்துவிட வேண்டும். ஆனால் அவர்கள் அவற்றையெல்லாம் செய்வதில்லை. அவர்கள் அம்மனிதரைத் தூக்கிலிடும் முன்பு கூட எடை பார்ப்பதில்லை, அவர்கள் அவர் சிறையறையில் இருக்கும் காலத்தில் மட்டும் மாதமொருமுறை எடை பார்க்கிறார்கள்.

வேலையில் தேர்ந்த எந்த ஒரு தூக்கிலிடுபவருக்கும் இந்த அட்டவணையோ, எடைபார்க்கும் அளவோ அல்லது அளவிடும் நாடாவே தேவைப்படாது. அவரால் ஐந்து பவுண்டு வித்தியாசத்திற்குள் ஒருவருடைய எடையை யூகித்து, வீழ்ச்சிக்குத் தேவையான நீளத்தையும் கணக்கிட்டுவிட முடியும். ஒரு அங்குலம்தான் கூடவோ, குறையவோ இருக்கும்.

கயிற்றை அளவிடுவது சுலபம்: எனது வலது கையின் முழம் சரியாக எட்டரை அங்குலமாகும். தேவையான நீளத்தினை அளவிடுவதற்கு நான் அதைப் பயன்படுத்துகிறேன்.

அந்த மனிதர் தொங்கப் போகும் உத்தரம் ஒன்பது அடி மேலே உள்ளது: பொறிக்கதவுக்கு மேலே - பதிமூன்று முழங்கள். அதற்கு ஒரு முழமோ சற்று அதிகமோ, தண்டிக்கப்படும் மனிதரின் அளவுக்கு ஏற்றவாறு நான் கூட்டிக் கொள்கிறேன். இது தூக்கிலிடப்படும் மனிதன் விழும்போது பொறிக்கதவின் மட்டத்திற்குச் சற்றுக் கீழே அந்த மனிதரின் தலை நின்று விடுவதற்குத் தேவையான அளவு கயிற்றின் நெகிழ்வைத் தீர்மானிக்கிறது. நான் ஒரு மனிதரின் உயரத்தை அங்குலத்திலும் எடையைப் பவுண்டிலும் கணிப்பதால் மீதி வேலை சுலபமாகிறது.

மிகவும் கனமான ஒரு மனிதருக்கு, குறிப்பான உயரமான ஒருவருக்கு இந்த அட்டவணை கூறுவதைவிட விழும் உயரத்தை நான் நீளமாக்கிக் கொள்கிறேன். ஒரு உயரமான மனிதரை நான் தூக்கிலிடுவதைப் பார்த்த ஒவ்வொருவரும் இதை அறிவார்கள்.

இந்தப் புத்தகத்தில் உள்ளதைப் பார்த்தால், ஒரு ஆறடியுள்ள 70கிலோ மனிதருக்கு 5 அடி உயர வீழ்ச்சி தேவை. ஆனால் ஒரு உயரமான மனிதர் 5 அடி உயரத்தில் இருந்து விழுந்தால், அவரது தலை பொறிக் கதவுக்கு மேலே தெரியும், அதை என்னால் நினைத்துப் பார்க்கவும் முடியாது. அந்த முகம் துணியாலான முகமூடியால் மறைக்கப்பட்டிருக்கிறது, இருப்பினும், அந்த மனிதரின் நாக்கு அந்த முகமூடியின் பின்னே துருத்திக் கொண்டிருப்பதை நான் பார்த்திருக்கிறேன். அதனால்தான ஒரு உயரமான மனிதருக்கு, கயிற்றின் நீளத்தை சற்று அதிகமாக்கிக் கொள்கிறேன். அதனால்தான் இதனை அறிந்திருக்கும் சிறைக்காவலரும், எதிர்ப்பு தெரிவிப்பதில்லை.

நான் இந்த நீளங்களை நன்கு அறிவேன், ஆகவே தண்டனைக்குரிய மனிதரின் அளவுகளை ஒருமுறை பார்த்தாலும் மீதிவேலையை கண்களை மூடிக்கொண்டே என்னால் செய்துவிட முடியும்.

கயிற்றை அளவிடுவது, அதைச் சோதிப்பது, முடிச்சுகளைக் கட்டுவது - நான் அவற்றை நன்றாகச் செய்வேன். நான் அவற்றை நன்றாகச் செய்யக் கற்றிருக்கிறேன். ஏனென்றால், நான் அவற்றின் மீது இயன்ற அளவு கவனம் செலுத்துகிறேன். நான் அவ்வாறு செய்யவில்லையென்றால் எனது மனம் இறக்கவிருக்கும் மனிதரையே சுற்றிச் சுற்றி வரும், அதற்குப் பிறகு எனக்கு அமைதியே இருக்காது…

இக்கடிதம் ஒரு ஈரமான ஆகஸ்ட் மாத காலைப் பொழுதில் கிடைத்தது. இந்த வாக்கியத்தை நான் இருபத்தைந்தாவது முறையாகப் படித்துக் கொண்டிருந்தேன். அது ஒரு மலிவான மஞ்சள் தபால் அட்டை. அதில் தமிழில் ஒரேயொரு வரிதான் எழுதப்பட்டிருந்தது, நான் மிகச் சமீபத்தில் கற்கத் தொடங்கியிருக்கும் மொழி. என்னால் அதை மெதுவாகத்தான் படிக்க முடிந்தது, ஆனால் தகவல், தெளிவாக இருந்தது. “உடனடியாக வாருங்கள்.” பெயர் பரிச்சயமானது தான், அஞ்சலட்டையின் கீழே எழுதப்பட்டிருந்த முகவரியைப் போலவே, ஆனால் கையெழுத்து தான் வித்தியாசமாக இருந்தது.

அந்த முகவரி தூக்கிலிடுபவர் வீட்டினுடையது. அவர் ஏறக்குறைய 400 கிலோமீட்டர் தெற்கே வேறொரு மாநிலத்தில் வாழ்ந்து வந்தார். கடந்த சில காலமாக அவரிடமிருந்து எந்தத் தகவலுமில்லை. எங்கள் கடைசிச் சந்திப்போ உக்கிரமாயிருந்தது. நான் அவர் வீட்டிலிருந்து திரும்பியபிறகு, கோடையில் சில காலம்

நாங்கள் கூட்டாக வேலை செய்திருந்த திட்டத்திற்காக எழுதி முடித்திருந்தேன்.

இப்போது இந்தக் கடிதம். வேறொருவரின் கையெழுத்தில். அந்த வயதான மனிதனுக்கு என்ன ஆகியிருக்கும்?

"உடனடியாக வாருங்கள்." இப்போது பதினொன்றுதான் ஆகப்போகிறது, இரண்டரை மணிக்குதான் ஒரு ரயில் இருக்கிறது. நான் அந்த ரயிலைப் பிடித்தால் தாமதமாக நள்ளிரவில் அங்கு இருப்பேன். நான் மேலும் ஒருமணி நேரத்திற்கு உட்கார்ந்து சிந்திக்கவும் ஈரமான மலைப்பகுதியைப் பார்ப்பதுமாகக் கழித்தேன், பிறகு சாப்பிட்டுவிட்டுப் புறப்படுவதற்கு உள்ளே சென்றேன்.

நான் புறப்படுவதற்கு முன்பு பல நூறு கிலோமீட்டர்களுக்கு அப்பாலுள்ள ஒரு பெண்ணை, இந்தக் கடிதத்தைப் பற்றிச் சொல்வதற்காகத் தொலைபேசியில் அழைத்தேன்.

"நீ என்ன செய்யப் போகிறாய்?" அவள் கேட்டாள்.

"நான் கிளம்பி விட்டேன்" என்றேன்.

"நான் உன்னோடு வர வேண்டுமென்று விரும்புகிறாயா?"

"இப்போதைக்கு இல்லை" நான் பதிலளித்தேன். "ஆனால் ஏதாவது பிரச்சனை ஏற்பட்டால் உன்னை அழைக்கிறேன்".

அவள் இந்த வேலைத் திட்டத்தில் அது துவங்கிய காலத்திலிருந்து இருந்து வந்திருக்கிறாள். நான் இதைக் கைவிட எண்ணிய போதெல்லால் அவள் தன்னோடு என்னையும் இழுத்துச் செல்வாள்.

"என்ன நடந்து கொண்டிருக்கிறது என்று தெரிந்த உடனே என்னைக் கூப்பிடு" என்றாள் அவள்.

நான் கிளம்பியபோது மணி ஒன்றை நெருங்கியிருந்தது. சொரணூர் ரயில் நிலையத்தைச் சரியான நேரத்தில் போய்ச் சேர்ந்தேன். நேரம் கடந்துகொண்டிருந்தது. மழை ஓய்ந்து போனதும் ரயிலில் இருந்தவர்கள் ஜன்னல்களைத் திறந்து குளிர்ந்த காற்றை உள்ளே வர அனுமதித்தார்கள். இரவு வேளையில் வடகிழக்காக மிதந்து சென்று கொண்டிருந்த மேகங்களுக்கிடையே தோன்றிய நிலா, குளக்கரையில் அசைந்து கொண்டிருந்த நாணல்களை மினுமினுக்கச் செய்தது.

நானோ பயண நேரம் முழுவதும் தூக்கிலிடுபவர் தன் வார்த்தையைக் காப்பாற்றியிருப்பாரா என்பதைப் பற்றியே எண்ணிக்

கொண்டிருந்தேன். அது அங்கு சென்று சேரும் வரை எனக்குத் தெரியப் போவதில்லை. நேரம் மெதுவாகக் கடந்து கொண்டிருந்தது.

என் மனக் கண்ணில் அவரது உருவம் தோன்றியது; சராசரி உயரம், அலைபடிந்த நரையோடிய கேசம், மார்பு வரை அடர்ந்திருந்த தாடி, நேரான கூர்மையான நாசி, மர்மமும் கள்ளத்தனமும் தெரிந்த அந்தத் தோரணை எந்த வகையிலோ அவருக்குப் பொருத்தமானதாகத் தோன்றியது. அவர் அணிந்திருந்த வெள்ளைச் சட்டை, நைந்து போயிருந்தாலும் சுத்தமானதாக இருந்தது. காவிநிறத்திலான கைலி இடுப்பில் முடிச்சிடப்பட்டிருந்தது. கரங்கள் அவரது சிறிய உருவத்திற்குப் பொருத்தமில்லாமல் யாரோ மிகப் பெரிய மனிதனுடைய கரங்களைப் போலத் தோன்றின. தடித்த உரமேறிய விரல்கள் கணுக்கணுவான வேர்கள் போலிருந்தன. அவரது பாதங்களைப் பார்த்த எவரும் அவர் ஒருநாளும் செருப்பணிந்ததே இல்லையென்று சொல்லிவிடுவார்கள்.

அந்தத் தோற்றம் மறைந்தது. இப்படியொரு மனிதர் ஒரு புத்தகத்தை எழுதக் கூடும் என்று என்னால் எப்படி நம்ப முடிந்தது?

பத்து மணி வாக்கில் ரயில் திருவனந்தபுரத்தை அடைந்த போது அங்கு ஒரு பேருந்து காத்துக்கொண்டிருந்தது. எனவே, அந்த இரவிலும் தீபகற்பத்தின் கடைக்கோடிக்கு வெகு அருகிலிருந்த கோயில் நகரமான நாகர்கோயிலுக்குச் சென்று சேர முடிந்தது. ஒரு சிறிய, எளிய விடுதியைக் கண்டுபிடித்து, தளர்ந்து போனவனாகப் படுக்கையில் விழுந்தேன். களைத்துச் சோர்ந்து போயிருந்தும் கூட எனக்குத் தூக்கம் வரவில்லை. அந்த ஒரே கேள்வி இரவெல்லாம் மண்டையைக் குடைந்து கொண்டேயிருந்தது. அந்தத் தூக்கிலிடுவர் தன் வார்த்தையைக் காப்பாற்றி இருப்பாரா?

தெரிந்து கொள்ள வாய்ப்பேயில்லை.

நான் விடிவதற்கு முன்பே எழுந்து, பொறுமையற்றவனாய் அமைதியிழந்து அலைந்து கொண்டிருந்தேன். எட்டு மணிக்கு பார்வதிபுரம் செல்லும் ஒரு பேருந்தைப் பிடித்து, குறுக்குச் சாலை, நாற்சந்திக்கு அடியில் வாய்க்கால் ஓடும் சிறிய சந்திப்பொன்றில் இறங்கினேன்.

மழை மீண்டும் பெய்யத் துவங்கியதும் என் பையிலிருந்த குடையை வெளியே எடுத்தேன். சஞ்சலத்துடன் மண்ணினூடே அழுந்த மிதித்தபடி நடந்தபோது காற்று என் கால்சட்டையெங்கும் சேற்றை வாரியடித்தது. செல்லும் வழியெங்கும் பூமி புத்துயிர்

பெற்று எழுந்திருந்தது. பாதையின் இரு பக்கங்களிலும் புதர்கள் அடர்ந்து வளர்ந்திருந்தன, வயல் வெளிகளில் சிறிய மெல்லிய நாற்றுகள் சேற்று நீருக்கு மேலே தலையை நீட்டியபடி இருந்தன. சாம்பல் நிறத்திலும் ஈரமான வாழையிலைகள் பளிச்சென்று இருந்தன. பறவைகள் அமைதியாயிருந்தன.

தூக்கிலிடுபரின் வீட்டை அடைந்தபோது, கடந்த முறை வந்தபோது இருந்ததை விடவும் அது சிறியதாகவும், அமைதியானதாகவும் தோன்றியது. முற்றத்திலிருந்த கிழட்டு நாய் காணப்படவில்லை, கதவு கிறீச்சிட்டுத் திறந்த போது வெளிப்பட்ட முகம் தூக்கிலிடுபவருடையது அல்ல. அது அவரது மகனுடையது.

அவர் என்னைக் கண்டு தலையசைத்தார், ஆனால் நான் கதவை நெருங்கியபோது வரவேற்பு முடிந்துவிட்டது. "உங்களுக்கு என் கடிதம் கிடைத்திருக்கும்" என்றார் அவர். நான் அங்கு இருப்பதில் அவருக்கு மகிழ்ச்சியில்லை என்பதை என்னால் காண முடிந்தது. அவரது இருண்ட கண்களில் கோபத்தின் சாயல் கூடப் படிந்திருந்தது.

"நேற்று அது எனக்குக் கிடைத்ததும் உடனே புறப்பட்டு விட்டேன்"

அவர் மீண்டும் தலையசைத்தார். "உடனேயே அம்மா உங்களுக்கு எழுதச் சொன்னார்கள், ஆனால் நான் கொஞ்சம் பொறுத்து உங்களுக்குத் தெரியப்படுத்த நினைத்தேன்"

"என்ன நடந்தது?" என் இதயம் சத்தமாக அடித்துக் கொண்டது.

இந்த மனிதன் எதைப் பற்றிப் பேசிக் கொண்டிருக்கிறான்?

"அப்பா இறந்து விட்டார்"

அவர் கண்களிலிருந்த கோபம் தீவிரமாகியது.

நான் முழுவதும் சில்லிட்டுப் போனேன். இதுதான் அது, எல்லாம் முடிந்துவிட்டது. அவர் தன் சத்தியத்தை நிறைவேற்று முன்பே இறந்துவிட்டார். முட்டாள், எனக்கு நானே சொல்லிக் கொண்டேன், நான் அவரை முன்பே தொடர்ந்திருக்க வேண்டும். என் இதயம் கனத்துப் போனது. 'ஓ... கடவுளே' என்றேன். "அவர் எப்படி இறந்தார்? எப்போது?"

"அவர் இரண்டு வாரங்களுக்கு முன்பு இறந்து போனார்... காலையில். அவர் காலையில் எழுந்தார், காப்பியைக் குடித்து முடித்ததும் கீழே படுத்தவர் பிறகு எழுந்திருக்கவே இல்லை."

“அவர் சிரமப்பட்டாரா?”

“இல்லை. தூங்குவதற்காகக் கீழே படுத்தவர் பிறகு எழுந்திருக்கவே இல்லை... அம்மாதான் பார்த்தார்கள்”.

ஏதோ நாடகத்தின் ஒரு பகுதியைப் போல அவள் அந்த வீட்டின் ஒரு மூலையில் தென்பட்டாள். “யார் அங்கே?” என்று கேட்டபடி என்னைப் பார்த்தவள் பின்பு தயங்கினாள். அவள் வெள்ளையாய் உடுத்தியிருப்பதை நான் கவனித்தேன். விதவையின் வெள்ளை.

“இப்போதுதான் தெரிந்து கொண்டேன்” என்றேன் அவளிடம். “என்னை மன்னிக்க வேண்டும். இறுதிச் சடங்குகளுக்காக நான் இங்கே இருந்திருக்க விரும்பியிருப்பேன்.”

அவளது கண்கள் வீங்கியும் சிவந்தும் இருந்தன, ஆனால் துயரத்தின் கனம் சற்றே குறைந்து விட்டிருப்பதைக் காண முடிந்தது. அவள் தலையசைத்தாள். “அவர் அமைதியாகவாவது போனாரே” என்றாள். “ஒரு தொந்தரவுமில்லை” சட்டென்று அவள் கண்களில் கண்ணீர் வழிந்ததும் அவள் அதைத் தன் கறுத்த வற்றிய கையால் துடைத்துக் கொண்டாள். அந்தக் கடைசி காலைப்பொழுதில் அவர் அவளிடம் கூறியிருந்தவற்றை என்னிடம் கூறினாள். அவர் உட்கார்ந்து காப்பி குடித்த இடத்தையும் என்னிடம் காட்டினாள். அவர் கடைசியாகப் படுத்தபோது கழற்றிப் போட்ட நைந்து போன சட்டையையும் என்னிடம் காட்டினாள். அந்தக் கடைசி நாட்களில் அவர் கண்களில் இருந்த அமைதியைப் பற்றி என்னிடம் பேசினாள். அவரை எரியூட்டத் தேவைப்பட்ட விறகுகளுக்காக வெட்டப்பட்ட மரம் இருந்த இடத்தைக் காட்டினாள். அவளுடைய ஒப்பாரியைக் கேட்டு முதலில் வந்த அண்டை வீட்டார் யார் யாரென்று கூறினாள். சில நேரங்களில் அவர் உயிரோடு இருப்பதைப் போலவே அவள் பேசினாள், நான் பொறுமையோடு கேட்டுக் கொண்டிருந்தேன்.

அவள் பேசி முடித்தபோது, தன் மகனை நோக்கித் திரும்பினாள், “அவரிடம் அந்தப் பையைக் கொடுத்தியா?” என்று கேட்டாள்.

அவன் தலையசைத்தான். “இப்பத்தான் அவர் வந்தாரு”

அவள் கோபமானாள். “நீ எப்படி அவரை வாசலிலேயே நிற்க வைத்தாய், இதுக்குத்தான் அவரை வரச் சொன்னாயா?”

அவன் பொறுமியபடியே வீட்டின் இருட்டிற்குள் மறைந்து போனான், அவள் என்னை நோக்கித் திரும்பினாள். “அவர் போகும்போது சந்தோசமாகத்தான் போனார். உங்களுக்காக ஒன்று

வெச்சிட்டுப் போயிருக்கார். உங்களிடம் தரச் சொல்லி என்னிடம் சொன்னார்." அவள் நிறுத்தினாள்.

"உங்களுடைய நோட்டுப் புத்தகங்கள், அவர் அதுகளோட மும்முரமா இருந்தாரு. அதுகள எழுதி முடிச்சிட்டதா சொன்னார், ஒண்ணு ரெண்டு நாள்ள உங்களுக்கு அனுப்புறதா இருந்தாரு, ஆனா அனுப்புவதற்குள் போயி சேந்துட்டாரு."

அவள் மகன் தன் கைகளில் பெரிய மஞ்சள் நிறப் பிளாஸ்டிக் பையோடு திரும்பி வந்தான். அதனுள் நோட்டுப் புத்தகங்கள் இருந்தன, ஏழு நோட்டுகளும் ஒரு பேனாவும். நான் பேனாவை எடுத்து அவர்களிடம் கொடுத்தபடி 'இது உங்களுக்குத்தான்' என்றேன். "நான் இதை அவருக்குக் கொடுத்தேன்."

அந்த விதவை புன்னகைத்தபடி தலையசைத்தாள். "நாங்க இதைவச்சு என்ன செய்யப் போறோம்? அதுவுமில்லாமல் அவர் இது உங்களுக்குன்னு சொன்னாரு. இந்தப்பையிலே இருக்கற எல்லாமே உங்களுக்குத்தான். இது உங்களுடையது."

"நன்றி. அவரோட நாய் எங்க?"

"அதுவும் போயிடுச்சு. கொஞ்ச நாள் முன்பு, தூக்கத்திலே. அதுவும் அமைதியா கீழே படுத்தது... அப்புறம் அவ்வளவுதான்..."

நான் தலையசைத்தேன். எனக்குத் தொண்டை கம்மியது, ஓட்டலுக்குத் திரும்பிச் சென்று நோட்டுப் புத்தகங்களில் என்ன இருக்கிறதென்று பார்க்கும் வரை என்னால் காத்திருக்க முடியாது. அவள் என் பொறுமையின்மையை உணர்ந்திருக்க வேண்டும். 'சரிங்க' என்று தலையை ஆட்டினாள். "போயி இந்தப் புத்தகங்களப் படிங்க. நல்லாச் செய்யுங்க."

அவள் மகன் என்னை வெறுப்போடு பார்த்துக் கொண்டிருப்பதை ஓரக்கண்ணால் பார்த்தேன். நோட்டுப் புத்தகங்களையும் பேனாவையும் என் பையினுள் போட்டுக்கொண்டு திரும்பி நடந்தேன். பாதை முனையில் திரும்பி, அவர்கள் இருவரையும் பார்த்தேன், தாயும் மகனும் அசைவற்று நின்றபடி, என்னைப் பார்த்துக் கொண்டிருந்தார்கள். நான் ஒரு கையை உயர்த்தி அசைத்தேன். அவர்களும் கைகளை அசைத்தார்கள். மழை கொட்டத் தொடங்கியது. அதற்குப் பிறகு நான் அவர்களைப் பார்க்கவேயில்லை.

ஓட்டல் அறைக்குத் திரும்பியபிறகு அந்த நோட்டுப் புத்தகங்களைப் புரட்டத் துவங்கினேன். அவை ஏழு இருந்தன. அவரது குழந்தைத்தனமான கையெழுத்தில் ஆங்கிலத்தில் இலக்கம் எண்ணிக்கையிடப்பட்டிருந்தன. உள்ளடக்கம் தமிழில் இருந்தது.

என்னால் அந்த மொழியை ஓரளவுக்குத்தான் படிக்க முடியுமென்றாலும் நான் உடனடியாகத் தொடங்கினேன். என்னால் புரிந்துகொள்ள முடியாத வார்த்தைகள் இருந்தன, ஆனால் அந்தக் குறிப்பேட்டை மேலோட்டமாகப் புரட்டி முடித்தேன். சிலவற்றை நான் ஏற்கனவே படித்திருந்ததால் அவை எனக்குச் சுலபமாயிருந்தன. என் தோழியைச் சந்திக்க வேண்டும், எனக்காக குறிப்புகளை மொழிபெயர்த்து இந்தத் திட்டத்தில் எனக்கு உதவியது அந்தப் பெண்தானே.

தூக்கிலிடுபவர் அவரது குறிப்புகளை அவரால் முடிந்த அளவுக்குத் தெளிவாக எழுதியிருந்தார். எழுதத் தொடங்கிய பிறகு அவரது எழுத்து மேலும் இலகுவாகியிருந்தது, ஆனால் அதிகமில்லை. எழுபத்து நான்கு வயதான ஒரு நபருடைய கையெழுத்து உடனடியாக மேம்பட்டுவிடும் என்று நீங்கள் எதிர்பார்க்க முடியாது. அது பொதுவாக ஒரு குறிப்பேடு, ஒரு டயரி, அதில் தன் இதயத்தில் பாரமாயிருந்த சில விஷயங்களை இறக்கி வைத்திருக்கிறார்.

அதுதான் என் கைகளிலிருந்தது.

1

அவர்கள் இதைவிட மோசமானதொரு நேரத்தில் வந்திருக்கமுடியாது, ஏப்ரலின் இறுதியில் மதியம் இரண்டு மணிக்கு சூரியன் இரக்கமற்றதாக சுட்டெரித்துக் கொண்டிருந்தது.

என் மனைவி செல்லம்மாள், தொலைவில் உள்ள அவள் தோழியின் வீட்டிற்குச் சென்றிருந்தாள். அவள் தனது விருப்பப்படி வருவாள் போவாள். நானும் நீண்ட காலம் முன்பே குறுக்கிடுவதை விட்டு விட்டேன். என் வீட்டில் திருடுபோவதற்கு எதுவும் எப்போதும் இருந்ததேயில்லை, சில பானைகளும், சட்டிகளும் பிரம்பாலான பொருட்கள் மட்டும் இருந்ததால் கதவுகளை எப்போதும் திறந்தே வைத்திருப்பேன். அன்று நான் வறண்டுபோன வயல்களையும், தாகத்தால் இறுகி கெட்டிதட்டிப்போய் வெடிப்புற்றிருந்த மண்ணையும் பார்த்தபடி புறக்கடையில் தனியாக இருந்தேன். வயலின் ஓரத்தில் ஒரு தென்னங்கன்றும் ஒரு மாமரமும் தங்கள் பசுமையைத் தக்கவைத்திருந்தன, அது ஒரு வளமையான தோற்றத்தைக் கொடுத்தது. ஆனால் நீங்கள் நெருங்கிப் பார்த்தால் அடியிலிருக்கும் மண் ஒட்டக் காய்ந்து, அதன் ஈரப்பதம் அனைத்தும் பசிகொண்ட சூரியனால் உறிஞ்சப்பட்டிருப்பது தெரியும்.

இந்தக் கடும் சூட்டிலும் நான் பீடி புகைத்துக் கொண்டிருந்தேன். இது ஐந்தாவது. இந்தச் சிறிய விஷயங்கள்தான் ஒரு வயதான கிழவனை கோடையைத் தாங்கிக்கொள்ளச் செய்கின்றன. எனது நாய், அனாதையாகச் சுற்றிக் கொண்டிருந்தது. சில ஆண்டுகளுக்கு முன்பு, அது பம்மியபடி என்னிடம் வந்து சேர்ந்தது. இப்போது வயதானதால் அதன் கால்கள் வீங்கிப்போய், பார்வை மங்கத் தொடங்கியிருந்தாலும் அது இப்போதும் பலமுள்ளதாகத்தான் இருந்தது. அது என் கால்களின் அருகே படுத்தபடி திருப்தியை வெளிப்படுத்தியவாறு உறுமியது, நாக்கைத் தொங்கவிட்டபடி மூச்சிறைத்தது.

அசைவுகளற்ற மதியப் பொழுதில் சிறிய ஓசைகளே காதில் பட்டன. இந்த வெப்பம் தன்னோடு கொண்டுவரும் சோர்வு, உயிரோடு இருக்கும் எல்லாவற்றையும் பாதிக்கிறது. கால்நடைகள், நாய்கள், உயரப் பறக்கும் பறவைகளையும் தான். என்னைப் பொறுத்தவரை நான் அதிகம் தூங்குவதில்லை. எதையும் செய்ய முடியாத சோம்பல் கொண்டவனாய் வெறுமனே அமர்ந்திருப்பதைத் தவிர நான் அதிகம் எதுவும் செய்வதில்லை, என்னால் உறங்க முடிவதில்லை. இது ஒரு வயதானவனின் பழக்கம்.

நான் அந்த வெம்மையான நிழலில் அமர்ந்து என் மனதை இலக்கின்றி அலையவிட்டுக் கொண்டிருந்தேன். சில வேளைகளில் சில விஷயங்கள் நிகழும்போது, இதை எப்போதும் மறக்கப்போவதில்லை என்று நினைப்பீர்கள்.

உதாரணமாக, உங்கள் திருமணத்தை எப்போதும் மறக்கப் போவதில்லை என்று நினைப்பீர்கள், ஆனால் நான் மறந்து விட்டேன்... என் திருமண நாளன்று என் மனைவி எப்படித் தோன்றினாள் என்பதைக் கூட மறந்துவிட்டேன். சில அரிதான சந்தர்ப்பங்களில் நான் என் திருமண புகைப்படங்களைப் பார்த்தால், அதில் இரு அந்நியர்கள் இருப்பதாக நினைத்துக் கொள்வேன். என் பள்ளி ஆசிரியர்களில் ஒருவரை எனக்கு நினைவிருந்தாலும் நான் பள்ளி சென்ற முதல்நாளை மறந்து விட்டேன். எனது நினைவாற்றல் யூகிக்கப்பட முடியாதது. என் மனதில் அவை இருக்கவேண்டிய காலத்தை விடவும் அதிககாலம் ஊடாடுகின்றன. உதாரணமாக, தந்தையின் இறுதிச் சடங்கை நாங்கள் செய்து கொண்டிருந்தபோது மேலே உயரத்திலிருந்து ஒரு அண்டங்காக்கை கரைந்தது எனக்கு இப்போதும் நினைவிருக்கிறது. ஆனால் என் தந்தையின் முகமோ தெளிவாக நினைவில்லை. சில வேளைகளில் நினைவுகள் எரிச்சலூட்டுகின்றன. நான் ஒரு முகத்தை அதன் துல்லியத்தோடு நினைவில் வைத்திருக்கிறேன். அதன் தன்மைகள், சுருக்கங்கள் மற்றும் எல்லாம், ஆனால் அதற்கு என்னால் ஒரு பெயரிட முடிவதில்லை மற்றும் எந்தப் பின்னணியில் அந்த முகத்தைப் பார்த்தேன் என்பதையும் கூட என்னால் நினைவுகூற முடிவதில்லை.

ஆக இந்த ஒழுங்கற்ற நினைவுகள் எல்லாவற்றோடும்தான் நான் வாழ்ந்து வந்திருக்கிறேன். அவை ஏதாவது ஒரு சந்தர்ப்பத்தில் என்னை அலைக்கழித்திருந்தாலும் அவற்றின் மீது ஆவல் கொண்டவனாகவே நான் வளர்ந்து வந்திருக்கிறேன். அவை எவ்வளவு உண்மையோடு இருந்தன என்பது வேறு விஷயம்.

இந்த நினைவுகளும் நெருங்கிவரும் இருண்மையும் - ஒரு வகையான கனத்த இருண்மை அது என்னவாக இருக்கும் என்று நான் அடிக்கடி வியந்திருக்கிறேன். தன் எழுபதைக் கடந்த பிறகு என் தந்தையைப் பிடித்துக்கொண்ட சோகமாக அது இருக்கலாம், நான் அறுபதைக் கடந்த போதே அதை உணரத் தொடங்கி விட்டேன்.

தொலைவில் ஒருகார் வரும் ஓசை கேட்டது, அதன் தூரத்து ஓசை, அது எழுந்தது, உயர்ந்தது, சிலவேளைகளில் நின்றது. ஒருவேளை அப்போது அவர்கள் வழி கேட்பதற்காக நிறுத்தியிருக்கலாம். என் சிந்தனையை அந்த ஓசை இடையூறு செய்தது. என் சிந்தனை இழைகளைத் திரும்பப் பிடிக்க அதனால் வெகுநேரம் பிடித்தது. இது அந்தக் காரில் வந்தவர்களை இடையூறு செய்பவர்களாக்கியது, அவர்கள் யாராக இருந்த போதிலும். அவர்கள் யாராக இருக்கக்கூடும், மேலும் அவர்கள் யாரைச் சந்திக்க விரும்புகிறார்கள்? என்னைப் போலவே என் அண்டை வீட்டாரும் ஏழைகள்; கார் வைத்திருக்கும் வசதி படைத்தவர்களோடு எங்களுக்கு ஒரு வேலையுமில்லை. எங்களில் ஒருவரைப் பார்க்க யார் விரும்புவார்கள்?

சில நிமிடங்களுக்குப் பிறகு அந்தக் கார் நிற்பதையும் அதன் கதவுகள் படாரென்று அடிக்கும் ஓசையையும் கேட்டேன். பிறகு குரலோசைகள் கேட்டன, ஒரு ஆணுடையதும் ஒரு பெண்ணுடையதும், ஆங்கிலத்தில் பேசியவாறு. அது என்னால் தெரிந்து கொள்ள முடிந்த ஆனால் புரிந்துகொள்ள முடியாத ஒரு மொழி. அவர்கள் மிக அருகில் இருப்பதாகத் தோன்றியது. ஆகவே இரு அறைகள் கொண்ட என் வீட்டை மெள்ளச் சுற்றி வந்தேன், நாய் என்னைத் தொடர்ந்து வந்தது. அங்கே வேலிக் கதவோரம் இரண்டு அந்நியர்களைக் கண்டேன். அந்த ஆண் உயரமாக, பருத்து, தாடியோடும் மூக்குக் கண்ணாடியணிந்தும் காணப்பட்டான். ஒடிசலாகவும், வாளிப்பாகவும் காணப்பட்ட அந்தப் பெண்ணின் உதடுகள் சிவப்பாகயிருந்தன. நான் பார்த்தபோது, முன்னே வந்து கொண்டிருந்த அந்தப் பெண்ணை நோக்கிச் சென்ற நாய் அவளது பாவாடையை மோப்பம் பார்த்தது.

அவள் அதைக் கண்டு பயப்படவில்லை, குனிந்து அதன் தலையைத் தட்டிக் கொடுத்தாள், அதன் காதுகளை வருடிக்கொடுத்தாள். அது தன்னை வருடிக்கொடுப்பதை விரும்புவதைப்போல மகிழ்ச்சியால் உறுமியவாறு அசைவற்று நின்றது. அவள் நேராக நிமிர்ந்து என்னை தயக்கத்தோடு பார்த்தாள். ‘உங்களுக்கு ஜனார்தனன் பிள்ளை எங்க வசிக்கிறார்னு தெரியுமா?’ அவள் தமிழில் கேட்டாள். அவளுடைய தமிழ், பண்பானதாக, என் வீட்டின் சுற்று வட்டாரத்தில்

கேட்கப்படுவதைப் போலன்றி வசதி படைத்தவர்களின் மொழியில் இருந்தது.

“ம்” என்று தலையாட்டினேன். நான் கேள்விக்கு பதிலளித்தேனே தவிர வேறெதற்கும் முன்வரவில்லை.

சில நொடிகள் காத்திருந்த பிறகு அவள் கேட்டாள், “அப்போ அவர் எங்க வசிக்கிறார்?”

நான் சிதிலமடைந்த கூரை வேய்ந்த வீட்டைச் சுட்டிக்காட்டினேன். “இங்கேதான்.”

“ஜனார்தனன் பிள்ளை, தூக்கிலிடுபவர்? ஆரட்சர்?”

“ஆமாம்” என்றேன், “ஆரட்சர் தான், இங்கதான் வசிக்கிறார்.”

அவள் என்னை மேலும் கீழும் பார்த்துவிட்டு மீண்டும் தயங்கினாள். “உங்களுக்கு அவரைத் தெரியுமா?” என்றாள்.

என்னால் அதற்குமேல் தவிர்க்க முடியவில்லை. “நான்தான் அவர்” என்றேன்.

நிம்மதியை வெளிப்படுத்தும் வகையில் அவளுடைய தொனி மாறியது. “நாங்க தொலைவிலிருந்து வந்திருக்கிறோம்” என்றாள். “இன்றைக்கு நாள்முழுக்க உங்களைத்தான் தேடிக் கொண்டிருந்தோம். பல்வேறு இடங்களில் கேட்டிருப்போம், ஒரு டஜன் பேரையாவது தொந்தரவு செய்திருப்போம்.”

“என்னிடம் உங்களுக்கு என்ன வேண்டும்?” என்று கேட்டேன். எந்த தேவையும் இல்லாமல் யாரும் இவ்வளவு தொலைவு வரப் போவதில்லை. இவர்களுக்கு ஏதோவொன்று அவசியம் தேவைப்பட்டிருக்கிறது. அது எதுவாக இருந்தாலும், இந்தக் கடும் வெயிலிலும் மோசமான சாலைகளைக் கடந்தும் வந்திருக்கிறார்கள்.

அவள் என் கண்களுக்குள் நோக்கி, “வார்த்தைகள்” என்றாள்.

முதன் முறையாக ஆர்வத்தின் ஒரு கீற்றை உணர்ந்தேன். “என்ன வார்த்தைகள்?” என்று கேட்டேன்.

‘என் நண்பர் ஒரு எழுத்தாளர்’ என்று பதிலளித்தாள். “அவருக்கு உங்கள் சொற்கள் தேவை”.

அவர்கள் இந்தச் சந்திப்புக்குத் தயாராகியிருக்க வேண்டும். “அதை அவரே சொல்லமாட்டாரா?” என்று கேட்டேன். “தனக்காக ஒரு பெண்ணைப் பேசச்சொல்பவன் என்ன ஆம்பளை”

“மொழி தெரியாத ஆம்பளை” அவள் புன்னகைத்தாள். நான் அவர்களை நிராகரிக்காததால் ஏற்பட்ட நிம்மதிப் புன்னகை.

அந்தப் புன்னகையில் என் கோபம் கொஞ்சம் கரைந்தது. நான் வயதானவன் ஆனாலும் என்னைப் பார்த்து ஒரு இளம்பெண் புன்னகைத்ததால் நான் மகிழ்ச்சியடைகிறேன். இவள் மெலிந்திருந்தாலும் தீட்டப்பட்ட முகத்தோடு அழகாகவே இருந்தாள். “அப்போ அவர் என்ன பாஷை தான் பேசுவார்?” என்று கேட்டேன். “மலையாளம்?” இங்கிருந்து நாற்பது கிலோமீட்டர் தூரத்தில் உள்ள கேரளாவில் மலையாளத்தில் பேசுவார்கள்.

“ஆமா. மலையாளம் பேசுவார்” என்றாள். “ஆனா அவர் எழுதுவது ஆங்கிலத்தில்.”

இவர்களைப் போன்றவர்கள் முன்பும் வந்திருக்கிறார்கள். அவர்கள் என்னைப் புகைப்படம் எடுத்திருக்கிறார்கள், என்னைப் பற்றி எழுதியிருக்கிறார்கள், பெரும்பாலும் தமிழில், சிலர் மலையாளத்திலும், ஓரிருவர் ஆங்கிலத்திலும். முதன் முறையாக எனது முகத்தை செய்தித்தாளில் பார்த்தபோதும், என்னைப் பற்றிப் படித்தபோதும் எனக்குப் பெருமையாக இருந்தது. என்னைப் பற்றிக் குறிப்பிடத்தகுந்த எதையும் அவை கூறாததால் வெகு சீக்கிரத்திலேயே அவை எனக்கு முக்கியமற்றவை ஆகிவிட்டன.

“எந்த செய்தித்தாளிலிருந்து” என்று கேட்டேன்.

“எதிலிருந்தும் இல்லை” என்று பதிலளித்தாள். “உங்களைப் பற்றி ஒரு முழு புத்தகம் எழுத இவர் விரும்புகிறார்.”

“புத்தகம்”. இங்கு வந்த மற்றவர்கள் பத்திரிகையின் ஏதோ வெறும் கால்பக்கம் போடுவதற்கே என்னோடு அமர்ந்து மணிக்கணக்கில் பேசியிருக்கிறார்கள். இந்த மனிதன் என்னுடைய நேரத்தை எவ்வளவு எடுத்துக்கொள்ளப் போகிறானோ என்று வியந்தேன். ஆனால் இந்த யோசனை கவர்ச்சியூட்டுவதாகத் தோன்றியது.

என் மனதின் ஆழத்தில் ஒரு புத்தகம் எழுத நான் விரும்பியிருக்கிறேன். என் சொந்தக் கதையைப் புத்தகமாக எழுதும் எண்ணம் கால்நூற்றாண்டுகளாக இருந்து வந்திருக்கிறது. ஆனால் ஒரே ஒரு வார்த்தை கூட எழுதியதில்லை. ஒரு நல்ல கதைக்குத் தேவையானவை என்னிடம் இருப்பதாக நான் மேலோட்டமாக உறுதியாக எண்ணியிருக்கிறேன். அதேபோல ஏனென்று தெரியவில்லை, எழுதுவதை எப்போதும் தள்ளிப்போட்டே

வந்திருக்கிறேன். ஆனால் இப்போது எழுதுவதற்கான நேரம் வந்துவிட்டது. மேலும் இந்த மனிதர், நான் இவரிடம் கற்றுக்கொள்வதற்காகவே இங்கு வந்திருக்கிறார்.

"இந்தப் புத்தகத்தை என்னவென்று சொல்லுவார்?" என்று கேட்டேன்.

"தூக்கிலிடுபவரின் குறிப்புகள்" அவள் பதிலளித்தாள்.

"வெளியீட்டாளர்கள் இப்பெயரைச் சொன்னார்கள் இது சரியானதாகப்படுகிறது. இவர் இதை நீங்கள் எழுதுவதைப் போலவே எழுதுவார். தன்னிலை விவரிப்பாக".

"என்னைப் பற்றி ஒரு புத்தகம் என் வயசுல பாதி இருக்கிறவரு என்னை தானாப் பாவிச்சுட்டு எழுதுவாரு..." நான் திரும்பக் கூறினேன். இது வேடிக்கையாக இருந்தது. இதிலிருந்த நகைச்சுவை அவர்களுக்குப் புரியுமென்று நான் எதிர்பார்க்கவில்லை. "இதுக்கு எவ்வளவு காலம் பிடிக்கும்?"

அவள் உடனடியாக பதிலளிக்கவில்லை. நான் என் வாழ் நாளெல்லாம் பொய்களைப் பார்த்திருக்கிறேன், உங்களிடம் ஒருவர் பொய் சொன்னால் அதைக் கண்டுபிடிப்பது மிகவும் சுலபம். நான் அவளுடைய கண்களில் தயக்கத்தையும், உண்மையைக் கூறவேண்டும் என்ற உறுதியையும் பார்த்தேன். "அவர் எழுதுவதற்கு ஆறிலிருந்து எட்டு மாதங்கள் வரை எடுத்துக்கொள்வார்", என்று விளக்கினாள்.

"அதுக்கு அப்புறம் அது உடனே அச்சாகி விடும் இல்லையா?"

அவள் தலையசைத்தாள், அந்த உண்மையைத் தொடர்ந்து மீண்டும் ஒரு தயக்கம் இருந்தது.

"ஆறிலிருந்து எட்டுமாதங்களுக்கு மேலாகவும் இருக்கலாம். ஒரு வருடமாகவும் போகலாம்."

"அதோட அட்டையில் என்னோட புகைப் படம் இருக்குமா?" பதினைந்து இருபது ஆண்டுகள் முன்பு இது வித்தியாசமானதாக இருந்திருக்கலாம், ஆனால் இனியும் இல்லை. பொதுமக்களின் பார்வையில் இருக்க நான் விரும்பியதில்லை. அதே வேளையில் மக்கள் இதைத் தவிர்ப்பார்களா என்பதையும் அறிந்துகொள்ள விரும்பினேன்.

மீண்டும் அங்கே தயக்கம் நிலவி, அதனைத் தொடர்ந்தது உண்மை. "எனக்குத் தெரியாது."

“அப்புறம் இதிலிருந்து, இது மூலமா அவர் நிறையப் பணம் செய்வாரா?”

“அவருக்குத் தெரியாது”, அவள் விளக்கினாள். “எழுதுவது... நீங்க எழுதுவதாயிருந்தா ஏழையா இருக்கத் தயாரா இருக்கணும்.”

“அவரு ஏழையென்றால் கார் எப்படி வெச்சிருக்காரு?”

“இது அவருடைய கார் இல்ல” அவள் விளக்கினாள். “இது என்னுடையது. எனக்கு அவருடைய எழுத்து பிடிக்கும். அதனால் என்னால் முடியும்போது அவருக்கு உதவறேன்.”

“அப்ப நீங்க அவருக்கு என்ன உறவு?” என்று கேட்டேன்.

“புத்தகங்களை விரும்பும் ஒரு நீண்டநாள் தோழி, தூரத்து உறவும் கூட... சின்ன வயசிலிருந்தே எனக்குத் தெரியும்”

நான் மேலும் நெருங்கிப் பார்த்ததும் அவள் அப்படியொன்றும் இளம்பெண் அல்ல என்று தெரிந்தது... அவர்கள் ஏதோவொரு வகையான சகாக்கள். இந்நாட்களில் இவையெல்லாம் பொதுவானவையாகத் தெரிகிறது. சில வருடங்களுக்கு முன்பு ஒரு பத்திரிகையிலிருந்து ஒரு பெண் வந்தாள். அவளோடு ஒரு புகைப்படக்காரரர் வந்தார், அவர் இளைஞர். இந்த உலகம் என்னவாகிக் கொண்டிருக்கிறது என்பது ஆண்டவனுக்கே வெளிச்சம். என்னுடைய இளமைக் காலங்களில் திருமணம் ஆகாமல் ஒரு ஆணும் பெண்ணும் ஒன்றாகப் பயணிப்பதை நீங்கள் நினைத்தே பார்க்க முடியாது.

குறைந்த பட்சம் இவர்கள் இருவரும் உறவினர்கள். “ஆக இதிலிருந்து எனக்கு என்ன கிடைக்கும்?” என்று கேட்டேன். இவர்கள் எழுதப்பட வேண்டிய புத்தகத்திற்காக என்னை உதவச் சொல்லி, அதுவும் எழுதுவதற்கு சம்பளம் ஏதும் இல்லை என்றும் சொல்லிக் கொண்டு அவர்களுக்குத் தேவையான வார்த்தைகளை எப்படி என்னிடமிருந்து பெற முடியுமென்று நினைக்கிறார்கள்?

“எனக்குத் தெரியாது” அவள் பதிலளித்தாள். “உங்களைப் பற்றி ஒரு புத்தகம் எழுதப்படுவதற்காக நீங்கள் மகிழ்ச்சியடைவீர்கள் என்று நினைத்தேன். ஆனால் இவர் இதன் மூலமாகத் தனக்குக் கிடைக்கும் பணத்தைத் தங்களோடு பகிர்ந்து கொள்ளத் தயாராயிருக்கிறார்.”

“என்ன பங்கு”

“பாதி உங்களுக்கு பாதி இவருக்கு”

அவரைக் கலந்துகொள்ளாமலே இவள் பேசுகிறாள் என்றால் இந்தச் சந்திப்புக்காக அவர்கள் எல்லா வகையிலும் தயாராகியிருக்க வேண்டும். மீண்டும் என் மனதில் இவர்கள் இருவரும் மிகவும் நெருங்கியவர்கள் என்று பட்டது, மனதால் நெருங்கியவர்களாக, அவர்கள் இங்கே ஒன்றாக இருப்பது எனக்குத் தவறாகப்படவில்லை. பணத்தில் பாதி என்பது நல்லதாகவே தோன்றியது. ஆனால் ஒன்றுமற்றதில் பாதி ஒன்றுமற்றது தானே. "அது எவ்வளவு தான் இருக்கும்"

"அவரிடம் உறுதி செய்து கொள்கிறேன்" என்றாள் அவள். அவர்கள் ஆங்கிலத்தில் பேசிக் கொண்டார்கள், பிறகு அவர் தலையசைத்தார், அதன் பிறகு அவள் புன்னகைத்தாள்.

"நீங்கள் குறைந்தபட்சம் ஐயாயிரம் ரூபாய் பெறுவீர்கள்... அதிகமாகவும் இருக்கலாம்."

ஒரு மாதத்தை இந்த எழுத்தாளரோடு நான் கழிக்க வேண்டியிருந்தாலும், ஐயாயிரம் ரூபாய்கள் எனக்கு மோசமானதல்ல. "அவருக்கு மொத்தமே இவ்வளவுதான் கிடைக்குமா?" நான் கேட்டேன்.

"அதற்கு பிறகு அவருக்கு ராயல்டி கிடைக்கும், விற்பனையாகும் ஒவ்வொரு புத்தகத்திற்கும் கொஞ்சம் தொகை. ஆனால் அவர் பெறும் தொகை அவர் பெற்ற முன்பணத்தோடு ஈடு செய்யப்படும்."

ஆக அந்த முன்பணத்திற்குப் பிறகு அவருக்கு எதுவும் கிடைக்காமல் போவதற்கும் வாய்ப்பு இருக்கிறது. நான் அந்த மனிதனை கவனமாகப் பார்த்தேன். அவருடைய ஆடைகள் மோசமானவையாகத்தானிருந்தன. என்னுடையவற்றை விட கொஞ்சம் தேவலாமென்றாலும் மட்டமான பருத்தியாலானவை. அவர் நாற்பதுகளை நெருங்கிக் கொண்டிருந்த இளைஞராகத் தோன்றினார்.

அவர்கள் நாணயமானவர்களாகத் தெரிந்தார்கள், மேலும் அவர்கள் பல சிரமங்களை மேற்கொண்டிருந்தார்கள். ஆனால் நான் அவர்களை நம்பக்கூடுமா? அவர்கள் வந்து என் வார்த்தைகளைப் பெற்றுக்கொண்டு மறைந்து போவார்கள். "பாதி மட்டும்தானா?" நான் கேட்டேன், சிறிது நேரம் விளையாடுவதற்கு. "இந்த வார்த்தைகளெல்லாம் என்னோடது, அவர் வெறுமனே எழுதப்போறாரு... அதுக்குப் பாதிதான் கிடைக்குமா? அது சரியானதாக இல்லே."

அவள் அவருக்கு விளக்குவதற்காகத் திரும்பினாள். ஆனால் அவர் தன் கையை உயர்த்தினார். நான் சொன்னதைப் புரிந்துகொள்ளும் அளவுக்கு அவர் தமிழ் தெரிந்திருந்தார். என்னால் அதை அவருடைய கண்களில் பார்க்க முடிந்தது. அவர் சுருக்கமாகவும் உறுதியாகவும் பேசினார், அவள் அதை எனக்குக் கூறினாள், "இந்தப் புத்தகம் பணத்தைப் பற்றியதல்ல" என்கிறார் அவர். "இது உங்கள் மனதைப் பற்றியது, உங்கள் ஆன்மாவை பற்றியது. நீங்கள் பேசுவதாக இருந்தால் பணத்தைக் கருத்தில் கொள்ளாமல் பேசவேண்டும்."

அது சரிதான் பணம் முக்கியமானதல்ல என்பதை அவரால் பார்க்க முடிந்தது. என்னை விட அவருக்கு அது தேவையானதாக இருக்கலாம். "சரி" என்றேன். "நாம கொஞ்ச நேரம் பேசலாம். நான் இந்தப் புத்தகத்துக்காக உதவ முடியுமா என்பதையும் நீங்க எவ்வளவு பணம் எனக்குத் தருவீர்கள் என்பதையும் அப்புறம் முடிவு செய்யலாம்." நான் சற்று நிறுத்தினேன். "நாம் வீட்டுக்குள்ளே போகலாம்."

அந்தப் பெண்ணை நோக்கிக் குனிந்தவாறு, அந்த மனிதர் மீண்டும் பேசினார். ஒரு சாதாரணமான குரல், அவரைப் போன்ற உடல் அளவுடையவரிடம் நாம் எதிர்பார்க்கக் கூடியதைப் போன்று ஆழமானது. அவள் அவரைப் பார்த்துத் தலையசைத்தாள், பிறகு என்னை நோக்கித் திரும்பி கேட்டாள், "வெளியே நிழலில் உட்கார்ந்து பேசலாமா?"

"உங்கள் விருப்பம்; ஆனால், ஏன்?"

"அவர் இந்த மண்ணைப் பற்றிய உணர்வு பெற விரும்புறார்" என்று பதிலளித்தாள். "அவர் அதில் உட்கார்ந்து பார்க்க விரும்புறார்."

"அவரு ஏன் அதச் செய்யணும்னு நெனக்கிறார்?"

"உங்களுடைய துவக்கத்தையும், பின்னணியையும் பற்றித் தெரிஞ்சுக்கிறதுக்காக."

"அது சரி" நான் அதைப் பெரிதாக எடுத்துக் கொள்ளவில்லை. வெளியேயிருந்து வீட்டின் உட்புறம் இருட்டாகவும் குளிரானதாகவும் தோன்றியது. வீட்டின் உட்புறம் மூச்சுத் திணறச் செய்யக் கூடியதாக இருக்கலாம். "நான் நாற்காலிகளை எடுத்து வருகிறேன்".

"சிரமப்பட வேண்டாம்" என்றாள் அவள். "நாம் அங்கே உட்காரலாம்" வீட்டின் அருகே இருந்த கான்கிரீட் திண்ணையைச் சுட்டினாள்.

நாங்கள் அங்கே உட்கார்ந்தோம், நான் கதவுப் பக்கமாகவும், அவர்கள் இருவரும் கான்கிரீட் திண்ணையின்மீது என்னை நோக்கியபடியும் உட்கார்ந்திருந்தோம். நான் அவருடைய கண்களில் இருந்த ஆர்வத்தைப் பார்த்தேன். மற்றவர்களுடைய கண்களில் வேற்றுணர்வு இருந்தது, சில வேளைகளில் பரிவு இருந்தது. சிலருடைய கண்களில் அச்சமும், சிலருடைய கண்களில் திகிலும் இருந்தது. ஆனால் இந்த மனிதனின் கண்களில் ஆர்வத்தைத் தவிர வேறெதுவும் இல்லை. அவர் திறந்த மனதோடு வந்திருந்தார்.

"ஆக நான் உங்களுக்கு என்ன சொல்லணும்னு நினைக்கறீங்க?" நான் அந்த நபரைக் கேட்டேன். நீண்ட வார்த்தைகளையும் நுட்பமான சொற்களையும் சொல்லும் போது மட்டுமே அந்தப் பெண் தலையிடுவதால் அவர் எளிய தமிழைப் புரிந்து கொள்வார் என்பது விளங்கியது.

அவர் அந்தப் பெண்ணிடம் ஆங்கிலத்தில் பேசினார், பிறகு அவள் என்னிடம் திரும்பிக் கேட்டாள்.

"நீங்கள் தூக்கிலிட்ட நூற்றுப் பதினேழு பேரும் இன்று நீங்கள் கூறுவதைக் கேட்பதாக இருந்தால் நீங்கள் அவர்களிடம் என்ன கூறுவீர்கள்?"

துவங்குவதற்கு இது ஒரு வித்தியாசமான கேள்வி. மற்றவர்கள், பத்திரிகைகளிலிருந்து வந்தவர்கள், சடங்குகளைப் பற்றியும், அந்தக் கயிற்றைப் பற்றியும் அது எவ்வாறு செய்யப்பட்டது என்றும் கடைசியாக அது எவ்வாறு உணரப்பட்டது என்பதையும் சேர்த்துக் கேட்பார்கள். இந்த மனிதரோ அந்த விஷயத்தின் இதயத்திலிருந்து துவங்குகிறார். நான் ஒரு கணம் அமைதியாகச் சிந்தித்தேன், ஆனால் என் மனதில் எதுவும் தட்டுப்படவில்லை. நானே இதே கேள்வியைக் கடந்த கால்நூற்றாண்டு காலமாக என்னிடமே கேட்டு வந்திருக்கிறேன். ஆனாலும் இதுவரையிலும் ஒரு பதிலையும் கண்டடையவில்லை. நான் என் தலையை அசைத்தேன். "பிறகு" என்றேன். "இப்போதைக்கு வேற ஏதாவது கேளுங்க. அதைப் பற்றி நான் கொஞ்சம் யோசிக்கணும்."

அந்த மனிதன் அவள் காதோடு பேசினான், பிறகு அவள் கேட்டாள். "இதைப் பற்றி நீங்கள் இது நாள்வரை யோசித்ததே இல்லையா?"

"ஆமாம்," நான் அவர்களைப் பார்த்துச் சிரித்தேன். "கொஞ்சமாகத்தான், போன சில வருசமா, ஓய்வு பெற்றதிலிருந்து."

“நல்லது...” என்றாள், தன் ஒரு புருவத்தை என்னைப் பார்த்து உயர்த்தியவாறு.

“சில கேள்விகளுக்கு உங்களுக்குச் சுளுவான பதில் கிடைக்காது... வேற ஏதாவது கேளுங்க”.

அவர்களுக்குள் மீண்டும் பேசிக் கொண்டார்கள், பிறகு அவள் கூறினாள், “ஆனா இது தான் ரொம்ப முக்கியமான கேள்வி. ஒரு பதிலால் ஏதோ ஒரு வகையான துவக்கம் கிடைக்கலைன்னா அவரால புத்தகத்தை எழுத முடியாது.”

சடங்கு விளையாட்டை நோக்கி அவருடைய கவனத்தை ஈர்க்கும் வகையாக “ஏன் முடியாது” என்றேன், “முந்தைய நாள்லே அப்பொழுதெல்லாம் நிறைய சடங்குகள் இருந்தன.”

அவர் அவளுடைய மணிக்கட்டைத் தட்டினார். சடங்கு என்பதற்கு நான் பயன்படுத்திய வார்த்தை அவருக்குப் புரியவில்லை போலும். அவள் அதை அவருக்கு விளக்கினாள், பிறகு அவர் அவளிடம் ஒரு கேள்வியைச் சொன்னார். அவள் அவரிடம் தலையசைத்து விட்டுப் பிறகு என்னிடம் திரும்பினாள். “அரசன் இருந்த நாட்களைப் பற்றியும் அதற்குப் பிறகான காலத்தைப் பற்றியும் அறிந்திருக்கும் ஒரே நபர் நீங்கள்தான் என்பதைத் தான் அறிந்திருப்பதாகச் சொல்கிறார்... அதனால்தான் அவர் உங்களிடம் வந்திருக்கிறார்... உங்கள் பார்வையில் இதில் ஏதாவது வித்தியாசம் தெரிகிறதா? என்று கேட்கிறார்...”

அது சுலபமாகப் பதிலளிக்கக் கூடியது. “இல்லை” என்றேன். “உத்தரவுகளை யார் பிறப்பித்தார்கள் என்பதில் எந்த வேறுபாடுமில்லை, அது மன்னருடையதாக இருப்பினும் அவரைத் தொடர்ந்து வந்த அரசாங்கத்தினுடையதாக இருப்பினும்” இதை நான் கூறிய பிறகு அது முற்றிலும் உண்மையல்ல என்று எனக்குத் தோன்றியது. ஆனால் இருந்து விட்டுப் போகட்டும்.

அவள் அவருக்காக மீண்டும் மொழிபெயர்த்தாள். கேள்வியை அவளிடம் கூறியபோது அவருடைய முகத்தில் ஒரு புன்னகை இருந்தது. அவள் தன் தலையை மீண்டும் அசைத்தபோது, அவளுடைய தலைக்கொண்டை நடனமாடுவதைப் போன்றிருந்தது, அவர் மீண்டுமொருமுறை ஏதோ கூறுவதைக் கேட்டேன். “கடினமான கேள்வி” என்றவள், “அவர், கட்டளைகளைப் பிறப்பிப்பது யார் என்ற வேறுபாடு இல்லையென்றால் சடங்குகளும்

முக்கியத்துவமற்றவை அப்படித்தானே? என்று கேட்கிறார்..." என்றாள்.

"அப்படியும் இருக்கலாம்" என்றேன் சிக்கிவிட்ட உணர்வோடு. "சொல்லுங்கள் உங்களுக்கு உண்மையிலேயே என்னிடம் என்ன வேண்டும்?"

அவள் அந்தக் கேள்வியைப் புரிந்து கொண்டாள். அவர் அவளோடு பேசிக்கொண்டிருந்தார். மூன்று நிமிடங்கள் இருக்கலாம், அது வரையிலும் நான் அவருடைய கையசைவுகளைக் கொண்டு அவரைக் கவனித்துக் கொண்டிருந்தேன். அவருடைய கைகள் ஓய்வற்றிருந்தன. அவருடைய கண்களோ அக நோக்கமுடையவையாக இருந்தன.

அவள் அவர் கூறுவதை அமைதியாகக் கேட்டுக் கொண்டிருந்தாள். "அவர் மரணதண்டனையைப் பற்றியும் வாழ்வதைப் பற்றியும் உங்களுடைய பார்வை என்ன என்பதை அறிந்து கொள்ள விரும்புகிறார். அவர் இந்தச் சடங்குகளைப் பற்றிக் கொஞ்சம் படித்திருக்கிறார். ஆனால் திருப்தியடையவில்லை. இந்த நாட்டிலுள்ள மக்கள் தண்டனை விதிக்கப்பட்ட மனிதரின் மனங்களுக்குள் சென்று பார்த்திருக்கிறார்கள். அவர்கள் சிறை அதிகாரிகளின் மனங்களுக்குள்ளும், தீர்ப்பளிக்கும் நீதிபதிகளின் மனங்களுக்குள்ளும் சென்று பார்த்திருக்கிறார்கள். ஆனால் ஒருவரும் தூக்கிலிடுபவரிடம் இவ்வாறு செய்ததில்லை. அவர் உங்கள் மனதுக்குள் சென்று அதைப்பற்றி ஒரு புத்தகம் எழுத விரும்புகிறார்."

அவர் என்னிடம் இருக்கும் எல்லாவற்றையும்விடக் கடினமானதொரு கேள்வியைக் கேட்கிறார். அப்போதைக்கு அவரிடம் பேசுவதற்கான உறுதி என்னிடம் இருக்கவில்லை. நான் வாசற்படியிலிருந்து எழுந்தேன். "எனக்கு களைப்பாக இருக்கிறது" என்றேன் அவர்களிடம். "நான் இந்த விஷயங்களைப் பற்றி இன்னும் கொஞ்சம் யோசிக்கணும்."

"நாங்க அடுத்து எப்போது வருவது" திக்கித் திணறித் தனது பேசுமுறையில் தமிழில் கேட்டார் அந்த மனிதர், அவரது பொறுமையின்மை வெளிப்பட்டது.

"நீங்க எங்க இருக்கிறீங்க?" என்று கேட்டேன்.

"நாகர்கோவிலில், இப்போதைக்கு," அவள் பதிலளித்தாள். "தெற்கு ரத வீதியில், நாகர்கோவிலுக்குப் பக்கத்தில், நகரோட மத்தியில்... எனக்கு அங்க உறவினர்கள் இருக்கிறார்கள், அவருக்கும்தான்."

"ரெண்டு நாள் கழித்து வாங்க" என்றேன். "அப்புறம் காலையில வாங்க, நீங்க காலையில் வந்தீர்களானால்தான் என்னாலே உங்களுக்கு காப்பி கொடுக்க முடியும்."

"நாளை மறுநாள்? காலையில் பதினோரு மணி போல?" சரியான சொல்லைத் தேடுபவராக அவர் கேட்டார்.

அவர் தனக்குள் வார்த்தைகளைத் தேடிய விதம் எனக்குப் பிடித்திருந்தது. விஷயங்களைச் சரியாகச் செய்வதற்காகக் கடுமையாக முயற்சிக்கிற மனிதராக அவர் தோன்றினார். "சரி" என்றேன் அவரிடம், "நாளை மறுநாள் பதினோரு மணிக்கு..."

2

நான் படிக்கட்டுகளை முதலில் பார்க்கிறேன், ஒழுங்கற்ற இந்தக் கற்படிகள் பொறிக்கதவுக்குக் கீழே உள்ள இருண்ட கிணற்றுக்குள் செல்கின்றன. சுற்றிலும் விடியலுக்கு முன்பு வரும் மெல்லிய இருள் விரவியிருக்கிறது. வானத்தின் தீற்றல்களில் ஆங்காங்கே நட்சத்திரங்களின் சிதறல்கள். சிறை வளாகமெங்கிலும் ஒளிமிகுந்த விளக்குகள். செயலிழக்கச் செய்யும் விளக்குகள். தொலைவிலிருந்து முரசுகளின் ஒலி கேட்கிறது, அது என் கன்னங்களில் உரசிச் சென்ற குளிர்ந்த காற்றின் மீது எழுவதும் விழுவதுமாக இருக்கிறது.

இந்தக் கிணற்றின் இருளில் ஏதோவொன்று மறைந்திருக்கிறது... என்னால் இன்னதென்று பெயரிட முடியாத, மறைந்திருக்கும் அச்சுறுத்தல், நான் மீண்டும் ஒரு உறுதிப் பாட்டுக்காக எனக்குப் பரிச்சயமான என் அடியான்களின் முகங்களைப் பார்க்கிறேன், அவர்கள் என் சகாக்கள், என் உதவியாளர்கள், முகமூடியிலிருக்கும் மனிதனோடும், காவலர்களோடும் தூக்குமேடைக்கு எனக்குத் துணையாக வந்தவர்கள்.

அவர்கள் போய்விட்டார்கள், நானோ தனியனாக இல்லை.

தனியாக இல்லை. பொறிக் கதவின் மீது தனக்கு மேலே சுருக்குக் கயிற்றோடு அணிவிக்கப்பட்டிருக்கும் மனிதன் நிற்கிறான். அவனுடைய கோடிட்ட சீருடை புதியதாகவும் விறைப்பாகவும் இருக்கிறது, அவன் அசையாது நிற்கிறான். கயிறு சுத்தமான பளீரிடும் வெண்மையாகவும் தனக்கேயுரிய பளபளப்போடும் இருப்பதாகத் தோன்றுகிறது. அந்த மனிதனின் மணிக்கட்டுகளில் உள்ள முடிச்சு நேர்த்தியாகவும் இறுக்கமாகவும் கட்டப்பட்டிருக்கிறது. தன் கயிறுகளைப் பற்றி நன்கு அறிந்திருக்கும் ஒருவரின் வேலையைப்போல. என்னால் அவனுடைய கைகளைப் பார்க்க முடியாது, அவை அவனுக்குப் பின்னால் கட்டப்பட்டிருக்கின்றன. நெடுங்காலத்திற்கு முன்பு அந்த முடிச்சுகளை நானே இட்டிருந்ததைப்

போன்றதொரு மங்கிய உணர்வு எனக்கு இருக்கிறது. பல வருடங்களுக்கு முன்பு.

இந்த முகமூடியணிந்த முகத்தில் ஏதோ மர்மமாக வித்தியாசமாகத் தோன்றுகிறது. தொலைவிலிருந்து முரசுகளின் ஒலி எழும்போது என்ன தவறாக இருக்கிறது என்பதை நான் பார்க்கிறேன். அந்த முகமூடி மிகவும் தட்டையாக இருக்கிறது. அந்த மனிதன் மூக்கு நீள்வதற்காக அதில் ஒரே ஒரு புடைப்பாவது இருந்திருக்க வேண்டும். ஆனால் இந்த முகமூடியிலோ அப்படி ஒன்று கூட இல்லை, இது தட்டையாக இருக்கிறது.

உள்ளார்ந்த ஒரு கணப் பார்வையிலேயே அந்த முகமூடிக்குப் பின்னால் முகமேதும் இல்லை என்பது எனக்குத் தெரிந்தது.

அந்த முகமூடிதான் முகமே.

அச்சம் தோன்றுகிறது. நான் இங்கிருந்து சென்றுவிட வேண்டும், இந்தக் கிணற்றில் மறைந்திருக்கும் பூதத்திடமிருந்தும், பொறிக்கதவின் மீதிருக்கும் அந்த முகமற்ற ஒன்றிடமிருந்தும் தப்பிச் சென்று விடவேண்டும்.

முப்பதடிக்கும் குறைவான தூரத்தில் இருக்கிறது கனத்த இரும்புக் கதவு. எவ்வளவு கடினமாக நான் முயற்சிக்கிறேன் என்பது ஒரு பொருட்டல்ல என்றாலும், என்னால் ஓட முடியவில்லை. நான் வலி மிகுந்தவனாகக் கதவை நோக்கி மெள்ள நகர்கிறேன். நான் அதை அடையும்போது என்னால் நகர்த்தக்கூட முடியாத பெரியபூட்டால் பூட்டப் பட்டிருப்பதைப் பார்க்கிறேன். மற்றொரு கதவிற்குச் செல்கிறேன். அது வெளியே காத்திருக்கும் உறவினர்களிடம் உடலைக் கையளிக்கும் சிறிய ஒரு கதவு. ஆனால் அதுவும் அதே போன்றதொரு பூட்டால் பூட்டப்பட்டிருக்கிறது. என்னைச் சுற்றிலுமிருக்கும் சுவர்களைப் பார்க்கிறேன். அவையெல்லாம் குறைந்தது பன்னிரெண்டு அடி உயரமும், தப்புவதற்கு வாய்ப்பளிக்காத வளவளப்பும் கொண்டுள்ளன.

தீங்கு பற்றியதொரு முன்னுணர்வு என்னைத் திரும்பச் செய்கிறது. அங்கு இருப்பதோ முகமூடியில் இருக்கும் அந்த மனிதன். அவனது கைகளும் கால்களும் விடுவிக்கப்பட்டிருக்கின்றன. அவனுடைய கைகள் எனது கழுத்தை இறுக்குவதை உணர்கிறேன், விலக்க முடியாத அளவிற்கு வலிமையான கைகள். என்னால் மூச்சுவிட முடியவில்லை. நான் கண்களை மூடி அந்தத் தட்டையான முகமூடியைப் பார்க்காமலிருக்க முயற்சிக்கிறேன். ஆனால்

முடியவில்லை. நான் முழங்கால்களில் மடிந்து விழத் துவங்கிய போது எனது இதயம் வெடித்துவிடுவதைப் போன்று துடிக்கிறது.

மூச்சுத் திணறியபடி விழித்துக் கொண்டேன். அது ஒரு அமைதியான கொடுங்கனவாக இருக்கவேண்டும். சில அடி தூரத்தில் செல்லம்மாள் அமைதியாக உறங்கிக்கொண்டிருந்தாள். சிறிய உடலாக இருந்தாலும் பொதுவாகவே பலமாகக் குறட்டை விடும் அவள் அன்றிரவு முகம் புதைந்தபடி அமைதியாயிருந்தாள்.

வீட்டினுள்ளே காற்றில்லாமல் மூச்சுத்திணறியது. திறந்த ஜன்னல்கள் வழியே கொசுக்கள் உள்ளே புகுந்து அலைந்தபடி இருந்தன. வெளியே இலையசைவிற்கான இம்மியளவு காற்றும் இல்லை. உலகம் அசைவற்று இருளும் வெள்ளியும் கலந்ததைப் போன்று வித்தியாசமானதொரு சுகமளித்துக் கொண்டிருந்தது. எனது உடல் முழுவதும் வியர்வையால் நனைந்திருந்தது, நான் படுத்துக் கிடந்த பாயும் கூடத்தான். எழுவதற்காக என் கைகளைத் தரையில் ஊன்றினேன். இளமையில் இருந்ததை விடவும் என் உடல் வெகுவாக எடை குறைந்திருந்தாலும், அன்று இரவு அது மிக கனத்திருப்பதாக உணர்ந்தேன். அடுக்கின் மீதிருந்த பானையிலிருந்து தண்ணீர் மொண்டு குடிப்பதற்காக மெள்ள அடுப்படியை நோக்கி நகர்ந்தேன். இந்த வீட்டைச் சுற்றிலும் எனது வழிகளை கண்கள் மூடிய நிலையிலும் நான் அறிந்திருந்திருக்க வேண்டும், ஆனால் அது என்னால் முடியவில்லை. கதவின் மேல்பக்கம் இருந்த தாளுக்காக நான் இருட்டில் நிரவ வேண்டியிருந்தது, என்னிடம் மீதமிருந்த வலுவனைத்தும் தாளை மெள்ளக் கீழே இறக்குவதற்கே சரியாய்ப்போனது. கடிகாரத்தின் மணிபார்க்க முடியாத அளவுக்கு இருட்டாக இருந்தாலும் வெளியே இருந்த வெளிச்சத்தின் தன்மையைக் கொண்டு என்னால் நேரத்தைச் சொல்ல முடிந்தது: ஒருவேளை இரண்டாக இருக்கலாம், விடிவதற்கு மூன்று மணிநேரமாகும்.

நான் பாயை எடுத்துக்கொண்டு வெளியே சென்றேன். அங்கே மெல்லிய காற்று வீசிக் கொண்டிருந்தது. அது அங்கே இருந்திருக்க வேண்டியதில்லை என்று நீங்கள் விரும்புவதற்குப் போதுமான காற்று. ஏனெனில் அது நின்று போகும் கணத்தில் நீங்கள் ஒரு மோசமான நிலையில் விடப்பட்டதாக உணர்வீர்கள். வெட்ட வெளியில் தரைமீது நான் பாயை விரித்தேன். ஒருபோதும் மரத்தின் கீழே உறங்க வேண்டாம் என்றும் மல்லாந்தபடி நட்சத்திரங்களைப் பார்க்கவேண்டாமென்றும் என் இளம் பருவத்தில் சொல்வதுண்டு.

ஒரு காலத்தில் தனிப்பட்ட நட்சத்திரங்களை என்னால் பார்க்க முடிந்தது. இப்போதோ வானத்தில் மங்கலான ஒளித் தீற்றல்களையே பார்க்கிறேன். அவ்வளவுதான் எனக்கு நினைவிருக்கிறது. தூக்குமேடைகளை நான் ஆண்டு கொண்டிருந்த நாட்களில் பார்த்திருந்ததைப் போல அந்தக் கொடுங்கனவில் நட்சத்திரங்கள் துல்லியமாக இருந்தன. என் கண்கள் மட்டுமல்ல, என் செவிகளும், மூக்கும் கூடச் செயலிழந்து விட்டன - ஆனால் அதற்கு பீடிகள் தான் காரணமேயொழிய எனது கிழட்டுப் பருவமல்ல.

நட்சத்திரங்கள் வானத்தில் துல்லியமாக இருந்த, விறகுப்புகை கூர்மையாக என் நாசிகளில் ஏறிய அந்த நாட்களுக்குத் திரும்பிச்சென்று உலவியபடி அங்கு படுத்துக் கிடந்தேன். அந்த நாட்களினுள் நான் என்ன நினைத்தேன்? அங்கே நினைவுகளின் ஊர்வலத்தையும், அந்தப் பரிச்சயமான இருண்மையையும் தவிர வேறு எதுவுமில்லை. அந்த எழுத்தாளரின் வருகையைப் பற்றி நான் அச்சமுற்றேன். அவர்கள் ஏன் என்னை அமைதியாக இருக்க விடக்கூடாது? ஆனால் எனக்குத் தெரியும், என்னால் அவர்களைத் திருப்பியனுப்ப முடியாது. நான் என்னிடம் கேட்டுக்கொண்ட அதே கேள்வியைத்தான் அந்த எழுத்தாளர் கேட்டார். பலமுறை அதன் பதில் எனக்குத் தெரியும் என்று நினைத்தேன், ஆனால் அந்த பதில் தவறானதென்பதை அறிவிக்கும் விதமாக ஒவ்வொரு முறையும் ஏதோவொன்று நடந்தது.

அந்த எழுத்தாளரும் அந்தப் பெண்ணும்... நான் பகைமையின் சாயலை உணர்ந்தேன். அவர்களுடைய பேச்சில் அவர்களது மனங்களின் நெருக்கத்தை நான் பார்த்தேன். அவர்கள் தங்கள் சிந்தனைகளைப் பகிர்ந்து கொண்டார்கள். அவர்கள் இருவரும் வாழ்ந்த மொத்தத்தை விடவும் அதிகமாக நான் வாழ்ந்து விட்டிருந்தாலும் என் வாழ்வில் ஒவ்வொன்றையும் நான் எனக்குள்ளேயே வைத்திருக்க வேண்டி இருந்தது. யாரிடம் நான் பகிர்ந்து கொண்டிருக்க முடியும்? ஒரு வேதனை கலந்த தனிமையுணர்வு என்னைப் பற்றிக் கொண்டது.

ஒரு புத்தகம், அது கவரக்கூடியதாக இருந்தது. நான் இவையெல்லாவற்றையும் இந்த எழுத்தாளரிடம் கொட்டிவிடக் கூடும், இந்தக் கொடுங்கனவுகளை, இந்த இருண்மையை, வயதான ஒருவன் கொண்டிருக்கக் கூடிய இந்தத் தொடர்பற்ற நினைவுகள் எல்லாவற்றையுமே.

அந்த இருண்ட காலைப்பொழுதில் நான் மேலும் சிந்தித்த போது, அந்த யோசனை மேலும் ஈர்ப்புடையதாக ஆகிவிட்டது.

அவர்கள் வரும்போது அவர்களிடம் பேசவேண்டும் என்று எண்ணிக் கொண்டிருந்தேன். நான் அவர்களிடம் கூறுகிறவற்றில் பெரும்பாலானவை தெளிவற்றவையாகவும், குழப்பக் கூடியவையாகவும், திரும்பக் கூறுபவையாகவுமே இருக்கும். நல்லது, அந்த எழுத்தாளர் அவற்றைப் பார்த்துக் கொள்ளட்டும். அதுதான் அவரது வேலை. எனக்குத் தெரியாத மொழியான ஆங்கிலத்தில் அவர் எழுதுவார் என்பதை நினைத்துத்தான் நான் கவலைப்பட்டேன். நான் கூறிய ஏதாவதொன்றை அவர் தன் புத்தகத்தில் திரித்து விடுவாரெனில் அது என் மீதும் என் மகன்களின் மீதும் பிரதிபலிக்கும். அந்தப் புத்தகம் பொய்களைச் சொன்னாலோ, அது வெளிவரும் முன்பே நான் இறந்து போனாலோ என்ன செய்வது. இதில் இருக்கும் ஒரே நல்ல விஷயம் என்னவென்றால் இந்தப் பொய்களைப் பற்றி என் மக்கள் யாருக்கும் தெரியப்போவதில்லை. ஏனென்றால் அவர்களில் ஒருவருக்குக் கூட ஆங்கிலத்தில் உள்ள புத்தகத்தைப் படிக்கத் தெரியாது. ஆனால் அது நன்றாகவும் இருந்து, ஒரு மொழிபெயர்ப்பும் வெளியாகுமானால்?

நம்புவது கடினம். ஒரு அந்நியரை நம்புவதோ இருமடங்கு கடினம்.

அந்தக் கொடுங்கனவு நினைவுக்கு வந்தது. தட்டையான முகமூடியில் அந்த மனிதன், அவனுடைய கைகள் என் கழுத்தைப் பிடித்தபடி. நான் அவனைப் பற்றி ஒருவனிடம் கூடக் கூறியதில்லை. அக்கறையோடு கேட்கக் கூடிய ஒருவனிடம் அதைப்பற்றிக் கூறும் துணிவு இருக்கிறதா எனக்கு?

இவை எதைப்பற்றியும் நான் என்னோடு நெருக்கமாக இருந்தவர்கள் யாரிடமும் பகிர்ந்து கொண்டதேயில்லை. அத்தகைய முயற்சிக்கு அது ஏற்றதாகவும் எனக்குத் தோன்றவில்லை.

கடலிலிருந்து மென்காற்று வீசத்துவங்கிய வேளையில் ஒரு முடிவுக்கு வந்து சேர்ந்தேன், அந்த எழுத்தாளரிடம் பேசிவிடுவதென்று. இந்த முடிவுக்கு வந்ததும் மனம் அமைதியடைந்தது. மீதமிருந்த இரவு முழுவதும் ஆழ்ந்து உறங்கினேன்.

விடியும் வேளையில், சேவலின் கூவலைக் கேட்டு விழித்தேன். சிறிது நேரத்திற்கு ஒன்றுமே புரியவில்லை. நான் இந்த வெட்ட வெளியில் என்ன செய்துகொண்டிருந்தேன்? பிறகு அந்தக்

கொடுங்கனவும், வீட்டுச் சிறையிலிருந்து வெளியே வந்ததும், எடுக்கப்பட்ட முடிவும் என் நினைவுக்கு வந்தது. நான் அந்த எழுத்தாளரிடம் ஓரிரு முறை பேசிப் பார்ப்பேன். அந்த மனிதரை எடைபோடுவதற்காக, இதில் அவர் எவ்வளவு ஆழத்திற்குச் செல்லத் தயாரக இருக்கிறார் என்பதைப் பார்ப்பதற்காக. நான் அவரை நெருங்கியிருந்து பார்ப்பேன். அந்தப் பெண்ணைப் பயன்படுத்தி அவர் என்னை நெகிழச் செய்வதாகத் தோன்றினால் அவரைத் தவறானவரென்று கருதுவேன்.

காலைப்பொழுது பறவைகளின் ஓசைகளால் உயிர்ப்போடிருந்தது. அவை கோடையில் உணவையும் தண்ணீரையும் தேடித் தூரமாகச் சென்றன. குளிர்ந்த மாதங்களில் வாழ்வாதாரங்களைத் தேடிக் கொள்வது சுலபமாக இருந்தது. ஆனால் கோடைக் காலங்களில் அவை போராட வேண்டியிருந்தது மட்டுமின்றி அதற்காக அவை பலமாக சத்தமெழுப்பவும் செய்தன. ஒரு அணில் மரத்தின் அடித்தண்டின் மீது விரைந்தேறி உண்பதற்கான கரையான்கள் கிடைக்கும் வரை மரத்தின் பட்டைகளைச் சுரண்டிப் பார்த்தது. தன் இரு கைகளிலும் கரையானைப் பிடித்தபடி அது அமர்ந்தது, நிமிண்டிய படியும், என்னைப் பார்த்தபடியும், தன் உலகில் பெரியதொரு புரிந்து கொள்ள முடியாத ஒருவனாக நான் இருப்பதாக அது உணர்ந்தது போலும்.

அது தன்னுடைய உலகைக் கொண்டிருந்தது. நான் என்னுடையதைக் கொண்டிருந்தேன். எழுத்தாளர் அவருடையதை.

என் உலகத்தை மற்றொரு மனிதனுக்குக் காண்பிக்க நான் முயற்சித்தேன். பலவருடங்கள் முன்பு நான் அதில் வெற்றிபெற்று விட்டதாக நினைத்திருந்தேன். ஆனால் இல்லையென்று பிறகு கண்டுபிடித்தேன். ஏன், அரை நூற்றாண்டுக்கும் மேலாக நான் செல்லம்மாளோடு வாழ்ந்திருக்கிறேன். ஆனால் அவளைப் பற்றி எனக்குத் தெரியாதவை அனேகம், எனக்குத் தெரிந்தவை அவளுடைய பழக்கங்கள், அவளுடைய குறைப்பாடுகள் மற்றும் அவள் இரவில் விடும் குறட்டைகள். ஆனால் இவற்றைக் கடந்து அவளும் எனக்கு அந்நியம் தான்.

மற்றவர் ஒவ்வொருவரும் எனக்கு அந்நியமானவர்களாகத்தான் இருப்பார்களா?

நான் என் உடம்பைக் கழுவி முடித்த நேரத்திற்கு என் காலை உணவு ஆறிப்போயிருந்தது. அது ஒரு பொருட்டல்ல. மற்றெந்த உணவை விடவும் ஆறிய உணவு சிறந்ததென்று என் சிறுவயதில்

கற்றிருந்தேன். பொறுமையாக, நன்றாக மென்று விழுங்கினால் அது சுலபமாக இறங்கிவிடும். அதற்குப் பிறகு சூடான கடுங்காப்பி, சிறிது சர்க்கரை சேர்த்துக் கொண்டால் அதன் கசப்புத்தன்மை அகன்றுவிடும். நானும் செல்லம்மாளும் திருமணம் செய்து கொண்டு இதுவரையிலும் அரைநூற்றாண்டுக்கும் மேலாகி விட்டது, எனக்கு உகந்த காப்பியைப் போடுவது எப்படியென்று அவளுக்குத் தெரிந்திருக்க வேண்டும்.

எப்போதாவது காலை வேலைகளில் யாரையாவது சந்திப்பதற்காக நான் செல்வேன். எனக்கு ஒரு இளைய சகோதரன் இருக்கிறான், பரமன். அருகில் வசிக்கிறான். பரமன் ஏழு ஆண்டுகள் இளையவன். ஆனால் அவன் திருமணமே செய்து கொள்ளாததால் வயதானவனைப் போல் தோன்றுகிறான். எனக்கும் என் மற்றொரு சகோதரனுக்கும் இருந்ததைப்போல கவனித்துக் கொள்ள ஒரு பெண் கூட அவனோடு இருந்ததில்லை. பரமன் தனியாக இருக்கிறான்... நான் அவனைப்பற்றிச் சிலநேரங்களில் கவலைப்படுவேன். அதைப்போல உணரும்போது அவன் வேலைசெய்வான். அதிலிருந்து ஓரளவுக்கு மீண்டு கொள்வான்.

பத்து மணிக்கு வெளியே செல்லலாம் என்று நினைத்தேன், செல்லம்மாளிடம் அங்கேயே இருந்து பதினொன்றுக்கு வரும் எழுத்தாளரிடமும் அவளுடைய தோழியிடமும் எனக்காகக் காத்திருக்கும்படி சொல்லச் சொன்னேன். அவர்கள் தங்கள் பாதங்களை ஒரு மணிநேரத்திற்காவது இளைப்பாறட்டும். அப்போது நான் அவர்கள் எவ்வளவு தீவிரமாக இருக்கிறார்கள் என்பதை அறிந்து கொள்வேன்... ஆனால் அவர்கள் தீவிரமாய் இருக்கிறார்கள் என்பது எனக்குத் தெரியும். அவர்களைக் காத்திருக்கச் செய்வது, அது நல்லதல்ல என்று நினைத்தேன். நான் அங்கே பதினோரு மணிக்கு இருப்பேன். நான் அவர்களிடம் பேசுவேன். அதன் பிறகு இந்தப் புத்தகத்தைத் துவங்கலாமா வேண்டாமா என்றும், என்னுடைய வாழ்க்கையைப் பற்றி அவர்களோடு பகிர்ந்து கொள்ள வேண்டுமா என்றும் முடிவுசெய்வேன். எனக்கு நானே பாரம் நீக்க வேண்டிய அவசியமிருந்து, அவர்கள் தகுதியானவர்களென்று நான் கருதினால் என் பாரங்களை அவர்களிடம் நானே இறக்கி வைத்து விடுவேன்,

அந்த விஷயத்தைக் குறித்து ஒரு அவசரம் இருந்ததை நான் புரிந்து கொண்டிருக்கவில்லை. கால் நூற்றாண்டுக்கு முன்பு நான் என் வேலையை விட்டது முதற்கொண்டு, நான் எப்போதும் அவசரப்பட்டதுமில்லை, அவசரப்படுவதற்கான

தேவையையும் உணர்ந்ததில்லை. ஆனால் அன்று நான் எதைச் செய்து கொண்டிருந்தாலும் அதைத் துரிதமாகச் செய்யவேண்டுமென்ற எண்ணம் ஏற்பட்டது. என்னால் புறக்கணிக்க முடியாத ஒரு உள் உந்துதல்.

என்னுடைய அமைதியற்ற தன்மையைக் குறைப்பதற்காக ஒரு நீண்ட நடைசென்றேன். நான் யாரையும் சந்திக்க விரும்பவில்லை, ஆகவே என் வீட்டின் பின்னால் இருந்த வயல்களின் ஊடே நடந்தேன், அதில் தனிமை கிடைக்கும் என்ற நம்பிக்கையோடு. நான் அதைக் கண்டடையவும் செய்தேன். கடந்து சென்ற ஒரு சிலரும் புன்னகையோடு தலையசைத்தனரேயொழிய பேசுவதற்காக நிற்கவில்லை. ஏனெனில் அவர்கள் வேலைக்குச் செல்லும் அவசரத்தில் இருந்தார்கள். பத்தாண்டுகளுக்கு முன்புவரை நான் இவ்விடத்தைச் சுற்றித் தொடர்ந்து நடந்து கொண்டிருந்தேன். பிறகு ஏராளமான வீடுகள் முளைத்து விட்டன, அதோடு நடைகளும் தங்கள் இன்பத்தை இழந்து விட்டன. அன்று புதிதாய்த் தோன்றிய வீடுகளையோ, காலைச் சூரியனின் வெம்மையையோ, கடந்துகொண்டிருக்கும் நேரத்தையோ நான் கண்டு கொள்ளவில்லை. நான் வீடு திரும்பியபோது மணி பதினொன்று கடந்து கால்மணிநேரமாகி இருந்தது. அந்த இளையவர்களும் ஏற்கனவே அங்கு இருந்தனர், அந்த மனிதர் ஒரு டேப் ரெக்கார்டர், ஒரு நோட்டுப் புத்தகம் மற்றும் ஒரு பேனாவை வைத்திருந்தார். நான் அவர்களை எனது வீட்டின் வெளியே பார்த்தபோது அவர்கள் அவளுடைய காரின் முன்பகுதியின் மீது சாய்ந்தபடி, மென்மையாகவும் ஆர்வத்தோடும் பேசிக் கொண்டிருந்தனர். அவர்களுடைய முந்தைய வருகையின்போது நான் உணர்ந்த அதே பகைமையின் வலியை மீண்டும் உணர்ந்தேன்.

ஒரு மணிநேரத்திற்கும் மேலாக வயல்களில் நடந்திருந்தபடியால் அப்போது நான் களைத்திருந்தேன். செல்லம்மாள் என்னைப் பார்த்தாள் பிறகு முதுமையால் கரகரப்பாகியிருந்த குரலில் கூச்சலிடத் துவங்கினாள். "என்னதான் நெனக்கிறே... அவர்களை இங்க வரச்சொல்லிவிட்டு நீ பாட்டுக்கு சொல்லாம கொள்ளாம போயிட்டே?" அவள் வயதான பெண்ணுக்குரிய கரகரப்பான குரலில் கேட்டாள். அந்த மனிதர் தனது உள்ளங்கை தெரியும்படியாக கையை உயர்த்தி அவளிடம் எதையோ முணுமுணுத்தார். ஒருவேளை இது ஒரு பொருட்டல்ல என்பதாக அது இருக்கலாம், பிறகு நான் அவளிடம் அமைதியாக இருக்கும்படி கூறியபோது தனக்குள் பொருமியவாறே உள்ளே சென்றாள்.

அவர்கள் முன்பு எங்கே அமர்ந்தார்களோ அங்கேயே மீண்டும் அமர்ந்தார்கள். பிறகு நான் எனக்காக ஒரு நாற்காலியை வெளியே இழுத்து வந்தேன். வானத்தில் சூரியன் பிரகாசமாகவும், உயரே எழுந்து கொண்டிருந்தது, காற்று நின்று விட்டது. அவர்கள் நிழலில் இருந்தும் வியர்த்தபடியிருந்தனர். "உள்ளே உட்கார விரும்புகிறீர்களா?" என்றேன்.

அந்த மனிதர் எழுந்து உள்ளே பார்ப்பதற்காக கதவுவரை நடந்து சென்றார். இது ஒரு எளிய வீடு, ஒரு சிறிய அறை, அதன் ஒரு பகுதி மறைக்கப்பட்டிருக்கிறது. அது தான் சமையலறை இந்த அறையில் இரு கட்டில்கள் இருக்கின்றன, ஒன்று வெற்றாகவும், மற்றொன்று ஒரு துணி விரிக்கப்பட்டும் இருக்கிறது. உள்ளே நல்ல இருட்டாகவும், குளிர்ச்சியாகவும் இருக்கிறது. ஆனால் அந்தக் குளிர்ச்சி முன்பு நான் கூறியதைப்போல மோசமானது. அவர் அந்தப் பெண்ணிடம் கூறினார். அவள் விளக்கினாள் "இது ரொம்பவும் சின்னது அப்புறம் நாம உங்க மனைவிக்கு தொந்தரவாகவும் இருப்போம். அப்புறம் உள்ளே காற்று இல்லே. நீங்க எதுவும் நினைக்கவில்லையெனில் நாம இங்கயே இருக்கலாமே."

"உங்களுக்கு காப்பி வேணுமா?" என்று கேட்டேன்.

அவர்கள் ஒன்றாகத் தலையசைத்தார்கள், இரட்டையர்களைப் போல. அவர்கள் ஆர்வம் கொண்டிருந்தார்கள், என்னைப் பற்றித் தெரிந்துகொள்ள விரும்பினார்கள். அவர்கள் வசதியானவர்களாக இருந்தனர், ஆனால் அவர்கள் என் வறுமையைப் பொருட்படுத்தியதாகத் தெரியவில்லை. நான் அதை மிகவும் விரும்பினேன். இங்கு வந்த மற்றவர்களோ சுற்றியும் பார்த்தார்கள், வெற்றாய்க் கிடந்த சிறிய முற்றத்தையும் இந்தச் சிறிய சிதிலமான வீட்டையும். ஒரு அறை, ஒரு சமையலறை, குளியலறையும் இல்லை, கழிப்பறையும் இல்லை, அதன் பிறகு வயலிலிருந்து வரும் எருவின் நாற்றத்தை முகர்ந்துவிட்டு, தங்களின் கண்களில் இருக்கும் பரிதாபத்தை மறைக்கத் திரும்பிக் கொள்வார்கள். ஆனால் இவர்களிருவரும் வித்தியாசமானவர்கள்.

செல்லம்மாள் காப்பி போட்டுக்கொண்டிருந்த வேளையில் அவர்கள் அமைதியாக அமர்ந்திருந்தார்கள். "வாழ்க்கை நடத்துவதற்கான பணம் உங்களுக்கு எங்கிருந்து கிடைக்குது?" அந்த எழுத்தாளர் அவள் மூன்று சிறிய குவளைகளில் காப்பி கொண்டுவந்தபோது கேட்டார்.

நான் எப்போதாவது வேலை செய்வேன், குடும்பத்திடமிருந்து எப்போதாவது அன்பளிப்புகள் கிடைக்கும், சில சமயங்களில் என் மகன்களில் ஒருவனோ அல்லது எனது மகள்களோ சிறிது பணத்தைக் கொடுத்து உதவுவார்கள். ஓய்வு பெறுமுன்பு எனக்குக் கிடைத்து வந்ததைப்போல. அறுவடைக்குப் பிறகு சிலநேரங்களில் எனக்கு தானியங்கள் கிடைக்கும். எனக்கு முதியோர் ஓய்வூதியமும் இருக்கிறது. வாழ்க்கை கடினமாகத்தான் இருக்கிறது. ஆனால் ஜீவனத்திற்குப் போதுமான பணமும் இருக்கிறது. நான் எப்போதும் இருந்ததைப் போலவே ஏழையாக இருக்கிறேன். ஆனால் மற்றவர்கள் முன்னேற்றமடைந்து விட்டார்கள்... இந்தப் பகுதியிலுள்ள பரமஏழைகளில் நானும் ஒருவனாக இருக்கக் கூடும், ஆனால் எனக்கு அது ஒரு பொருட்டல்ல, நான் இதையெல்லாம் ஒருஅந்நியரிடம் கூற விரும்பவில்லை, ஆகவே நான் சாதாரணமாகக் கூறினேன், “எனக்கு ஓய்வூதியம் கிடைக்கிறது. என் மனைவிக்கும்தான், இது போதும்.”

“அது சரி” அவர் தலையசைத்தார்.

நான் காப்பியை உறிஞ்சினேன் “நீங்கள் என்ன தெரிஞ்சுக்கணும்னு நினைக்கிறீங்க?” என்று கேட்டேன்.

அவர் அந்தப் பெண்ணிடம் பேசினார். அவள் அதை மொழிபெயர்த்தாள். “ஒருவரைக் கொல்றது எப்படி இருக்கும் என்பதை தெரிஞ்சுக்க விரும்புறார்.”

நான் என் தலையை அசைத்தேன். “இது அவரோட இன்னொரு கேள்வி மாதிரிதான். இதுக்கு என்னால உடனே பதில் சொல்ல முடியாது. வேற ஏதாவது கேளுங்க.”

அவர்கள் மீண்டும் பேசிக்கொண்டார்கள். அடுத்த கேள்வி என்னை வியப்பூட்டியது, “சிறை அலுவலர்கள் உங்களை எப்படி நடத்தினார்கள்?”

“மரியாதையோடு” என்றேன். அதுவும் துல்லியமான உண்மையல்ல.

அவர் விடவில்லை, “எப்போதுமா?” என்று கேட்டார்.

சில அவமானகரமான நினைவுகள் இருக்கத்தான் செய்தன. என் பதட்டத்தை நானே கண்டேன்.

“இல்லை” என்றேன். “எப்போதும் இல்லை”

“ஏன் இல்லை?”

நான் தவிர்த்தேன். “எனக்கு ஞாபகமில்லை” என்றேன். “என் நினைவு சதி செய்யுது.”

அவர்கள் நான் தட்டிக் கழிப்பதை உணர்ந்தார்கள். அதற்குத் காரணமான மனஉளைவையும் தான். அந்த மனிதர் அவளிடம் பேசினார், பிறகு அவள் என்னிடம் கூறினாள், “இந்தப் புத்தகம் உங்களுக்கோ அல்லது அவருக்கோ சுகமான ஒன்றாக இருக்கப் போவதில்லை. அந்தப் பத்திரிக்கைப் பேட்டிகளைப்போல இது ஒன்றும் சர்க்கஸ் விளையாட்டல்ல. நீங்கள் அதைத் தெரிந்து கொள்ள வேண்டும் என்று அவர் விரும்புகிறார்.”

எனக்கு ஏற்கனவே அது தெரிந்திருக்கவில்லையா? மேலும் தாங்கிக் கொள்வதற்கு அவருக்கு என்ன மனச்சங்கடம் இருக்கிறது? அவைகளெல்லாம் என்னுடைய நினைவுகள் இல்லையா? ஒரு அலையைப்போல எரிச்சல் கிளம்பியது. ஒரு நொடிக்கும் குறையாத நேரத்தில் அவர்களை அங்கிருந்து சென்று விடும்படியும் பிறகு எப்போதும் திரும்ப வேண்டாம் என்றும் கூறிவிட நினைத்தேன். ஆனால் இவர்களைப் போன்ற ஆர்வமிக்கவர்களிடம் எரிச்சலடைவதும் கடினம். ஆகவே கோபம் ஒரு கணத்தில் பின்னுக்குச் சரிந்தது.

“முட்டாள்தனம்” என்றேன். “அவருக்கு எதனால் மனச்சங்கடம்?” அவர் செய்ய வேண்டியதெல்லாம் நான் அவருக்குச் சொல்வதையெல்லாம் அப்படியே எடுத்துக்கொண்டு அதைச் சரிசெய்ய வேண்டியதுதான்.

அவர் அந்தப் பெண்ணிடம் பேசினார். “அவருக்கு உங்களோட பிரச்சனை புரியுது,” என்றாள். “முடிவு உங்களுடையது, நீங்கள் அவருடன் பேசலாம், பேசாமலும் போகலாம். இதனால் அவருக்குக் காலவிரயம் ஏற்படுமா இல்லையா என்பது ஒரு பொருட்டல்ல”

அது உண்மைதான். நான் என் எழுபதுகளின் மத்தியில் இருந்தேன், அதிக காலமும் மிஞ்சியிருக்கவில்லை, மேலும் இந்த வாய்ப்பும் மீண்டும் வரப்போவதில்லை. உண்மையில் இதில் தேர்ந்தெடுக்கவும் ஒன்றுமில்லை. நான் இதைச் செய்தாக வேண்டும். நான் இந்த இளையவர்கள் மீது நம்பிக்கை வைத்து இதில் முன்னேறிச் செல்ல வேண்டும். கடந்தகாலத்தைப் பற்றி நினைப்பது சிலநேரங்களில் சிரமமானதாக இருந்தது. அதைப்பற்றிப் பேசுவதோ இரு மடங்கு... “உங்களால் தமிழ் படிக்க முடியுமா?” அந்தப் பெண்ணிடம் கேட்டேன்.

“ஆம்” என்று பதிலளித்தாள். “ஏன்?”

“ஏன்னா அது எனக்கு எழுதுறதுக்குச் சுலபமா இருக்கும். என்னோட சொந்த ஞாபகங்கள்லே, என்னோட சொந்த வார்த்தைகள்லே”, இதைப்பேச வைத்த தூண்டுதலை நான் புரிந்துகொண்டிருக்கவே இல்லை, ஏனெனில் ஒன்பது வயதில் பள்ளியை விட்டு விலகிய பிறகு சில வரிகள் கொண்ட ஒரு கடிதத்திற்கு மேல் நான் எதையும் எழுதியதேயில்லை.

அவர் தன் உடைபட்ட தமிழில் இடைமறித்தார். “இதைப் பற்றிப் பேசுவது கடினமாக இருக்கிறதென்றால் எப்படி செய்வதுன்னு என்னால ஆலோசனை சொல்ல முடியும்”

“என்ன?” என்று கேட்டேன்.

அவர் அவளிடம் கூறினார், பிறகு அவள் என்னிடம், “உங்களுக்கு என்னவெல்லாம் விருப்பமோ அதையெல்லாம் எழுதுங்க, இரண்டு வாரங்களுக்கு ஒருமுறை நாங்க இங்க வருவோம், நீங்க எழுதியிருப்பதை படிக்கிறோம், அதைப்பற்றி உங்களிடம் கேட்கிறோம், இதைப்போலத்தான். நீங்க எங்களுக்கு பதில் சொல்லுங்க, இல்லையெனில் எழுதி வையுங்க, உங்க விருப்பம் எப்படியோ அப்படி. நீங்க எங்களைப் பற்றி நல்லா தெரிஞ்சுகிட்டு எங்களை, நம்புகிறவரை நாம் இப்படிச் செய்யலாம்.”

நம்பிக்கை. என் மனதில் என்ன ஓடிக்கொண்டிருக்கிறது என்பதை அவர் அறிந்திருக்கிறார். அவர் நம்பிக்கையைப் பற்றி அறிந்திருக்கிறார். அந்தப் புத்தகம் எனக்குத் தந்ததைப் போலவே அவருக்கும் மனச் சடங்கடத்தைத் தருவதாக அவர் கூறுவதுகூட உண்மையாக இருக்கலாம். “நாம் அதை முயற்சிக்கலாம்” என்றேன்.

அவர் மீண்டும் பேசினார், அவசரமாக அவள் தலையசைத்துச் சொன்னாள். “தயவு செய்து நீங்கள் எழுதும் எதையும் தூக்கியெறிந்து விட வேண்டாம் என்று அவர் கூறுகிறார். அது உங்களுக்கு மதிப்பற்றதாக இருக்கலாம், ஆனால் அது அவருக்குப் பயன்படக் கூடும்.”

“சரி” என்றேன். “ஆனால் என் குடும்பத்தில இருக்கிறவங்க யாரையும் பாதிக்கிற மாதிரி அதுலே எதுவும் இல்லாத வரைக்கும் நான் எதையும் தூக்கியெறிய மாட்டேன்.”

“இருந்தாலும் கூட...” அவள் தொடங்கினாள்.

“நான் அதைப்பற்றி யோசிக்கிறேன்” என்று அவளுடைய பேச்சைத் துண்டித்தேன்.

அவர் தர்மசங்கடத்திற்கு உள்ளானவராக கான்கிரீட் திட்டிலிருந்து எழுந்து நின்றார். பிறகு தன் பையிலிருந்து ஒரு நோட்டுப்புத்தகத்தை உருவியெடுத்தார், மென்மையான வரிகள் கொண்ட பெரிய நோட்டுப் புத்தகம். தன் சட்டைப்பையிலிருந்து ஒரு கருநீலநிறப் பேனாவையும் எடுத்தார், அது விலை மதிப்பான ஒன்றாகத் தோன்றியது. அவர் அவற்றை என்னிடம் நீட்டினார். “எடுத்துக் கொள்ளுங்கள்... இது ஒரு சிறப்பான பேனா, ஒரு சிறப்பான மனிதருக்கு.”

நான் அந்தப் பேனாவையும் நோட்டுப் புத்தகத்தையும் எடுத்துக் கொண்டேன். சோதிப்பதற்கு எனது பெயரை அட்டையின் மேல் கிறுக்கினேன். நல்ல மென்மையான பேனா, நல்ல மென்மையான காகிதம். நான் அவரை நோக்கிப் பார்த்தேன், அவர் புன்னகைப்பதைக் கண்டேன். அவர் தலையசைத்தார். “இந்தப் பேனா உங்களுக்கான பரிசு. நீங்கள் புத்தகத்தைப் பூர்த்தி செய்து என் தோழியிடம் கொடுங்கள், நாங்கள் அதைப் படித்துவிட்டு நீங்கள் வைத்துக்கொள்வதற்காக அதை உங்களிடமே தந்து விடுகிறோம்.”

தவறானவர், தவறான மனிதர், எழுதுவதற்காக என்னை அவசரப்படுத்துகிறார். நான் அதைச் செய்வேன், எனக்காகத் தானே ஒழிய அவருக்காக அல்ல. அது அவருக்குத் தெரியாது போலும். “கொஞ்ச நாள்லே திரும்பி வாங்க” என்றேன். “மூணு நாள்ல உங்களுக்காக ஏதாவது தயார் செய்து வைக்கிறேன்.”

“சனிக்கிழமை?” அவர் கேட்டார்.

“சனிக்கிழமை” நான் உறுதியளித்தேன். “இதே நேரம்” அவர்களுடைய தீவிரமான முகங்களைப் பார்த்து என்னால் புன்னகைக்காமல் இருக்க முடியவில்லை. “என்னை நம்புங்கள்”

அவர் திரும்பப் புன்னகைத்தார், கண்கள் குறும்புடன் மின்னின. “சரி... நான் திரும்ப வருவேன்.”

அதன்பிறகு நான் வீட்டுக்குள் போய் நோட்டுப் புத்தகத்தை ஒரு சிறிய சாய்வு மேசை மீது வைத்துவிட்டு, அருகே தரையில் அமர்ந்து வெள்ளைத் தாளைப் பார்த்தேன், எழுதுவதற்கு ஒரு வார்த்தையும் கிடைக்கவில்லை. மேலும் உள்ளே இருட்டாக வேறு இருந்தது. ஒரு பீடி பற்ற வைக்க நினைத்தேன். ஆனால் நான் ஒருபோதும்

வீட்டிற்குள் பீடி புகைப்பதில்லை. ஏனென்றால் வீடு சிறியதாக இருப்பதால் அதன் மணம் நெடுநேரம் தங்கி விடுகிறது.

செல்லம்மாள் என்னைப் பார்த்துச் சத்தம் போடத் தொடங்கினாள். "யாருமே படிக்கப் போகாத ஒண்ணுக்காக நீங்க ஏன் ஒங்க கண்ணக் கெடுத்துக்குறீங்க?" வாசற்படியில் அமர்ந்து மதிய சாப்பாட்டுக்காக பீன்ஸை வெட்டியபடியே அவள் பொறுமிக் கொண்டிருந்தாள்.

பீன்சுடன் கூடிய அரிசிக் கஞ்சியும் சிறிது மாங்காய் ஊறுகாயும்தான் எங்கள் வழக்கமான மதிய உணவு, கஞ்சியின் மணத்தை என்னால் முகரமுடிந்தது. இந்தக் காட்சிகள், சத்தங்கள் மற்றும் இந்த வாசனைகள் இவற்றின் மத்தியில் அமர்ந்துகொண்டு என்னால் எதுவும் எழுத முடியாது. நான் தனியாக இருக்க விரும்பினேன். தனிமையை உணர விரும்பினேன்.

பின்கட்டில், திறந்த வெளியில், மரத்தின் கீழே - அதுதான் சிறந்தது. அங்கே வெளிச்சமாகவும் இருக்கும். ஆகவே நான் எழுந்து மேசையை எடுத்துக்கொண்டேன். "நீங்க எங்க போறீங்க?" அவள் கேட்டாள். "ஒங்க பொண்டாட்டி கிட்ட கூடப் பேச முடியாத அளவுக்குப் பெரிய எழுத்தாளராகிட்டீங்களா?" இது போன்ற நேரங்களில் அவளுடைய முகம் உக்கிரமான தோற்றம் கொண்டிருக்கும். ஆனால் மூன்று மாதங்களுக்கு முன்பிருந்து எனது உடல்நிலை சரியில்லாமல் போனதிலிருந்து அவள் சாந்தமாகியிருந்தாள்.

"நான் வெளியே உட்காரலாம்னு நினைக்கிறேன்." என்றேன் அவளிடம். "பின்கட்டுலே, அங்கேதான் உன்னிடம் பேச்சு வாங்காம நான் பீடி குடிக்க முடியும்."

"அங்கே வெயிலாயிருக்கும்" என்றாள், "நீங்களும் நிறைய பீடி குடிப்பீங்க'

"அங்க வெயிலாக இருந்தாலென்ன... உனக்குத் தெரியாதா, இங்கயிருந்தா எவ்வளவு பீடி குடிப்பனோ அதே அளவுதான் அங்கேயும் குடிப்பேன்."

அவள் அதற்கும் ஏதோ சொல்வதற்கு இருந்தாள். ஆனால் நான் அவளை அலட்சியப்படுத்தி விட்டேன். வேலை செய்து கொண்டே பேச அவளுக்குப் பிடிக்கிறது. ஆனால் நான் கேட்க விரும்பவில்லை. பின்னாலிருந்த மாமரத்தின் கீழே சரியான நிழல்பகுதியைக் கண்டு பிடித்து வயல்களைப் பார்த்தபடி அமர்ந்தேன்.

பேனா என் விரல்களுக்கிடையே ஏடாகூடமாக அமர்ந்திருந்து. மேலும் வார்த்தைகளும் வருவதாக இல்லை. எப்படித் தொடங்குவதென்றும், மென்மையான ஒரு தாளில் முதல் வார்த்தையை எழுதுவதற்கான சிரமத்தை எப்படிக் கடப்பது என்பதையும் அந்த எழுத்தாளிடம் கேட்டிருக்க வேண்டும் என்று தோன்றியது. எவரொருவரும் கடிதத்தில் எழுதும் முதல் வார்த்தையை நினைவுக்குக் கொண்டுவந்தேன். சிறீ, சமஸ்கிருதம், எனக்குத் தெரிந்த ஒரே சமஸ்கிருத வார்த்தை.

கடவுள்களை முதலில் நினைக்க வேண்டும். என் சொந்தக் கடவுளோ பத்ரகாளி, இந்தக் கடவுளைத்தான் என் வேலையைச் செய்வதற்கு நான் அழைக்கப்பட்ட போதெல்லாம் வணங்கி வந்தேன், மற்றும் அய்யப்பன், அவருடைய பெயரால்தான் நான் குறைந்தது இருபதுமுறை சபரிமலை சென்றேன். அவர்கள் இருவரைப் பற்றியும் நினைத்தேன், சிறிது நேரம் வேண்டிக் கொண்டேன், அதன் பிறகும் எதுவும் நடக்கவில்லை. நான் விநாயகனை நினைத்தேன், பானை வயிற்றோடு காற்றில் துதிக்கை அசைந்தபடி, அதன் பிறகும் ஒரு வார்த்தையும் வரவில்லை.

பிறகு அந்தக் கொடுங்கனவைப் பற்றி நினைத்தேன், அதைப் பற்றி எழுதினேன். அது முடிந்த பிறகு நான் சிறைச் சாலையைப் பற்றி நினைத்தேன், அதைத் கால் நூற்றாண்டுக்கு முந்தையதாகச் சித்தரிக்க முயற்சித்தேன், பிறகு கடைசியாக வார்த்தைகள் வரத் தொடங்கின. மெதுவாகவும், வலி நிரம்பியவையாகவும் ஒழுங்கற்றவையாகவும் பிம்பங்கள் என் மனதில் தோன்றின. நான் அதைப்பற்றி எழுத முடிவுசெய்தேன். மேலும் இவற்றிலிருந்து வேறுபட்ட வகையாகவும் அதை எழுத முடிவு செய்தேன். அதை எப்படி அழைப்பதென்று தெரியவில்லை. ஏனெனில் அது இன்னும் ஒரு புத்தகமாகவில்லை. இது ஒரு நாட்குறிப்பு அல்லது ஒரு குறிப்பேட்டைப் போன்றது, ஒரு வகையில் அவர்கள் கூறிய பெயரோடு ஒன்றியிருப்பதே சிறந்தது. தூக்கிலிடுபவரின் குறிப்பேடு. அது நன்றாயிருப்பதாகப்பட்டது. அது சொல்வதற்கும் எளிதாக இருந்தது. எழுத்தாளரிடம் அதன் ஆங்கில வார்த்தைகளைக் கேட்க முடிவு செய்தேன்.

என் மனதில் உள்ள சித்திரத்தைக் கொண்டு நான் சோதனை செய்வேன். என் தலைக்குள் அதைக் கற்பனை செய்ய முயற்சிப்பேன், நான் விவரித்த சித்திரத்தினுள் நானும் இருக்க முயல்வேன், வந்த விதத்தில் வார்த்தைகளைக் கொண்டு அதை எழுதுவேன். அந்தச் சித்திரத்தில் நானும் இருப்பேன் என்பதால் அதைப்

பற்றி எழுதினேன். அது நிகழ்காலத் தன்மையில் இருக்கும். குறிப்பேட்டின் பிறவற்றைப் போலல்லாமல், எழுத்தாளருக்கு அது குழப்பக்கூடியதாக இருக்காது என்று நம்பினேன். அவர் எவ்வளவு புத்திசாலியென்பதும் அவர் எவ்வளவு விரைவாகப் புரிந்து கொள்வார் என்பதும் உண்மையிலேயே எனக்குத் தெரியவில்லை.

இது ஒரு மெல்லிய குளிர்காலக் காலைப்பொழுது, சூரியன் புவி விளிம்புக்குச் சற்று மேலாக வந்து விட்டிருக்கிறது. பறவைகளின் பாடல் காற்றிலும் கலந்திருக்கிறது. பனி விலகிக் கொண்டிருக்கிறது, வெளியே முற்றத்திலுள்ள புற்களின் மீது பனித்துளிகள் பொன்னிறமாக மின்னுகின்றன.

கற்கள் மற்றும் செங்கற்களாலான பழுப்பு மற்றும் கரிய நிறம் கட்டிடங்களைச் சுற்றியும் சிறையின் மதில் சுவர் வளைந்து செல்கிறது. சிறையின் பெரிய மதிலுக்குள் மரங்களும், வடக்கேயிருந்து நகர்ந்து வந்து கறுத்தும் கனத்தும் பெரியதாகப் பெய்யும் மழையினால் விளைந்த பசுஞ்செடிகளும் நிரம்பியிருக்கின்றன. சிறையைச் சுற்றிலுமுள்ள உலகம் புதிய நாளுக்காக உயிர் பெற்று வருகிறது, ஆனால் எனக்குப் பின்னாலோ மரணம் காத்து நிற்கிறது.

சிறைவாயில் என்கிற இருண்ட வாய்வழியே நான் வெளியேறிக் கொண்டிருக்கையில் ஒரு ஆம்புலன்ஸ் மெள்ள வெளியே செல்கிறது. அது உஸ்ஸென்று மூச்சுவிட்டபடித் தள்ளாடும் ஓய்ந்துபோன இஞ் சினைக் கொண்ட ஒரு பழைய வெள்ளை பெட்ஃபோர்டு வண்டி. அதன் பக்கவாட்டில் இருக்கும் சிவப்புச் சிலுவை நாள்பட்டு நிறம் மங்கிப் போயிருக்கிறது. அதன் பின்பக்கக் கண்ணாடி அழுக்காக கிட்டத்தட்ட ஒளிபுக முடியாதபடி இருக்கிறது. வாகன ஓட்டி தன் இருக்கையில் தலையைக் குனிந்தபடி உட்கார்ந்திருக்கிறான். அவனுக்கு சைரன் மற்றும் பளிச்சிடும் விளக்குகளின் தேவை இல்லை, ஒரு உயிரைக் காப்பாற்ற மருத்துவமனைக்கு விரையவேண்டிய அவசியமில்லை, ஏனெனில் வண்டியின் உள்ளே ஸ்ட்ரெச்சரின் மீது கிடக்கும் மனிதர் ஏற்கனவே இறந்து விட்டார். அவருடைய உறவினர்கள் அவரது உடலை மயானத்திற்கு எடுத்துச் செல்கின்றனர். என்னால் ஒரு கணம் உள்ளே பார்க்கமுடிகிறது. அங்கே மூன்று ஆண்களும் ஒரு பெண்ணும் முகத்தைத் தொங்கவிட்டபடி உடலைச் சுற்றி மௌனமாக அமர்ந்திருக்கிறார்கள். அழுகையில்லை, அலறல் இல்லை, வெறும் அமைதி. அவர்கள் போகும்போது என்னைத் திரும்பிப் பார்க்கவில்லை, நான் நிம்மதியடைகிறேன், அந்த மனிதனை நான் ஒரு மணி நேரத்திற்கு முன்பு கொன்றிருந்தேன். கோபுரத்தின் விளக்குகளில் இருந்து வரும் ஒளிவெள்ளத்தில்

நான் அந்த மனிதரின் தலையில் முகமூடியை அணிவித்து அவரது கழுத்தைச் சுற்றி வெள்ளைச் சுருக்கை மாட்டினேன். அதன் முடிச்சைச் சரியானபடி இறுக்கினேன். பிறகு அமுங்கிய குரலிலான ஒரு பிரார்த்தனையோடு பொறிக்கதவை இயக்கும் நெம்புகோலை இழுத்தேன், அவர் கீழே சென்றார்... கயிறு ஒரு நிமிடத்திற்குத் துடித்தது, அவர் போய்ச் சேர்ந்து விட்டார்.

அவர் இளைஞராக இருந்தார், மூன்றாண்டுகளுக்கு முன்பு அவர் வேறு இரு இளைஞர்களைக் கொன்று விட்டார். அவருடைய முகம் இளமையோடிருந்தது. ஆனால் கண்களோ ஆயிரம் ஆண்டுகள் வயதானவை, இமைதாழ்ந்து, எங்கோ வெறுமையில் நிலைகுத்தியிருந்தன அந்தக் கண்கள். சிறையின் தலைமைக் காவலர் அவருடைய குற்றங்களின் பட்டியலை வாசிப்பதை நான் கேட்டேன். காரணமென்னவென்றால் அவர் மரணதண்டனை விதிக்கப்பட்டிருக்கிறார். பிறகு அசைவற்ற அமைதியோடு அவர் வழிபாட்டுப் பாடலைக் கேட்பதைப் பார்த்தேன். அவர்கள் அவருக்கு வழங்க முடிந்த ஒன்றே ஒன்று அவருடைய வாழ்வுதான். ஆனால் அவர்கள் அதைச் செய்யப்போவதில்லை.

அது ஒரு மணி நேரத்திற்கு முன்பு. இப்போது அந்த கண்கள் எப்போதைக்குமாக மூடியிருக்கின்றன. அவருடைய உடலைக் கொண்டு செல்லும் மக்கள் அவரைக் கொன்ற மனிதன் நான்தான் என்பதை அறிந்திருப்பார்களா? இதன் பதிலை ஒருக்கால் நான் எப்போதும் தெரிந்துகொள்ளாமல் போகலாம். அவர்களை மீண்டும் எப்போதாவது சந்திப்பேனா என்று வியக்கிறேன். அப்படிச் சந்தித்தால் அவர்களிடம் நான் என்ன கூறுவேன்?

சிறை வளாகத்தை விட்டு வெளியேறுகையில் அதன் பழுப்பான சுவர்களை திரும்பிப் பார்க்கிறேன். மேலே உயரத்தில் சிறிய கறுப்பு செவ்வகத்தில் ஆங்கிலத்தில் சில சொற்கள் எழுதப்பட்டிருக்கின்றன. நான் ஆங்கிலம் படித்ததில்லை. ஆனால் சில ஆண்டுகளுக்கு முன்பு சிறைக் காவலரில் ஒருவர் அங்கே என்ன எழுதியிருக்கிறது என்பதைக் கூறினார். 'மத்தியச் சிறை, பூஜாபுரா ஹிஸ் ஹைனஸ் ரவிவர்மாவால் 23,1886 - ல் திறந்து வைக்கப்பட்டது. அந்த வார்த்தைகள் அப்போது எனக்குச் சாதாரணமாகவே பட்டன. ஹிஸ் ஹைனசைப் பற்றி கேள்விப்பட்டிருக்கிறேன், அவ்வளவுதான்.

சிறைமதிலுக்கு இட்டுச்செல்லும் சாலையின் ஓரத்திலிருக்கும் தோட்டங்கள், அதற்கு அப்பால் பொதுச் சாலை இருக்கிறது, அத்தோட்டங்களில் முந்திரியும், மாங்காயும் நன்கு விளைகின்றன.

ஒரே சமமான, மூன்றடி உயரமுள்ள மரவள்ளிச் செடிகள் சரிவுகளெங்கும் பரவியிருக்கின்றன. மற்றும் தென்னை மரங்களின் தொகுப்பொன்று தாழ்வுறும் வானத்திற்கு எதிராகத் தங்கள் கீற்றுகளை அசைத்தபடி நின்றுகொண்டிருக்கின்றன. சிறைச்சுவற்றின் பக்கமாகச் சாலை வளைகிறது, உயரமான சுவரின் மீது உடைந்த கண்ணாடிச் சில்லுகள் மின்னுகின்றன.

சிறைக்கதவிலிருந்து நூறுமீட்டர் தொலைவில் ஒரு சிறிய வட்டப்பாதை இருக்கிறது. அது காவல் கூண்டிற்குள் அமர்ந்தபடியிருக்கும் காக்கியணிந்த காவலனால் கண்காணிக்கப்படுகிறது. அந்த வட்டப்பாதையின் வலது திருப்பம் உங்களை சிறை அலுவலரின் குடியிருப்புக்கு இட்டுச் செல்கிறது. அந்த அசிங்கமான கட்டிடங்கள் அரசாங்க அடுக்கு வீடுகள். ஆனால் என் சொந்த வீட்டோடு ஒப்பிட்டாலோ அவை அரண்மனைகள். இடப்பக்கம் இருப்பது சிறையின் முக்கிய கதவு, விடுதலைக்கு இட்டுச் செல்லும் பாதை.

காற்று வீசி மேகங்களைச் சிதறடிக்கிறது, அவற்றிற்கு இடையே சூரியன் ஒரு கணநேரம் ஒளிர்கிறது, அப்போது தோட்டங்கள் உயிர்பெறுகின்றன. உலகம் இருண்டும், ஈரமாகவும் இருக்கிறது, இளஞ்சூரிய ஒளி வெளிப்பட்டவுடன் தண்ணீர்க் குட்டைகள் ஒளியால் மின்னுகின்றன. இலைகள் மென்காற்றில் நடனமாடுகின்றன. சடசடவென்று விழும் மழைத்துளிகள் இலைகளிலிருந்து வழிந்து மெத்தென்ற தரையின் மேல் விழுகின்றன.

நாங்கள் அமைதியாக இருக்கிறோம், நாங்கள் மொத்தம் ஏழுபேர், எங்களில் பெரும்பாலானவர்கள் ஒரே இனத்தைச் சேர்ந்தவர்கள். நான்தான் தூக்கிலிடுபவன், மற்றவர்கள் என்னுடைய அடியான்கள் அல்லது உதவியாளர்கள். நாங்கள துப்பாக்கி சுடும் படையைப் போன்றவர்கள். தண்டிக்கப்பட்ட மனிதனின் மரணமானது, எங்களில் ஒருவர் மீது மட்டும் விழாமல் மாறாக எங்கள் அனைவரின் மீதும் படியும்படியாக எங்கள் வேலைகளைப் பகிர்ந்து கொள்பவர்கள், ஆனால் நான் அவர்களுடைய தலைவனாக இருப்பதால் பாரத்தை நான் தாங்கிக் கொள்கிறேன். அவர்களும் நான் அவர்களுக்காக அதைச் செய்யவேண்டும் என்று எதிர்பார்க்கிறார்கள்.

நான் திரும்ப வேண்டியிருக்காது என்று நம்புகிறேன். நான் கிளம்புகிற ஒவ்வொரு முறையும் இந்த நினைவோடுதான் கிளம்புகிறேன். ஒவ்வொரு முறையும் சிறைத் தலைமைக் காவலரின் அழைப்புக் கிணங்கி நான் இங்கு திரும்பி வர வேண்டியதாகி

விடுகிறது. இம்முறை, இருப்பினும், இந்த நினைப்பு வலுவானதாக இருக்கிறது, ஏனெனில் இதுதான் முதல்முறை நான் இந்த ஆம்புலன்ஸ் வண்டியைப் பார்க்கிறேன்.

இருள் விரிந்து பரவுகிறது.

அந்த இரவு நான் அதிகம் தூங்கவில்லை. கொடுங்கனவுகள் ஏதும் இருக்கவில்லை. ஆனால் இரண்டு பத்திகள் எழுதி முடித்தபிறகு உயிர் பெற்ற நினைவுகள் என்னோடு தங்கிவிட்டன. அவை துல்லியமானவை, என்னால் பெரும்பாலான விவரங்களை நினைவுகூர முடிந்தது. ஆனால் சில பகுதிகள் தவறிப் போயிருந்தன, என்னால் நினைவுகூர முடியாத பெயர்கள், மற்றும் முழுமையாகக் காண முடியாத காட்சிகள். காலையில் நேரத்திலேயே உண்டு விட்டு எட்டுமணிக்குப் பின்கட்டிற்குச் சென்றேன். கையில் பேனாவோடு, வார்த்தைகள் வருவதற்காகப் பொறுமையின்றிக் காத்திருந்தேன், ஆனால் மீண்டும் அவை விலகி விலகியே சென்று கொண்டிருந்தன.

நான் என்ன செய்து கொண்டிருக்கிறேன் என்பதைப் பார்க்க வந்த செல்லம்மாள், மேசையில் முழங்கைகளை ஊன்றியபடி, கைகளுக்குள் முகத்தைப் புதைத்தபடி, எழுதும் உறுதியோடு ஆனால் ஒரு வார்த்தை கூட எழுத முடியாமல் உட்கார்ந்திருப்பதைக் கண்டாள். "உங்களுக்குப் பைத்தியம் பிடிச்சிருக்கு" அவள் பொருமினாள். "உங்க உடம்பு சரியில்லேன்னு நினக்கிறேன்."

"என்னத் தனியா விடு" என்றேன் அவளிடம். "நீ எப்பவுமே நான் என் நண்பர்களோட சுத்துறேன்னு குத்தஞ் சொல்லுவே. இப்போ வீட்டுக்குப் பின்னாடி அமைதியா உட்காந்திருந்தா என்னப் பாத்து பொருமுறே. உனக்கு என்ன பிரச்சனை கிழவி..." அவளுடைய வெற்று ஆரவாரம் தடுக்கப்பட்டு விட்ட கடுகடுப்போடு அவள் அப்பால் சென்றுவிட்டாள். அவளை நான் கிழவி என்று அழைப்பது அவளுக்குப் பிடிப்பதில்லை. நான் என்ன, அவளைவிட சில வருடங்கள் மூத்தவன், அவ்வளவுதான். ஆனால் அவள் போய்விட்டாள். எனக்கு வேண்டியதும் அதுதானே.

அவள் சென்றபிறகு வார்த்தைகள் வெள்ளமாகப் பாய்ந்து வரத் தொடங்கின, மதிய உணவுக்கு முன்பாக, நான் நிறுத்தியபோது, முற்றிலும் வடிந்துபோய் விட்டது போலத் தோன்றியது... வெறுமை, வெறுமை, கூடவே ஒரு விடுதலை உணர்வு.

இந்த வாக்கியத்தை எழுதி முடித்த பிறகுதான் பார்த்தேன், என் விரல்களிலும், மணிக்கட்டிலும் வலி ஏற்பட்டிருந்தது. எழுதிக் கொண்டிருந்த போது இந்த வலியை நான் கவனிக்கவில்லை.

என்னைப் போன்ற வயதானவனுக்கு இழந்த திறமைகளை மீண்டும் கூர்மைப்படுத்துவதென்பது கடினமான காரியம், ஆனால் நானோ மீண்டும் எழுதுகிற அச்சமூட்டும் எண்ணத்தைக் கொண்டிருந்தேன். நான் பள்ளியில் மூன்றாம் வகுப்பு வரைதான் படித்திருந்தேன். அறுபது ஆண்டுகளுக்கு முன்பு அப்போது நான் எழுதிய ஒரு பக்கக் கட்டுரைதான் இதுவரை நான் எழுதியவற்றிலேயே நீளமானது.

ஒவ்வொரு வார்த்தையும் ஒரு டன் எடை கொண்டவையாக வெளிவந்தன. ஆனால் எழுத்து மெல்ல மெல்லக் கை கூடுவதை என்னால் பார்க்க முடிந்தது. முதல் இடமாக, இரண்டாவது பத்தியை எழுதிக் கொண்டிருந்த போது, திடீரென்று ஒரு நினைவு தோன்றியது. அதிகாலை வேளையில் நான் திரும்பிப்பார்த்த சிறைக்கதவை பற்றிய நினைவு, முற்றம், இருண்ட தாழ்வாரம் மற்றும் முதல் தளத்திலுள்ள சிறைத் தலைமைக் காவலரின் அலுவலகத்திற்கு இட்டுச் செல்லும் குறுகிய மரப்படிக்கட்டுகளைப் பற்றிய நினைவு. வெளியே குழிகள் நிறைந்திருந்த சாலையைப் பற்றி, வட்டப்பாதை நோக்கிச் சென்ற பாதையின் பக்கங்களில் இருந்த விளக்குக் கம்பங்கள் மற்றும் தாழ்வான உத்திரத்தின் மீது சாய்ந்தபடியிருக்கும் வாயில் காவலன், அதற்கு அப்பால் இருக்கும் விடுதலை ஆகியவை பற்றிய நினைவுகள். எல்லாவற்றுக்கும் மேலாக இனி இங்கு திரும்பிவரக் கூடாது என்ற என்னுடைய எண்ணத்தின் தீவிரத் தன்மையை நினைவு கூர்ந்தேன். மேலும் தூக்குக்குப் பிறகு இவ்வளவு இறுகிய முகத்தோடு நான் திரும்பியதைப் பார்த்ததே இல்லை என்று கூறிய என் அடியான்களில் ஒருவனையும் நினைவு கூர்ந்தேன்.

சிறைக்கு என்னுடைய கடைசி வருகையைப் பற்றிய விவரணையை எழுதிமுடித்த பிறகு, லேசான மனதோடு அமர்ந்தபடி சூரியன் மெள்ள அஸ்தமிப்பதைப் பார்த்துக் கொண்டிருந்தேன். நான் இந்த மெல்லிய உணர்வை இழக்க விரும்பவில்லை என்று எண்ணினேன், ஆனால், அன்று இரவு நான் உறங்கியபோது அது என்னிடமிருந்து நழுவிச் செல்வதை உணரமுடிந்தது. காலையில் அமைதியற்றவனாய் விழிப்புற்றேன். மாலையிலிருந்த மன அமைதி காணாமல் போய், அதன் இடத்தை எழுதவேண்டுமென்ற அவசரமும் இயலாமையும் ஆக்கிரமித்துக் கொண்டு விட்டன.

3

அவர்கள் சரியாக பதினோரு மணிக்கு வந்தார்கள், வாக்களித்தபடி, நான் வாசற்படியில் காத்திருந்தேன்.

அவர்களுடைய முகங்கள் என்னைப் பார்த்ததும் பளிச்சிட்டன. அவர் தலையசைத்தார், பிறகு ஏதோ சொன்னார், அது இவ்வாறு பொருள் தொனித்தது "தொந்தரவாக உங்களைப் பார்க்கிறேன்." அவருடைய தமிழ் உண்மையிலேயே கொடுமையானது.

"என்ன?" நான் கேட்டேன்.

அவர் அந்தப் பெண்ணிடம் திரும்பினார், பிறகு அவள் விளக்கினாள். "நீங்க மன அமைதியின்றி இருக்கறீங்கன்னு அவர் நினைக்கிறார். உங்கள் கண்களில் அவர் அதைப் பார்க்கிறார், அது நல்லதுன்னு சொல்றார்." அவர்கள் ஒன்றாகப் பேசியபோது ஒரே போலத் தோன்றினார்கள், மிகவும் வேறுபட்டவர்களாக இருக்கும் போதிலும். அந்தப்பெண் ஒடிசலாக சிவப்பாக தீர்க்கமான தன்மைகளைக் கொண்டிருக்கிறாள், அந்த மனிதர் குண்டாகவும், கருத்தும், மழுங்கலாகவும் இருந்தார்.

"நான் தொந்தரவுக்கு உள்ளாயிருக்குறது நல்லதுன்னு அவரு எப்படி நினக்கிறாரு?" நான் கேட்டேன்.

என்னுடைய எரிச்சல் வெளிப்பட்டிருக்கவேண்டும், ஏனெனில் அவர்களுடைய பதிலில் சாந்தப்படுத்தும் தொனியிருந்தது. "நீங்க எழுதத் தொடங்கியிருப்பதால்தான் தொந்தரவுக்கு உள்ளாகியிருக்கீங்க, நீங்க எழுதத் தொடங்கியிருப்பது ஒரு நல்ல விஷயம்னு அவர் சொல்றார்."

"எழுதுறது இப்படியொரு வலியாய் இருக்கும்னா" நான் உறுமினேன், "அப்போ நான் இதைச் செய்யப்போவதில்லை. நான் சொல்றேன், நீங்க உட்கார்ந்து எழுதுங்க."

அவர் புன்னகைத்தார். "அதை உங்களுக்காக எழுத முடியும்னு நான் சொன்னேன்," அவருடைய மோசமான தமிழில் நிறுத்தி நிறுத்திச் சொன்னார். "நீங்களே செய்ய வேண்டும்னு நீங்க விரும்பினீங்க."

நான் எங்கோ பார்த்தேன். அவருடைய ஆர்வம் வியப்பூட்டியது. "நான் சும்மா கிண்டல் செய்தேன்" என்றேன், "காப்பி?"

அவர்கள் ஒரேபோல தலையசைத்தார்கள்.

நான் என்ன எழுதியிருக்கிறேன் என்பதைக் கூறுவது கடினம். அதை அவரிடம் காண்பிப்பதும் கடினம். என் லுங்கியை நானே அவிழ்த்துவிட்டு விட்டு கூட்டம் மிகுந்த தெருவில் நிற்பதைப் போலத்தான். அதுவும் எப்படித் தொடங்குவது என்று குழம்பிக் கொண்டிருந்த போது அவரே தொடங்கினார், என் எழுத்தில் இருந்த விஷயத்தை எப்படி வெளியே கொண்டுவருவது என்று நான் வியந்து கொண்டிருந்தபோது, "உங்களுக்குக் கொஞ்சம் எழுதுவதற்காவது நேரம் கிடைத்ததா?"

நேரம்? என்னிடம் இருந்ததெல்லாம் அது மட்டும்தான். நான் தவிர்க்கப் போவதில்லை, முடிவு செய்தேன். "நான் கொஞ்சம் எழுதினேன், ஆனால் நேரம் அதிகம் கிடைக்காததால், அதிகம் எழுதலைன்னு இல்லே."

அவர் அந்தப் பெண்ணிடம் பேசினார். பிறகு அவள் என்னிடம் கூறினாள், "நீங்க என்ன எழுதியிருக்கீங்க என்பதை எங்களிடம் காட்ட விரும்புறீங்களா?... அது சிலநேரங்களில் சிரமமானதுன்னு அவர் சொல்றார், ஆனா எங்களிடம் பேசுவதை விட அது உங்களுக்குச் சிரமமானதாக இருக்காது."

அவருக்கு எல்லாம் தெரிந்திருக்கிறது. "எழுதுறது எப்பவாவது உங்களுக்குச் சிரமமா இருந்திருக்கா?" அவரிடம் கேட்டேன்.

"ஆமாம், இப்போ நீங்க செய்ற மாதிரி... காயம் பட்டுத் தான் கற்றுக் கொண்டேன்"

"ஓ" அது ஒரு ஆறுதல். நான் அவரை ஒரு எழுத்தாளர் என்பதைத் தவிர வேறொன்றாக நினைத்ததேயில்லை. "அப்போ அதை நான் உங்களுக்கு கொண்டு வர்றேன்." வீட்டினுள்ளே சென்று புத்தகத்தை எடுத்த அதே சமயம், காப்பி இருந்த மூன்று குவளைகளில் கடைசியானதில் செல்லம்மாள் சர்க்கரையைக் கலக்கிக் கொண்டிருந்தாள்.

காப்பியை உறிஞ்சும் முன்பு அவர் அந்தப் புத்தகத்தை தன் தோழியிடம் கொடுத்தார்.

நான் எழுதியிருந்த மூன்று பக்கங்களை அவள் படிக்கத் தொடங்கினாள். நான் செய்த பிழைகளையும், அந்தக் காகிதத்தில் நான் ஏற்படுத்தியிருந்த அசிங்கமான கறுப்புத் தடங்களையும் நினைத்தபோது எனக்கு வெட்க உணர்வு ஏற்பட்டது.

நான் கவனித்தபோது அவள் நேரத்துக்கு நேரம் புத்தகத்திலிருந்து மேலே பார்த்து அவரிடம் ஆங்கிலத்தில் பேசினாள். அவள் தன் விரலை அந்தப் பக்கத்தின் மீது வைத்தாள் அவள் எங்கே இருக்கிறாள் என்பதைச் சுட்டுவதற்காக, பிறகு அதைச் சத்தமாகப் படித்தாள், தமிழில், அவருக்குப் புரியாத பகுதிகளை மொழிபெயர்த்தபடி. நான் என்ன எழுதியிருக்கிறேன் என்பதை அவள் புரிந்து கொண்டாள். எல்லாம் சரி. அவள் பெரிதும் அலட்டிக் கொள்ளவில்லை. அவள் படித்து முடித்து நிமிர்ந்து பார்த்தாள். "சரிதானா?"

"ஆமாம்" என்றேன். நான் மீண்டும் உறுதிப்படுத்திக் கொண்டேன். அவள் படித்துக் காட்டிய போது அது ஒன்றும் மோசமானதாகத் தெரியவில்லை. ஒருவேளை அது அவள் வாசித்த விதத்திலும் இருக்கலாம், ஆனால் அந்த வாசகங்களில் ஒருவித ஓசைநயம் இருந்தது, அதை நான் எழுதியபோது கவனிக்கவில்லை.

"உங்களுக்கு இது எப்படித் தோணுது?" அவள் எழுத்தாளரிடம் தமிழில் கேட்டாள்.

"எல்லாம் சரி" என்றார். பிறகு தீவிரத்தோடு என்னைப் பார்த்தார். "இது நான் நினைத்ததை விடவும் நன்றாக இருக்கிறது. நேர்மையாக."

"எனக்கு சந்தோசம்" என்றேன். "நேர்மையா"

அவர் சட்டென்று சிரித்தார்.

அவர் தன் பைக்குள் தோண்டிப்பார்த்து மேலும் இரண்டு நோட்டுப் புத்தகங்களைக் கொடுத்தார். "இந்த நோட்டுகளைப் பயன்படுத்துங்க, இவை உங்களுக்குத் தேவைப்படும். இவைகளெல்லாம் எங்கிருந்து வந்ததோ அங்கே இன்னும் ஏராளம் இருக்கிறது."

அந்த மூன்று புத்தகங்களையும் நான் வெறுமனே பார்த்தேன். இரண்டு அவருடைய கைகளில், ஒன்று அவளிடம். பயத்தின் சிறிய குத்தலை உணர்ந்தேன். "அந்த அளவுக்கு நான் எழுதணும்னு உண்மையிலேயே நீங்க எதிர்பார்க்கறீங்களா?" என்றேன் நான்.

"இல்லை" என்று பதிலளித்தார். "நீங்க இன்னும் அதிகமா எழுதுவீங்க. ஒருமுறை உண்மையிலேயே வெளியே கொட்டத் தொடங்கிடுச்சுன்னா அதுக்குப் பிறகு உங்களாலே அதைத் தடுக்க முடியாது."

அந்தப் புத்தகங்களை நிரப்பிவிட முடியும் என்பதைக் கற்பனை கூடச் செய்ய முடியாமல் அவரை விழித்து விழித்துப் பார்த்தேன். "இதுக்கு எத்தன வருசம் பிடிக்கும்னு நீங்க நினக்கிறீங்க..." குழந்தைத்தனமாகக் கேட்டேன்.

அவர் சிரித்தார். "உங்களுக்கு எப்படியோ, முயற்சி செய்து பாருங்க."

"அது சரி... மறுபடி எப்ப வருவீங்க?"

"நீங்க சொல்லுங்க"

"ஒரு வாரத்துலே...?"

"இன்னையிலிருந்து ஒரு வாரத்தில். இதே நேரம் இங்க இருப்போம்."

அவர்கள் சென்றபிறகு நான் மீண்டும் வீட்டுக்குள் சென்று இரண்டு மடக்கு கட்டில்களுக்கு மேலே இருந்த அடுக்கில் நோட்டுப் புத்தகங்களை வைத்தேன், அதில்தான் கடிகாரத்தையும் சில வேண்டாத பொடிச் சாமான்களையும் வைத்திருந்தேன். அவர்கள் இருவரும் சுலபமாகத் தங்களுக்குள் பரிமாற்றம் ஏற்படுத்திக் கொண்டதை வியந்தேன். ஒரு மூன்றாவது மனிதரின் தனிப்பட்ட எண்ணங்களைப் படிப்பதும், ஒன்றாகப் புரிந்து கொள்வதுமாக, தங்களோடு எந்தத் தொடர்புமற்ற வயதான ஒருவனைப் பற்றி அவர்களிடையே இருந்த நெருக்கத்தை நினைத்தபடி, எனக்கு மிகவும் நெருக்கமாய் இருந்த மனிதனைப் பற்றி நினைவு கூர்ந்தேன்.

ஆகவே நான் என் ஆசிரியரைப் பற்றி எழுதினேன். எனக்கு நண்பராக மாறிப்போனவரைப் பற்றி.

நாங்கள் சந்தித்து இருபதாண்டுகளுக்கு மேல் ஆகியிருந்தாலும், அவரைப் பார்த்த உடனேயே என்னால் அடையாளம் கண்டு கொள்ள முடிந்தது.

அவர் பெயர் பிரபாகரன். பிரபாகரன் மாஷ், மாஸ்டர் என்பதை இந்தப் பகுதிகளில் இப்படித்தான் அழைக்கிறார்கள்.

அவர் ஒரு பள்ளி ஆசிரியர். நான் சிறியவனாக இருந்தபோது அவர் எனக்குக் கற்றுக்கொடுத்திருந்தார், அதுவரையிலும் என் தந்தையால் என்னைப் பள்ளிக்கு அனுப்பச் செலவு செய்ய முடிந்தது, ஏனெனில் அந்த நாட்களில் பள்ளிசெல்வதென்பது கட்டாயமும் அல்ல மலிவானதும் அல்ல. ஒரு குழந்தையின் ஒரு மாத பள்ளிக்கட்டணம் ஒரு தொழிலாளியின் மாத வருமானத்திற்கு இணையானது. பிள்ளைகள் வீட்டில் எவ்வளவு முடியுமோ அவ்வளவே கற்றார்கள், பெரும்பாலோர் படிப்பறிவு அற்றவர்களாகவே எஞ்சினார்கள். அவர்களிடம் உள்ள கொஞ்சம் பணத்தை வரவு செலவு செய்ய மட்டும் எண்களை நினைவில் கொள்ளப் பழகிக்கொண்டார்கள்.

மாஷ் ஓரிரு வருடங்கள் பள்ளியில் எனக்குச் சொல்லிக் கொடுத்தார். அவர் என் சிறுபிராயத்தில் ஆதர்சமாகத் திகழ்ந்தார், நான் அவர்மீது பயமும் மதிப்பும் ஒருங்கே கொண்டிருந்தேன். கறுப்புக் கோட்டும், வெள்ளைத் தலைப்பாகையும், கறைபடியாத வெள்ளை முண்டும் அணிந்து கொண்டு, கையில் பிரம்பைப் பிடித்துக்கொண்டு, வீட்டுப்பாடம் எழுத மறந்தவர்களைத் தேடியபடி மாணவர்களிடையே வீரநடை போட்டு வருவார். பள்ளிக்கூடம் அப்படியொன்றும் கவரக் கூடியதாக இருக்கவில்லை, ஒரு நீண்ட தாழ்வான அறைகளாகப் பிரிக்கப்பட்ட ஒரு கட்டிடம், அதில் தலைமையாசிரியரின் அறை ஒரு ஓரத்தில் இருந்தது. ஆனால் ஆசிரியர்கள் ஈர்க்கக் கூடியவர்களாக இருந்தார்கள். மாணவர்களுக்கோ அவர்கள் அனைத்தையும் அறிந்தவர்களாகத் தோன்றினார்கள்.

குறிப்பாக பிரபாகரன் மாஷ். அவருடைய அற்புதமான குரல் அந்தச் சிறிய பள்ளியெங்கும் ஒரு எக்காளத்தைப் போல முழங்கிச் சுழன்றது. ஆங்கிலத்தை மிகச்சரியாகச் சொல்வதற்காக, உச்சரிப்பைச் சரியானதாகக் கொண்டு வருவதற்காக அவர் தன் நாக்கைச் சுழற்றிப் பேசுவதால் அவருடைய வகுப்பில் அமர்ந்து கொண்டு அவரை கவனிக்காமலிருப்பது கடினம், ஆனால் சரியான ஆங்கில உச்சரிப்புக்குப் பக்கத்தில் கூட அவர் வரவில்லை என்பது எங்களுக்குத் தெரிந்திருக்கவில்லை. நாங்கள் ஒருபோதும் ஒரு வெள்ளைக்காரன் பேசிக் கேட்டதில்லை. திருவிதாங்கூர் ராஜாங்கத்தில் சில வெள்ளையர்கள் இருந்து வந்தனர்.

அவர் சமஸ்கிருதமும் சிறிது யோகாவும் அறிந்திருந்தார். அவர் கறைபடாத ஆடைகளணிந்தவாறு சூரியநமஸ்காரம் செய்வார். பலமாக மூச்சுவிடாமலும் தன் ஆடைகளை அசுத்தம் செய்துகொள்ளாமலும், அவர் எதையும் செய்யக் கூடியவரென்று

நாங்கள் நினைத்து வந்தோம். அவர் குரலையும், தோற்றத்தையும் கொண்டு இந்த உலகையே ஆளக்கூடிய தகுதி பெற்றவர் அவர் என்பதே எங்கள் கருத்தாக இருந்தது.

காற்றுக்கால செப்டம்பர் மாத மாலையொன்றில் நாகர்கோயிலுக்கு அருகே ஏதோ ஒரு இடத்தில் வயல்களின் பக்கமாகச் செல்லும் பாதையில் நான் அவரைக் கண்டேன். பள்ளிநாட்களை விடவும் இப்போது சிறுத்துப் போயிருந்தார். அவருடைய புதிய கனத்த கருப்புச் சட்டமிட்ட மூக்குக் கண்ணாடி அவருக்குப் பெரியதொரு அறிஞருக்கான தோற்றத்தைத் தருகிறது. அவருடைய தலை முடி பள்ளிக்காலத்தில் இருந்ததைப் போலவே அடர்த்தியாக இருக்கிறது. ஆனால் இப்போது அது அதிகம் வெள்ளையாகியிருக்கிறது, மற்றும் அவருடைய முறுகலான முண்டாசை இப்போது காணோம். மேல் கோட்டு எஞ்சியிருக்கிறது, அது அப்போது இருந்ததைப் போல அற்புதமான, தூய்மையான ஒன்றாக இல்லாத போதிலும். அது வெளுத்துப்போய், உருக்குலைந்திருக்கிறது, மற்றும் ஆங்காங்கே அது சீர் செய்யப் பட்டதற்கான தடங்களும் இருக்கின்றன. அவருடைய முண்டு அது இருந்து வந்ததைப் போலவே அப்பழுக்கற்றதாக இருக்கிறது, ஆனால் அது இப்போது கஞ்சி போடப்பட்டும், பொடமொடப்பாகவும் இல்லை. அவருடைய நடை ஓரளவுக்கு அதன் வழக்கமான கம்பீரத்தை இழந்திருக்கிறது, மற்றும் அவருடைய நடையின் எட்டு குறுகியிருக்கிறது. அவர் இப்போதும் மெலிந்திருக்கிறார், ஆனால் அவர் மேல்கோட்டின் கீழே வயிறு பெருத்துக் கொண்டிருப்பதன் அடையாளம் தெரிகிறது. அவர் இப்போது அறுபதை நெருங்கிக் கொண்டிருக்க வேண்டும், ஓய்வு பெற்றிருக்க வேண்டும்.

மாஷ், மற்றவர் பலரையும் போல, சோதனைக் காலங்களைக் கடந்து வந்திருக்கிறார். ஆனால் பள்ளியில் அவர் ஆகர்சித்ததைப்போலவே இப்போதும் ஆகர்சிக்கிறார். அவருக்கு என்னைத் தெரியவில்லை. அவரால் எப்படி முடியும், நான் அவருடைய வகுப்பிலிருந்து தேறிச் சென்ற நூற்றுக்கணக்கானவர்களில் ஒருவனாயிருக்கும்போது.

அவரிடம் பேசலாமா வேண்டாமா என்று நான் குழம்பிப் போகிறேன். என்னுடைய மோசமான மனநிலை பழையநட்பைப் புதுப்பிக்க இடைஞ்சலாயிருக்கிறது. நாங்கள் ஒரே திசையில் நடக்கிறோம், ஆனால் நான் என் வேகத்தைக் குறைத்து அவரை விடச் சில கெஜங்கள் பினதங்குகிறேன். அவர் பின்னால் திரும்பி என்னைப் பார்க்கும் முன்பு, ஒரு பர்லாங் தொலைவுக்கும் குறைவான தூரத்திலிருந்து நான் அவரைத் தொடர்கிறேன்.

அவர் ஒரு தலையசைப்பின் மூலம் என்னைச் சைகையால் அழைக்கிறார். 'உங்களே எங்கோ பார்த்திருக்கிறேன்' என்கிறார். 'நாம் நீண்ட காலத்துக்கு முன்பு சந்தித்திருக்கிறோமா? என்னுடைய நினைவு தவறென்று தோன்றுகிறது, என்னை மன்னிக்கவும் என்னால் உங்களை நினைவுகொள்ள முடியவில்லை.'

இப்போது நான் அதைத் தவிர்க்க முடியாது 'ரொம்ப வருசம் முன்னாடி நீங்கள் எனக்கு பள்ளியில் ஆசிரியராக இருந்தீங்க' என்றேன் அவரிடம். 'கிட்டத்தட்ட முப்பதாண்டுகளுக்கு முன்னால. உங்க வகுப்பில் இருந்த பதினாறு பேருல நானும் ஒருவன், அப்புறம் மூணாம் வகுப்பு முடிஞ்சதும் நான் பள்ளியை விட்டுட்டேன்.'

அவர் தன் தலையை அசைக்கிறார். 'முப்பது வருடம் முன்பு நீ நிறைய மாறியிருக்க வேண்டும்... அப்போது நீ ஒரு சிறு பையன்.' அவர் என்னைப் பக்கவாட்டில் பார்க்கிறார். 'இல்லை, எனக்கு ஞாபகமில்லை'.

'என் சகோதரர்கள், ஒருவர் மூத்தவர், ஒருவர் இளையவர் ஒரே பள்ளிக்குச் சென்றோம்.'

'மூன்று பையன்கள்' அவர் என்னைப் பார்த்துச் சிரிக்கிறார், ஒரு கணத்திற்குப் பிறகு மூக்குக்கண்ணாடிக்குப் பின்னே அவருடைய கண்கள் ஒளி பெறுகின்றன. 'உன்னுடைய மூக்கு எனக்கு ஞாபகமிருக்கிறது. நீ காமாட்சிநாதன் பிள்ளை மகன்களில் ஒருவனாக இருக்கவேண்டும். பெயரென்ன?'

'ஜனார்தனன்' நான் பதிலளிக்கிறேன். 'நடுப் பையன்'

'ஆகா' என்கிறார், ஊக்கம் கொண்டவராய். 'இந்த வயதிலும் ஞாபகசக்தி மோசமில்லை, ஏ பையா? நீ ஏங்கே வசிக்கிறாய்? பக்கத்திலா?'

என்னுடைய கால்கள் வலிக்கின்றன, நான் மணிக்கணக்காக நடந்திருக்க வேண்டும். நேரம் போனதையே நான் கவனிக்கவில்லை. அந்த அளவிற்கு என் நினைவுகளுக்குள் தொலைந்து போயிருந்தேன். நான் சுற்றிலும் பார்க்கிறேன். அந்த இடம் பரிச்சயமானதாக இல்லை. நான் எங்கே இருக்கிறேன்? நான் உற்றுப் பார்த்து அந்த இடத்தை அடையாளம் கண்டுகொள்கிறேன். வெறும் மூன்று கிலோ மீட்டர்தான், ஆனால் நான் அரிதாகவே இங்கு வந்திருக்கிறேன். 'ஆமாம்' என்கிறேன் அவரிடம். 'கால்வாய்க்கு அருகில், பெருவிளையில், பார்வதி புரத்திலிருந்து ஒரு கிலோ மீட்டர்'.

‘நானும் பக்கத்தில்தான் வசிக்கிறேன்,’ அவர் பதிலளிக்கிறார். ‘ஐந்து கிலோமீட்டருக்கு அப்பால்’ கொஞ்சம் பெருமிதத்தோடு அவர் தொடர்கிறார், ‘இதே நேரத்தில், ஒவ்வொரு நாளும் நான் பத்திலிருந்து பன்னிரண்டு கிலோமீட்டர் தூரம் நடக்கிறேன். அதுதான் என்னைத் திடமாக வைத்திருக்கிறது.’

தன் புத்தகங்களிடையே வாழும் அறுபது வயது மனிதன் என்று அவரைப் பார்த்தால் சொல்ல முடியாது. ‘நீங்கள் இந்த வழியாகத் தினமும் நடக்கிறீர்களா?’ நான் கேட்கிறேன். அவருக்குப் பின்னால் ஒரு நாரை வயலிலிருந்து கிளம்பி கிழக்கு நோக்கிப் பறக்கிறது. சூரிய ஒளியில் அதன் சிறகுகள் பொன்னிறமாய் ஜொலிக்கின்றன.

‘தினமும் இல்லை, ஆனால் கடந்த இரண்டாண்டுகளோ என்னவோ பெரும்பாலான நாட்கள் நடக்கிறேன். சிறிது காலம் திருநெல்வேலிக்கு மாற்றப்பட்டிருந்தேன், சென்ற வருடம் இங்கு திரும்பியதிலிருந்து இந்த வழியே நடக்கத் தொடங்கினேன்.’

‘நீங்கள் இப்போது ஓய்வு பெற்றிருக்க வேணும்.’ என்று அவரிடம் கூறுகிறேன், ‘அமைதியாக வாழ்கிறீர்கள்.’

அவர் கண்களில் ஒரு கணம் சஞ்சலம் பளிச்சிடுகிறது. அது பிறகு நீங்கள் பார்த்துக் கொண்டிருக்கும் போதே மறைந்து போகிற ஒரு பூதத்தைப்போல அது மறைந்துபோய் விடுகிறது. ‘ம்... அமைதி... தெரியவில்லை’ என்றவர் தோளைக் குலுக்கிக் கொள்கிறார். பின்பு அவசரமாக ‘பிறகு நீ’ என்று தொடர்கிறார். ‘பிறகு நீ? இங்கே என்ன செய்து கொண்டிருக்கிறாய், எங்காவது போய்க் கொண்டிருக்கிறாயா?’

‘வெளியே நடைபோவதற்காக’

‘நல்லது’ அவர் திருப்தியோடு இருமுறை தலையசைக்கிறார். ‘தொடர்ந்து செய். ஆனால் நீ பிழைப்புக்கு என்ன செய்கிறாய்?’

‘நான் ஒரு தூக்கிலிடுபவன்’ என்கிறேன். அவரிடம் பொய் சொல்வதில் எந்த அர்த்தமும் இல்லை. ‘ஆரட்சர். நமக்கு ஒரு ராஜா இருந்தபோது நான் ராஜாவோட தூக்குப் போடுபவனாக இருந்தேன், அப்புறம் இப்போ அரசாங்கத்தோட தூக்குப் போடுபவனா இருக்கேன். நான் என்னோட அப்பா செய்த வேலையைச் செய்றேன். அவருக்கு முன்னாடி அவரோட மாமா செய்தார்.’ போய் வருகிறேன் என்பதைத் தவிர அவர் மறுபடி என்னிடம் பேசப்போவதில்லை என்று எனக்குள் கூறிக் கொள்கிறேன். மேலும் என்னை மீண்டும்

சந்திப்பதை தவிர்ப்பதற்காக ஒருவேளை அவர் தன் பாதையை மாற்றிக் கொள்ளலாம்.

ஆனால் வியப்பூட்டும் வகையில் அவர் பின்வாங்கி விடவில்லை. 'நீ ஏதோ சங்கடத்தில் இருப்பதுபோல தெரிகிறது' என்கிறார், என்னைப் பார்த்தவாறு. கண்களில் அக்கறையோடு 'ஏதாவது விஷயம் இருக்கிறதா?'

'ஆமாம் விஷயம் இருக்கிறது. அது என்ன? உண்மையிலேயே எனக்குத் தெரியவில்லை. என்னால அதை வார்த்தையிலே சொல்ல முடியாது' என்றேன் அவரிடம்.

அவர் நடக்கத் தொடங்குகிறார், முன்பைவிட அதிகம் மெள்ள, ஒருவேளை நெஞ்சின் மீது முகவாய் படும்படியாக தலையைக் குனிந்தவாறு இருக்கலாம், அவர் ஆழ்ந்து சிந்திக்கும்போது வழக்கமாகச் செய்ததைப் போல. சில நிமிடங்களுக்குப் பிறகு அவர் தன் தலையை உயர்த்துகிறார். 'வார்த்தைகளை கண்டு பிடிக்கிறதுக்கு நாம் முயற்சி பண்ணலாம்' என்கிறார். 'நீ முயற்சி செய்ய விரும்புகிறாயா? நான் என்னால் முடிந்தவரை உதவுகிறேன்.'

'சரி' என்கிறேன் அவரிடம்... 'சரி முயற்சி பண்ணிப் பார்க்கிறேன்... நான் வந்து....' என் குரல் கம்மிப் போகிறது. தூரத்தில் ஒரு நாரை தன் அலகில் எதையோ பிடித்தபடி பறக்கிறது.

'சரி, நீ வந்து... மேலே சொல்' அவருடைய குரல் மென்மையாகவும், உற்சாகப்படுத்துவதாகவும் இருக்கிறது. மாஷ்க்கு என் மீது ஏதாவது கரிசனம் இருக்குமென்று நான் கனவு கூடக் கண்டதில்லை. அவர் இன்னும் என்னைப் பையா என்று அழைப்பதைக் கவனிக்கிறேன். அவமானத்தையும் நம்பிக்கையையும் ஒருசேர உணர்கிறேன்.

பிறகு நான் அவருடைய நரைத்த முடியையும் அனுதாபம் கொண்ட கண்களையும் பார்க்கிறேன். அவமானம் மறைந்து போகிறது. 'தனிமை' என்கிறேன் அவரிடம், 'தனிமை'

'தனிமையுணர்வு எல்லாருக்கும்தான் இருக்கிறது' என்கிறார். 'நீ ஏன் உன்னை மட்டும் தனியாகப் பார்க்கிறாய்?'

'எனக்குத் தெரியாது'

'நீ கலங்கிப்போயிருப்பதை என்னால் தெளிவாகப் பார்க்க முடிகிறது. ஒருவேளை நீ அதைப்பற்றிப் பேசுவதற்கு முன்பு இன்னும் கொஞ்சம் யோசிக்கவேண்டியது அவசியம் போலிருக்கிறது. நாளை

இதே நேரம் இந்த வழியாக வருவாயா, பேசுவதற்கு முயற்சி செய்வாயா? நான் இங்கு இருப்பேன்.'

'சரி' என்றேன். 'நன்றி'

'எதுக்கு நன்றி'

'மத்தவங்க... மத்தவங்க... பேசமாட்டாங்க. அவங்க தங்களோட வாழ்க்கையில இருந்து என்ன வெளியே தள்ளிட்டாங்க'.

'அவங்களுக்குத் தெரியாது, அதனால்தான். அவங்க கிடக்கட்டும் விடு'.

'சரி'

'அப்புறம் நாளைக்கு இங்கே இரு. சரி, வணக்கம். நான் திரும்ப வேண்டிய நேரம் ஆகிவிட்டது.'

நான் தலையசைக்கிறேன். அவர் வந்த வழியே சுறுசுறுப்பாகத் திரும்புகிறார், திரளும் இருளில் அவருடைய கறுப்பு மேல்கோட்டு மெள்ள மறைகிறது, அவருடைய வெள்ளை முண்டு கால்களுக்கிடையே காற்றில் படபடக்கும்போது மங்கலாகத் தெரிகிறது.

எழுத்தாளர் சென்ற பிறகு நான் இதை எழுதத் தொடங்கினேன். அன்றைய மதியம் முழுவதும், மற்றும் மறுநாள் காலையும், இந்த முயற்சியிலேயே கழிந்தது. செல்லம்மாள் மறுநாள், மதியஉணவுக்கு என்னை அழைத்தபோது, அது ஏறக்குறைய முடிந்துவிட்டது. நான் அந்தப் பத்தியை முடிக்கும்வரை சில நிமிடங்கள் காத்திருக்கும்படி அவளிடம் கூறினேன். ஆனால் அதற்கு அரைமணி நேரம் ஆகிவிட்டது, பிறகு உள்ளே போனபோது அரிசிக்கஞ்சியும், பீன்சும் சட்டிகளில் ஆறிக் கொண்டிருந்தன. ஒருமுறை கூட நான் அவளுக்குச் செவி சாய்க்கவில்லை. ஏனெனில் ஆறிப்போயிருந்தாலும் நான் உணவைச் சுவைத்து விழுங்கிக் கொண்டிருந்தேன்.

வார்த்தைகள் தானாக வரத் தொடங்கின. அவற்றோடு மாஷ் பற்றிய நினைவுகளும் சேர்ந்து வந்தன.

வயல்களில் ஏற்பட்ட சந்திப்புக்குப் பிறகு வந்த நாட்களில் நான் அவரைப் பலமுறை சந்தித்தேன். தொடக்கத்தில் அது பள்ளிக்குத் திரும்பச் செல்வது போலிருந்தது. அவர் இப்போதும் தெய்வம் போன்றதொரு தோற்றம்தான் கொண்டிருந்தார். அவரோடு பேசுவதற்கே தயக்கமாக இருந்தது. நாங்கள் முதலில் சந்தித்த அந்த மாலை நான் ஏன் கலக்கமாக இருந்தேன் என்பதை அவரிடம்

சொல்வதற்கே எனக்கு மேலும் இரண்டு சந்திப்புகள் பிடித்தன. அதுவும் அவர் தன் சொந்த பலவீனங்களைப் பற்றி என்னிடம் கூறியபிறகுதான்.

எழுத்தாளர் ஆறு நாட்களில் திரும்பிவிடுவார். அந்த ஆறு நாட்களில் நான் இன்னும் அதிகம் எழுதுவேன். அது நடக்குமென்று எனக்குத் தெரியும். என் இதயத்தில் ஒரு அடர்த்தி இருந்தது. அது வெளிவரக் காத்திருக்கும் வார்த்தைகளைப் பற்றிச் சொன்னது. மாஷ் பற்றிய சொற்கள்.

மூன்றாவது முறை நாங்கள் சந்திக்கிறபோது, முதல் இருமுறை நாங்கள் சந்தித்துக்கொண்ட இடத்தை விடவும் சற்று முன்பாக அவரை எதிர் கொண்டேன். இந்த முறை அவர் தன் பாதையைப் பற்றியும் இந்த இடத்தை அவர் அடையும் தோராயமான நேரத்தையும் என்னிடம் விரிவாக விவரிக்கிறார். 'ஆகவே நீ என்னை எங்கே பிடிப்பது என்பதைத் தெரிந்து கொண்டிருப்பாய். என்னிடம் சொல்வதற்கு நிறைய இருப்பதாக நீ நினைத்தால் என்னை நேரத்திலேயே பிடித்துவிடு. அதிகம் இல்லையென்றால் நாம் பிறகு பார்க்கலாம். என்னோடு நடப்பதைப் பற்றி நீ விரும்பும் வரை இதைத் தொடரலாம்'

'நீங்க என் வீட்டுக்கு வர விரும்புவீங்களா?'

அவர் தன் கறுப்பான கண்கள் வழியே என்னைப் பார்க்கிறார், உணர்ச்சிகளை மறைத்தபடி. 'வேறு ஒருநாள் வருகிறேன்' என்கிறார். 'ஆனால் தற்போதைக்கு நாம் இங்கு சந்திப்பது நல்லது. ஒரு பர்லாங் தொலைவிற்கு நாங்கள் அமைதியாக நடக்கிறோம். பிறகு அவர் என்னை நோக்கித் திரும்புகிறார். 'நான் ஏன் உன்னை என் வீட்டிற்கு அழைக்கவில்லையென்று நீ ஆச்சரியப்படலாம். அங்கு நாம் பகல் நேரத்தில் பேசலாம். உனக்குத் தெரியும், ஓய்வு பெற்ற பிறகு எனக்குச் செய்வதற்குப் பெரிதாக ஒன்றும் இல்லை.'

நான் தலையசைத்தேன்.

'நல்லது,' அவர் தொடர்கிறார், 'இதைப்பற்றி நான் யாரிடமும் பேசுவதில்லை. இதைத் தெரிந்திருப்பவன் நீ ஒருவன்தான், நாம் இதை அந்த வகையிலேயே வைத்துக் கொள்வோம்.' கிசுகிசுப்புக்குக் கொஞ்சம் அதிகம் என்கிற அளவுக்கு அவருடைய குரல் இறங்கிவிடுகிறது.

'என் மனைவி, எது முறையானது எது முறையற்றது என்பது பற்றி எனக்கும் மேலான தீர்மானமான முடிவுகளை வைத்திருக்கிறாள்.'

செல்லம்மாளைப் போலத்தான். நான் நினைக்கிறேன், எல்லாக் குடும்பப் பெண்களும் ஒன்று போலவேதான். அவர்கள் நேரத்தைப் பற்றி, உணவைப்பற்றி, குழந்தைகள் எப்படி வளர்க்கப்பட வேண்டும் என்பது பற்றியெல்லாம் தீர்மானமான யோசனைகளைக் கொண்டிருக்கிறார்கள். 'எனக்குப் புரியுது' என்கிறேன், அவர் ஏன் இதைச் சொல்கிறார் என்பது உண்மையில் புரியாமலே.

'மனிதர்களைப் பற்றியும்தான்'

மீண்டும் 'செல்லம்மாள் மாதிரியேதான்' எனக்குத் தெரிந்த சில மனிதர்களை அவள் வீட்டுக்குள் அனுமதிக்கமாட்டாள். எங்களுக்குத் திருமணமானதிலிருந்து பல ஆண்டுகளாக நாங்கள் இது குறித்து சண்டை போட்டிருக்கிறோம். ஆனால் இது உண்மையாக, ஒருபோதும் தீர்க்ப்படவில்லை 'சரி' என்கிறேன்.

'பிறகு சாதிகளைப் பற்றி'

இதுதான் விஷயம். மாஷ் ஒரு பிராமணர், அல்லது அதற்கு நெருங்கிய ஏதோவொன்று.

கற்பனை செய்யமுடியாத அளவுக்கு என்னைவிட மேலான சாதியைச் சேர்ந்தவர் அவர். 'எனக்குப் புரியுது' நான் திரும்பக் கூறுகிறேன்.

'இல்லை' என்கிறார், தீவிரத்தோடு

'உனக்குப் புரியவில்லை'.

'எதை நான் புரிந்து கொள்ளவில்லை' என்கிறேன். புதிர் போடப்பட்டவனாக.

'உனக்குத் தெரியவில்லையா?' என்கிறார், 'அவள் என்னை நச்சரித்துக் கொட்டுகிறாள். என்னை அமைதியாக வாழவிட மாட்டேனென்கிறாள். திடமாக இருப்பதற்காக தினமும் நான் பன்னிரண்டு கிலோமீட்டர் நடக்கவேண்டும் என்று நினைக்கிறாயா? அதில் பாதி தூரம் போதும். மேலும் ஒரு மணிநேர அமைதிக்காக நான் இவ்வளவு தூரம் நடக்கிறேன். அவளுடைய பாவமிகுந்த குரல் என்னுடைய காதுகளுக்குள் அலறாமல் இருப்பதற்காக. நான் உன்னை வீட்டுக்கு அழைத்துச் சென்றால் அவள் உன்னை உள்ளே அனுமதிக்கலாம். ஆனால் அதற்குப் பிறகான இரண்டு மாதங்கள் எனக்குச் சித்திரவதையாகிவிடும்.'

என்னுடைய மானசீகக் கடவுளும் ஒரு மனைவிக்கு அடங்கிய கணவன்தான்.

மாஷ் பற்றிய இரண்டாவது பத்தி ஓரிரு மணிகளில் முடிக்கப்பட்டது. நான் புத்தகத்திலிருந்து மேலே பார்த்தபோது என் விரல்களும் மணிக்கட்டும் வலியெடுத்தன. கணுக்கால்களும் வலியெடுத்தன. ஏனெனில் நான் நீண்டநேரம் குறுக்குக்காலிட்டு அமர்ந்திருந்து விட்டேன். சூரியன் மிகவும் தாழ்ந்திருந்தது. ஒரு பலத்த காற்று தரையில் கிடந்த காய்ந்த இலைகளைக் கலைத்துப்போட்டது. அது என்னுடைய நோட்டுப் புத்தகங்களை வீசியெறிவதைப் போல பயமுறுத்தியது. நான் தாகமாகவும், களைத்தவனாகவும், இதயத்தில் மிகமிக லேசானவனாகவும், மாஷிடமிருந்து என் மனதை மாற்ற முடியாதவனாகவும் இருந்தேன். இருப்பினும் உடலை சிரமப்பட்டு நீட்டி மேசையையும் புத்தகங்களையும் எடுத்து பத்திரமாக வீட்டிற்குள்ளே வைத்தேன்.

மாஷால் தன் மனைவியின் ஆத்திரத்தை அடக்கமுடியவில்லை என்பதைக் கேட்டபோது எனக்கு ஏற்பட்ட ஆச்சரியத்தை நான் எப்போதும் மறக்கவில்லை. பள்ளிக்கூடத்தில் அவர் சக்தி மிக்கவராகவும், அதிகாரமிக்கவராகவும் இருந்தார். அவரால் இந்த உலகையே ஆளமுடியுமென்று நாங்கள் நினைத்தோம்.

ஒருமுறை அவரைத் தொடாந்து அவருடைய வீட்டிற்குச் சென்றேன். என் பழைய கடவுளை ஆதிக்கம் செய்து வந்த அந்தப் பெண்ணுடைய உருவத்தை ஒரு கணம் பார்ப்பதற்காக. அவள் கண்கள் சிறுமீன்களைப் போலிருந்தன, அவள் மெலிந்து போயிருந்தாள், அவள் மேல்சாதியின் மரபான ஒன்பது கெஜ புடவையை அணிந்திருந்தாள். அவளுடைய நீண்ட முகவாயைப் பார்த்தபோது இந்தப் பெண்ணைத் திருமணம் செய்ய மாஷக்கு தவறாக யார் வழிகாட்டியிருப்பார்களென்று வியந்தேன்.

இதைவிடவும் என்னுடைய நிலை மோசமில்லை என்பதை என்னால் நினைத்துப் பார்க்காமல் இருக்க முடியவில்லை. என்னை என் வீட்டிலிருந்து யாரும் வெளியே தள்ள முடியாது, மேலும் நான் உறுதியாகப் பேசும்போது என் மனைவி அதைக் கவனமாகக் கேட்பாள்.

நான்காவது சந்திப்பின்போது நான் அவரை நேரத்திலேயே பிடித்து விடுகிறேன். சூரியன் மறையும் நேரம். ஆனால் வெக்கையில் வியர்வை வழிகிறது. இந்த நேரத்தில் மாஷ் தன் நடையில் முதல் அல்லது இரண்டாவது கிலோமீட்டரிலோ இருக்கிறார், மாலைப்பொழுதின் புத்துணர்ச்சியோடு.

நான் இந்தச் சந்திப்புக்குத் தயாராக இருந்தேன். நானாக எப்படியாவது பேச்சைத் தொடங்க வேண்டும், அவர் குறைந்தது நான்கு முறையாவது தன்னைச் சமமாக நடத்தக் கற்றுக் கொள்ளும் படிக் கூறியிருந்தும் கூட. அந்த மூன்றாவது சந்திப்பில்தான் அவரும் ஒரு மனிதன்தான் என்பதைப் புரிந்துகொள்ளத் தொடங்கினேன். இப்படியும் கூட... அவர் அறிந்திருக்கலாம். நான் அவரைப் பற்றி என்ன நினைத்தேன் என்பதையும் அவர் அறிந்திருக்க வேண்டும். ஆகவே தான் மனைவிக்கு அடங்கியவன் என்பதை என்னிடம் கூற அவர் போராடியிருக்கக்கூடும், சிலவற்றை என்னிடம் கூறுவதற்கான தைரியத்தைப் பெற அவர் போராடியிருக்கக் கூடும். ஏனெனில் அவர் கூறுபவை, நான் அவரை இருத்தியிருக்கும் பீடத்திலிருந்து அவரைக் கீழே தள்ளிவிடுவதற்குப் போதுமானவை என்பதை அவர் அறிவார்.

என்னுள் பெருமிதம் வளர்வதை உணர்கிறேன். ஏனெனில் அவர் தனக்கு நம்பிக்கையானவனாக என்னைத் தேர்ந்தெடுத்திருக்கிறார், ஏன் என்று வியக்கிறேன். இன்று அவரிடம் கேட்பேன்.

பேருந்து நிறுத்தத்தின் அருகேயுள்ள மரத்தின் நிழலில் நின்றபடி அவருடைய வருகைக்காகக் காத்திருக்கிறேன். இப்போது மணி ஐந்து, சாலையில் நிறைய வாகனங்கள் செல்கின்றன, பேருந்துகள், டிரக்குகள், மாட்டு வண்டிகள் மற்றும் கார்கள். 1961-இல், சுதந்திரத்திற்குப் பதினைந்தாண்டுகள் கழித்து, பிரிட்டிஷ்காரர்கள் மற்றும் ராஜாவின் நாட்களில் இருந்ததை விடவும் வாழ்க்கை வித்தியாசமானதாக இருக்கிறது.

அரை ஃபர்லாங் தூரத்தில் ஒரு முனையில் அவர் திரும்புவதைப் பார்க்கிறேன். அவருடைய நடை வேகமானதாகவும் தனித்ததாகவும் இருக்கிறது. அவர் தன்னுடைய உண்மையான வயதை விடவும் இளையவராகத் தெரிகிறார், மேலும் அவர் மனைவி ஏன் அவரை மோசமாக நடந்துகிறாள் என்று வியக்கிறேன். அவரைப்போன்ற ஒரு மனிதரை மணந்ததற்காக அவள் தன்னை அதிர்ஷ்டக்காரியாகத் தானே கருதவேண்டும்.

அவர் என்னைப் பார்த்துச் சிரிக்கிறார். அவர் கண்களில் என்னால் புரிந்து கொள்ள முடியாத ஒரு மாயம், ஒரு வகையான தொலைவு. அவர் எனக்காகத் தாமதித்தபோது நான் அவர் அருகே சென்று சேர்ந்து கொள்கிறேன். 'வணக்கம்' என்கிறார். 'உன்னைப் பார்த்தால் இன்று நீண்ட நேரம் பேச விரும்புபவன் போலத் தெரிகிறது.'

'ஆமாம், அதனால்தான் நேரத்திலேயே இங்கே வந்து விட்டேன்.'

'விரும்பதகாத விஷயங்களைத் தெரிஞ்சுக்க நினக்கலே... என் வாழ்க்கையில் யாருக்கும் தெரியாத சில விஷயங்களைப் பத்திப் பேசணும் அவ்வளவுதான்.'

'மேலே சொல்லு... ஆனா நாம இங்கிருந்து போவோம், கூட்டமில்லாத வேறு இடத்துக்கு.' நாங்கள் சைக்கிள் மணிகள், கார்களின் ஆரன்கள் மற்றும் பாதசாரிகளின் இரைச்சலிலிருந்து தள்ளிப் போகிறோம்.

பத்து நிமிடங்களுக்குப் பிறகு வயல்களின் அருகே இருக்கும் அமைதியான பாதையை அடைகிறோம். மாஷின் மீதான மரியாதை இன்னமும் மீதியிருக்கிறது. மக்கள் இப்போதும் அவரிடம் இடைவெளியைப் பேணுகிறார்கள். 'போனவாரம் நாம் இங்கே சந்தித்தபோது எதனால் நீ கலக்கமாயிருந்தாய்?'

'ஒரு தூக்கை முடிச்சிட்டு அப்போதான் திரும்பியிருந்தேன்... மூன்று நாளில் மூன்று தூக்கு'

'அதில் என்ன பிரச்சினை?'

எப்படி விளக்குவேன்? ஒவ்வொரு தூக்குக்குப் பிறகும் சில நாட்களுக்கு என் மனம் பனிமூடுண்டு போவதை எப்படி விளக்குவேன்? பனிமூட்டத்தின் போதே மற்றுமொரு தூக்கை நிறைவேற்றுவதென்பது என் வாழ்விலேயே நான் எப்போதும் செய்திராத கடினமான காரியமென்பதை எப்படி விளக்குவேன்? ஆனால் அதைச் செய்ய இருமுறை தூண்டப்பட்டிருக்கிறேன்.

'ஆமாம், அது ஒரு பெரிய மாற்றத்தை ஏற்படுத்துகிறது' என்கிறேன்.

என்னை ஊடுருவிப் பார்க்கிறார். 'என்ன நடக்கிறது? ஒரு கொலைக்குப் பிறகு நீ அதிர்ச்சிக்கு உள்ளாகிறாயா? உனக்கு எல்லாமும் கொஞ்சம் தெளிவற்றதாகத் தெரிகிறதா, ஏதோ நீ தொலைவிலிருந்து பார்ப்பதைப் போல, மேலும் நடப்பவையெல்லாம் உன் கட்டுப்பாட்டை மீறியவையாகத் தோன்றுகின்றனவா?'

அவர் அந்தப் பனிமூட்டத்தைப் புரிந்துகொண்டதாகத் தெரிகிறது. 'ஆமாம் அது போலத்தான்.'

'எனவே மூன்று நாட்களில் மூன்றைச் செய்தால் அது உனக்கு வழக்கத்தை விட மோசமானதாக இருந்திருக்கும்.'

அந்த மூன்றால்தான் அப்படியென்றில்லை. 'நான் கிளம்பிய போது என் மனைவி கர்ப்பமாயிருந்தாள். நான் திரும்பியபோது அவள் ஒரு மகளைப் பிரசவித்திருப்பதைப் பார்த்தேன்.'

'அதனால் என்ன' என்கிறார். 'பெண்பிள்ளைகளுக்கு எதிராக உனக்கு ஒன்றும் இல்லை, இல்லையா?'

ஒரு வகையில் இருக்கிறது என்று கருதுகிறேன். பெண் பிள்ளைகளை வளர்ப்பது கடினம். அவர்களைத் திருமணம் செய்து கொடுப்பது இன்னும் கடினமானது, அவர்கள் ஆண்பிள்ளைகளை விடவும் எளிதில் தொல்லைகளுக்கு உள்ளாகக் கூடியவர்கள். ஆனால் ஒரு பெண்பிள்ளையைப் பெறுவதென்பது என் அதிர்ச்சியை அதிகப்படுத்திவிடாது. ஒரு குழந்தையென்பது குழந்தை தானே. 'இல்லை' என்கிறேன். 'அதுக்கு இதுக்கும் சம்பந்தமில்லே.'

'பிறகு அது என்ன?'

'எனக்குத் தெரியவில்லை'.

'என்ன நடந்ததென்று சொல், மெதுவாக'

'தெரியவில்லை, நான் திருவனந்தபுரம் போனேன், தூக்குகளை முடித்தேன், நான் திரும்பியபோது என் பெண்டாட்டி இந்தக் குழந்தைக்கு பாலூட்டிக் கொண்டிருந்ததைப் பார்த்தேன். நான் குழந்தையைப் பாத்தேன்... ஆனா என்னால அதைத் தொட முடியலே.'

'ஏன்?'

'நான் எப்படி... அவ ஒரு குழந்தைதானே.'

பிறகு மின்னல் பொழுதில் பதில் வருகிறது. அதை உடனே வெளிப்படுத்துகிறேன்.

'ஏன்னா என்னால் கொல்லப்பட்டவர்களில் அவ ஒருத்தியா இருக்கலாம்'

அவர் நிற்கிறார், திரும்புகிறார் பிறகு தன்னுடைய வலது கையை என் தோளின் மீது வைக்கிறார். 'அதனால் என்ன?' என்று கேட்கிறார். 'அவள் உன்னுடைய மகள், இதற்கு முன்பே ஒரு வாழ்க்கை இருந்திருந்தாலும் அவளுக்கு அதைப்பற்றி எதுவும் தெரியாது, உனக்கும் தெரியாது. அது ஒரு பிரச்சனையல்ல. உன் மற்ற மகள்களைப்போலவே இவளையும் பார்த்துக்கொள். அதுவும்

மறுபிறவியில் உனக்கு நம்பிக்கை இருக்கும் பட்சத்தில், ஆனால் தனிப்பட்டமுறையில் எனக்கு இல்லை.'

இதில் அர்த்தம் இருக்கிறது. 'நான் கடவுளைப் பற்றியும், மறுபிறவி பற்றியும், உயிர்களைப் பற்றியும் இன்னும் பலவற்றைப் பற்றியும் குழம்பிப் போயிருக்கேன்' நான் மெதுவாகக் கூறுகிறேன்.

'குழம்புவதற்கு என்ன தேவையிருக்கிறது?' அவர் கேட்கிறார் 'கடவுள் இருக்கிறானா இல்லையா என்பதிலும் மறுபிறவி இருக்கிறதா இல்லையா என்பதிலும் ஏதாவது பொருள் இருக்கிறதா. வெறுமனே உன் கடமையைச் செய், மற்றவை தானாக நடக்கும், தர்மம் என்பது வேறென்ன?

காலை நான் இதை எழுதிய பிறகு, நீண்ட நேரம் எடுத்துக் கொண்டது போன்ற உணர்வு தோன்றியது.

நீண்ட நேரம் உட்கார்ந்து கொண்டு எதுவும் செய்யாமல் இருப்பதால் ஒருவித சலிப்புத்தன்மை உண்டாகிறது. நான் ஒரு நீண்ட நடை சென்றேன் மாஷைப் போல. எழுதுவதற்கு முன்பு என் இரத்தத்தைச் சூடேற்றிக் கொள்வதற்காக.

போகும் வழியில் காபிக்கடை முருகனைச் சந்தித்தேன். கடையின் முன்பிருந்த பந்தலின் கீழே போடப்பட்டிருந்த பெஞ் சில் நான் உட்கார்ந்த போது அவன் கேட்டான் "என்ன நடந்தது?... சந்தோஷமா இருக்கிற மாதிரி தெரியுது"

அது உண்மைதான். கடந்த சில நாட்களாக நான் எழுதியவை என்னை பாரம் குறைந்தவனாக்கியிருக்கின்றன. அது இந்த எழுத்தாலா, அல்லது தெளிவுபடுத்திக் கொள்வதற்காக எப்போதோ நடந்த சிலவிஷயங்களை நான் திரும்பவும் எண்ணிப் பார்த்தேன் என்பதாலா? எனக்குத் தெரியாது. ஆனால் நான் அங்கே உட்கார்ந்தபடி முருகன் கொடுத்த பால்மிகுந்த தேனீரை உறிஞ்சிக் கொண்டிருந்தபோது எனது மனம் மாஷிடம் திரும்பிச் சென்றது.

இந்த விஷயங்களில் அவர் தனக்குத்தானே உறுதியாக இருந்தார். என் கடமையைச் செய்வது பற்றி அவர் கூறியது, எனக்கு நினைவிருக்கிறது. நான் அவரிடம் கேட்க நினைத்தேன், இதுதான் என் கடமை என்பதையும் இது என்னுடையதல்ல என்பதையும் யார் முடிவுசெய்வது? நல்லது எது என்பதையும் தீயது எது என்பதையும் எனக்குச் சொல்ல வேண்டியவர் யார்?

அங்கே என்னை சஞ்சலத்திற்கு உள்ளாக்கியவை நிறைய இருக்கின்றன. அதுவரை நான் அரசாங்கம் என்னவெல்லாம் செய்ததோ அவையெல்லாம் நல்லவையென்றே நம்பிவந்தேன். முன்பு திருவிதாங்கூர் மன்னரை எவ்வாறு பூமிக்கு இறங்கி வந்த கடவுள் என்று நம்பினேனோ அதேபோல இந்த அரசாங்கத்தையும் நம்பினேன். ஆனால் இனியும் இல்லை. அப்போது நான் இளைஞனாக இருந்தேன். நாற்பதைக் கடந்திருக்கவில்லை, ஆனால் இப்போது முன்னால் இருந்த எதிர்காலம் என்னைத் தொந்தரவு செய்தது.

மாஷுக்கும் கூட தனக்கான எல்லைகளைக் கொண்டிருந்தார் என்பது எனக்கு இப்போது மேலும் தெளிவாகிவிட்டது. கற்றிருந்தும் புத்தக அறிவைப் பெற்றிருந்தும் கூட அவரால் ஒரு ஆண் எப்படிச் செய்யவேண்டுமோ அப்படித் தன் குடும்பத்தை நடத்த முடியவில்லை. அவர் கடமையைப் பற்றிப் பேசினார், ஆனால் அவர் மனைவி அவரைப் பார்த்துக் கூச்சலிடத் தொடங்கியதும், அவளை அடக்கி வைப்பதும் அவருடைய கடமையல்லவா? அவளுடைய இயல்பை அறிந்து உடனேயே அவர் ஏன் அவளை அவளுடைய பெற்றோரிடமே திருப்பியனுப்பி விடவில்லை. ஆக என்னுடைய கடமையைப் பற்றி அவர் பேசியபோது, தான் என்ன பேசுகிறோம் என்பதை உண்மையாகவே அவர் அறிந்திருந்தாரா?

அந்தக் கேள்விகளையெல்லாம் அவரிடம் கேட்க நினைத்து எனக்குள்ளேயே அவற்றை மீண்டும் தேக்கிக் கொண்டதால் ஏற்பட்ட மனஉலைச்சலும், சங்கடமும் எனக்கு நினைவிருக்கிறது. ஆனால் அந்த நேரத்தில் நான் குழம்பிப் போயிருந்தேன், மேலும் அதற்கான சொற்கள் என்னிடம் இருந்ததாகத் தோன்றவில்லை.

இன்று தர்மத்தைப் பற்றி அவரிடம் நான் கேட்பதற்கு நிறைய இருக்கிறது, ஆனால் இப்போது அவர் போய்விட்டார்.

4

தர்மம். நான் அதை எப்போதும் ஏற்றுக் கொண்டிருக்கிறேன். ராஜாவின் நாட்களில் உங்களுடைய தர்மம் எளியதாக இருந்தது. ராஜா உங்களிடம் என்ன செய்யச் சொன்னாரோ அதைச் செய்யுங்கள்.

அது தவறு. ராஜா தனக்காக மட்டும் வேலை செய்தார், அவருடைய மக்களுக்காக அல்ல, அது தெளிவானது. ராஜா ஒரு மனிதர், மற்ற எல்லாரையும் போல, மாஷைப் போல, என்னைப் போல பெரும்பாலும் ஒரு சுயநலமிக்க மனிதன். நான் நினைக்கிறேன், நீங்கள் ஒரு ராஜாவாக இருந்து பார்க்கவேண்டும். பூமியில் உங்களைக் கடவுளின் பிரதிநியாக்கும் கட்டுக் கதையை உருவாக்க நீங்கள் மிகுந்த சுயநலம் மிக்கவராக இருக்க வேண்டும். இதைத்தான் திருவிதாங்கூரின் ராஜா செய்தார், சில நூற்றாண்டுகள் முன்பு. இதைத்தான் நூற்றாண்டுகளாக உலகெங்கும் மற்ற எல்லா ராஜாக்களும் செய்தனர் என்று மாஷ் என்னிடம் கூறியிருக்கிறார். நாம் சுதந்திரமாகச் சிந்திப்பதை அரசர்கள் விரும்பாததில் வியப்பொன்றும் இல்லை.

வெம்மையான மதியக் காற்றில் கையில் நோட்டுப் புத்தகத்தோடு வெளியே அமர்ந்திருக்கிறேன். என் வெற்று மார்பில் வியர்வை படிந்திருக்கிறது, எனது அருகே நாய் உறங்கிக் கொண்டிருந்தது, நீண்ட காலத்திற்கு முன்பு நான் பார்த்த ஏதோவொன்றை நினைவு கூர்ந்தேன்.

நானே நேரடியாக அதைப் பார்த்திருக்கிறேனா அல்லது எனது தந்தை காமாட்சிநாதன் அதை விளக்கும்போது கேட்டிருக்கிறேனா என்பது கூட எனக்குத் தெரியவில்லை. அதை நோட்டுப் புத்தகத்தில் இறக்கி வைப்பதா வேண்டாமா என்று சிறிது நேரம் தடுமாறினேன். பின்பு எழுத்தாளர் விரும்பாவிட்டால் எப்போது வேண்டுமானாலும் இதை வெட்டி எடுத்துவிட முடியும் என்பதை உணர்ந்தேன்.

இந்த மொத்தப்பகுதியும் எழுதுவதற்குக் கடினமானது. ஏனெனில் இது என்னுடைய தொடக்ககால நம்பிக்கைகள் சிலவற்றுக்கு முரணானது. சிறுவயதில் எனக்குக் கற்றுக் கொடுக்கப்பட்ட கோட்பாடுகள் அவை. அது துரோகத்தைப் போலத் தோன்றியது. இதனால்தான் சிறுவயதில் நமக்குக் காற்றுக் கொடுப்பதற்கு அவர்கள் இத்தகைய சிரமத்தை மேற்கொள்கிறார்கள். அவர்கள் கற்றுக்கொடுத்தவைகளைத் தூக்கி எறிவது நமக்குச் சிரமமான ஒன்றாக ஆகிவிடுகிறது. அடங்கி நடக்க, நீங்கள் குழந்தையாக இருக்கும்போது அவர்கள் கூறுகிறார்கள். பெற்றோருக்கு அடங்கி நட, அரசனுக்கு அடங்கி நட, அரசாங்கத்துக்கு அடங்கி நட, மூத்தவர்களுக்கு அடங்கி நட, வேலையில் உன் மேலவர்களுக்கு அடங்கி நட. நான் எப்போதும் பணிந்தே போயிருக்கிறேன், ஆனால் அது என்னை எங்கே கொண்டுவந்திருக்கிறது பாருங்கள்.

எழுதத் தொடங்கியபோது எனது கைகள் நடுங்கின. ஆனால் இங்கே நான் என் இதயத்திலிருந்து பேசினேன். நான் கூறியவை துரோகமாகுமானால், அது அப்படியே இருக்கட்டும். என்னுடைய நினைவுகள் தவறானவையென்றால், அவை அப்படியே இருக்கட்டும்.

ராஜாவுக்கு எது நல்லதோ அதுவே அவனுடைய ராஜ்ஜியத்துக்கும் நல்லது. எல்லோரும் இந்தக் கோட்பாட்டை நம்பினார்கள், அரசனிலிருந்து அடிமட்டத்திலிருக்கும் குடிமகன் வரை. குடிமக்கள் ராஜாவை மிகவும் போற்றினார்கள். ஆகவே அவர்கள் அவரை அவருடைய பெயரைக் கொண்டு குறிப்பிட மாட்டார்கள். அவர் பிறந்த நட்சத்திரத்தின் பெயரைக் கொண்டு அவரைக் குறிப்பிட்டார்கள், ஏனெனில் அவர்கள் அவரை பூமியில் உள்ள கடவுள் என்று நினைத்தார்கள். நானும் ஒரு காலத்தில் அப்படித்தான் நினைத்திருந்தேன். ஆனால் பிரிட்டிஷ்காரர்கள் மட்டும்தான் அப்படி நினைக்கவில்லை, ஆனால் அதை யாரிடமும் சொல்லக்கூடாது என்பதில் கவனமாயிருந்தார்கள், குறிப்பாகச் சாதாரண மக்களிடம்.

இவையெல்லாம் பிரிட்டிஷார் இந்தியாவை அதன் விதிப்படி விட்டுவிட்டுச் செல்வதற்கு முன்பிருந்த நாட்கள், நான் அப்போது இந்தியாவின் குடிமகனாக இருக்கவில்லை. நான் திருவிதாங்கூர் சமஸ்தானத்தைச் சேர்ந்தவன். அந்நாட்களில் அது, பிரிட்டிஷ் இந்தியாவுடன் இணைந்திருந்த ஒரு அரைச்சுதந்திரப் பகுதியாகும். ஏனென்றால், அரசன் பார்வைக்குத்தான் ஆட்சி செய்தான்: உண்மையில் அவனும் அவனுடைய திவானும் வெள்ளை அரசின் ஆட்சியைத் தங்களுக்குள் பகிர்ந்து கொண்டார்கள். ஆனால் அவர்களும், அரசு, அரசரின் புனித உரிமையென்கிற அந்தப் பழைய

விளையாட்டைப் பேணியே வந்தார்கள். இரண்டாயிரமாண்டு பழமையான ராஜ வம்சத்தின் மாத்தாண்டவர்மன், பதினெட்டாவது நூற்றாண்டில் தனது ராஜ்ஜியத்தைக் கடவுள் பத்மநாபனுக்கு அர்ப்பணம் செய்தார். பழைய ஒழுங்கோடு ஒட்டியிருப்பதற்கு இது அவர்களைப் பொருத்தியது.

கீழ்ப்படி என்றார்கள், குடிமக்களும் கீழ்ப்படிந்தார்கள்.

அரசன் கடவுளல்ல, ஒரு மனிதர். உங்களையும் என்னையும்விட ஏராளமான வசதி படைத்தவர், ஆனால் எல்லோரையும் போல் ஒரு மனிதர்தான். உங்களையும் என்னையும் போலவே கடவுளுக்கு அருகிலோ தொலைவிலோ இருக்கிறார். இந்த தூரத்தைப் பற்றிய ஆதாரம் இருக்கிறது. அரசர் கடவுளின் மனித முகமாக இருந்தார் என்றால், எந்த விஷயத்திலும் அவருக்கு ஒரு முழுமை எதற்குத் தேவைப்பட வேண்டும்? இருப்பினும் அவருக்கு அது தேவைப்பட்டது. அவர் அதைப் பிரகடனம் செய்தார். இது தூக்கிலிடுபவருக்குத் தெரியும்.

இந்த யோசனை அரசரை அண்டிப் பிழைப்போரிடமிருந்து வந்திருக்கவேண்டும். அவருடைய அவை அவர்களால் நிரம்பியிருந்தது. அவருடைய அரசவையினரில் ஒருவர்தான் இந்த ஆலோசனையை வழங்கியிருக்க வேண்டும்: ஒரு குடிமகனைக் கொல்லும் பழியிலிருந்து ஒரு அரசர் பாதுகாக்கப்படவேண்டும். பிறகு காலப்போக்கில் அரசரும் இது ஒரு நல்ல யோசனையென்று கருதத் தொடங்கி விட்டார்.

ஒரு இளைஞனாக அவர்கள் ஏன் அரசனைப் பற்றி இவ்வளவு கவலைப்படுகிறார்கள் என்று வியந்தேன். அவருடைய வீரர்கள் அந்த மனிதனைப் பிடித்தார்கள். அவருடைய நீதிபதி அந்த நபருக்குத் தீர்ப்பளித்தார். சிறை அலுவலர்களின் உதவியோடு நான் அந்த மனிதரைக் கொன்றேன். ஆக சடங்குகளின் மையத்தில் அரசர் எப்படி இருக்கிறார்? அவர் எப்படி இவற்றுக்குப் பொறுப்பாவார்?

நான் சிறியவனாக இருந்தபோது என் தந்தை இதை எனக்குச் சொன்னார். பிறகு அதை நானாகவே பார்த்தேன். ஒவ்வொரு மரண உத்தரவும் - இந்நாட்களில் அதை கறுப்பு உத்தரவு என்று அழைக்கிறார்கள் - இந்தத் தீர்ப்பு அரசனால் உறுதி செய்யப்படவேண்டும் என்று கூறியது. நீதிபதி தீர்ப்பை வழங்கியபோது தீர்ப்பிடப்பட்ட மனிதரின் மரணத்தேதி உறுதியாகிறது, வழக்கம்போல நீதிமன்றம் கருணை மனுவை மன்னருக்கு அனுப்பும். அரண்மனையில் அலுவலர்கள் தண்டனை

நாளுக்கு முந்தைய நாள் மதியம்தான் மன்னரின் கரங்களுக்கு கருணைமனு சென்று சேருமாறு பார்த்துக் கொள்வார்கள். மன்னர், மனுவைப் பெறும்போது, வேறுபாடில்லாமல் மரணதண்டனையை ஆயுள் தண்டனையாகக் குறைத்து விடுவார்.

இது ஒரு மிகப்பெரிய வேடிக்கை, மேலும் நீங்கள் இதைப் புரிந்துகொள்ள உதவும் வகையில், காலத்தின் சிறிய அட்டவணையை நான் உங்களுக்கு அளிக்க வேண்டும். அந்தப் பழைய நாட்களில், இந்தப் புதிய அலகுகளைக் கொண்ட அளவுகளுக்கு முன்பு, கடிகாரங்களும், கைக்கடிகாரங்களும் பொதுவானவையாகும் .முன்பு, எங்களுடைய நாள் சூரியனால் அளக்கப்பட்டது. சூரிய உயத்தோடு துவங்கும் ஒருநாள், அடுத்த சூரிய உயத்தோடு முடிவுற்றது. அப்போது எழுதப்பட்ட ஜாதகங்களில், நீங்கள் பகலில் பிறந்திருந்தால் உங்கள் பிறப்பின் நேரம் சூரிய உதயத்திற்குப் பிறகு எத்தனை நாழிகை மற்றும் எத்தனை விநாழிகை என்றிருக்கும். நீங்கள் இரவில் பிறந்திருந்தால் உங்கள் பிறப்பின் நேரம் சூரிய உதயத்திற்கு முன்பு எத்தனை நாழிகை மற்றும் எத்தனை விநாழிகை என்றிருக்கும். (அது அப்படியிருக்க, உங்களால் செலவிட முடியுமென்றால் நீங்கள் இதற்காக ஒரு ஜோதிடரை நியமித்துக்கொள்ளலாம். அந்த நாட்களில் இது பணக்காரர்களுக்கேயான ஒரு விஷயம். யாரும் எப்போதும் என் ஜாதகத்தை எழுதவில்லை. ஏனெனில், நான் பிறந்த நேரத்தை யாரும் குறித்துவைக்கவில்லை... எனக்கு அது எந்த நாள் என்பது கூடத் தெரியாத போது, எந்த மணிநேரம் எந்த நிமிடம் என்பதெல்லாம் வெகு தொலைவு.)

நீதிபதி ஒருவருக்கு மரணத் தீர்ப்பளிக்கும்போது பெண்களுக்கு ஒருபோதும் மரண தண்டனை விதிக்கப்பட்டதில்லை, அவர்கள் நாடு கடத்தப்பட்டார்கள். அவர் தீர்ப்பு விதிக்கப்பட்ட மனிதர் எந்த நாளில் கொல்லப்பட வேண்டும் என்பதையும் எழுதி வைப்பார். அரசனுடைய ஆட்கள் தண்டனை நாளுக்கு உட்பட்டு, மனிதாபிமானம் மற்றும் சட்டத்திற்கு உட்பட்டு அந்தக் கைதிக்கு முடிந்த அளவுக்கு வாழ்வு தர முயன்றனர். இப்படித்தான் விடியலில் கொல்லும் வழக்கம் உதயமானது. அரசரின் ஆட்கள் தங்கள் குற்றவாளியை விதிக்கப்பட்ட நாளின் முடிவுக்கு முன்பு இயன்றவரை கடைசிக் கணத்தில் கொல்வார்கள். சூரிய உதயத்திற்கு சற்று முன்பாக அந்த மனிதரின் இறப்பு உறுதி செய்யப்பட்டு விடவேண்டும் என்று சட்டம் கூறுகிறது, ஆகவே தூக்கிலிடுவதற்கான சடங்குகள் காலை நான்கு மணியைப்போலத் தொடங்கும்.

அரசரின் தூதுவர், தன்னிடம் தண்டனைக் குறைப்பாணையை வைத்திருப்பவர், பொழுது விடியத் துவங்கும்போது அரண்மனையிலிருந்து கிளம்புவார், அவர் விதிவிலக்கின்றி ஒவ்வொரு முறையும் தண்டனை நிறைவேற்றப்பட்ட பின்புதான் சிறையை வந்தடைவார். பொறிக்கதவுக்குக் கீழேயிருக்கும் குழியிலிருந்து உடல் மேலே கொண்டு வரப்படுவதைப் பார்க்கச் சரியான நேரத்தில் வந்து சேருவார், பிறகு அந்த நகைச்சுவை நாடகம் தொடங்கும்.

'அய்யோ கடவுளே' என்று அந்தத் தூதுவர் அலறுவார். 'நீங்கள் ஏற்கனவே அந்தக் கைதியைக் கொன்றுவிட்டீர்கள்.'

'ஆமாம் அவர் இறந்துவிட்டார்' சிறைத் தலைமைக்காவலர் பதிலளிப்பார், நீதிபதியின் கையெழுத்திடப்பட்ட காகிதங்களைக் காட்டியவாறு. 'பார் என்னிடம் தீர்ப்பு இருக்கிறது, என்னிடம் என்ன செய்யும்படி கூறப்பட்டதோ நான் அதைத்தான் செய்திருக்கிறேன்.'

தூதுவர் குனிந்தபடி அரசர் கையெழுத்திட்ட தன்னுடைய காகிதங்களை வழங்குவார். 'ஆனால் நான் அவருக்கான தண்டனை குறைப்பாணையை வைத்திருக்கிறேன். அரசர் நேற்று மாலை இதில் கையெழுத்திட்டார். நீங்கள் அறிந்திருப்பீர்கள் நாங்கள் சூரியன் மறைந்த பிறகும், சூரிய உதயத்திற்கு முன்பும் வேலைசெய்வதில்லை. அதனால்தான் தாமதம்...'

'அய்யோ, என்ன ஒரு பரிதாபம். இவருக்கு இது எவ்வளவு தாமதமாக வந்திருக்கிறது...' தலைமைக் காவலர் சோகமாகத் தன் தலையை அசைத்தபடி சென்று விடுவார்.

'நீங்கள் ஏன் தூக்கிலிடுவதற்கு இவ்வளவு அவசரப்பட்டீர்கள்?' என்பார் தூதுவர், அவர் பின்னால் விரைந்தபடி.

'நான் அவசரப்படவில்லை, என்னால் முடிந்த அளவு காலத்திற்கு அவரை உயிருடன் வைத்திருந்தேன்.' தலைமைக் காவலர் தன் கையிலுள்ள காகிதங்களைக் கலைப்பார். 'இங்கே இருக்கிறது தேதி... பார், நீதிமன்றத்தின் ஆலோசனைகளையே நான் பின்பற்றியிருக்கிறேன். நீ ஏன் நேரத்திலேயே வரவில்லை?'

'உங்களைப்போலவே எனக்கும் பின்பற்ற வேண்டிய விதிகள் உள்ளன. நான் சூரியன் மறைந்தபிறகோ, சூரிய உதயத்திற்கு முன்போ வேலைசெய்யக் கூடாது. சரி, இது கடவுள் பத்மநாபனின் ராஜ்ஜியம், அவர்தான் இந்த விதிகளை உருவாக்கியவர். இந்தக் கொலையின் பாரம் அவர் தலைமீதே இருக்கட்டும்.'

தூதுவர் அரண்மனைக்கும் தன் கடமைகளுக்கும் திரும்புவார், தலைமைக் காவலர் தன்னுடையவற்றுக்கு. ஒவ்வொருவரும் தங்களிடம் என்ன தேவைப்பட்டதோ, அதைச் செய்ததான உணர்வோடு பாதுகாப்பாகத் திரும்பினர். சிறைக் காவலர்களும் கைதிகளிடமிருந்து பகல் வெளிச்சத்தை விரட்டும் தங்கள் பணிக்குத் திரும்புவார்கள். நியாயம் வழங்கிய நிம்மதியோடு அரசர் உறங்குவார். பத்மநாபக் கடவுளும் இவையனைத்தைப் பற்றி தான் என்ன நினைத்தார் என்பதை யாருக்கும் அருள்வாக்குச் சொல்லமாட்டார். சிலநேரங்களில் தூதுவர் நேரத்திலேயே வந்துவிடுவார். ஒருவேளை தூக்கைப் பார்ப்பதற்கு அவர் ஆவல் கொண்டிருக்கலாம். அவர் காத்திருப்பார், பொறுமையற்றவராகவும் படபடப்போடும், அனைத்தும் நடந்து முடியும்வரை. அதற்குப் பிறகுதான் அவர் தன்னுடைய காகிதங்களை ஒப்படைப்பார். பிறகு தலைமைக் காவலரோடு அந்த நகைச்சுவை நாடகத்தைத் தொடங்குவார்.

தூக்கிலிடுபவர் மட்டும்தான் கைகளில் குருதியோடும், மனச்சான்றில் உறுத்தலோடும் வீட்டுக்குச் செல்வார்.

பழைய நாட்களில் இதுவொரு பொருட்டாக இருக்கவில்லை, ஏனென்றால் அன்று தூக்கிலிடுபவர் உண்மையிலேயே அரசருக்காகக் கோடாரி ஏந்தியவர். பழைய நாட்களில் - இருநூறு ஆண்டுகளுக்கு முன்பு இருக்கலாம் - தூக்கிலிடுபவர் தேர்ந்தெடுக்கப்பட்ட மனிதர்களைக் கொண்ட குடும்பத்திலிருந்து வந்தவர், மரணத்துக்கு விசுவாசமான, அரசரின் மிகவும் அறிவுக்குப் புறம்பான உத்தரவுக்குக் கூட கேள்வியேதுமின்றி பணிந்துபோகத் தயாராக இருந்தவர். அந்த மனிதர்கள் அரசருக்கு நெருக்கமாக இருந்தார்கள், அது அவர்களை மூர்க்கமானவர்களாக்கியது. அவர்கள் மனச்சான்றின் உறுத்தலின்றிக் கொன்றார்கள், மேலும் ஒரு உயிர் அதிகமாகவோ குறைவாகவோ இருப்பது அவர்களுக்கு ஒரு பொருட்டாக இருக்கவில்லை.

ஆனால் நான் கூலிக் கொலைகாரன் அல்ல. ஒவ்வொரு உயிரும் எனக்குப் பொருட்டுதான். என்னுள் ஓடுவது விவசாயியின் ரத்தம், அவர்கள் உயிர்களை எடுப்பதை விடவும் வாழ்வை வளமாக்குவதைப் பற்றி பல தலைமுறைகளாகக் கற்பிக்கப்பட்டவர்கள். விதி என்னைத் தூக்குமேடைக்கு அருகில் வைத்தது. அரசரின் மனச்சான்று சிக்கலற்றதாக்கப்பட்டது, அலுவலர்கள் தங்கள் வேலையை மட்டுமே செய்தனர், மற்றும் இந்தத் தூதுவர்... நல்லது, இந்தத் தூதுவர் எதைப்பற்றியும் அக்கறை கொள்ளவில்லை. ஆனால் தூக்கிலிடுபவர் அக்கறை கொண்டார். சடங்குகள் அரசர் மீதும்

தூதுவர்கள் மற்றும் தலைமைக் காவலர் மீதும் அக்கறை கொண்டன. ஆனால் அக்கறைகொண்ட ஒரே ஒருவரான தூக்கிலிடுபவரைப் புறக்கணித்தன. இது வித்தியாசமானது இல்லையா?

சுதந்திரம் வரும்வரை அரசர்தான் என் தலைவர், மேலும் அவருக்கு எதிராகப் பேசுவதென்பது என் மனப்பாங்குக்கு எதிரானதாகும், ஆனால் நான் அதைச் செய்துவிட்டேன். எனக்கு வேறு வழியிருக்கவில்லை, உண்மையாக, ஏனெனில் நான் சபிக்கப்பட்டு வந்ததைப்போல வேறு ஒருவருக்கும் நேர்வதை நான் விரும்பவில்லை. நான் இந்தப் பழியை நீண்ட காலம் சுமந்து வந்திருக்கிறேன். நான் எழுதியது ஒரு துரோகமென்றால், அவர்கள் என்ன விரும்புகிறார்களோ அதைச் செய்யட்டும். அவர்கள் எடுத்துக்கொள்ள என்னிடம் ஏதும் எஞ்சியிருக்கவில்லை.

ஒரு பின் மதியப்பொழுதில் அரசரைப்பற்றி எழுதத் தொடங்கினேன். பிறகு அன்றைய தினத்திற்குப் போதுமென்று குறைந்தது ஐம்பது தவறுகள் செய்திருந்த ஒரு பத்தியோடு நிறுத்தினேன். சூரியன் கீழிறங்கும் வரை நான் அங்கே அமர்ந்திருந்தேன், மேலும் நான் எழுதியவற்றைப் பார்க்க முடியாதவாறு என் கிழட்டுக் கண்களுக்கு அது மிகவும் இருட்டாக இருந்தது. அடுத்த நாள் எழுந்தபோது மனம் கனத்துப் போயிருந்தது. நான் எழுத நினைத்ததை எழுதாமல் போனதால் அது ஏற்பட்டதென்று நினைக்கிறேன்.

காலையில் மீண்டும் அந்த மனப்போராட்டம். அந்த அசிங்கமான அராஜகத்தைப் பற்றிய நினைவு என்னை உந்தித் தள்ளியது. நினைவின் ஒரு துண்டு வெளிப்பட்டது, அரசரைப் பற்றி மாஷ் பேசியது, பல ஆண்டுகளுக்குப் பிறகு அந்தச் சாலையில் எங்கள் மறுசந்திப்பு நிகழ்ந்தபோது.

அரசரைப் பற்றி நான் கொண்டிருப்பதைப் போலவே மாஷூம் உணருகிறார். ஒரு மாலையில் அவருடைய கணுக்காலில் சுளுக்கு ஏற்பட்டு நாங்கள் தூரமாக நடக்கமுடியாமல் போனபோது மாஷுக்கு அரசர் மீதும் அரசாங்கத்தின் மீதும் இருந்த வெறுப்பின் ஆழத்தைக் கண்டுபிடித்தேன்.

'சில வேளைகளில் அரசர் இல்லாமலிருப்பது என்னைப் பாதிக்கிறது' அவர் நொண்டியபடியிருக்க நான் அவரோடு மெள்ள நடக்கும்போது இதைக் கூறுகிறேன். இவர் இப்போதுதான் தன்னுடைய 72வது ஆண்டைக் கொண்டாடியிருந்தார், மேலும் உற்சாகமாகவே இருந்தார். 'வாழ்க்கை அப்போது எளியதாக

இருந்தது. அரசர் என்னை என்ன செய்யச் சொன்னாரோ நான் அதைச் செய்தேன்.'

'அரசர் ஒரு துரோகி', மாஷ் பதிலளிக்கிறார். வயோதிகத்தால் அவருடைய குரல் சிறிது பலவீனமாகியிருக்கிறது, ஆனால் இன்னும் உறுதியாகவே இருக்கிறது. அவருடைய தொனி கடுமையாகவும் கசப்பாகவும் ஒலிக்கிறது, அவருடைய வாய் வெறுப்பால் கோணிப்போகிறது, ஏதோ அவர் அரசரைப் பற்றிப் பேச விரும்பாததைப் போல. 'அரச குடும்பத்தினர் தங்கள் ஆட்சியைத் தக்கவைத்துக்கொள்ள எதையும் செய்யக் கூடியவர்கள். பல வகைகளில் அவர்கள் பிரிட்டிஷாரை விடவும் மோசமானவர்கள்.'

'இரண்டாயிரம் ஆண்டுகளாக அரியணையில் அமர்ந்திருக்கும் ஒரு வம்சத்தைப் பற்றி நீங்கள் எப்படி அப்படிக் கூறலாம்? இதுவரை இருந்தவற்றிலேயே நீண்ட காலம் ஆட்சியிலிருக்கும் வம்சம் அது' மாஷ் சிலவேளைகளில் விஷயங்களைப் போட்டுக் குழப்பிவிடுவார், வயதானவர்கள் அடிக்கடி செய்வதைப் போல. மாஷும் வேறு ஒருவரிடத்தில் அரசனை வைத்துக் குழப்பிவிட்டார் என்று நினைக்கிறேன்.

மாஷுடைய முகம் கசப்புற்றதாகவே இருக்கிறது, அவருடைய குரலோ உக்கிரத்துடன் ஓங்கி ஒலிக்கிறது, 'அவர்கள் எவ்வளவு நன்றாக ஆண்டார்கள் என்பதை விடவும், எவ்வளவு காலம் ஆண்டார்கள் என்பது ஒரு பெரிய விஷயமா இப்போது?'

'அவர்கள் நன்றாக ஆளவில்லையா? எனக்கு அப்படித் தோன்றவில்லை!'

'மிகச்சரியாக அவர்கள் உன்னை மூளைச்சலவை செய்திருக்கிறார்கள்'

'மூளைச்சலவை?' எனக்கு இது ஒரு புதிய வார்த்தை. 'அது என்ன?'

'நீ எதை நம்பவேண்டும் என்று அவர்கள் நினைக்கிறார்களோ அதை உன்னை நம்பவைக்கிறார்கள்.'

'யார் அவர்கள்?'

'அவர்கள்? இந்த அரசர், இந்த அரசாங்கம், இந்த பிரிட்டிஷ்காரர்கள்'.

'எனக்குப் புரியவில்லை'

அவருடைய முகம் மீண்டும் கோணுகிறது கோபத்தில், 'எனக்கு உறுதியாகத் தெரியும், உன்னால் புரிந்து கொள்ள முடியாது' என்கிறார். 'உனக்குத் தெரியுமா அரசர் பிரிட்டிஷாருக்குக் கூட்டாளியாக இருந்தாரென்பது?'

'இல்லை'. நான் மெதுவாகப் பதிலளிக்கிறேன். 'பிரிட்டிஷார் அரசரை சமமாக நடத்தினார்கள் என்று கேள்விப்பட்டிருக்கிறேன்.'

'முட்டாள்தனம். அரசர் ஒரு அடிமை. உனக்குத் தெரியுமா அரசரின் அவையில் அரசியல் ரெசிடெண்ட் என்கிற பெயரில் ஒரு வெள்ளைக்காரன் இருந்தது?'

'இல்லை, அவன் யார்?'

'அவன் பிரிட்டிஷ் அரசருடைய ஆள். திருவிதாங்கூர் அரசர் அவரைக் கண்டு பணிந்தார்.'

'ஆனால் மார்த்தாண்ட வர்மன் தான் திருவிதாங்கூரை உருவாக்கியது.'

'ஆமாம் அவர்தான் செய்தார். அவர் குளச்சலில் டச்சுக்காரர்களையும் வீழ்த்தினார். ஆனால் மரணப்படுக்கையில் கிடந்தவாறு அவர் தன் மைத்துனருக்கு என்ன ஆலோசனை வழங்கினார் என்பது உனக்குத் தெரியுமா? 'பிரிட்டிஷாரோடு நண்பர்களாக இருங்கள்' அதுதான் அவருடைய இறுதி புத்திமதி. பிறகு மார்த்தாண்ட வர்மனைத் தொடர்ந்து வந்த ஒவ்வொரு அரசரும் அதையே பின்பற்றினர். குடிமக்கள் மீதான அதிகாரத்தைத் தாங்கள் கைகளிலேயே வைத்துக்கொள்வதற்காக அவர்கள் தங்கள் சுதந்திரத்தை பிரிட்டிஷாரிடம் விற்று விட்டார்கள்.'

'அது உண்மைதான் ஆனா... எனக்கு என்ன சொல்வதென்றே தெரியவில்லை.'

நீயாகவே என்னிடம் கூறியிருக்கிறாய், தூக்குகளின்போது நடக்கும் முட்டாள்தனமான வழக்கங்களைப் பற்றி, எந்தப் பயனும் இல்லாத வகையில் தண்டனைக் குறைப்பாணையைக் கொண்டுவரும் தூதுவரைப்பற்றி, நீ என்னிடம் கூறியது நினைவிருக்கிறதா?'

'ஆமாம், நினைவிருக்கிறது.' இரண்டாவதோ அல்லது மூன்றாவது முறையோ நாங்கள் சந்தித்தபோது நான் அவரிடம் கூறியிருக்கிறேன்.

'இது எவ்வளவு சுயநலமானதென்பதை நீ பார்க்கிறாயா? அவர் தன்னைப்பற்றியும், தேர்ந்தெடுக்கப்பட்ட ஊழியர்கள்

சிலரைப் பற்றியுமே அக்கறை கொள்கிறார். மற்றவர்கள் நரகத்தில் விழுந்தாலும் அவருக்குக் கவலையில்லை. வெள்ளையர்களைவிட இந்த அரசர்கள் ஏதாவது தேவலாம் என்று உனக்குத் தோன்றுகிறதா?'

அதைப்பற்றி நினைத்துப் பார்த்தால் இல்லையென்றுதான் தோன்றுகிறது. அவர்கள் தங்களுடைய தேர்ந்தெடுக்கப்பட்ட சிலரையும், வெள்ளையரைப் பற்றியுமே அக்கறை கொண்டார்கள், ஏழைகளை வேதனைப்பட விட்டுவிட்டனர். வெள்ளையர் ஆட்சிக்கும் மன்னருடையதுக்கும் உண்மையில் எந்த வேறுபாடுகளும் இருக்கவில்லை.

இந்த விஷயங்களைச் சிந்திப்பது, அரசனையும் அயல்நாட்டுக்காரர்களையும் பற்றி சிந்திப்பது என்னைச் சோகமானவனாகவும் சிந்தனையில் ஆழ்ந்தவனாகவும் ஆக்கியது. இந்த வகையில் எழுதுவது என் பழைய கோபத்தைத் திரும்பக் கிளறியது. ஒரு வகையில் அது நல்லது, என் இளமைக் காலத்திற்குத் திரும்ப என்னைக் கொண்டு சென்றதற்காக இப்போதும் எனக்குள் இருக்கும் அந்த இளமையின் நெருப்பைக் கொண்டு சிலதை எழுதினேன். ஆனால் அது நன்றாயிருப்பதாகத் தோன்றவில்லை. 'நான் அந்தப் பக்கங்களை நோட்டுப் புத்தகத்திலிருந்து கிழிந்து எறிந்துவிட்டு மீண்டும் முதலிலிருந்து தொடங்கினேன், மேலும் எனக்குள் அதிக கோபம் மூள்வதைக் கண்டேன்.

ஒவ்வொரு தூக்கிற்கு முன்பும், நான் பிமனேரியில் இருக்கும் தூக்கிலிடுபவர் கோவிலுக்குப் போவேன்.

அதுவும் கூட ஒரு பத்திரகாளியின் கோயில்தான், அருகே இருக்கும் ராமய்யனுடையதைப் போன்று, ஆனால் இன்னும் பெரியது. மேலும் அங்கே ஒரு வாள் இருக்கிறது. அது தூக்கிலிடுவதைத் தொழிலாகக்கொண்ட ஒரு குடும்பத்தில் அவர்கள் அத்தொழிலை ஏற்றுக் கொண்டபோது, இருநூறு ஆண்டுகளுக்கு முன்பு அரசரின் எதிரிகளைப் கொல்வதற்கான உரிமையைப் பெற்றபோது பரிசாக வழங்கப்பட்டது.

தூக்கிலிடுபவரின் குடும்பம் உண்மையிலேயே பெற்றது ஒரு அறுபது ஏக்கர்கள் என்று நம்புகிறேன். அது கரமோஷிவு என்று அழைக்கப்பட்டு வந்தது - வரிவிலக்குப்பெற்ற நிலம். அந்த நிலம் முற்றிலும் உரிமையாளனுடையதே, மேலும் அரசன் அவனிடமிருந்து வரியேதும் வாங்கவில்லை. இதற்கு அப்பாலும் அவர்களுக்கு நிலமிருந்தது - நெலம் என்று அழைக்கப்பட்ட வயல்வெளிகள். மேலும் அங்கே உழுது பயிரிடப்படாத நிலமுமிருந்தது, அதில்

பொராயிடம் என்றழைக்கப்பட்ட முந்திரி அடர்ந்து வளர்ந்தது. நில மானியத்தோடு சேர்த்து பணமும் கிடைத்து வந்தது. மாதத்திற்கு பதினேழு ரூபாய் என்று நினைக்கிறேன். ஏறக்குறைய இருநூறாண்டுகளுக்குப் பிறகும் மாஷின் சம்பளத்தைவிட இது அதிகம் என்பதைக் கருத்தில் கொள்ளும்போது, அந்நாட்களில் இதுவொரு சிறிய பொக்கிஷமாக இருந்திருக்க வேண்டும், சிறப்பாகக் குடும்பத்திற்குத் தேவைப்பட்ட உணவு மொத்தமும் அந்த நிலத்திலிருந்து கிடைத்து வந்தபோது.

பத்தொன்பதாம் நூற்றாண்டின் துவக்கத்தில் ஏதோவொரு சமயத்தில் வெள்ளையர்கள் இந்த மானியத்தை மறுஆய்வு செய்தார்கள். அது கலோனல் மன்றோ ரெசிடெண்டாக இருந்தபோது என்கிறார்கள் அவர்கள். அது உண்மையில் அதிகரிக்கப்பட்டது, ஏனெனில் தூக்கிலிடுபவன் அந்நாட்களில் சட்டத்தின் முக்கியப் பகுதியாக இருந்தான்.

ஆகவே இந்தக் குழு செல்வம் மிக்கதாகியது. படிப்படியாக அவர்கள் ஜன்மிகள் ஆனார்கள், நிலவுரிமையுள்ள நற்குடிமக்கள். அவர்கள் செல்வத்தையும் ஊழியர்களையும் பெற்றிருந்தனர், மேலும் அவ்வப்போது அரசரிடமிருந்து நேரடியாகச் செய்திகளைப் பெற்றுவந்தார்கள். அவர்களுடைய சாதி ஒரு பொருட்டாக இன்றி, அது மேலானதாக இல்லாதிருந்த போதிலும், அவர்கள் அந்தப் பகுதியில் இருந்த ஒவ்வொருவரிடமும் பயம் கலந்த மரியாதை பெற்று வந்தனர்.

ஆனால் அவர்கள் குடும்பத்திலிருந்து ஒரு பெண்ணைத் திருமணம் செய்வது என்று வந்தபோது விஷயமே வேறாக இருந்தது. முதல் இடத்தில், இந்தக் குழு மருமக்கள் தாய் திருமண மரபு வழியைத் தொடர்ந்து வந்திருப்பதால் இந்த உரிமை மகனுக்குக் கையளிக்கப்படவில்லை. மாறாக மருமகனுக்கு, மூத்த மகளின் கணவனுக்கு அளிக்கப்பட்டது, அவன் வழக்கமாகத் தங்கையின் மகனாக இருப்பான். அவள் திருமணமாகாதவளாக நீடித்தால், அது இரண்டாவது மகளுடைய கணவருக்குச் சென்றது. ஆகவே தூக்கிலிடுபவருடைய மகள்கள் திருமணமாகாதவர்களாக நீடித்தார்கள், ஆகவே இந்தக் குடும்பத்தில் ஒரு பெண் என்பவள் அந்தப் பகுதியிலிருந்த மற்ற குடும்பத்தில் இருப்பதை விட பாரமானவளாக இருந்தாள்.

ஆகவே அந்தக் குடும்பம் வேறுயாராவது தூக்கிலிடுபவன் வேலையைத் தங்களுக்காகச் செய்வார்களா என்று பார்த்தது.

அது தான் நிரந்தரத் தீர்வாக இருந்தது. அந்தக் குடும்பம் இனியும் தொழில்முறைக் கொலைக்காரர்கள் என்ற கறையைச் சுமக்கவேண்டியதில்லை, இருந்தபோதிலும் அரசனின் அலுவலக தூக்கிலிடுபவர்களாக இருப்பதற்காக வழங்கப்பட்ட செல்வத்தையும் அவர்கள் தக்க வைக்க வேண்டியிருந்தது.

அவர்கள் என் தந்தையைக் கண்டார்கள். அவர் அவர்களுடைய தூரத்து உறவினர், ஆனால் இந்த வேலையை ஒப்படைக்கும் அளவிற்கு நெருக்கமானவர். அவர் அதை ஏற்றுக்கொண்டார். ஏனெனில், அவர் பசியை அறிந்தவர். மேலும் இந்த வேலையின் அனுகூலங்களில் ஒன்று, மூன்று பெரிய நெல்மூட்டைகளின் மானியம். ஒவ்வொன்றும் 85கிலோ இருக்கும், இது அறுவடைகளில் கிடைக்கும். இதிலிருந்து ஒவ்வோர் ஆண்டும் எங்களுக்கு 500கிலோ அரிசி கிடைக்கும். அவற்றை நாங்களே உமி நீக்கிக் கொள்ளவேண்டும். அது ஒரு பெரிய குடும்பத்திற்குப் போதுமானதாக இருந்தது. எங்கள் ஐந்து பேருக்கு - தந்தை, தாய், மூன்று பிள்ளைகள் - அது அதிகப்படியாகவே இருந்தது. அதில் மீதமானதைக் கொண்டு கொஞ்சம் துணிகளும் வாங்கிக் கொள்ள முடிந்தது. ஒவ்வொராண்டும் பையன்களுக்கு ஒரு முண்டும் ஒரு அரைத்துணியும், மேலும் அன்றாடத் தேவைகளுக்கான எண்ணை, உப்பு மற்றும் நறுமணப் பொருட்கள்; என் தந்தைக்கு ஒவ்வொரு தூக்கிற்குப் பிறகும் கிடைத்த சலுகைகள், மோசமான ஆண்டுகளில் எங்களைப் பார்த்துக் கொண்டன. ஆனால் போதுமான அளவு என்று எப்போதும் இருந்ததில்லை, நாங்கள் ஒரு விளிம்புநிலை வாழ்வு வாழ்ந்து வந்தோம்.

இந்தக் குடும்பம், என் தந்தையின் தூரத்து சகோதரர்கள், ஏக்கர் கணக்கான நிலங்களை வைத்துக் கொண்டார்கள், அவர்கள் அந்த வாளையும், பிமனேரியிலிருந்த கோயிலையும் வைத்துக்கொண்டார்கள், வெறுப்போடு ஒரு துண்டு நிலத்தை எங்களுக்குத் தந்தார்கள். அதன்மீது நாங்கள் ஒரு வீட்டைக் கட்டினோம். அது வயலருகே இருந்த ஒரே அறையைக் கொண்ட சிறிய வீடு, அங்குதான் நாங்கள் அனைவரும் வாழ்ந்தோம். ஒரு சிறு தொகைக்காக, இந்த அசிங்கமான காரியத்தை என் தந்தை அவர்களுக்காகச் செய்தார், மேலும் அதே சிறுதொகைக்காக நான் அதைத் தொடர்கிறேன். இது பிழைப்பு பற்றிய விஷயம், ஆகவே நான் இதைச் செய்கிறேன். இது சரியானதல்ல, மேலும் சிலவேளைகளில் வெறுப்புணர்வு எனக்குள் பற்றி எரிகிறது, ஆனால்

என் குழந்தைகளுக்கு உணவு கிடைப்பதைப் பார்க்கும்போது அது அதிகம் தகிப்பதில்லை.

எங்களை அவர்கள் தங்களுக்குக் கீழானவர்களாகக் கருதிப் பார்க்கும்போது என் வெறுப்புணர்வு அதிதீவிரமாகப் பற்றியெரிகிறது. தாங்கள் தூக்கிலிடுபவரின் குடும்பம் அல்ல என்பதற்கு ஆதாரமாக அவர்கள் எங்களைச் சுட்டுகிறார்கள். ஏவலாளை நடத்தும் வெறுப்புணர்வோடுதான் அவர்கள் எங்களையும் நடத்துகிறார்கள். ஆனால் எல்லா வேளைகளிலும் அவர்கள் தூக்கிலிடுபவரின் தகுதிக்குரிய பலனை அனுபவிக்கிறார்கள்.

நான் இதைப்பற்றித் தொடங்கும் முன்பு அந்தக் கிழித்தெறியப்பட்ட தாள்கள் கசங்கிச் சுருண்டு, கைவிடப்பட்டவையாகத் தரைமீது கிடப்பதைப் பார்த்தேன். காற்று அவற்றை எடுத்துக்கொள்ளும் முன்பு நான் அவற்றை விரைவாகக் கைப்பற்றினேன். எழுத்தாளர் கூறியிருந்தார், நீங்கள் எழுதும் எதையும் வீசியெறிந்துவிட வேண்டாம், ஆகையால் நான் அவருக்குப் பணிகிறேன். என் வயதையும் அனுபவத்தையும் மீறி எனக்குப் பணிவு இயல்பாக வருகிறது என்று நினைக்கிறேன். என்னுடைய நல்ல வேளையாக அந்தப் பக்கங்கள் இன்னும் அங்கே இருக்கின்றன. சில வேளைகளில் நாய் தன் பொழுது போக்கிற்காகச் சில சிறிய பொருட்களைக் கவ்வியெடுத்து மென்றுவிடுகிறது. நான் அந்தத் தாள்களைச் சீராக்கினேன், அவற்றிலிருந்த தூசியைத் துடைத்தேன், பிறகு புத்தகத்தின் கடைசிப்பக்கத்தோடு அவற்றை இணைத்து எழுத்தாளருக்காக பத்திரப்படுத்தி வைத்தேன்.

5

புதிய நினைவுகளை வேண்டி மறுநாள் காலை திரும்பவும் நடக்கத் தொடங்கினேன். வெயில் காலம் முன்கூட்டியே வந்து சூரியன் கடுமையாக இருந்தது. குளங்களெல்லாம் வற்றிக் கொண்டிருந்தன. பசிக்காக பறவைகளும் பாம்புகளும் நேரத்திலேயே வெளியே வந்துவிட்டன. காய்ந்துபோன நிலங்களை தூரத்தில் ஒரு டிராக்டர் உழுது கொண்டிருந்தது. அதன் இரும்புப் பற்கள் பழுப்பும் வெள்ளையும் கலந்த நிலத்துக்குள் மெதுவாக உள்புகுந்து வாரிக் கொண்டிருந்தன.

நான் அந்த டிராக்டரையும் அதன் பின்னே அலைந்து கொண்டிருந்த கொக்குகளையும் கவனித்தவாறு நின்றேன். என் மனம் அலைபாயத் தொடங்கியது. வயதான காலத்தில் ஏற்படும் பிரச்சினைகளில் இதுவும் ஒன்று. ஒரு வேளை நான் யாருடனாவது பேசமுடிந்தால் மங்கிப்போன கடந்த கால எண்ணங்களை வெளிக்கொணர உதவியிருக்கும். ஆனால் எனக்கிருந்தது செல்லம்மாள் மட்டுமே, அவளுடன் இதையெல்லாம் சிறிது கூட நான் இதுவரை பகிர்ந்து கொண்டதில்லை. அதை இப்போது தொடங்குவதிலும் அர்த்தமில்லை. எப்படி நான் தொடங்குவது? இதை எண்ணும்போது எனக்கு எழுத ஒரு விஷயம் தோன்றியது, மௌனம்தான் அது.

என் மனதில் தோன்றியவைகளை முழுமையாக நான் யாருக்கும் கூறியதில்லை. ஏன் மாஷிடம் கூட. மக்கள் நான் அவர்களைக் கடந்துபோகும்போது பேசுவதை நிறுத்திக் கொள்வார்கள். இப்போதும் கூட என்னை தெரிந்தவர்கள் கூட அப்படியே செய்கிறார்கள். எனது நினைவுக்கு இது தான் வருகிறது. இது எனது வேலையினால் விளைந்ததே. இப்போது, தாடிக்காரரர் போன்ற எழுத்தாள நண்பர்களால் பரவாயில்லை. அந்தக் காலத்திலோ ரொம்பவும் மோசம். ஒரு தூக்கை நான் முடித்துக் கொண்டு வந்தபோதெல்லாம் மக்கள் முகத்தை திருப்பிக் கொள்வார்கள். அந்த மாதிரி சில நாட்களுக்கு இலக்கில்லாத சிறு பேச்சுகளுடன் மக்கள்

முகம் திருப்பிக் கொள்வதையும், கண்கள் மூடிக் கொள்வதையும், நான் கண்டிருக்கிறேன். நான் அவர்களை கடந்த பிறகு என்னைப் பற்றி, 'அதோ தூக்கிலிடுபவன் தூக்கை முடிந்துவிட்டுப் போகிறான்' என்று கிசுகிசுப்பதை நான் கேட்டிருக்கிறேன்.

ஏதோ ஒரு வகையில் அவர்களுக்கு எதிராக நான் இதை செய்து வருகிறேன் என்று எனக்குத் தோன்றும். நான் செய்யக்கூடாது தான் ஆனால் நான் செய்கிறேன். அரசாங்கமோ மன்னனோ என்னைக் கேட்டுக் கொண்டதை எனக்கு இட்ட கட்டளையைத்தான் நான் நிறைவேற்றுகிறேன். இதற்கு எப்படி நான் கீழ்ப்படியாமல் இருக்க முடியும்?

இதைச் செய்வது எளியதல்ல. ஒவ்வொரு தூக்கு நிறைவேற்றத்துக்குப் பிறகும் வீட்டிலோ அல்லது வேறு எங்கோ ஒரு மென்மையான வரவேற்பு கிடைக்க வேண்டும் என எண்ணியதுண்டு. ஆனால் ஒரு போதும் எனக்கு அது கிடைத்ததில்லை. செல்லம்மாள் நான் தூக்கிட்டுத் திரும்பிய சில நாட்களுக்கு என்னை மெய்யாகவே, தனியாக விட்டு விடுவதால் நான் அவளிடம் எதையும் வெளிப்படுத்துவதற்கில்லை. மற்றவர்கள் எனது நண்பர்கள் நான் இப்படி வரும்போது தளர்ந்து போயிருப்பேன் என்று தெரிந்தும் கூட - அவர்களுடைய உதவி எனக்குத் தேவைப்பட்டது - தள்ளியே நின்று கொண்டார்கள். இதனால் விளைந்த ஒரே நல்லகாரியம் என்னவென்றால் அந்த காப்பிக்கடை வேலு ஒரு போதும் எனக்கு கடன் தர மறுத்ததில்லை என்பது தான். அவனுடைய பையன் முருகனும் அப்படியே. எனவே எனக்கு பகல்வேளையில் ஒரு தேனீருக்கோ இன்னும் தீனிக்கோ பஞ்சம் ஏற்பட்டதில்லை. இருந்தாலும் முருகனும், வேலுவுமேகூட அவர்கள் பணத்துக்காக என்னை நம்பிய அளவு வார்த்தைகளுக்காக நம்பியது இல்லை.

இந்த மௌனம் நிரந்தரமானது. என்னுடைய குடும்பத்துக்கு வெளியே எனதுஉறவினர்கள் இப்போது கூட என்னிடம் பேசுவது இல்லை. அவர்கள் முடிந்தவரை என்னைப் பற்றிக் கூட பேசுவது இல்லை. சுசீந்திரம் கோவிலுக்கு பக்கத்தில் என்னுடைய தூரத்து உறவினன் ஒருவன் - ஒரு வகையில் ஏதோ ஒரு அத்தை மகன் - இருக்கிறான். அவன் அந்த கோவிலில் வேலைபார்த்து இப்போது ஓய்வு பெற்றுவிட்டான். கோயிலுக்கு வெளியே உள்ள அழுக்கு நீர் தேங்கிய குட்டைக்கு அருகிலுள்ள இருண்ட குறுகலான வீட்டில் கொஞ்சம் கௌரவமாக வாழ்ந்து வருகிறான். என்னைப் பார்க்க விரும்புகிறவர்களை அவன் பயமுறுத்துகிறான். ஒரு

பத்திரிக்கைக்காக வேலைசெய்த, எழுத்தாளர் ஒருவர் என்னைத் தேடும்போது ஒரு வருடத்துக்கு முன்பு அவனைச் சந்தித்தார்.

'அந்த தூக்கிலிடுபவனைப் பற்றி உங்களுக்கு என்ன தெரியவேண்டும்?' என்று அவரை எனது உறவினன் கேட்டான்.

'ஏன் அவனைப்பற்றி தேடிக்கொண்டிருக்கிறீர்கள்? ஒரு காலத்தில் அவன் சமூக விரோதிகளுடன் சம்பந்தப்பட்டிருந்தான், இப்போது அந்தக் காலம் முடிந்துவிட்டது. உங்களுக்கு முன்னே இருக்கிற கோயிலைப் பற்றி நீங்கள் ஏன் எழுதக்கூடாது? அது இன்னும் உயிரோட்டமாக இருக்கிறது. ஒவ்வொரு மாதமும் ஆயிரக்கணக்கான மக்கள் அதைப்பார்க்க வருகிறார்கள்.'

'ஆனால் எனது முதலாளி தூக்கிலிடுபவரைப் பற்றி எழுதுமாறு சொல்லிவிட்டார்' என்று அவர் அழுத்தமாகக் கூறினார்.

'அப்படியானால் நல்லது, அந்தக் குடும்பம் மன்னர் மார்த்தாண்ட வர்மாவினால் அந்தப்பணிக்கு நியமிக்கப்பட்டது' என்று பதிலளித்த என் உறவினன் 'அவர்களுக்கு நிலம் தரப்பட்டு ஒரு மாதத்துக்கு 17 ரூபாய்கள் சன்மானம் வழங்கப்பட்டது. அந்தக் காலத்தில் இது பெரிய தொகை. இப்போது அந்தக் குடும்பம் தெருவுக்கு வந்துவிட்டது. அவர்கள் தூக்கிலிடும் வேலை இப்போது செய்வதில்லை. கடைசி தூக்கிலிடுபவனின் மகன் ஏதாவது வேலை கிடைத்தால் அதைச் செய்து பிழைத்துக் கொண்டு இருக்கிறான். நீங்கள் தெரிந்து கொள்வதற்கு இவ்வளவுதான் இருக்கிறது. இனி அவனைப் பார்ப்பதற்கு என்ன இருக்கிறதென்று எனக்குத் தெரியவில்லை' என்றான்.

அந்தப் பத்திரிகையாளர் இன்னொரு பத்திரிகையாளர் மூலமாக என்னைக் கண்டுகொண்டார். அவர் வந்தவுடனே போவதற்கு அவசரப்பட்டார். அவர் தூக்கிலிடுபவரைப் பற்றி ஏற்கனவே கேள்விப்பட்டதின் அடிப்படையில் வயல்களுக்குள்ளே இருக்கிற இந்த சாதாரணமான குடிசையை விட அதிகம் எதிர்பார்த்தார். ஒருவேளை அவர் பெரிய செல்வச் செழிப்புள்ள வீட்டையோ ஆடம்பரமான நிலையையோ எதிர்பார்த்திருக்கலாம். ஆனால் நான் உண்மையான ஆரட்சர் குடும்பத்தைச் சேர்ந்தவன் அல்ல என்பது அவருக்குத் தெரியவில்லை. தூக்குப் போடும் போது செய்யும் சடங்குகளையும் பற்றி என்னிடம் அவர் கேட்டார். போகும்போது எனது உறவினன் சொன்னதையெல்லாம் என்னிடம் சொல்லிவிட்டுப் போய்விட்டார்.

எல்லாமே முட்டாள்தனமானது. அரசரிடமிருந்து பெருமானியம் பெற்ற குடும்பம் என்னுடையதல்ல. அவர்கள் செய்திருக்க வேண்டிய வேலையை நான் செய்தேன். அதை என் திறமையெல்லாம் பயன்படுத்தி சிறப்பாகச் செய்தேன். நான் இதற்கு வெட்கப்படுவதற்கு ஒன்றுமில்லை. என்னுடைய குழந்தைகள் எல்லோரும் படித்தவர்கள், எனது மகள்கள் கூட. என்னுடைய பெண்களுக்கெல்லாம், ஒரு தூக்கிலிடுபவனின் குடும்பத்தில் பெண் எடுக்க விரும்புபவரை சிரமப்பட்டு தேடவேண்டியிருந்தும் கூட, கல்யாணம் ஆகி விட்டது. மகன்கள் வேலையிலிருக்கிறார்கள். மற்றும் கடைசிப்பையன் இருப்பது அரசுவேலை. அரசின் போக்குவரத்து நிறுவனம் ஒன்றில் அவன் ஒரு மெக்கானிக். என்னுடைய குழந்தைகளுக்கு நான் என்ன செய்ய முடியுமோ அதைச் செய்து விட்டேன்.

மற்ற எந்த மனிதனையும் போலவே நானும் எனது வாழ்வில் வெற்றியோ தோல்வியோ அடைந்திருக்கிறேன். என்னால் என்ன முடியுமோ அதைச் செய்திருக்கிறேன். இருப்பினும் யாரும் ஒரு தூக்கிலிடுபவனை நெருங்குவதில்லை. இது ஒரு மனிதன் தொழு நோயாளியாக இருந்தால் எப்படியோ அப்படி இருக்கிறது.

எங்கே போனாலும் அங்கே நான் அமைதியைக் கொண்டு வருகிறேன்.

சிறையில், தூக்குபோடுவதற்கு ஒரு நாள் முன்பு சிறைக் காவலர்கள் மௌனமான இருப்பார்கள். சாதாரணமாக ஊழியர்களுக்கு இடையிலிருக்கும் சிறியபேச்சுகளோ அல்லது விவாதங்கள் கூட அங்கே இருக்காது, மாறாக முழு அமைதிதான்.

இன்னதேதியில் இன்னாரை தூக்கில் போடுவார்கள் என்பது மற்ற கைதிகளுக்கும் தெரியும். தூக்கிலிடப்படுவது ரகசியமல்ல, எந்தத் தூக்கும் இரகசியமானதல்ல.

மரணதண்டனை விதிக்கப்பட்ட கைதிகள் அவர்களின் சாவு வரையோ அல்லது மரணதண்டனை விலக்கிக் கொள்ளப்படும் வரையிலோ தூக்குக் கைதிகளுக்கு ஒதுக்கப்பட்டுள்ள ஆறு சிறையறைகளில் ஒன்றில் இருப்பார்கள். இந்த அறைகள் ‘கண்டம் செல்கள்’ என்று அழைக்கப்படும்.

சட்ட செயல்பாடுகள் முடிந்தபிறகு, தண்டனை உறுதிப்படுத்தப்பட்ட பிறகு எல்லாமுறையீடுகளும் தோல்வியடைந்த பிறகு, சிறைக்காவலர்கள் அந்த அறைக் கதவுக்கு முன்பாக ஒரு பலகையைத் தொங்கவிடுவார்கள். அதில் இன்னார் இன்ன தேதியில்

தூக்கிலிடப்படுவார்கள் என்று எழுதியிருக்கும். அந்த நாளிலோ அதற்கு முன்போ நான் வரும்போது சிறை முழுவதும் ஒரே அமைதியாக இருக்கும்.

சிறையில் பகல் பொழுதுகளில் தண்டனை பெற்றவர்கள் வேலை செய்யும் நேரம் பொதுவாக அமைதியாகவே இருக்கும். ஆனால் அவர்கள் வயல்களிலோ, தோட்டங்களிலோ அல்லது தொழிற்கூடங்களிலிருந்தோ தங்களுக்குத் தரப்பட்ட வேலைகளை முடித்துக்கொண்டு திரும்பும் போது, பல நூற்றுக் கணக்கான மனிதர்கள் ஒன்று கூடும்போது ஒரே சத்தமாகவே இருக்கும். சிறை மருத்துமனையை ஒட்டிய பள்ளி வாசலிலோ, சர்ச்சிலோ பிரார்த்தனைகள் நடக்கும். சிறை வளாகத்தின் மையப்பகுதியிலிருந்து கூர்மையான மூன்றடுக்கு லிங்கம் போல் எழுந்துநிற்கும் சிறைக் கோபுரங்களுக்கு அருகில் உள்ள கோவிலிலிருந்து மந்திரங்கள் கேட்கும். சில நேரங்களில் சிரிப்பும் பேச்சும் உள்ளே ரீங்காரமிடும். ஆனால் நான் வந்தபிறகு எல்லாம் நின்றுவிடும். அந்த கோபுரத்தின் உச்சியில் இருக்கும் மணிமட்டும் கால்மணி நேரத்துக்கு ஒருமுறை ஒற்றை மணியும் ஆறறை மணிக்கு நீண்ட மணியுமாக ஒலிக்கும். அப்போதுதான் சிறைக்காவலர்கள் இரவிலே கைதிகளை தங்கள் அறைகளுக்குள் அடைக்கு முன்பாக எண்ணுவார்கள்.

மாலைநேரம் சிறைச் சுவரை சுற்றியுள்ள மரங்களிலுள்ள கூடுகளுக்கு பறவைகள் திரும்பும் நேரமாகையால் அவற்றின் பாடல்கள் ஒலிக்கும். ஒரு மனிதன் சாவதைக் குறித்து எந்தக் கவலையும் கொள்ளாமல் அவை பாடவும் சண்டையிடவும் செய்யும். எதற்காக அவைகள் கவலைப்படவேண்டும்? மனிதன் ஒரு பறவையைக் கொல்லும் போது கவலைப்படுகிறானா? ஒருவேளை ஒவ்வொரு தூக்குக்குப் பிறகும் மரத்திலுள்ள பறவைகள் மகிழ்ச்சியடையக்கூடும்.

நான் சிறைக்கு வந்தவுடன், நுழைவாயிலில், ரவிவர்மாவின் பெயர் எழுதப்பட்ட கல்லுக்கு எதிரே இருக்கும் துணை சிறை அதிகாரியின் அறைக்குச் சென்று வருகையைத் தெரியப்படுத்துவேன். சில வழக்கமான நிகழ்வுகள் மேற்கொள்ளப்பட்டு விவரங்கள் பதிவுசெய்யப்படும். சிறைக்காவலர்கள் எல்லாவற்றையும் பார்த்துக் கொள்வார்கள். ஆவணங்களைப் பராமரிப்பது அவர்களின் வேலை. எனக்கு அதில் ஒரு சம்பந்தமும் கிடையாது. என்னைப்பார்த்து அவர்கள் பலவீனமாகச் சிரிப்பதுண்டு. ஆனால் அவசியமில்லாமல் என்னுடன் பேசமாட்டார்கள். வேலையை முடித்துக்கொண்டு திரும்பவிருக்கும் சீருடையணிந்த சிறைக்காவலர்கள், என்னைக்

கவனித்தபடி சுற்றித்திரிவதுண்டு. அவர்கள் காவல்துறையைச் சேர்ந்தவர்கள் அல்ல. அவர்களது தோள்களில் உள்ள அடையாளங்கள் வேறு மாதிரி இருக்கும். கேரளா போலீஸ் என்றால் கே.பி. என்று போட்டிருக்கும், இவர்கள் கேரளா சிறை என்பதால் அதற்கு கே.ஜெ. என்று எழுதப்பட்டுள்ளது.

இந்தமாதிரி ஆறு துணை சிறைக்காவலர்களை நான் பார்த்ததுண்டு. அவர்களின் முகங்களும், பெயர்களும் எனது மனதுக்கு மங்கலாகவே தெரிகின்றன. அவர்களின் சீருடை மட்டும் எனது நினைவுக்குவருகிறது. தோள்களில் மூன்று பட்டைகள் உள்ள சீருடைகள்.

நான் சிறைக்குள் வந்தவுடனே மௌனச் செயல்பாடுகள் மளமளவென்று தொடங்கி விடும். தூக்கு மரங்களைப் பரிசோதிப்பது எனது வேலைகளின் ஒரு பகுதியாகும். நான் மதியநேரம் சிறைக்கு செல்லும்போது சிறையின் உயரதிகாரி தானே வந்து என்னை வரவேற்பார். நான் தூக்கில் போடவேண்டிய மனிதரின் பெயர் மற்றும் எடையை எனக்குச் சொல்லுவார். எனவே நான் அவரை அதிக சேதமில்லாமல் தூக்கி இறக்க வேண்டிய நீளத்தை முடிவு செய்து கொள்ளமுடியும். சிறைஅதிகாரி பிறகு என்னைப்பற்றி எனது மனைவி குழந்தைகள் மற்றும் வீடு குறித்தும், இன்னும் வேறுயாராவது பெரியமனிதர்கள் நான் செய்வதை பார்க்க வருகிறார்களா என்பது பற்றியும் கேள்விகள் கேட்பார். மற்றவர்கள் அப்படியில்லை, அந்தவேலை முடியும் வரை தள்ளியே நிற்பார்கள்.

அங்கே உண்மையிலும் வேலை இருக்கிறது. தூக்கு மேடையின் தூக்குமரங்களைச் சுத்தம் செய்யவேண்டும். பழைய காலங்களில் அது அநேகமாக ஒவ்வொரு வருடமும் அடிக்கடி பயன் படுத்தப்பட்டதால் சுத்தம்செய்ய வேண்டிய அவசியம் இல்லை. ஆனால் இப்போது மன்னனுடைய காலத்துக்குப் பிறகு வருடத்துக்கு நான்கோ, ஐந்தோ தூக்கு மட்டுமே நடப்பதால், சிலந்திக்கூடுகள் வந்துவிட்டன.

அந்த மரம் நல்ல முதிர்ந்த வயதுடைய கருத்த மரம். உயர்ந்த வகைத் தேக்கினால் ஆனதாகும், மகாராஜாவின் சொந்தக் காடுகளிலிருந்து வந்ததாக அவர்கள் கூறுகிறார்கள். அரசாங்கத்தின் எல்லாக்காடுகளும் ஒரு காலத்தில் மன்னனுடையதாக இருந்தது... என்னுடைய மனது அலைபாய்கிறது. வயது அதற்கேயுரிய பலவீனத்தையும், ஆறுதலையும் கொண்டிருக்கிறது. நான் எதைப் பற்றியும் அதிக நேரம் தோண்டித் துருவ முடியாது, நான் வாங்கிய

உயிர்களைப் பற்றிக்கூட. நாம் இப்போது எங்கு விட்டோம்? ஆ... அமைதி ஒரு தூக்கு நடந்த பிறகு சிறைக்காவலர்கள் மற்றும் கைதிகளிடத்தில் ஒரு சேர அமைதி நிலவுவதாக சொல்கிறார்கள். ஏன் அவர்கள் அமைதியாக இருக்கிறார்கள்? செத்துப்போன மனிதருக்காக அனுதாபம் கொள்கிறார்களா? அதுவும் நீதிமன்றத்தால் குற்றவாளி என்று தீர்ப்பளிக்கப்பட்ட ஒருவருக்கு?

தூக்கு மேடையின் கட்டமைப்பு ஆறடி தூரம் தள்ளி நிற்கிற இரண்டு மரங்களைக் கொண்டது. அதற்கு நடுவே கீழே நீள் சதுரவடிவில் கீழே திறக்கும் பொறிக் கதவும் மேலே ஒரு குறுக்குச் சட்டகமும் கொண்டது. இதை சுத்தம் செய்தாக வேண்டும். செதுக்கப்பட்ட கைப்பிடியைக் கொண்ட பெரிய உருண்டையான எடைக்கல் சாமான்கள் அறையிலிருந்து கொணரப்படவேண்டும். பயன்படுத்தப்படாத காலங்களில் அது அங்கேதான் இருக்கும். எனக்கோ கயிறை பரிசோதிப்பதற்கு அது வேண்டும். மரணதண்டனை அடைந்தவன் நிற்கிற கீழே திறக்கும் பொறிக்கதவு ஒரு முனையில் கீலுடனும் மறுபுறம் இரண்டு இரும்புக் கொக்கிகளாலும் பிடிகொண்டிருக்கும். இழுத்தால் பிரிந்து விடும் நெம்புகோல்பொறி ஒன்று அந்த உயரமான தூண்களில் ஒன்றின் அருகில் மரமேடைக்கு வெளியே இந்த நாவுகளை பின்னோக்கி இழுக்கும் விதத்தில் அமைந்திருக்கும்.

அது இழுக்கப்பட்டால் பொறிகதவு கீழ்நோக்கி திறக்கும். இந்த நெம்புகோல்ப்பொறியும் சாமான்கள் அறையிலிருந்து கொண்டுவரப்பட்டு ஒருவேளை துருப்பிடித்திருந்தால் எண்ணெய் விடப்படவேண்டும். குறைந்த பட்சம் மூன்று கயிறுகளாவது வேண்டும், மற்றும் நெம்புகோல், எடைக்கல் இன்னும் ஒரு எண்ணெய் பாட்டில்.

எல்லாமே பக்குவமாக நடக்கவேண்டும். என்னுடைய வழிகாட்டுதலுக்கு கீழே நான்கு ஐந்து இளைஞர்கள் - அடியான்கள் என்று சொல்லப்படுபவர்கள் - மற்றும் சிறை அலுவலர்கள் எனக்கு என்ன தேவையோ அதைச் செய்வதற்கு இருப்பார்கள். அடியான்களிலே ஒல்லியாகவும், சிறியவனாகவும் இருக்கிற ஒருவன் தூக்குமேடைச் சாரக்கட்டின் கிழப்புறம் தூணில் ஏறி குறுக்குக் கம்பத்தின் மீது ஒரு கயிற்றைப் போடுவான். தூக்குமரத் தூண்களின் மீது மூன்று அடிவைப்புகள் உண்டு. அதன் மீது அவன் கவனமாக கால்விரல் வைத்து பொறிக்கதவின் மேல் விழுந்து விடாமல் மேலே ஏற வேண்டும். அதே தூணின் ஒரு பகுதியில் ஒரு சிறிய கொக்கி இருக்கும். அதில் கயிற்றினுடைய இன்னொரு

முனை கட்டப்படவேண்டும். அந்த கொக்கிதான் அடுத்தநாள் ஒரு மனிதரின் முழு எடையையும் தாங்கும். ஒருசிறைக்காவலர் நெம்புகோல் பொறியை எடுத்து அதை துவாரத்தில் பொருத்து முன்பு தூசுதட்டுவார், மூன்று அடியான்கள் மற்றும் ஒரு காவலர் சேர்ந்து நாங்கள் பரிசோதிக்கப் போகும் கயிற்றில் கல்பொம்மையை கட்டிச் சேர்ப்பார்கள்.

அந்தக் காலத்தில் கயிற்றுப் பரிசோதனை என்பது முழுவதும் ஆரட்சர்களின் பொறுப்பாகும். தூக்கு போடுகிற போது எந்த ஒரு ஆரட்சரின் கயிறும் அறுந்து விழுந்ததாக நான் கேள்விப்பட்டதில்லை. மார்த்தாண்ட வர்மாவின் காலத்தில் ஏதாவது ஒரு ஆரட்சரின் கயிறு அறுந்து விழுந்திருந்தால் என்ன ஆயிருக்கும் என்று நான் நினைத்துப் பார்க்கிறேன்.

நான் ஒரு சுருக்கைத் தயாரிக்கிறேன். அது ஒரு எளிய முடிச்சு. ஏந்கனவே பலமுறை செய்த அனுபவம் எனக்கு உண்டு. இதை நான் குருட்டாம் போக்கில் கூட செய்யமுடியும். இருந்தாலும் ஏதாவது தவறு நேர்ந்து விட்டால் நானே பொறுப்பு என்பதால் நான் கவனமாகவே முடிபோடுகிறேன். எடைக்கல்லைப் பற்றி சுவரசியமான தகவல் என்னவென்றால், அது பத்தொன்பதாம் நூற்றாண்டின் ஆரம்பத்தில் மன்னரினுடைய உத்தரவின் அடிப்படையில் செதுக்கப்பட்டதாகும். அது துளைகள் கொண்ட உருண்டை வடிவிலானது. அதிலே எடையைக் கூட்டிக் கொள்ளவேண்டுமெனில் மேலும் வேண்டிய செதுக்கப்பட்ட எடைக்கற்களை சேர்த்துக் கொள்ளமுடியும். 1958 -இல் கொண்டுவரப்பட்ட புதிய சட்டப்படி, தூக்குமேடை மரக்கட்டை மரணதண்டனை பெற்றவரின் எடையைவிடக் குறைந்தபட்சம் ஒன்றரை மடங்கு மேலதிகமான எடையை வைத்து பரிசோதிக்க வேண்டும். ஆனால் பழைய காலங்களில் நாங்கள் தோராயமாக 150 கிலோகிராம்கள் எடையைக் கொண்டு இதைச் செய்வோம். அது நான் தூக்கிலிட்ட மனிதர்களின் யாரொருவரின் எடையைக் காட்டிலும் 1.5 மடங்குக்கும் மேலதிகமான எடை ஆகும். ஆனால் இது ஒரு விசித்திரமான சிந்தனையாகும். நான் தூக்கில் போட்ட பெரும்பான்மையான மனிதர்கள் மோசமான நிலையிலேயே இருந்தார்கள். ஒரு வேளை சிறை உணவு காரணமாக இருக்கலாம்.

ஆனால் அப்போது மரணதண்டனை பெற்றவர்கள் தனது அறைக்குள் மட்டுமே அடைந்து கிடப்பார்கள். வேலைகள் எதுவும் செய்ய மாட்டார்கள். அவர்கள் செய்வதெல்லாம் சாப்பிடுவது, தூங்குவது அவ்வளவே. ஒருவேளை அவர்கள் தூங்காமலிருக்கலாம்.

ஒருவேளை விழித்துக் கொண்டிருக்கும் ஒவ்வொரு கணமும் தங்களின் குற்றங்களின் மிகையான நினைவுகளை எதிர்கொண்டிருக்கலாம். எனக்குத் தெரியவில்லை. அவர்கள் யாரோ ஒருவரின் இடத்தை பகிர்ந்துகொள்ள நான் ஒருபோதும் விரும்பியிருக்க மாட்டேன்.

கடைசியாக தூக்குமேடையின் தூக்குமரங்களைப் பரிசோதிக்க நாங்கள் தயாராகிவிட்டோம். மூன்று கயிறுமே தயார். நெம்புகோல் பொறி சரியான இடத்திலுள்ளது. பொறி கதவின் கீல்கள் பரிசோதிக்கப் பட்டுவிட்டன.

முதலில் இதை நாங்கள் கல்எடை இல்லாமல் செய்வோம். இப்போது நெம்புகோல் பொறி எளிதாக நகர்கிறது. நன்றாக எண்ணெய் விடப்பட்டிருக்கிறது. பொறி கதவை தாங்கிப் பிடிக்கும் இரும்பு நாவுகள் பக்குவமாக இறுக்குகின்றன.

இப்போது என் மூத்த அடியான் குமரன். நெம்புகோல் பொறியை நெம்பும்போது பொறி கதவு ஒரு தொங்கும் சத்தத்துடன் திறக்கிறது.

அது இங்கும் அங்கும் கீழ்நோக்கி அசைந்து தூண்களில் ஒன்றில் அடிக்கிறது, அது பொறிக் கதவு நிறுவப்பட்டிருக்கிற மேடைவரை செல்லும். அது மேலே அடிக்கிற தூணில் அடிபடுகிற பகுதியில் அரை இஞ்ச் அளவுக்கு ஒரு கோணியிலான திண்டு அமைக்கப்பட்டு அதன்மூலம் அதிக சப்தம் தடுக்கப்படும். சுவரில் பொருத்தப்பட்டிருக்கும் மழுங்கலான முனைகொண்ட கொக்கி பொறி கதவின் முடியைப் பிடித்துக்கொள்ளும் படி அமைக்கப்பட்டு இதன்மூலம் தூணையும் கயிற்றின் இறுதியில் தொங்குகிற உடலையும் கீழே திறந்த பொறிக்கதவு தாக்கிவிடாத வண்ணம் அமைந்து இருக்கும்.

தூக்குமேடைக்கு கீழே இருக்கிற ஆழமான பகுதி ஒரு இருண்ட நிலவறையாகும். அங்கேதான் தூக்கில் தொங்க விடப்பட்ட உடல் ஒரு 15 நிமிடமாவது தொங்கும். ஏறக்குறைய மேலே இருக்கிற மேடையின் விளிம்பு தான் தூக்குக்கயிறின் இறுதியாகும்.

இந்த நிலவறையில் நான் பொறிக்கதவைப் பிடித்திருக்கும் பிடிப்பானை நீக்குகிறேன். எனவே அது திரும்பவும் மேலே இருந்த இடத்துக்கே சென்று அடுத்த கயிறை பரிசோதிக்க ஏதுவாக இருக்கும். நெம்புகோல்பொறி எப்போதும் முதலில் நான் பரிசோதிக்கும்போது அதிகமாகக் கிறீச்சிடும். ஏனென்றால் அது பலமாதங்களுக்கு முன்பு பயன்படுத்தப்பட்டிருப்பதால் துருப்பிடித்திருக்கும். இன்னொரு அடியான் கதவின் இன்னொரு

முனையை ஒரு கழியை பயன்படுத்தித் தூக்கி தனது இருப்புக்கு வரச்சொய்வான். அவன் ஏற்கனவே அதைச்செய்தவன், எனவே ஆளமான இருண்ட பகுதியிலும் கூட அதை அவன் எளிமையாகச் செய்திடுவான்.

இன்னொரு தடவை எடையுடன் பரிசோதிப்போம். இந்த முறை எடைக்கல் அதிக எடையுடையது, ஆதலால் அதை நாங்கள் மூன்றுபேர் சேர்ந்து பொறி கதவுக்கு நகர்த்துவோம். அதை சரியான இடத்தில் வைத்தவுடன் மூன்றுபேர் சேர்ந்திருப்பதன் பாரமும் அந்த எடைக்கல்லின் பாரமும் சேர்த்து கதவு அதிகமாக சத்தமிடும். ஆனால் அந்த கதவு கடினமான தேக்கால் செய்து உலோகத்தினால் தாங்கப்படுகிறது என்பது எங்களுக்கு தெரியும். அது ஒரு சின்ன சலம்பல்தான். அடியான்களின் மார்பிலிருந்து பளபளக்கிற வேர்வை பட்டப்பகல் ஒளியில் வேலை செய்வதால் ஏற்படுவது. அவர்கள் ஆழ்ந்து மூச்சு வங்கிக் கொள்வார்கள்.

இந்த முறை நெம்புகோல் பொறி இழுப்பதற்கு கடினமாக இருக்கும். ஏனெனில் பொறி கதவில் வைக்கப்பட்டிருக்கிற எடைக்கல் கதவுகளை கீழே அழுத்திக் கொண்டிருக்கும். அடியான் நெம்புகோல் பொறியை துல்லியமாக நெம்ப வேண்டும். அது திடீரென்று இயங்கும். படீரென்ற சத்தத்துடன் பொறிக்கதவு திறந்து கொள்ள எடைக்கல் கீழே மறைகிறது.

எடைக்கல் இருந்தவிடத்தில் இப்போது கயிறு ஆடிக் கொண்டிருப்பதை நாங்கள் பார்க்கிறோம். வினாடிகளில் அதன் ஆட்டம் நின்றுவிடும். இதே மனிதராக இருந்தால் நீண்டநேரத்துக்குக் கயிறு ஆடிக்கொண்டு இருக்கும். திரும்பவும் நான் கீழே இறங்கி மேலிருப்பவைகளை சரி பார்ப்பேன்.

இன்னும் இரண்டுக்கு மேற்பட்ட தடவைகள் நாங்கள் இதைச்செய்வோம். இப்போது போவதற்கான நேரமாகிவிட்டது. எனக்குதவிய காவலர்களும் துணைச் சிறை அதிகாரியும் சிறை வாயில் கதவு வரை வந்து எங்களை அனுப்பும் போது துணைச்சிறை அதிகாரி சொல்வார், ‘நாளை காலை 4.00 மணிக்கு.’

அவரிடம் ‘சரி’ என்று நான் தலையாட்டுவேன். எனக்கு ரொம்ப வேர்த்திருக்கும். வேலையினாலோ அல்லது காற்று வீசாத மதிய வெப்பத்தினாலோ மட்டுமல்ல, வேறேதோ காரணத்தினாலும்தான். தங்கள் வேலையைப் பார்த்து போய்க்கொண்டிருக்கிற ஒரு ஜோடி சிறைவாசிகள் எங்களைப் பார்ப்பதைத் தவிர்த்துக்கொள்வார்கள். காவலர்களும் பார்ப்பதை தவிர்த்து விடுவார்கள். அந்த

சிறைவாசிகளுக்கு அவர்களில் ஒருவர் அடுத்தநாள் காலை இறந்து விடுவார் என்கிற செய்தி அவர்களின் கண்களில் இருண்மையாக வட்டமிடும்.

தூக்குச்சார மேடையை ஒவ்வொருமுறை பயன்படுத்தும் போதும் எவ்வளவு சிறப்பாக அதை வடிவமைத்திருக்கிறார்கள் என்பதை நான் வியப்புடன் பார்ப்பேன். ஒவ்வொன்றும் அதனதன் இடத்தில் இருக்கின்றன. ஒவ்வொன்றும் தூக்கு பக்குவமாக நடந்து விடும் வகையில் அமைக்கப் பட்டிருக்கின்றன.

ஒவ்வொரு இரவும் விருந்தினர் இல்லத்திற்கு திரும்பும் போதெல்லாம் நான் எனக்குள் கேட்டுக்கொள்வேன், ஏன் நமது வாழ்வின் அதிகப் பகுதியை வாழ்வை விடவும் சாவை மென்மையாக்குவதற்கு செலவு செய்கிறோம் என்று.

இந்தப் பகுதியை நான் மாலையில் எழுதி முடித்தபிறகு, எனக்கு வழக்கமாக காப்பிக் கடைக்கு போவதற்கான தெம்போ, உற்சாகமோ இருக்கவில்லை. கால்நூற்றாண்டாக நான் ஈடுபட்டு வரும் இந்த அசிங்கத்திற்கு இன்னொரு முறை திரும்பி வருவதை நான் விரும்பவில்லை.

நான் ரொம்பக் களைத்துப் போய்விட்டேன். போதும் இந்த வாரத்துக்கு இதுபோதும். நாளைக்கு எனது மருமகள் கள்ளிக் கோட்டையிலிருந்து என்னுடைய இரண்டு பேரப் பிள்ளைகளுடன் இங்கு வருவாள். எங்களைவிட அவர்கள் நன்றாக இருக்கிறார்கள். பெரியவீடு அவர்களுக்கு இருக்கிறது. மற்றும் ஒரு கருப்பு வெள்ளை தொலைக்காட்சிப் பெட்டியும் உண்டு. இங்கே அவர்களுக்கு எவ்வளவு வசதிப்படும் என்பது எனக்குத் தெரியவில்லை. நீண்டகாலம் அவர்கள் தங்குவதில்லை. அவர்கள் வரும்போது செல்லம்மாள் மகிழ்ச்சியுடன் இருப்பாள், அவளுக்கு ஒரு துணையும், சமையலறையில் உதவியும் கிடைக்கும். எனக்கும் பேரன்களுடன் பொழுதுபோகும்.

ஒரு சில நாட்களுக்கு நான் எழுதப்போவதில்லை.

6

ஆனால் அடுத்தநாள் முழுதும் நான் பரபரப்பாக இருந்தேன். பேரப்பிள்ளைகள் தங்கள் தாயுடன் வந்திருந்தார்கள். எனினும் என்மனம் புத்தகத்திலேயே இருந்தது. எழுதுவது எனக்கு நிம்மதியைத் தரவில்லை. சரியான சொற்கள் கிடைக்காத விரக்தியும் மேலோங்கியிருந்தது.

எழுத்தாளர் வந்தார். இந்தமுறை அந்தப்பெண் கூடவரவில்லை. என்மனதை சிலநேரம் நிறைத்திருக்கிற இருண்மைகுறித்து அவரிடம் பேசவும், சொல்லவும் நினைத்தேன். ஏதோவொன்று என்னை விரைந்து எழுதும்படி உந்தித் தள்ளிக் கொண்டிருந்தது. எழுதுவதில் கிடைக்கும் இன்பமும் அமைதியும் மட்டுமல்ல அது. நான் இதை முடிந்த அளவு வேகமாக எழுதி முடித்துவிட விரும்பினேன், ஏனென்று தெரியவில்லை.

“பொறுமையாக இருப்பது ரொம்ப கஷ்டம்” என்று அவரிடம் சொன்னேன். அவருக்கு புரிந்திருக்குமென்று தோன்றியது.

நாங்கள் காபி குடித்துக்கொண்டிருந்தோம். கடைசியாக அவர் சொன்னார். “மாஷ் உடன் நீங்கள் சேர்ந்து நடந்திருப்பதாக சொன்னீர்கள், இப்போது நடக்கப் போகலாமா?”

“இப்போதா?” நான் ஆச்சரியமாகக் கேட்டேன்.

“ஆமாம் இப்போதுதான்” என்று சொன்னவர், “கவலைப்படதீர்கள், நீங்கள் சொல்வதை நான் புரிந்து கொள்கிறேன். எனது தமிழ் இப்போது பரவாயில்லையா?”

“பரவாயில்லை, நான் எழுதிய இவைகளை எப்படிப் படிப்பீர்கள்...”

அவர் அந்தப் பக்கங்களைப் பார்த்தார். “இதை நான் என்னுடன் எடுத்துச் செல்கிறேன், இதிலே எனக்கு ஏதாவது தெரியாவிட்டால் கூட என்தோழி எனக்கு உதவி செய்வாள்” என்றார் அவர்.

அவர் நடப்பதற்காக எழுந்தார். எனது வீட்டுக்கு வெளியே இருந்த ரோடு தார் போடப்பட்டதல்ல. அது ஒரு நடைபாதை. மழைக்காலங்களில் சேறு குளம்பிவிடும். கோடைக்காலத்தில் அது கடினமாகவும் தூசாகவும் இருக்கும் பழுப்பு நிறமேகங்கள் போல் புழுதிக் காற்றுக்கு எழுந்து நமது துணிகளில் படிந்துவிடும். "ஒவ்வொரு காலடிக்கும் எழும்பும் புழுதி உங்களுடைய துணிகளை அழுக்காக்கி விடும்" என்று நான் அவரிடம் கூறினேன்.

"எனக்கு அது ஒரு பொருட்டல்ல" என்றார் அவர்.

நாங்கள் வயல்களினூடே நடந்தோம். அவை அமைதியாக இருந்தன. வழிமுழுதும் மிக கீழ்மட்டத்திலேயே நெல்பயிர் பரவிக் கிடந்தது. எனவே தண்ணீர் அவையனைத்துக்கும் கிடைத்திருக்கும். அந்தப் பகுதியை சுற்றிலும் ஏரிப்பாசனம் என்றழைக்கப்பட்ட அந்தக்கால நீர்ப்பாசனமே காணப்பட்டது. அந்த வயல்களைப் பிரித்து அமைக்கப்பட்டுள்ள வரப்புகளை அவருக்கு நான் காட்டினேன்.

"இது தான் நீங்கள் வளர்ந்த இடமா?" என்று அவர் கேட்டார்.

"ஆமாம், எனது தந்தையாரின் வீடு. நான் இப்போது இருக்கிற வீட்டைத் தொட்டமாதிரிதான் இருந்தது. பல வருடங்களுக்கு முன்பு பெய்த மழையில் அது குலைந்து விட்டது"

"உங்கள் குழந்தைப் பருவத்தைப் பற்றிச் சொல்லுங்கள் நீங்கள் எவ்வளவு பேர்?"

"நாங்கள் மூன்றுபேர். எல்லாம் பையன்கள். நான் நடுவில் எனது அண்ணன் பெயர் ராமன், தம்பி பெயர் பரமன், அப்பாவின் பெயர் காமாட்சி நாதன்..."

"உங்கள் குழந்தைப்பருவம் எப்படி இருந்தது?"

எங்களுக்கு முன்பு கால்சட்டை மட்டுமே அணிந்த பையன் ஒருவன் கடைக்காரரிடம் உயர்ந்த குரலில் சிறிது மண்ணெண்ணெய் கேட்பது எனக்குக் கேட்கிறது. அவர் சிறிய பிளாஸ்டிக் பையில் தருகிறார். இரவு நேரத்துக்கான அந்த மண்ணெண்ணையை கையில் வாங்கிக் கொண்டு பையன் வீட்டுக்கு செல்கிறான். நான் புழுதிபடர்ந்த பாதையில் நின்று விட்டேன். என் நினைவு பின்னோக்கிப் போய்விட்டது.

அவருக்குப் புரிந்துவிட்டது. "நாம் திரும்பிச் செல்லுவோம். உங்களுக்கு அது தப்பிப்போகுமுன்னே நீங்கள் எழுதி விடுங்கள். நாம் நாளை சந்திப்போம்"

நாங்கள் குறுக்குப் பாதை வழியே வேகமாகவும், அமைதியாகவும் திரும்பினோம். நாங்கள் திரும்பியவுடன் எந்த அமளியும் இல்லாமல் அவர் போய்விட்டார். மதியத்துக்கு பிறகு வந்த சூரியனுக்கு முன்னே நான் டேபிளை இழுத்துப்போட்டு எழுதுவதற்கு ஆரம்பித்தேன்.

குழந்தைக்கு எந்த வீடும் போதுமானதுதான்.

ஒரே அறைகொண்ட கீற்றுக் கொட்டகைகூடப் போதுமானது. அங்கே படுப்பதற்கு இடம் இருக்கும், சூரியன் வெம்மையாக இருக்கும் ஏன் விளையாடுவதற்கு கூட இடமிருக்கும், அம்மா எங்களை வீட்டுக்குள்ளே விளையாடவிட மாட்டாள். வீட்டுக்கு வெளியே உள்ள முற்றத்துக்கு அதற்காக அனுப்பி விடுவாள்.

முற்றத்திலே மரங்கள் இருக்கும். ஒரு மாமரம் மற்றும் பலாமரம் மூலையிலே இரண்டு ஒற்றைத் தென்னைமரங்கள் இருக்கும். ஒரு முதிர்ந்த உரமேறிய வேப்பமரமும் அங்கிருக்கும், அதற்கு பல கிளைகளுண்டு, அதிலெல்லாம் நான் ஏறியிருக்கிறேன். கோடையில் மாமரமும் பலாமரமும் பழங்களைத் தரும். அவை வருடம் முழுதும் சாப்பிடும் அரிசிக்கஞ்சிக்கு மாற்றாக இருக்கும். வேப்பமரம் நிறையத் தரும். பல் துலக்கக் குச்சிகள் மற்றும் இலையிலிருந்து மருந்துகள் கிடைக்கும். அதனுடைய பூக்கள் ரசத்துக்கு பயன்படுமென்றாலும் அது கசப்பாக இருப்பதால் எனக்கு பிடிக்காது. ஒரு மூலையில் கொய்யாமரம் இருக்கும். அதன் கனியோ சிறியது, கடினமானது. அது ருசியாக இல்லாவிட்டாலும் அதன்மீது எங்களுக்குப் பேராசை இருக்கும்.

வீட்டுக்குள் எப்போதும் சமைக்கிற வாசனைதான் எல்லா நேரங்களிலும், அதுவும் முக்கியமாக மழைக் காலங்களில் கதவுகள் அடைக்கப்பட்டிருக்கும்போது வாசம் தூக்கலாக இருக்கும். இது வெறும் சமையல் மணம் மட்டுமல்ல, சமைக்கும் நெருப்பின் புகையிலிருந்து வரும் வாடை, அடிக்கடி வியர்க்கும் ஆடைகளின் வாடை மற்றும் காற்றுக் காலங்களில் தென்னங்கீற்றுகளால் வேயப்பட்ட மேற்கூரையிலிருந்து எழும்பும் வாடை. கோடைக்காலங்களில் பெண்கள் வீட்டுக்குள்ளே தரையில் பூசிய சாணிக்கரைசலிலிருந்து எழும்பும் சாணியின் வாடை அது வறண்டுபோகும் வரை மணந்து கொண்டிருக்கும். அது ஒரு

சுகமளிக்கும் வாசமாகும், நீ தனியாக இல்லை என்பதை உனக்கு உணர்த்தும் மணம்.

மாலை எனது தந்தை வரும்வரை நாங்கள் காத்திருப்போம். சிலநேரம் வருமானத்துக்காக அப்பா வயல்களில் வேலைசெய்வதுண்டு. ஒரு தூக்கிலிடுபவராக அவர் செய்யும் வேலையில் வருமானம் குறைவே, சூரியன் மறைந்த பிறகு மாலையில் அவர் வீடு திரும்பும்போது ஒன்று அல்லது இரண்டு நாணயங்கள் கூலியென அவர் கையில் இருக்கும். அம்மாவிடம் அந்த பணத்தைக் கொடுப்பார். அதிலொன்றை என்னிடம் கொடுத்து ரங்காவின் கடைக்கு ஓடிப்போய் கொஞ்சம் மண்ணெண்ணெய், மிளகாய்ப்பொடி மற்றும் உப்பு வங்கி வரும்படி அம்மா கூறுவாள். நீளமான தேக்கு இலையில் மூடப்பட்ட உப்பையும் மிளகாய்த்தூளையும் நான் வாங்கி வருவேன், சின்னப் பொருட்களை அந்த இலைகளில் மடித்தும் தருவார். அங்கே காகிதம் கிடையாது. மழைக்காலங்களில் நாங்கள் பனைவெல்லம் வாங்கும்போது அதனுடைய இனிப்பு இலைகளில் படிந்து கிடக்கும். நாங்கள் அதை நக்கும்போது, 'முரட்டு இலை நாக்கைப் புண்ணாக்கி விடும்' என்று அம்மா திரும்பத் திரும்பக் கண்டித்தால் கூட நக்குவோம்.

எப்பவாவது மீனோ, கறியோ உணவில் இருப்பது அபூர்வம். எனினும் அவ்வாறு இருக்கும்போது நான் வெங்காயங்கள் வாங்கி வருவேன்.

அப்பாவுக்கு வேலை இல்லையென்றால் மண்ணெண்ணெய் இருக்காது. எனவே மாலை நேரத்தை இருளிலேயே கழிப்போம். அப்போது கஞ்சி மட்டுமே கிடைக்கும். அதிர்ஷ்டம் இருந்தால் உப்புடன் கஞ்சி கிடைக்கும். சிலநேரங்களில் வளர்ந்தவர்கள் அது கூட இல்லாமல் கிடப்பதுண்டு. ஆனால் இந்த மாலை அப்பாவுக்கு எட்டு அணாக்கள் கிடைத்தன. அது போதுமானதுதான், அதில் கொஞ்சத்தை அவர் ஒளித்து வைத்துக்கொள்வதை நான் கண்டேன். ஒவ்வொருவருக்கும் பசியாற்ற அவர் இதை ஏன் செலவளிப்பதில்லை என்று நான் ஆச்சரியப்படுவதுண்டு.

ஒவ்வொரு வருடத்தின் ஓணத்துக்கும், மலையாள அறுவடைத் திருநாளுக்கும், விஷு பண்டிகைக்கும், மலையாளப் புதுவருடத்துக்கும், பொங்கலுக்கும், தமிழ் புது வருடப் பிறப்புக்கும் நாங்கள் ஒரு விருந்து உண்போம். அப்படி இல்லையென்றால் நாங்கள் யாராவது இறக்கும்போது, திருமணம் செய்யும்போது குழந்தைபெறும் போதுதான் விருந்துகள் நடக்கும். என்ன மாதிரி

விருந்துகள். காய்கறிகளையும் அரிசிச் சோற்றையும் எவ்வளவு வேண்டுமானாலும் சாப்பிடலாம். ஆட்டை யாராவது பலி போட்டால் ஆட்டுக் கறி சாப்பிடலாம். நாங்கள் உண்மையாகவே விருந்துகளுக்கு ஏங்கிக் கொண்டிருப்போம். சாவுகளுக்குப் பிறகு வருபவைகளுக்கும் கூட.

பாதை ஓரத்தில் வயல்களினுடாக ஒரு கிலோமீட்டர் தூரத்திலிருக்கும் ரங்காவின் கடைக்குப் போகும்போது இருள் என்மீது மெதுவாகக் கவிய ஆரம்பித்து விடும். இந்த வயல்களை எனக்குத் தெரியும், இன்றைக்கு நிலவு நேரத்திலேயே எழும்பிவிட்டது. எனவே நான் மகிழ்ச்சியாகச் செல்கிறேன். ஆனால் இருண்ட இரவுகளில் அல்லது மழைபெய்யும் இரவுகளில் நான் போகிற இடத்தை இனங்காணமுடியாது. கடைக்கு இரவில் போகும்போது கொண்டு செல்ல எங்களிடத்தில் ஒரு விளக்கு இருந்தது என்று நினைக்கிறேன். நான் கதகதப்பான இதமளிக்கும் என் வீட்டுக்கு வரவே விரும்புவேன். அங்கே எங்களை கவனிப்பதற்காக, கொடூரமான யட்சிகளிடமிருந்து எங்களைக் காப்பதற்காக அம்மா இருப்பாள். நம்மைக் கொன்றுவிடக்கூடிய நாகங்களிடமிருந்தும், இரவுநேர விஷ ஜந்துகளிடமிருந்தும் எங்களைக் காத்திட எங்கள் அம்மா அங்கே இருப்பாள். அம்மா இரவு நேரத்தில் எங்களை பாதுகாப்பதற்காகவே அங்கே இருக்கிறாள்.

பெரும்பாலான இரவுகளில் இந்தமாதிரி பொருட்கள் வாங்க அப்பாவுக்கு நேரம் இருக்காது. கோயில் குளத்தில் குளித்துவிட்டு கொஞ்சம் சாமி கும்பிட்டு, வீட்டுக்கு திரும்பு முன்பு மரத்தடியில் கூடியிருக்கும் அவரின் நண்பர்களிடம் பேசிவிட்டு வருவதற்கு அவருக்கு சரியாக இருக்கும். அப்பா வேலைகள் நிறைந்த மனிதர். மக்கள் அப்பாவிடம் இடைவெளியை கடைப்பிடிப்பார்கள். கொஞ்சம் அவரைப்பற்றி பயந்தார்கள் என்று நினைக்கிறேன்.

ஒவ்வொருவரும் அப்பாவைபற்றி பயப்பட்டால் ஏன் நாம் ஏழைகளாக இருக்கவேண்டும்? ரொம்ப ஏழ்மைப்பட்டவர்கள் மட்டும் அன்றாட எண்ணெயையும் மசாலையும் வாங்குவார்கள். மற்றவர்களெல்லாம் அதிகமான அளவு வாங்கி வைத்துக் கொள்கிறார்கள். அது உண்மையிலும் மலிவானதும் கூட. ஒவ்வொரு பவுண்டாக நூறுபவுண்டுகள் வாங்குவதைவிட ஒரு சாக்குப் பையில் ஒரே நேரத்தில் நூறுபவுண்டுகள் அரிசி வாங்குவது மலிவானது என்று அப்பா எனக்கு விளக்கியதுண்டு.

கடையிலோ ரங்கா எனக்கு அம்மா வாங்கி வரச் சொன்னதை கொடுப்பதற்கு முன்பு எனது காசை வாங்கிக் கொள்கிறார். ஏன்? எனது அப்பாவைப் பற்றி உண்மையில் அவருக்கு பயமிருக்குமென்றால் எனது பணத்தை ஏன் முதலில் வாங்கிக் கொள்ளவேண்டும்?

விளக்கு அணைவதற்குமுன்பு மாலைவேளையில் இந்த அளவுக்கு நான் எழுதி முடித்தேன். காலையில் எழுத்தாளர் வருவதற்கு முன்பு நான் இதைப் படிக்கவேண்டும் என்று நினைத்தேன், ஆனால் அவர் அதற்கு முன்பே நேரத்தில் வந்து விட்டார். அந்தக் காகிதங்களை அவர் நோட்டம் விட்டார் "இதை என்னால் படிக்க முடியவில்லை" என்று கூறினார்.

நான் அவரிடமிருந்து அவற்றைப் பிடுங்கிக் கொண்டேன். "நான் இதை உங்களுக்கு படித்துக் காட்டுகிறேன்." அதே போல செய்தேன். அவர் புரிந்து கொண்டதை உணரமுடிந்தது. "இப்போது உங்களுக்கு எனது குழந்தைப் பருவம் எப்படி இருந்தது என்று தெரிகிறதா? ஒவ்வொரு மாலைவேலையும் எப்படி எனத் தெரிகிறதா?"

"ஆமாம், தெரிகிறது" என்று என்னை விசித்திரமாகப் பார்த்தார்.

"எனவே நீங்கள் யாராவது அரைகுறை ஆடை அணிந்திருந்த சின்னப் பையன் மாலைவேலையில் ஏதாவது கடையின் முன் கொஞ்சம் மண்ணெண்ணய்க்காக காத்துக் கொண்டிருந்தால், அவனை உடனே வீட்டுக்குப் போகச் சொல்லுங்கள், அவன் வீட்டுக்குப் பறப்பான். ஏனென்றால் அவன் அத்தனை பயந்திருக்கிறான். வீட்டிலே அவனுக்காகக் காத்திருப்பார்கள்... என்னையும் நினைத்துக்கொள்ளுங்கள்."

"நான் செய்கிறேன்... உறுதியாக நான் செய்கிறேன்" என்றார்.

"இது ரொம்ப ஆச்சரியமானது" என்றேன். "நீங்கள் கேட்ட பிறகு தான் நான் எனது குழந்தைப் பருவத்தை பற்றிக் கொஞ்சம் நினைத்துப் பார்த்துப் புரிந்து கொண்டேன்... நான் இளைஞனாக இருந்தபோது எவ்வளவு ஏழையாக இருந்தேன் என்பதை இன்றுவரை நான் புரிந்து கொண்டதாக நினைக்கவில்லை."

"ரொம்ப நல்லது, எழுதுங்கள்" அவர் அந்த சிறிய கான்கிரீட் குவியலிலிருந்து மேலே எழுந்தவாறு சொன்னார். "நான் இங்கே ஒரு வாரத்துக்கு இருப்பேன், ஒவ்வொரு நாளும் வருவேன் சரிதானே?"

"சரி, ஆனால் நீங்கள் எங்கு போகிறீர்கள்?"

“விடுதிக்குத்தான்... நீங்கள் தனியே எழுதுவதற்கு வசதியாக”

எனக்கு எங்கள் முதல் சந்திப்பின் போது பேசியவை நினைவுக்கு வந்தன. “உங்களுக்கு மேற்கு சாலை வீதியில் யாரோ உறவினர்கள் இருப்பதாகச் சொன்னீர்களே”

“எனக்கு ஒரு மாமா இருந்தார்” என்றார் அவர்.

“அவர் இப்போது அங்கில்லையா?”

“ஆமாம், அவர் அடுத்த உலகத்துக்கு போய்விட்டார்” என்றார் அவர்.

“ஓ அடடா, மன்னித்துக்கொள்ளுங்கள்... நீங்கள் எனக்கு சொல்லவேயில்லை.”

அவர் ஒரு கோணல் சிரிப்புச் சிரித்தார். “நான் புத்தகத்திலிருந்து உங்கள் மனதை திசைதிருப்ப விரும்பவில்லை.”

“அதனால்தான் நீங்கள் சொல்லவில்லையா?”

“ஆமாம்”

“எப்படி இறந்தார் அவர்?”

“நெஞ்சுவலி, நான் ஒரு நாள் அவரை விட்டு விட்டு திருவனந்தபுரம் ஒரு வேலையாகப் போயிருந்தேன். அங்கே என்னோட வேலையை முடிச்சுட்டு இன்னொரு உறவினர் வீட்டில் டீ சாப்பிட்டுக் கொண்டிருக்கும்போது எங்கம்மா கூப்பிட்டுச் சொன்னாங்க... அவர் போயிட்டார்னு”

அவருடைய வார்த்தைகளில் ஒரு வலி இருப்பதாக நான் உணர்ந்தேன். ஏன் அவர் எனக்குச் சொல்லவில்லை? நீங்க எனக்குச் சொல்லியிருக்கனும் நாம இப்ப நண்பர்கள் இல்லையா?”

“ஆமாம்” என்றார் அவர், “உங்களை ஏன் தொந்தரவு செய்யவேண்டும் என நினைச்சேன், அவ்வளவுதான்.”

“அடுத்தமுறை இந்தமாதிரி ஏதாவது நடந்தால் எனக்குச் சொல்லுங்க”

“சொல்றேன்” அவர் ரொம்ப சன்னமாக புன்னகைத்து விட்டுச் சென்று விட்டார். அவரை எனக்குப் பிடித்துப்போக ஆரம்பித்தது.

7

அந்த எழுத்தாளர் போனபிறகு கொஞ்சநேரம் நான் தொண்டை அடைத்துப்போய் உட்கார்ந்து விட்டேன். ஏனென்றால் அந்த சிறுவனைக் குறித்த எண்ணம் நிறைய விஷயங்களை மனதுக்குக் கொண்டு வந்து விட்டது.

வயதான மனிதன் எல்லாவற்றையும் மறந்து விடுவான். ஆனால் நான் எழுதவேண்டியிருக்கும்போது நீண்டகாலத்துக்கு முன்னே காணாமல் போய்விட்ட நினைவுகள் திரும்ப வர ஆம்பித்துவிட்டன. ஒரு நாள் மாலை அப்பா திருவனந்தபுரத்திலிருந்து திரும்பவந்தபோது என்ன நடந்ததென்று நான் நினைத்துப் பார்த்தேன். இந்த முறை அவர் மூன்று நாட்களாக அங்கே போய்விட்டார். நான் அவரிடம் என்னுடைய படிப்புக் கட்டணம் செலுத்த வேண்டிய கெடு முடிந்துவிட்டது என்று சொல்ல வேண்டுமென்று நினைத்திருந்தேன்.

அவர் திருவனந்தபுரத்திலிருந்து வரும்போதெல்லாம் கடுகடுப்பான முகத்துடன்தான் இருப்பார். இதுதான் எனக்குத்தெரியும். அவர் எப்பவும் தள்ளியே இருப்பார், சில நேரங்களில் என்னுடனும் என் சகோதரர்களோடும் விளையாடுவார். மேலே காற்றிலே தூக்கி எங்களை முன்னும் பின்னும் ஆடவைப்பார். சில நேரங்களில் இரண்டு பேரை ஒரே நேரத்தில் தூக்கி ஆட்டங்காட்டுவார். பொதுவாக இல்லையென்றாலும் கூட வாடிக்கையாக இது நடக்கும். விடுமுறை நாட்களிலும் ஞாயிற்றுக் கிழமையிலும் அவர் மகிழ்ச்சியாக இருப்பது வெளிப்படையாகத் தெரியும். செய்வதற்கு வேலை எதுவும் இல்லாதபோதும் அவருடன் ஒரு அரைநாளும் கொஞ்சம் பணமும் இருக்கும்.

அந்த சாயங்காலம் திருவனந்தபுரத்திலிருந்து அவர் வந்தபோது வழக்கத்துக்கு மாறாக அவர் இன்னும் கடுமையாக இருந்தார். அவருடன் யாரும் கூட வரவில்லை. தனியாகத்தான் வந்தார். அவர் என்ன வேலை செய்தார் நாங்கள் எப்படி வாழ்ந்தோம்

என்பது எனக்கு தெரியாது. அவர் எப்போது வீட்டுக்கு வந்தாலும் நான் விளையாட்டுக் காட்டுவேன். ஒரு அப்பாவோட கவனத்தை ஈர்ப்பதற்காக குழந்தைகள் செய்யும் விளையாட்டுதான். ஆனால் இந்த முறை அவர் பொருட்படுத்தியதாகத் தெரியவில்லை. இப்போது விளையாட்டுத் தனத்தை விட்டு விட்டு நேரடியாகவே கவனத்தை ஈர்த்துப்பார்த்தேன். அப்போதும் அவர் கவனிக்கவில்லை. அது அவர் உலகத்திலேயே நான் இல்லாததுபோலும், அவர் கண்ணுக்கு நான் தெரியாதது போலவும் இருந்தது. கடைசியாக, அவர் எனக்கு எதுவும் கொண்டுவந்தாரா என்று நான் கேட்பதற்கு, தனது மகனின் வினோத ஆசைகளை நிறைவேற்றுவதை விட மேலான காரியங்களைச் செய்ய வேண்டியிருந்தது என்று கடுமையாகவே கூறினார். அவரது போக்கு வித்தியாசமாக இருந்தது. குடித்திருந்தார். அவர் எப்போதும் அமைதியாக ஒரே இடத்தில் உட்கார்ந்திருப்பவரல்ல, எனினும் அந்தமாலை யாருடனும் எதுவும் அவர் பேசவில்லை என்பது எனக்கு நினைவுக்கு வருகிறது. அம்மா கூடவோ வேறு யார் கூடவும் அவர் பேசவில்லை. அம்மாவுக்கு அது புரிந்திருந்தது. எனவே அதிகமாக அவள் கவலைப்படவில்லை. ஆனால் எனக்கு ரொம்பக் கவலையாக இருந்தது. நான் அவருடைய வாழ்க்கையிலிருந்து வெளியே போய்விட்டதாக உணர்ந்தேன்.

அவர் அமைதி கெடும் அளவுக்கு ஏதாவது ஒன்றை மோசமாக செய்து விட்டோமோ என்று நான் நீண்டநேரத்திற்கு யோசித்துப்பார்த்தேன். நான் எப்படி அவரை விட்டுவிட முடியும்? என்னுடைய அப்பாதான் எனது கதாநாயகர், அவருடைய ஒவ்வொரு செயலையும் நான் அப்படியே பின்பற்றுவேன். அவரது மெதுவான நடை, கண்களை குறுக்கி அவர் மாதிரியே தூரத்தில் பார்த்தல் இதையெல்லாம் நான் பின்பற்றி வந்தேன். அவர் எனது சிறந்த நண்பனும்கூட. எந்த விஷயத்தையும் அவர் எனக்கு மறைத்ததில்லை. ஆனால் அந்த இருண்டவேளையின் ஒரு கணத்தில் எங்களுடைய உறவு மாறிவிட்டது. என்னால் நிரப்பமுடியாத இடைவெளி எங்களுக்குள் ஏற்பட்டுவிட்டது. இது என்னை மிகவும் புண்படுத்தியது.

அடுத்த நாள் காலை நான் எழுந்த பிறகும் அப்பா தூங்கிக் கொண்டிருந்தார். அது ரொம்ப விசித்திரமாக இருந்தது. அவர் மல்லாக்கப் படுத்திருந்தார். அவரது உறுதியான கைகள் தளர்ந்திருந்தன. திறந்திருந்த வாயிலிருந்து குறட்டை வந்து கொண்டிருந்தது.

அவருடைய மூச்சு எப்படி அவர் மீசையை மேலும் கீழும் அசைத்தது என்பதையும் அது எப்படி என்னை சிரிக்கவைத்தது என்பதையும் நான் நினைத்துப் பார்க்கிறேன்.

நல்லபடியாக முடியாத ஒரு தூக்கிலிருந்து அவர் திரும்பி வந்திருந்தார் என்பதை ரொம்ப நாள் கழித்துதான் நான் அறிந்தேன். நான் ஒரு போதும் தூக்கிலிடுபவன் ஆகக் கூடாது என்று நினைத்தேன். ஏனென்றால் எனது தந்தை அந்த மாலை எனக்குச் செய்ததை எனது குழந்தைகளுக்குச் செய்ய நான் விரும்பவில்லை. ஆனால் அப்போது அதைப்பற்றி நான் அதிகம் கவலைப்படவில்லை. ஏனென்றால் நான் இரண்டாவது ஆள். எனது மூத்த அண்ணன் தான் அந்த வேலைக்கு வருவான், நான் வேறு ஏதாவது செய்து கொள்ளலாம்.

நான் முதல் பிறந்த பையன் இல்லைதான், எனினும் எனக்கு அப்பாவின் வேலை கிடைத்தது.

எனது தகுதியினாலல்ல என்று நான் உங்களுக்கு உறுதியாகக் கூறுவேன். வாழ்வதற்காக மக்களை தூக்குப்போடுவதற்கு எனது அண்ணன் ராமன் விரும்பவில்லை. அவனுக்கு இந்தவேலையை பற்றிய எண்ணமே வெறுப்பாக இருந்தது. இப்போது அப்பா ஓய்வு பெறுகிற காலம் வந்தபோது, தான் இந்தவேலையை செய்யமாட்டேன் என்றும் வயல்களில் வேலைபார்த்தும், குருக்களுக்கு உதவிசெய்தும் காரியம் பார்த்துக் கொள்வேன் என்றும் சொல்லவிட்டான். எங்களுடைய சிறிய வீட்டில் எந்த இரகசியங்களும் இல்லை. அப்பாவுக்கும் எனக்கும் கூட அவர்கள் முற்றத்துக்குப் பேசுவதற்கு போனால் கூட அவர்கள் பேசுவது தெளிவாகக் கேட்கும். அது ஒரு அழகான பிப்ரவரி மாத இரவு. ஆகாயம் மேகமூட்டமின்றியும், குளிர்ச்சியாகவும் இருந்தது. பூச்சிகள் சப்தமிட்டன. சில்வண்டுகள் கிறீச்சிட்டன. வருடங்களிலேயே எனக்கு பிடித்த காலம் இதுதான். நான் ஒரு புகைபிடிப்பதற்காக முற்றத்துக்கு வருகிறேன்.

‘சரி இருக்கட்டும்’ என்று அப்பா ராமனிடம் சொல்வது கேட்கிறது.

‘உன்னாலே இதைச் செய்ய முடியவில்லையென்றால் யாராவது செய்யவேண்டியிருக்கும்... ஜனார்த்தனனை நான் செய்யும்படி கேட்கிறேன்’

‘சரி. அவன் செய்யலாம், ஆனால் அவன் கல்யாணமானவன், மனைவிகள் எப்படிப்பட்டவர்கள் என்பது உனக்குத் தெரியும்தானே’ என்றான் ராமன்.

‘அவர்களை இணங்க வைத்து விடலாம். இப்ப என்ன அவன் பெரிதாக செய்து கொண்டிருக்கிறான்?’

‘தினசரி மூன்றுவேளை சாப்பிடுகிறான். ஒரு சொந்தவீடு இருக்கிறது.’

‘அது நம் எல்லோருக்கும்தானே இருக்கிறது.’

அரசாங்க குமாஸ்தாக்களுக்கு விவசாயிகள் கட்டவேண்டிய வரியை கணக்குப் போட்டு முறை தீர்மானிப்பதில் உதவி செய்துவந்தேன். அது ஒரு நிரந்தர வேலை அல்ல. வரி என்பது பெரும்பாலும் விவசாயப் பொருட்களின் மீதுதான் என்றபோதும் எவ்வளவு உற்பத்தியாகியிருக்கிறது என்பது நமக்கு தெரிந்திருப்பது அவசியம். கணக்குப் போடுவதற்கான காலம் வந்தவுடன் நான் நெல்லை அளவிடுவதற்கு மணியகாரரின் உதவியாளருடன் செல்வேன். அது ஒரு பெரிய வேலையும் அல்ல, பாதுகாப்பானதும் அல்ல. அதுமட்டுமல்லாமல் அரசருக்கு மட்டுமல்ல பிரிட்டிஷ் அரசாங்கத்துக்கும் நான் வேலை செய்துவந்தேன். 1940களில் ஏற்கனவே சுதந்திரத்தைப் பற்றி பேச்சு அடிபட்டது. அது விரைவில் வருமென்று எங்களுக்குத் தெரியும். எங்களுக்கு வெள்ளைக்காரன் தூக்கி எறியப்பட்டு சுதந்திரமாக வாழ்வது குறித்து ஒரு தெளிவற்ற கருத்து இருந்தது.(அந்தகாலத்தில் சுதந்திரம் ஒரு பொருட்டாக இருந்தது) ஆனால் நான் அந்தவேலையை விரும்பாததன் உண்மையான காரணம் அதனால் நான் வெறுப்புக்காளாவேன் என்பதுதான். பகவதிபுரத்தில் இருக்கிற ஒவ்வொருவருக்கும் நான் தூக்கிலிடுபவரின் பையன் என்பது தெரியும். தூக்கிலிடுபவருக்கு ஒரு மரியாதை இருக்கிறது. ஆனால் அது என் விஷயத்தில் கிடைக்கவில்லை. எனினும் நான் ஒரு அரசாங்க ஊழியனாக இருப்பதால் கொஞ்சம் பேர் மரியாதையை சேர்த்துக் கொள்கிறார்கள். ஆனால் எனது தந்தையை யாரும் வெறுப்பதில்லை. என்னை வெறுக்கிறார்கள். அவர்கள் என்னை வெறுக்கக் காரணம் நான் பதிவேடுகளை பொய்யாகச் செய்வதில்லை மற்றும் பாதி உண்மைகளைச் சொல்வதற்கு அவர்கள் தரும் சிறு சன்மானங்களை வாங்கிக்கொள்வது இல்லை.

தூக்கிலிடுபவர் குறித்து அவர்கள் பயப்படலாம். ஆனால் அவரை அவர்கள் வெறுப்பதில்லை. தூக்கிலிடுபவருக்கு கிராமத்திலே

மதிப்பு இருக்கிறது. ஆனால் மோசமான காலங்களில் தனது பக்கத்து வீட்டுக்காரர்கள் மறைக்க விரும்புகிற நெல்தானியக் கணக்கை சொல்பவருக்கு அந்த மரியாதை இல்லை. இந்த மக்களைப் பொறுத்தவரை மன்னரின் இருண்டமுகம் அதுதான்.

நான் இதற்கு தூக்கிலிடுபவராகவே இருந்து விட்டுப் போவேன். அப்பா என்னைக் கேட்டுக் கொண்டால் நான் சரியெனச் சொல்லிவிடுவேன். ஆனாலும் ராமன் சரியாகச் சொன்னதுபோல, செல்லம்மாளுக்குப் புரியவைக்க வேண்டும். அப்பா என்னைக் கேட்டுக் கொண்டால் முதலில் எனது மனைவியிடம் நான் இதுபற்றிபேச வேண்டும் என்று சொல்ல வேண்டும். அவள் ஒப்புக் கொண்டால் சரி பிரச்சனையில்லை, அப்படியில்லையென்றால் எனது அப்பாவையே அவளிடம் பேசும்படி சொல்ல வேண்டியது தான். அவரோடு என்னதான் அவள் முரண்பட்டாலும் அவருக்கு கீழ்ப்படியாமல் போகமாட்டாள்.

அப்பாவும், இராமனும் தங்களது சிறிய உரையாடலை முடித்துவிட்டு தூங்கச் சென்றபோது நான் தூக்கமில்லாமல் புரண்டு கொண்டிருந்தேன். அவர் என்னைக் கேட்டுக் கொண்டால் நான் அந்த வேலைக்கு சம்மதிப்பேன்.

செல்லம்மாளுக்கு நான் எப்படிச் சொல்வது?

அவள் என் மனைவி. எந்த மனைவியும் செய்வதுபோல அவள் அதைக் கேட்கத்தான் வேண்டும். இது வரை அவளுடைய மக்களை விட்டு விட்டு வந்தது பற்றியோ, என்னுடன் வாழ்வது குறித்தோ, நாங்கள் பின்பற்றும் வேறுபாடான பழக்கங்கள், வேறுபட்ட உணவு எனது அம்மாவைப் பார்த்துக் கொள்ள வேண்டியிருப்பது இவைகளைப் பற்றி அவள் ஒருபோதும் குறைசொன்னதில்லை. அதை இயல்பாகவே எடுத்துக் கொண்டிருக்கிறாள். எனவே அவள் புரிந்து கொள்வாள் என நான் நினைக்கிறேன்.

செல்லம்மாள் என்னை மதிய உணவுக்கு அழைத்தவுடன் நான் நிகழ்காலத்துக்கு வந்தேன். ஒரு கணத்துக்கு நான் நிலை தடுமாறிப் போனேன். அவளுடைய முகத்தைப் பார்த்தபோது 50 வருடங்களுக்கு முன்பு அவள் இருந்ததைப் பற்றி எண்ணியபோது எவ்வளவு சீக்கிரம் அவளுக்கு வயதாகி விட்டது என்று ஆச்சரியப்பட்டேன்.

மதிய உணவும் ஆச்சரியமானதாகவே இருந்தது. வழக்கமான அரிசி, சாம்பாரோடு கோழியும் இருந்தது, அது பேரக் குழந்தைகளுக்கான ஒரு சிறிய விருந்து, எனது குழந்தைப் பருவத்தில்

இருந்தது போலவே. ஆனால் அதில் இன்னும் கூடுதலான ஆச்சர்யம் என்னவென்றால் செல்லம்மாள் எனக்காக ஒரு கோழிக்காலை வைத்திருந்ததுதான். திருமணமான ஐம்பது வருடங்களுக்கு பிறகு இன்றும் கூட அவளால் என்னை ஆச்சரியப்படுத்த முடிகிறது.

நீண்டகாலத்துக்கு முன்பு நான் ஆரட்சர் ஆனபோதும்கூட அவள் இதே மாதிரி வியப்படையச் செய்தாள்.

அடுத்த நாள் காலையில் நேரத்திலேயே அப்பா என்னை முற்றத்துக்கு பேசுவதற்காக அழைக்கிறார். அவர் மிகுந்த தயக்கத்துடன், ‘ராமன் தூக்கிலிடுபவன் ஆவதற்கு விரும்பவில்லை’ என்கிறார்.

நான் அவர் பேசுவதை தொடர்வதற்கு வசதியாக மௌனம் காத்தபொழுது, கொஞ்சம் நிறுத்திவிட்டுத் தொடர்கிறார்.

‘நாம் இந்த வேலையை நமது குடும்பத்தில் வைத்துக் கொள்ள வேண்டும்’ என்கிறார்.

‘ஏன்’ என்று நான் கேட்கிறேன்.

‘ஏனென்றால் இந்தமாதிரி வேலை மோசமான காலங்களில் உனக்கு உதவும்’

‘எனக்குப் புரியவில்லை’ என்கிறேன் நான்.

‘மழைவராமல், அளப்பதற்கான அறுவடை நடக்காதபோது நீ எங்கே போவாய்?’

அது கடினமானது என்று எனக்குத்தெரியும். ‘வேறு ஏதாவது வேலை இருக்கும்’

‘எல்லா நேரத்திலும் இருக்காது. உனக்கு குழந்தைகள் இல்லை நீ பேசுகிறாய். இன்னும் நீ இளையவன்தான். நான் மக்கள் மோசமான காலங்களில் கடனாளி ஆகிவிடுவதைப் பார்த்திருக்கிறேன். அவர்களது கடனை பல தலைமுறைகளுக்கு விட்டுச் செல்வதையும் பார்த்திருக்கிறேன். இந்தவேலை உனக்கு அதை தவிர்க்க உதவும். மோசமான காலங்களில் கூட நீ சாப்பிடமுடியும்.’

‘உன்னுடைய குடும்பம் ஒரு போதும் பட்டினி இருக்காது ஜனார்த்தனன்’ என்று அப்பா சொல்கிறார்.

இது தான் அந்தக் காலத்தின் நிலைமையாக இருந்தது. அப்பா இதனால் தான் தூக்கிலிடும் வேலையை ஏற்றுக் கொண்டார். உண்மையான ஆரட்சர் குடும்பம் அவர்களுடைய இழிந்த

வேலையை செய்வதற்கான ஒரு ஆளை - உறவினரை - தேடியபோது, எனது தந்தையை அவர்கள் கண்டார்கள். அவர் ஒத்துக்கொண்டார். ஏனென்றால் பசியைப் பற்றி அவருக்குத் தெரியும். அவர்கள் அப்பாவுக்கு ஒரு சிறு துண்டு நிலத்தைக் கொடுத்தார்கள். அதிலே ஒரு வீடு கட்டிக் கொண்டார். வருடத்துக்கு இரண்டு முறை ஒவ்வொரு அறுவடையிலிருந்தும் மூன்று சாக்குகள் தானியங்களை அவருக்குத் தந்தார்கள். இது அரசரின் கொடையில் ஒரு பகுதி என்று சொன்னார்கள், மற்ற எல்லா நிலங்களையும், வசதிகளையும் அவர்களே வைத்துக் கொண்டார்கள். ஒருவேளை அப்பா தான் பயன்படுத்தப்பட்டதையும், ஏமாற்றப்பட்டதையும் உணர்ந்திருக்கலாம். எனக்கு ஒருபோதும் தெரியவில்லை. அவர் தண்டனைகளை நிறைவேற்றியபோது சிறையின் உயரதிகாரி அவருக்கு படி கொடுப்பதுமுண்டு. இதுபற்றி சொன்னதெல்லாம் நிறைய இல்லையென்றாலும் கூட எதையுமே சொல்லாதற்கு இது மேல். மற்றவைகளெல்லாம் கைவிட்டபோது இது குடும்பத்தை காப்பாற்றியது.

மோசமான ஆண்டுகளில் நாங்கள் ஒரு நாளைக்கு ஒருவேளை உணவே உண்டோம். கிராமத்திலே ஆண்கள் செய்வதற்கு வேலை ஒன்றும் இல்லாமலிருந்தார்கள். மாலையிலே ஒன்று கூடியபோது தோல்வியடைந்த மாதிரி காணப்பட்டார்கள். உண்மையில் எல்லா நேரங்களிலும், எல்லா இடத்திலும் தோல்வியடைந்த உணர்ச்சியே காணப்பட்டது. முதல் முதலாக இதை நான் உணர்ந்து கொண்டபோது எனக்கு வயது எட்டு. அப்போது கோடைவெயில் மிகவும் மோசமாக இருந்தது.

அந்த வருடம் மாம்பழ விளைச்சல் நன்றாக இருந்தது. ஆனால் அந்த நாட்களில் மாங்காய்கள் விற்பனைக்காக வைக்கப்படவில்லை. அவைகள் கொழுத்து விளைந்தன. மரங்களில் கூட்டங்கூட்டமாக ஊறும் செவ்வெறும்புகளை எதிர்க்கும் துணிவு உங்களுக்கிருந்தால் யாருடையை முற்றத்துக்கு போய்வேண்டுமானாலும் நீங்கள் எடுத்துண்ணலாம். அந்த கோடை ஆரம்பத்தில் குழந்தைகள் மாம்பழங்களை ஏராளமாகக் கண்டார்கள், மற்றும் கூடையில் நிரப்பிக் கொண்டார்கள்.

ஆனால் மழை உரியகாலத்தில் வரவில்லை. ஜுன் ஆரம்பத்தில் முறையாக அது வந்திருக்கவேண்டும். ஆனால் ஜுன் நடுவிலும் கூட வானம் நீலமாகவே இருந்தது. சூரியன் மண் மேலிருந்த கடைசி ஈரப்பதத்தையும் உறிஞ்சிக் கொண்டது. வழக்கமாக பசுமையாயிருக்கும் நெடிய மரங்கள் கூட பழுப்புத்

திட்டுகளாகிவிட்டன. குடிநீருக்கான தினசரி போக வேண்டிய குறைந்த தூரம் நான்கு மைல்களாகி விட்டன. அபசகுனமாக கோயில் குளத்திலிருக்கும் நீர் கூட, ஒரு முங்கலுக்குக் கூட வழியில்லாத படி குறைந்துபோய் விட்டது.

சூடான மாலைகளில் சூரியன் மறையும் நேரத்தில், தங்க ஒளியில் வறண்ட தென்றல் காற்றில் மனிதர்கள், வயல்களில் நிலங்கள் பாளமாகி விட்டதை பார்த்துக் கொண்டு உட்கார்ந்திருந்தார்கள். அவர்களில் ஒருவர் கடினமான மண்ணில் சிறு குச்சி கொண்டு எதையோ சுரண்ட நினைத்ததையும் அவ்வாறு முடியாமல் அது உடைந்து போனதையும் கண்டு அழுதது என் நினைவுக்கு வருகிறது. எங்குமே வேலை இல்லை. சாதாரணமாக வேலை செய்ய விரும்புவோருக்கு இருக்கிற எந்தவேலையும் இந்த வருடம் இலலை. கந்து வட்டிக்காரன் கொழுத்துப் போனான். மக்கள் அவர்களின் நிலத்தையும் நகைகளையும் அடகுவைத்தார்கள். அவன் அளவு கடந்த வட்டிக்குக் கடன் கொடுத்தான். அந்த மாதிரி கடன் வாங்குபவன் திருப்பித்தர முடியாது என்பது எல்லோருக்கும் தெரிந்திருந்தது. கடைக்காரனும் எல்லாப் பொருட்களின் விலையும் உயர்ந்ததால் பணக்காரன் ஆகிவிட்டான்.

ஆனால் தூக்கிலிடுபவரின் வீட்டில் உணவு இருந்தது. கடைசி அறுவடையின்போது மீதமிருந்த அரிசி எங்களுக்குக் கிடைத்தது, கிணற்றில் சிறிது தண்ணீர் இருந்தது, சமையலுக்குப் போதுமானதாக இருந்தது. ரங்கா கடனுக்கு எங்களுக்கு உப்புக் கொடுத்தார். மண்ணெண்ணெய் இல்லாமலேயே நேரத்திலே சாப்பிட்டும் சூரியன் மறையும்போது உறங்கச்சென்றும் நாங்கள் சமாளித்தோம்.

மழை அந்த வருடம் வந்தபோது மக்கள் தங்கள் நிலங்களையும் நகைகளையும் அடகு வைத்து முடித்திருந்தார்கள். முன்பு தனக்கென்று கொஞ்சம் வைத்திருந்த மக்கள் இப்போது கந்து வட்டிக்காரன் நிலத்தில் வேலை செய்தார்கள். நிறைய குழந்தைகள் பள்ளியிலிருந்து நின்று விட்டன. குடும்பங்கள் இடம் பெயர்ந்தன. எதுவும் இல்லாமல் சிலர் சென்னைக்குச் சென்றார்கள், அங்கே அவர்களுக்கு உறவினர்கள் இருந்ததால் ஏதாவது வேலை கிடைக்கலாம் என்று பார்த்தார்கள். மற்றவர்கள்... காணாமல் போய்விட்டார்கள். ரயிலுக்குக் கூட காசில்லாமல் எப்படி சென்னை போனார்கள் என்று நான் வியந்ததுண்டு. அவர்களின் உடமைகளை எல்லாம் எடுத்துக் கொண்டு சென்றுவிட்டார்கள், அவர்கள் என்ன ஆனார்கள்? அவர்களைப் பற்றி அதன்பின் நான் கேள்விப்படவேயில்லை.

‘நீ உன் மனைவிக்கு என்ன சொல்வாய்?’ நான் தூக்கிலிடும் வேலை பாதுகாப்பானதே என்று முடிவு செய்ததும் அப்பா கேட்கிறார்.

‘நீங்கள் எனக்கு என்ன சொன்னீர்களோ அதைத்தான்.’

‘அவள் ஒரு தூக்கிலிடுபவனின் மனைவியாக இருப்பதற்கு விரும்பாமல் போகலாம்’

‘நான் அவளை இணங்கவைப்பேன், இல்லையென்றால் ஒரு தூக்கிலிடுபவனின் மனைவியாக இருக்கப் பழக வேண்டியதுதான்’

சாதாரண தருணங்களில் அப்பா நேரடியாகச் சொன்னாலே கேட்கக் கூடியவள்தான் அவள். ஆனால் இன்னும் அவள் ஒரு கிறித்துவராக இருப்பதால் அப்பா இன்றும் இயல்பாக அவளிடம் பழகத் தொடங்கவில்லை. மற்ற மருமகளை விட வித்தியாசமாகவே அவளை அவர் நடத்தி வருகிறார். கடினமான விஷயங்களை அவர் என்னிடம் சொல்ல நான் அவளிடம் சொல்வேன். நாங்கள் திருமணம் செய்து கொண்டபோதிலிருந்து அந்தமாதிரி அவசியம் ஒன்றும் அவருக்கு இருந்ததில்லை. அப்பாவை திருமணத்துக்கு சம்மதிக்க வைக்கவேண்டியது ஒரு பிரச்சினையாக இருந்தது. ஆனால் அவர் ஒரு முறை சம்மதித்ததும் அவர் தன்னால் எங்களை முடிந்த வரை ஆதரித்தார், செல்லம்மாள் வரதட்சிணை எதுவும் கொண்டு வரவில்லை எனினும் கூட.

மாலை நேரம் அவள் சற்றே ஓய்வாக இருந்தபோது நாள் செல்லமாவைப் பக்கத்தில் அழைக்கிறேன். அங்கே தனிமை ஏதும் இல்லை. எனவே நாங்கள் கிசுகிசுப்பாகப் பேசிக் கொள்கிறோம், ‘இதே பார்... அப்பா என்னிடம் சொன்ன சில காரியங்களை நீ தெரிந்து கொள்ள வேண்டும்.

‘என்ன?’ என்கிறாள். கண்களை முழுமையாக ஊடுருவி பார்க்கும் பழக்கம் அவளுக்கு உண்டு. இது சில நேரங்களில் எனக்குச் சங்கடம் தரும். இது ஒரு வெளிச்சமான இரவு. பெரிய மஞ்சள் நிலவு மேகமில்லா வானத்திலிருந்து கீழே பார்த்துப் புன்னகைத்துக் கொண்டிருக்கிறது. அவளுடைய முகத்தை முழுமையாக பார்க்க முடியாவிட்டாலும் கண்கள் மின்னுவதை நான் பார்த்தேன்.

‘ராமன் புனிதயாத்திரை போக விரும்புகிறான்’

‘என்ன மாதிரியான புனித யாத்திரை?’ என்று அவள் கேட்கிறாள்.

‘காசிக்கு’

‘ஆனால் அதுக்கு நிறைய நாள் ஆகும் இல்லையா?’

‘அவன் சொல்வதைப் பார்த்தால் வருடக் கணக்காக ஆகும் போலத் தெரிகிறது’

‘அவர் வெளியே போய் விட்டால் அவர் மனைவி என்ன செய்வாள்?’

‘தனது பெற்றோர் வீட்டுக்குப் போய் விடுவாள்.’

‘அப்படின்னா அவங்க எதுவும் கேட்க மாட்டாங்களா?’

‘இல்லை, அவங்க எதுவும் கேட்க மாட்டாங்கன்னு நினைக்கிறேன்’

‘இதையெல்லாம் ஏன் என்னிடம் சொல்றீங்க?’

‘அப்பாவுக்கு வயதாகிவிட்டால் வேலைய விட்டுடலாம்னு நினைக்கிறார்’

‘என்ன வேலை?’ என்று அவள் தொடங்கிய போது அவளுடைய பேச்சு தன்னையறியாமலேயே அமுங்கிப் போய் விடுகிறது. ‘அப்படி என்றால்... நீங்கள் தூக்கிலிடும் வேலைக்குப் போகப் போறீங்களா?’

‘ஆமாம்’

‘நீங்கள் என்னிடம் சும்மா சொல்றீங்களா, அல்லது எனக்குப் பிடிக்குதா என்று கேட்கிறீங்களா?’

‘இரண்டும்தான்’

‘அப்படி என்றால் எனக்குப் பிடிக்கனும் என்கிறீர்கள்’

‘ஆமாம்’

‘அதைப் பற்றி சிந்தித்து நாளை காலை பதில் சொல்கிறேன்’ என்று சொல்லி வீட்டு அம்மாவுக்கு உதவி செய்யக் கிளம்புகிறாள். அடுத்த நாள் காலை அவளுக்காக காத்திருக்கும்போது அந்த நாட்களில் அவள் எவ்வளவு வேலைகளுடன் இருந்தாள் என்று நினைத்துப் பார்க்கிறேன், அம்மாவுடன் வீட்டு வேலை செய்ய வேண்டி இருந்தது. மற்றும் முக்கியமான வேலை என்றால் சமையலுக்கு தேவையான தண்ணீர் கொண்டு வருவது. அடுப்புக்கு தேவையான விறகு சேகரிப்பது இதுஎல்லாம் முக்கியமானது. அவளுக்கு ஓய்வு கிடைக்கும் போது மணி காலை பதினொன்று ஆகிவிட்டது. மதியத்திற்கு மதியஉணவுக்கு தேவையான அரிசியும்,

பீன்சும் வெந்து கொண்டிருந்தன. அந்த சமயத்தில் ஓய்வாக முற்றத்திற்கு வருகிறாள். அங்கே நான் தனியாக உட்காந்து இருக்கிறேன்.

'என்ன முடிவு செய்து இருக்கிறாய்?'

'ஏற்கனவே நீங்கள் முடிவு செய்து விட்ட பிறகு நான் தீர்மானிக்க என்ன இருக்கிறது' பட்டென்று வெடிக்கிறாள்.

ஆனால் அவளுடய கோபம் விளையாட்டுத் தனமானது. அவள் பாசாங்காக கோபித்துக் கொள்வது எனக்குத் தெரியும்.

'உனக்கு பிடிக்கிறதா இல்லையா என்று முடிவு செய்யவேண்டும்'

'எனக்கு பிடிக்கவில்லைதான்,' என்கிறாள்.

'ஆனாலும் எனக்கு வேறு வழி இல்லை'

அவள் தன் குதிகால்களை அழுத்தித் திரும்பி கண நேரம் நின்று தனது தோள்களைப் பார்த்தபடி சொல்கிறாள்,

'எனக்கு நன்றாகத் தெரியும், எல்லோரும் சாப்பிடாமல் இருக்கும் போது கூட உங்கள் குடும்பத்தார் சாப்பிடுகிறீர்கள்.' அவ்வளவுதான், அவள் அதற்கு மேல் எதுவும் சொல்லவில்லை.

1941 -ல் அப்பா வேலையிலிருந்து ஓய்வு பெற்ற பிறகு நான் முதல் தூக்குக்குச் சென்றேன், நான் ஆரட்சர் என்கிற முறையில்.

அந்த நேரத்தில் என் வயது என்ன என்று எனக்குச் சரியாக நினைவு இல்லை. அந்தக் காலங்களில் எங்களுக்கு பிறப்புச் சான்றிதழ் இல்லை. எங்களிடம் பெரும்பான்மையோர் எங்களுக்கு மூத்தவர்களுக்கு நடந்த சம்பவங்களை வைத்துத்தான் எங்கள் வயதை கணக்கிட்டுக் கொண்டோம். இந்த மாதிரி நள்ளிரவில் எல்லாரையும் எழுப்பி வீட்டு மாடு கன்று போட்ட இரவு இன்னார் பிறந்தார் என்றோ அல்லது பரமேஸ்வரன் குடிசை தீயிலே எரிந்த ஆண்டு இன்னார் பிறந்தார் என்றோ நினைவு கொள்ளப்பட்டது. எனவே திட்டவட்டமாக முதல் முதலாய்த் தூக்கிலிட நான் போன போது என் வயது என்னவென்று எனக்கு நினைவில்லை. ஆனால் அது 1941 என்று நினைக்கிறேன்.

தூக்கிலிடுவது முடிந்த பிறகு இருள் வரும்.

அது எனது முதல் தூக்கு. பஸ்ஸில் வந்த போது நான் மிகவும் களைத்துப் போயிருக்கிறேன். படுக்கையில் சென்று விழுகிறேன்.

பேச விரும்பவில்லை. பேச்சு துன்புறுத்தும் என்பதால் எனக்கு பிடித்திருந்தது மவுனம் மட்டும்தான்.

செல்லம்மாள் அதைப் புரிந்து கொள்ளவில்லை. எனக்கு ஏதாவது ஆகிவிட்டதா, காப்பி வேண்டுமா, சாப்பிடுகிறீர்களா, என்று கேட்டுக் கொண்டே இருக்கிறாள், எனக்கு காய்ச்சல் அடிக்கிறதா என்று கழுத்தைத் தொட்டுப் பார்க்கிறாள், ஆனால் எனக்கு அது இல்லை. நேரம் போனது. ஆனால், இருள் விலகவில்லை. இரவு உணவுக்கு அழைக்கிறாள், எனக்கு எதுவும் வேண்டாம் என்று கூறிவிடுகிறேன்.

இப்போது நான் அவளைப் பார்த்து சத்தம் போடுவதற்கு கூட முடியாமல் களைத்துப் போயிருக்கிறேன். அதன் பிறகு நான் களைப்பாக இல்லை என்று உணர்ந்துகொள்கிறேன். நெஞ்சில் ஒருபாரம் என் மூச்சை எடுத்துக் கொண்டு என்னைப் பலவிதமாக அலைக்கழிக்கிறது, நான் அங்கே படுத்துக் கொண்டே மற்ற வீடுகளில் படுக்கப் போகும் போது இரவு உணவுக்கான சந்தடிகளைக் கேட்கிறேன். எரிந்து கொண்டிருந்த சிறுவிளக்கு அணைந்து சன்னல் வழியே மங்கலான நிலவு ஒளி வருகிறது.

இப்பொழுது அவளுடைய ஆடைகள் என் மீது உரச, தோள்கள் என் மீது படரக் கேட்கிறாள், 'என்ன நடந்தது?'

'ஒன்றுமில்லை' என்று முனகுகிறேன், உங்கள் நெஞ்சில் பாரத்தோடு இருக்கும் போது முனங்குவது எளிதானது.

அவன் கைகள் என் மார்பில் இருப்பதையும், அவள் முகம் என் தோள் மீது இருப்பதையும் உணர்கிறேன். எங்களுக்கு வழக்கமாக இன்பம் தரும் விதத்தில் அவளுடைய உடலும், கைகளும் ஒன்றாக என்னுள் ஏதோ தேடுகின்றன. ஆனால் நான் இருளில் இருந்ததால், என்னால் ஒத்துழைக்க முடியவில்லை. என்னால் முடியாது, அவளை நெருங்க வேண்டாம் என்று சொல்வதற்கும் கூட என்னிடம் சக்தி இல்லை, ஆனால் அவள் என்னை விட்டு விலகிய போதும் அவள் கைகள் என் மீது இருப்பதுபோலவே உணர்கிறேன், அங்கே அதில் ஒரு சுகம் இருந்தது அது ஏன் என்று தெரியவில்லை.

தூக்கம் கடைசியாக வந்தது. எப்போது என்று எனக்குத் தெரியவில்லை, நேரம் கடந்த போதும், இன்னும் இருளாக இருந்த போதும் விடிய வெகு நேரம் இல்லை என்று தெரிந்தது. அவள் விலகவில்லை. அவள் கை என் மீதே இருக்கிறது. குறட்டை

விடாததால் அவள் தூக்கம் ஆழமில்லாததாய் உணர்ந்து அவள் கைகளை அழுத்துகிறேன்.

வேகமாக விழித்த அவள் 'என்ன?' என்கிறாள்.

உடனே அவள் கையை எடுத்துக் கீழே இறக்கி என் பக்கம் திருப்பி அவள் முகத்தைப் பார்க்கிறேன். அவள் இப்பொழுது முழுமையாக விழித்திருக்கிறாள். நட்சத்திரங்கள் மங்கிய ஒளியில் அவள் கண்கள் மின்னுகின்றன. அவளுடைய மூச்சு வேகமானது, கால்கள் நெருங்கின, அந்த காலை நேரத்தில் அமைதியில் எழுந்த ஆசை சிறிய இன்பமாக மாறியது. அது முடிந்த போது அவள் வழக்கம்போல் விலகிச் செல்லவில்லை. எனது தோளில் அவளது கூந்தல். நான் பேசவில்லையெனினும், அவளுக்குத் தெரியும், எனது நெஞ்சின் பாரம் குறைந்திருப்பது.

எங்கேயே குழந்தையின் அழுகுரல் கேட்டது. வாழ்க்கை தொடரவேண்டும். திரும்பவும் பாரம் ஏறலாம், ஆனால் இப்போது அது குறைந்திருக்கிறது. தாங்கக் கூடிய அளவு இப்போது. அப்பா ஏன் இந்தமாதிரி காரியத்துக்குப் பிறகு அமைதியாக இருந்தார் என்பதை இப்போது புரிந்து கொள்கிறேன்.

அடுத்து வந்த வருடம் என்மனதில் பசுமையாக உள்ளது. அது 1942. எங்கள் வாழ்வின் மோசமான ஆண்டு. மழை வராமல் போனதால் அல்ல. மழை சரியாகத்தான் வந்தது. எப்போதும் போல வேலைகளும் போதுமான அளவு கிடைத்தன. ஆனால் தினக்கூலிகளுக்குச் சம்பளம் போதவில்லை. அது வழக்கமான 1 ரூபாயின் கால்பகுதியான 7 சக்கரங்கள் ஒரு குடும்பத்துக்கு போதுமானதாக இருந்தது. இந்த வருடம் பர்மாவில் பிரச்சினை. எனவே அங்கிருந்து அரிசி வரவில்லை. விலைகள் ஏறி விட்டதால் நல்ல அறுவடை இருந்தும் கூட மக்கள் உணவின்றித் தவித்தனர்.

அது ஒரு மோசமான காலம். நல்ல வசதியான மக்கள் கூட பிள்ளைகளைப் பள்ளிக்கு அனுப்பாமல் நிறுத்தி விட்டனர். அந்தவருடம் பக்கத்தில் இருந்த பள்ளிக் கூடங்களில் ஒரு பெண்பிள்ளை கூட படித்ததாக எனக்கு நினைவில்லை, குழந்தைகளை பள்ளிக்கு அனுப்ப முடியாத போது எப்போதும் பெண் பிள்ளைகளைத்தான் முதலில் நிறுத்திக் கொண்டார்கள். பெண் பிள்ளைகள் எப்படியும் திருமணம் செய்து போகப் போகிறார்கள். எனவே அவர்கள் அதிகம் படிக்க வேண்டியதில்லை என்று பெற்றோர் எண்ணினார்கள். இந்தமாதிரி சிறு இடங்களில் இப்போதும் அப்படித்தான் நடக்கிறது.

கடைகளில் வசதியுள்ளவர்கள் மட்டுமே அரிசி வாங்கினார்கள். நிலமற்ற மக்கள் பட்டினி கிடந்தார்கள். அரசனிடமிருந்து போனவருடம் எங்களுக்குக் கொடையாக அரிசி கிடைத்ததோடல்லாமல் கடையிலிருந்து எங்களுக்குக் கொஞ்சம் கடனும் கிடைத்தது. சில மாதங்களுக்கு கஞ்சியிலேயே வாழ வேண்டி நேர்ந்திருந்தாலும் அந்த வருடம் முழுவதும் எங்களுக்கு பெரிய பிரச்சினை இல்லாமல் கழிந்தது. அப்போதிருந்துதான் இந்த அரிசிக் கஞ்சி எனக்குப் பழகிப் போனது. அதை மெதுவாக எடுத்துக் கொண்டு வாயில் நீண்டநேரம் வைத்திருந்தால் அது இனிப்பாகி விடும். அது பஞ்சகாலத்தின் உணவாக இருந்தாலும் ஒருமுறை அதை சுவைக்கப் பழகிவிட்டால் அதன் சுவை ஒருபோதும் நம்மைவிட்டுப் போவதில்லை.

8

கால்நூற்றாண்டுக்கு முன் நடந்தன இவையெல்லாம். நான் இதை எழுதுகிற இந்த வாரம் முழுவதும் சூரியன் சுட்டெரித்துக் கொண்டிருந்தது. கடுமையான வெயிலடிக்கும் மதியவேளைகளில் பின்பகுதியிலுள்ள மரங்களிலிருந்து, இலைகளை உதிர்க்கும் காற்று பலமாக அடித்து கருத்த புழுதி மேகங்களை காற்றில் வீசி முட்புதர்களை பழுப்பாகவும், கருப்பாகவும் மாற்றும். வயல்களின் இடையில் நீர் நிறுத்தி வைக்கும் கண்களில் நிறைய பாம்புகள் காணப்படும். நிலத்தின் உயிர்த்தன்மை போய்விட்டதால், அதன் பதுங்கு குழிகளில் பாம்புகளும், எலிகளும் வாழ்வது அப்பட்டமாகக் கண்களுக்குத் தெரியும்.

பொது அடி பம்பிலிருந்து வருகிற நிலத்தடி நீருக்காக நீண்ட வரிசையில் கூட்டம் நிற்கும்.

வெப்பத்துடன் இருண்மையும் உண்டானதால் வார்த்தைகள் நின்றுவிட்டன.

எனக்கு இன்னமும் அந்த இருண்மை என்னதென்று பிடிபடவில்லை. அது ஒரு உந்துதல், ஏதோ ஒன்றை செய்யவேண்டும், ஏதோ ஒன்றை முடிக்கவேண்டும் என்பது. ஆனால் எனக்கு என்ன செய்யவேண்டும் என்பது தெரியவில்லை. காலையில் எழுந்து நடந்தேன். மதியம் எழுதினேன், மாலை திரும்பவும் நடந்தேன். நிறைய தண்ணீர் குடித்தேன். பசியை இழந்தேன், சிறிது எடையையும் இழந்தேன்.

நான் மிகவும் பரபரப்படைந்தேன். அந்த வாரத்தில் மூன்று முறையாவது செல்லம்மாவைப் பார்த்து சத்தம்போட்டேன். அவள் என்னைக் குறைப்பட்டுக் கொண்டாள்.

எழுத்தாளர் திரும்பவும் வந்தபோது அவளுடனான எனது கோபம் குறித்துச் சொன்னேன். எனக்கு அதைப்பற்றி தெரியவில்லை

என்று சொன்னவர், "நீங்கள்தான் அதைக் கண்டு பிடிக்கவேண்டும்" என்றார்.

"கடந்த மூன்று நாட்களாக நோட்டும் கையுமாக உட்கார்ந்து கொண்டிருந்தேன்... ஒன்றிரண்டு வார்த்தைகள் எழுதி விட்டு அழித்துவிடுகிறேன்... எனது பொறுமையை நான் இழந்து விடுகிறேன். நான் என்ன செய்வது?" என்றேன்.

"ஒன்றுமில்லை. ஒரு நாள் இரண்டு நாள் எடுத்துக் கொள்ளுங்கள்... பிறகு எழுதுங்கள். ஒரு வேளை அது வழக்கமாக எழுத்தாளர்களுக்கு ஏற்படும் தடையாக இருக்கலாம். நாம் திரும்பவும் உட்காரும்போது அது சரியாகவேண்டும், இல்லையேல் அதற்கு வருடங்கள் ஆகலாம்."

இந்த மனிதன் பயனில்லாதவன் என்று தோன்றியது. பயனுள்ள எதையும் இவன் சொல்லவில்லை. என்னுடைய பதட்டத்தை கட்டுக்குள் வைத்திருக்க முயன்றேன். "அப்போது அந்த புத்தகத்துக்காக நீங்கள் வருடக் கணக்கில் காத்திருக்க வேண்டியிருக்கும்" என்று வெடித்தேன், வெறுப்பு எனது வார்த்தைகளில் இழையோடியது.

"விட்டுவிடுங்கள்" என்றவர், "இதற்கு முன்னரே உங்களுக்கு நான் சொன்னதைத்தான் இப்பவும் சொல்கிறேன்... நான் இதை எழுதுகிறேன். நீங்கள் மட்டும் எனது கேள்விகளுக்கு உங்களால் முடிந்த பதில் சொன்னால் போதும்" என்றார்.

"முட்டாள் தனம்" என்றேன் உடனே. "இது நான் செய்ய வேண்டிய ஒன்று... உங்களிடம் எவ்வளவு பணம் இருக்கிறது?"

"ஒரு சில நூறு ரூபாய்கள்... இந்தக் செலவுகளுக்கெனக் கொண்டு வந்தவை."

"அப்படியானால் எனக்கு ஒரு நூறுரூபாய் கொடுங்கள்"

"இதோ" அவரது வயிற்றைச் சுற்றிக் கட்டப்பட்ட தோல் கச்சையிலிருந்து காகிதக் கட்டுகளினுடே ஒரு நூறு ரூபாய்த் தாளைக் கண்டு அதை என் கையில் கொடுத்துக் கேட்டார், "இது போதுமா?"

"போதும்" என்றேன். நான் என்ன விரும்புகிறேன் என்பதை அவ்வரிடம் சொன்னால் என்ன நினைப்பார் என்பது எனக்குத் தெரியவில்லை. அந்தப் பணத்தை மடக்கி எனது கைலியில் சுருக்கிட்டுக் கொண்டேன்.

ஏதோ கேட்க நினைத்ததைப் போல் அவர் என்னை உற்றுப் பார்த்தார். ஆனால் கேட்கவில்லை. அது எனக்கு மகிழ்ச்சியாக இருந்தது.

அவர் வரும்போதெல்லாம் அவருக்கு இருக்கையாக இருக்கும் அந்த சிமெண்ட் திண்ணையில் இருந்து எழுந்தவர் "நாளைக்கு நான் வரட்டுமா?" என்று கேட்டார்.

"சரி, ஆகட்டும்" என்ற நான், "அது வரை நான் ஏதாவது எழுதியிருப்பேன் என்று எதிர்பார்க்க வேண்டாம்..." என்றேன்.

"நல்லது... நான் நாளை மாலை 5 மணியளவில் இங்கே இருப்பேன்" என்றார்.

அன்று மதியம் முழுவதும் எனது லுங்கி ரூபாயால் கனத்தது. மதியவேளை குடிக்க நான் விரும்பவில்லை. எனவே எனது மேஜையை பின்பக்கமாக நிழலுக்குள் இழுத்துப்போட்டு எழுதுவதான பாவனை செய்யத் தொடங்கினேன். மாலை நேரத்துக்காக, குளிர்ச்சிக்காகக் காத்திருந்தேன். மகாலிங்கம் கடைக்குப்போய் உட்கார்ந்து குடிக்கும்போது, இனிப்பான வாழைப் பழத்தை அதனுடன் சாப்பிட்டால் சாராயத்தில் போதை கூடும் என்கிறார்கள். அந்த இருண்மை, எனது மனதில் சாராய நினைவு இருந்ததால் விலகியிருந்தது.

சூரியன் ஆரஞ்சு நிறமாகி, மேற்கே தெரியும் ஒளிர்வு மலைகளில் மறையும்போது நான் புறப்பட்டேன். "எங்கே போகிறீர்கள்" என்றாள் மனைவி.

"அது உனக்குத் தேவையில்லை" என்று உறுமினேன்.

அவள் யூகித்துக் கொண்டாள். நீண்ட கால இணை வாழ்க்கையில் எங்களுக்குள்ளே எந்த ரகசியங்களும் இல்லை. "நீ அந்த பைத்தியக்கார எழுத்தாளரிடம் பணம் வாங்கினாயா?" என்று கேட்டாள். அந்தக் குரல் சிடுசிடுப்பாய் வந்தது.

"அது உனக்குத் தேவையில்லை" என்று மீண்டும் உறுமினேன். "யாராவது உன்னை சரியான போதையில் இங்கே கூட்டிக் கொண்டு வந்தால் வெளியேதான் கிடக்க வேண்டும்" என்றாள் அவள். நான் கேட்கிற தொலைவில் இல்லை. இந்த நாட்களில் நான் வெளியே போவதையோ, நான் குடிப்பதையோ அவள் விரும்புவதில்லை.

மகாலிங்கம் தனது கடையில் உட்கார்ந்திருந்தான். கல்லாவுக்குப் பின்னே பாட்டில்களும் பிளாஸ்டிக் பைகளும் தெளிந்த திரவங்களால்

நிரம்பியிருந்தன. விளக்கு மங்கலாக இருந்தது. ஆனாலும் மகாலிங்கம் அதிகப்படியான வெளிச்சத்தை விரும்பவில்லை. அவனுடைய லாபகரமான தொழில் இருளிலேயே நடந்து வந்தது. இருட்டாக இருந்தாலும் அவனது முகத்தைப் பார்க்கிற அளவுக்கு போதுமான வெளிச்சம் எனக்கு முன்னேயிருந்தது. "ரொம்ப நாளாச்சு" என்னைப் பார்த்தவுடன் எச்சரிக்கையான புன்னகையுடன் கேட்டான், "உனக்கு என்ன வேண்டும்?"

நான் ஒரு பிளாஸ்டிக் பையை எடுத்துக் கொண்டேன். "இது மாதிரிகொஞ்சம்" அவனது கண்கள் எச்சரிக்கையுடன் பார்த்தன. புன்னகை மறைந்து விட்டது.

"எப்போது நீ பணம் தருவாய்?"

என்னுடைய லுங்கியிலிருந்த நோட்டை எடுத்து அவனுக்கு முன்னே கல்லாவில் வைத்தேன். "இப்பவே உனக்கு வேண்டுமென்றால்..." அவன் புன்னகை திரும்பியது. "உட்கார்" என்றவன், "உனக்கு எல்லாம் சரியாக அமையுதா என்று பார்த்துக்கொள்..." என்றான்.

"அந்த விளக்கைப் பொருத்து" என்ற நான், "என்ன குடிக்கிறேன் என்பதைப் பார்க்கவேண்டும்" என்றேன்.

"நிச்சயமாக" என்றான் அவன். நான் உட்கார்ந்திருந்த பெஞ்சுக்கு அருகில் வந்து முன்னாலிருந்த மேசைமீது புகைகிற விளக்கைப் பொருத்தினான். அவனுடைய வேலையாட்கள் இருவரை சத்தம் போட்டு விட்டு வேகவைத்த முட்டையும் இரண்டு டம்ளர்களும் கொண்டு வரும்படி உத்தரவிட்டான். அந்த பிளாஸ்டிக் பையை சரியாக ஒட்டை போட்டு அதனுள்ளே இருந்ததை ஏறத்தாழ விளிம்பு வரை நிறையுமாறு ஊற்றினான்.

என் இளமைக்காலம் போலில்லாமல் நான் எப்போதாவது தான் குடிப்பேன், எனக்கு இந்த அப்பட்டமான சுத்த சாராயத்தின் ருசி பிடிக்கவில்லை. இதைக் குடிப்பதற்கு ஒரேவழி மூச்சைப் பிடித்துக் கொண்டு ஒரே தம்மில் குடித்து விடுவதுதான். நான் அதுமாதிரி தான் செய்தேன். இருமல் எனைத் தூக்கியது எனினும் மது வயிற்றில் நின்றது. பிறகு முட்டையின் கால் வாசியை எடுத்து சாப்பிட்டேன். அதன் மீது உப்பும், மிளகும் தடவியிருந்தது, பிறகு இன்னும் கொஞ்சம் சாப்பிட்டேன். சில நிமிடங்களில் அடுத்த டம்ளருக்குத் தயாரானேன். இந்த முறை எப்போதும் இல்லாதவாறு அந்த இருண்மை விலகியதாக உணர்ந்தேன். மகிழ்ச்சியும், புன்னகையும்

திரும்ப வந்து விட்டன. மூன்றாவது டம்ளர் ஒரு அரைமணி நேரம் கழித்து எந்தக் குழப்பமும் இல்லாமல் உள்ளே போனது. அதற்குப் பின்னே என்ன நடந்தது என்பது எனக்கு நினைவில்லை.

அடுத்த நாள் காலை, நான் கதவுக்கு வெளியே கிடக்க தொண்டையில் கடுமையான குமட்டல் மற்றும் தலை சுற்றல் வாந்தியாக இருந்தது. புறக்கடை வழியில் இவற்றையெல்லாம் முடித்து விட்டு மக்கள் பார்க்காதவாறு என்னை இருத்திக் கொண்டேன். நான் நொறுங்கிப் போய் உட்கார்ந்திருந்தேன். செல்லம்மாவிடம் ஒரு கருப்புக் காபி சொல்லக் கூடத் தெம்பில்லை. வீட்டுக்குள் போகவும் முடியவில்லை. ஏழு மணிக்கே சூரியன் சுட ஆரம்பித்திருந்தது. அப்போது கடைசியாக நான் வீட்டுக்குள் நுழையும் போது செல்லம்மாள், "நான் சொல்லியும் நீ குடித்திருக்கிறாய்" என்றாள் ஓங்கிய குரலில். அவள் கோபமாக இருக்கும்போது இப்படித்தான் பேசுவாள். "உனக்கு இதை செய்யக்கூடாது என்று தெரியும் இருந்தாலும் நீ அந்த எழுத்தாளரிடம் காசு வாங்கிக் கொண்டு அந்தக் கடைக்குப் போகிறாய். அந்த மகாலிங்கம் உன்னை எவ்வளவு ஏமாற்றியிருக்கிறான் என்பது உனக்கு தெரியாது... பந்தயமே கட்டுகிறேன்" என்றாள்.

"நிறுத்து" என்றேன். "இப்போது என்னைப் பார்த்து சத்தம் போடாதே"

"பின்னே சத்தம்போடாமல் கும்பிடவா முடியும்." என்று காட்டமாய் கேட்டாள் அவள். அது வெளியே ரோடு வரைக்கும் கேட்கும் என்பது எனக்குத் தெரிந்து ஒரே அவமானமாகப் போய்விட்டது. "ஒழுங்காக நடந்து கொள்ளப் போகிறாயா அல்லது பன்றி மாதிரி சேற்றில் மூழ்கி கடைசி காலத்தை ஓட்டப் போகிறாயா?" என்றாள் அவள்.

நான் அவளைக் கண்டு கொள்ளாமல் உடைகளை மாற்றிக் கொண்டேன். பொது நீர்க்குழாயில் தண்ணீர் வந்து கொண்டிருந்ததால் சோப்பு டப்பாவை எடுத்துக் கொண்டு நன்றாக சோப்புப் போட்டு தேய்த்து ஒரு நீண்ட குளியல் போட்டு முடித்தேன். எனது தாடியையும் கழுவிக் கொண்டேன். அதற்கு பிறகு சுகமாக இருந்தது. முருகன் கடையை திறந்திருந்ததால் அவனிடம் போய் ஒரு சூடான காபி குடித்தேன். திரும்ப வீட்டுக்குப் போனால் செல்லம்மாள் என்னைத் திட்டித் தீர்த்து விடுவாள் என்று நினைத்துக் கொண்டிருந்தேன். ஆனால் அப்படி நடக்கவில்லை. அவள் கையிலே ஒரு கயிறு இருந்தது. அது வெள்ளைக் கயிறு. அதை வைத்து உடைந்துபோன

நீர்க்குழாயை இறுக்கிக் கட்டுமாறு சொன்னாள். அந்தக் கயிற்றைப் பார்த்தவுடன் பொட்டில் அடித்த மாதிரி இருந்தது. அவளை நான் பார்த்தபோதிலும், அவள் உதடுகள் அசைவதைக் கண்ட போதிலும் அவளது வார்த்தைகள் எனக்குக் கேட்கவில்லை.

நான் புரிந்து கொள்வதற்காக இரண்டு முறை அவள் சொல்லவேண்டியிருந்தது; அதை செய்துவிட்டு என்னுடைய எழுது மேசைக்குச் சென்றேன். நான் எழுதுவதற்கு உட்கார்ந்த போது வார்த்தைகள் வந்தன. மெதுவாகவே வந்தாலும் அவை வந்தன, நான் நிம்மதியடைந்தேன்.

கயிறு என்பது சடங்கின் ஒருபகுதியாகும். அது வெண்மையானதும் மென்மையானதுமாகும். அதனுடைய இழைகள் எளிதில் பிரிந்துவிடும். அதை சில மணித்துளிகள் மட்டுமே பயன்படுத்தமுடியும்.

சட்டம் ஒவ்வொரு தூக்குக்கும் குறைந்தபட்சம் மூன்று கயிறாவது வேண்டும் என்று சொல்கிறது. தூக்கு விதிக்கப்பட்ட கைதியின் எடையைப் போல் ஒன்றரை மடங்கு எடை கூடுதல் எடையைத் தாங்கும் வண்ணம் கயிறு இருக்கிறதா என்று ஒவ்வொரு முறையும் பரிசோதித்துக் கொள்ள வேண்டும். அந்த பரிசோதனைக்குப் பொறுப்பு நானே. ஒரு மனிதரைத் தூக்குப்போட பயன்படுத்து முன்பு மூன்று அல்லது நான்கு முறைகளாவது கயிறு பரிசோதிக்கப்பட வேண்டும். அதிகமாகப் போனால் அய்ந்து முறைகள். அதற்கு மேல் அது பயன்படுத்தப்படக் கூடாது.

அந்தக் காலங்களில் இதைவிட அதிகமான சடங்குகள் இருந்தன. தூக்கிலிடுபவரே கயிறைத் தயாரித்துக் கொண்டார். அது எளிமையாக முடிச்சு ஏறும் விதத்தில் இருக்கும், சுருக்கு, தண்டனை விதிக்கப்பட்டவனின் கழுத்தில் சரியாக ஏறவேண்டும். எனது தந்தையின் காலத்தில் தூக்குப்போடுபவர் கயிற்றில் வெண்ணையைத் தடவி மென்மைப்படுத்துவார். எனவே எளிதில் முடிச்சு விழும். முதலில் கயிறின் ஒரு புறத்தை நனைத்தபடியே பிறகு கழுத்துப் பகுதி வரை தோய்த்து பிறகு அதைக் காய வைப்பார்கள். ஒரு பவுண்டு வெண்ணெய் வரை இதற்காக அவர் பயன்படுத்திக் கொண்டு இழைநாரில் முறையாக வெண்ணெய் படிந்துள்ளதா என பார்த்துக் கொள்வார். பாலில் தூக்கு கயிறு நனைத்து எடுக்கப்படுவதாகவும் கதைகள் உண்டு. ஆனால் எனக்குத் தெரிந்தவரை வெண்ணெய் பயன்படுத்துவது மிகவும் சிறப்பானது. அப்போது தான் கயிறு மெதுவாகவும் நெகிழ்வாகவும் இருக்கும்.

வெண்ணெய் எலிகளைக் கவரும், அந்தக் கயிறுகள் காற்றுப் புகாத மரப் பெட்டிகளில் வைக்கப்பட்டு பரிசோதிக்கப்படும். சில நிமிடங்களுக்கு முன்பே, எடுக்கப்படும் அவைகள் திரும்பவும் பெட்டிக்குள்ளேயே வைக்கப்பட்டு, தூக்கிலிடுபவர் கயிறைத் தேர்ந்தெடுத்து பயன்படுத்தும்வரை அதிலேயே இருக்கும்.

பனைநாரிலிருந்து கயிறுகள் தயாரிக்கப்படுகின்றன. (எந்த வகையிலிருந்து என எனக்குத் தெரியவில்லை) அதன்பிறகு அவர்கள் தூரத்தே வங்காளதேசத்தின் பகுதியில் உள்ள ஒரு ஆலையிலிருந்து தயாரித்தார்கள், அந்தக் கம்பெனி பெயர் சாலிமர். தண்டனைக் கைதிகள் தங்களின் தண்டனைக் காலங்களில் கயிறுகளைத் தயாரிக்கிறார்கள் என்று நான் நினைக்கிறேன். ஒரு கைதி தான் தயாரித்த கயிற்றினால் தானே சாவதும் சாத்தியமே.

இப்போது கைதிகளால் சிறைக்கூடத்தில் செய்யவும் படுகிற கயிறு ஒரு மென்மையான பருத்தியாலானது. மரணதண்டனைக் கைதியின் கழுத்தில் நான் முடிச்சுப் போடும்போது சுருக்குக்கண்ணி இதமாகப் பற்றிக் கொள்கிறது.

அது தன்னுடைய இடத்தில் சரியாக அமர்ந்து தன் வேலையை முடிக்கும் என்பதை அறிவேன். அந்த கயிற்றைப் பற்றி நிறையக் கதைகள் சொல்வார்கள். சிறை ஊழியர்கள், கைதியைப் பார்க்க வருபவர்கள் எனப் பலரும்... தூக்கிலிட்ட கயிற்றின் பாகங்களுக்காகப் போட்டியிடுவார்கள். அந்தக்கயிறு, மிகுந்த மதிப்புள்ளது என்று கூறுவார்கள்.

அதனுடைய சிறுபகுதியை உங்கள் வீட்டில் வைத்துக் கொண்டால் பெரிய ஆபத்திலிருந்து உங்களைக் காக்கும் என்றெல்லாம் கதை உண்டு. குழந்தையின் தொட்டிலுக்குக் கீழே கட்டி விட்டால் குழந்தைகளுக்கு பேய்க்காட்சிகள் வராது என்றும், தீய ஆவிகள் மற்றும் பூதங்களிடமிருந்து காப்பாற்றும் என்றும் கூறுவார்கள். எனது அப்பா எங்கள் தொட்டிலுக்குக் கீழே சிறு துண்டை கட்டி வைத்திருந்ததாகக் கூறுவதுண்டு. எனவே சிறை ஊழியர்கள் இந்த கயிறு மிச்சங்களைச் சேகரித்து வீட்டுக்கு எடுத்துச் செல்வர். ஒருவேளை அவர்கள் அதை விற்கலாம். இந்தக் கயிற்றுத் துண்டுகள் பயன்பட்ட நிறைய காரியங்களைப் பற்றி நான் கேள்விப்பட்டதுண்டு. அதில் ஒரு கதை என்னவென்றால் அந்தக் கயிறில் ஒரு சிறு துண்டை எடுத்து, அதன் மிச்சங்களைத் தேனில் கலந்து குழந்தைகளுக்கு குடிப்பதற்குக் கொடுத்தால் அது வயிறு சம்பந்தமான பிரச்சினைகளை நீக்குமென்றெல்லாம் கூறுவார்கள்.

மாஷ் எனக்குச் சொன்ன மற்றொரு கதை எல்லாற்றையும் விட வினோதமானது. அது ராஜ மார்த்தாண்டம் என்கிற புத்தகத்திலிருந்து எடுக்கப்பட்டது. இந்தப் புத்தகத்தின் பெயர் எனக்கு ஞாபகம் இருப்பதற்குக் காரணம் என்னவென்றால், அந்தப் பெயர் எனது முன்னோர்ககளைத் தனது தூக்கிலிடுபவர்களாக நியமித்த மன்னர் மார்த்தாண்டனின் பெயர் மாதிரியே இருப்பதுதான். தூக்கிலிட்ட கயிறை கொஞ்சம் தீயில் கருக்கி அதன் கரியை எடுத்து நல்ல சுத்தமான தண்ணீரில் கலக்கினால் கிடைக்கும் ஒருவிதக் கருப்பு திரவத்தை கால் கை வலியுள்ள ஒருவர் குடித்தால் குணமாவாராம்.

பல நேரங்களில் இந்த மாதிரி வினோதமான மருத்துவக் குறிப்புகள் எங்கிருந்து வருகின்றன என்று யோசிப்பதுண்டு. அவையெல்லாம் நடக்குமா என்றெல்லாம் தெரியாது. எனது குழந்தைகளின் தொட்டிலுக்கு அடியிலும் இவைகளை நான் போட்டதுண்டு, ஆனால் எவ்விதப் பலனும் இல்லாதது மட்டுமல்ல, அந்தக் கயிற்றுத் துண்டு என்னைப் பாடாய்ப் படுத்த வேறு செய்தது.

சமூகத்தில் தங்கள் மீது உமிழும் வெறுப்புகளைக் களைவதற்காகவும், தங்களது மரியாதையை உயர்த்துவதற்காகவும் தூக்கிலிடுபவர்கள்தான், தூக்குக்கயிறு பற்றிய இப்படிப்பட்ட கதைகளை, உருவாக்கியிருக்க வேண்டும். இது அவர்களுடைய இலக்காக இருக்கும் பட்சத்தில், நான் உங்களுக்கு உறுதியாகச் சொல்வேன், அவர்கள் அதில் வெற்றி பெறவில்லை.

9

எழுத்தாளர் திரும்பவும் மாலை வந்தபோது ஒரு பத்தி மட்டும் கயிற்றைப் பற்றி எழுதி முடித்திருந்தேன். இன்னமும் மேசைக்குப் பக்கத்தில் வளைந்து உட்கார்ந்து கொண்டு தானிருந்தேன். எனக்குப் பின்னால் என் முகத்தைப் பார்த்தவாறு தரையில் சம்மணமிட்டு உட்கார்ந்தார் அவர். "வார்த்தைகள் வரும் போல தெரிகிறதே திரும்பவும்" என்றார்.

"ஆம் வருகின்றன" என்றேன் நான்.

அப்போது அங்கு வந்த செல்லம்மாள், நான் காலையில் சரிசெய்திருந்த துணி காயவைக்கும் கம்பியிலிருந்து காய்ந்த துணிகளை ஒரு கையில் எடுத்துக் கொண்டு கேட்டாள். "அவருக்கு ஏன் பணம் கொடுத்தீர்கள்?" அவளுடைய குரலில் ஒரு கடுமை இருந்தது, ஒரு சண்டைக்குத் தயாராவதுபோல.

"அவர் கேட்டார்... கொடுத்தேன்" என்ற எழுத்தாளர், "ஏன்? ஏதும் தவறா?" என்று கேட்டார்.

"ஆமாம்" சீறி விழுந்த அவள், "அது நல்ல காரியம்தான். அவருக்கு நீங்கள் பணம் கொடுத்ததினால், நேற்று இரவு அவருடைய பழைய நண்பர்களோடு குடித்துவிட்டுக் காலையில் இரண்டு மணிக்குத்தான் வந்து சேர்ந்தார். அவர்கள் இவரைத் தூக்கி வந்து கதவுக்குப் பக்கத்தில் போட்டு விட்டுப் போய்விட்டார்கள். அந்த எழவையெல்லாம் வழித்தது யார்ன்னு நினைக்கிறீங்க?" என்றாள்.

"எனக்கு இது தெரியவில்லை" என்று அவளிடம் சொன்னவர், "அவர் எதற்காகப் பணம்கேட்டார் என்பது எனக்குத் தெரியாது... ஏதோ ஒரு வகையில் இந்தப் புத்தகத்துக்காக அவர் செய்கிற விஷயத்துக்கு நான் கடன் பட்டிருக்கிறேன்." என்றார்.

“அவர் எதுவுமே செய்யவில்லை” என்றவள் ஒரு பெருமூச்சுடன் ஒரு கணம் நின்றாள். “இங்கேயே உட்கார்ந்து கொண்டு மத்தியானம் முழுவதும் எதையாவது கிறுக்கிக் கொண்டிருக்கிறார். வேளாவேளைக்கு சாப்பிடுவதுமில்லை.”

கோபம் சுறுசுறுவென்று எனக்குள் ஏறுவதை நான் உணர்ந்தேன். இதன் மூலம் செல்லம்மாள் ரொம்ப அதிகமாகப் போய்விட்டாள். என்னுடைய சொந்த வீட்டில் எனது நண்பர்கள் முன்னே அவள் இந்தமாதிரி கூக்குரலிடுவதை நான் அனுமதிக்கமாட்டேன். “ஓய்... நிறுத்து” என்றேன் அவளிடம். “இது அவருடைய தப்பு கிடையாது. உனக்கு யாரையாவது திட்டனும்னா என்னைத் திட்டு... அதுவும் அவர் போனபிறகு செய்” என்றேன்.

என்னை கணநேரத்துக்கு முறைத்துப்பார்த்த அவள், திடீரெனத் திரும்பி உள்ளே சென்று விட்டாள். “அவளுக்காக நான் மன்னிப்பு கேட்டுக் கொள்கிறேன்” என்று நான் எழுத்தாளரிடம் கூறினேன்.

“உண்மையிலேயே உங்களைக் காலையில் தூக்கிக் கொண்டுதான் வந்தார்களா?” என்றார் அவர்.

“ஆமாம்” நான் ஒத்துக் கொண்டேன். அதைப்பற்றி நான் அலட்டிக் கொள்ளவில்லை. ஆனால் அதற்குப் பின்பு கூட நான் எழுதவில்லையென்றால் அது முட்டாள் தனமாக இருந்திருக்கும். “ஆனால் அது வேலை செய்தது”

“என்ன வேலை செய்தது?”

“சாராயம், வார்த்தைகள் இப்போது வருகின்றன” அவரிடம் நான் எழுதிய ஒரு ஒத்தை பத்தியைக் காண்பித்தேன், ‘இது கயிற்றைப் பற்றியது இன்றோ நாளையோ அதை முடித்து விடுவேன்” என்று கூறினேன்.

“நான் இந்த கயிற்றைப் பற்றிக் கேள்விப்பட்டிருக்கிறேன்” என்றவர், “அது ஒரு நல்ல சிறந்த கனமான சாதனம்” என்றார்.

“அப்படியானால் உங்களுக்கு நான் கொஞ்சம் தருகிறேன் உங்களுக்கு அதிர்ஷ்டம் உண்டாகும்” என்றேன்.

“ஆமாம்” என்று புன்னகைத்தவர், “எனக்கு அதுவேண்டும்” என்றார். வீட்டுக்குள்ளே ஒரு பிளாஸ்டிக் பையில் நான் நிறையக் கயிறுகளைப் போட்டு வைத்திருந்தேன். அவைகள் பயன்படாத பஞ்சுகளைப் போலக் காணப்பட்டன.

நார்கள் எல்லாம் பிரிந்து வந்து ஒரு சிக்கல் மிக்க கூளம்போல ஆகியிருந்தது. அந்தக் கயிற்றுக் கற்றைகளின் மூலத்தை எடுத்து சூரியன் முன் காட்டி, பிறகு மூக்கில் மோப்பம் பிடித்து, ஒரு சிறிய துண்டை, மிகச் சிறிய துண்டை அவருக்குக் கொடுத்தேன். அவரது இடுப்புப் பையில் அதைத் திணித்துக் கொண்டு எனக்கு நன்றி சொன்னார். "இந்தக் கயிறு யாரைத் தூக்குப் போடப் பயன்படுத்தப்பட்டது என்று உங்களுக்கு ஞாபகம் இருக்கிறதா?" என்று கேட்டார்.

"இது பலபேரில் யாருடையதாகவும் இருக்கலாம்" என்று அவருக்குச் சொன்னேன். "இந்தப் பையில் வைக்கப்பட்ட கயிறுகளிலிருந்து ஏதோ ஒன்றை நான் எடுக்கிறேன். அவைகள் கலந்திருக்கும்" என்றேன் நான்.

அவருடைய பாதங்களை கொஞ்ச நேரம் பார்த்துக் கொண்டிருந்து விட்டு "சரிதான்" என்றார் அவர். "நான் கேட்க விரும்பியது இதுதான் நீங்கள் தூக்குப்போட்ட பலபேரில் ஏதாவது காரணத்துக்காக, யாரையாவது குறிப்பாக நினைவு வைத்திருக்கிறீர்களா?" என்று கேட்டார்.

"கடினமான கேள்வி" என்று நான் சொன்னேன். "அதில் சிலபேர் இருக்கிறார்கள். ஆனால் அவர்களை வேறு காரணத்துக்காக நான் நினைவு வைத்திருக்கிறேன்" என்றேன்.

"மற்ற காரணங்கள் என்றால் எப்படிப்பட்டவை?"

"ஒரு வருடம் விரதத்தின் போது இரண்டு தூக்கு வந்து விட்டதால் எனது வருடக் கடைசி நேர்த்திக் கடனை விடவேண்டி வந்ததே அவைகள்..."

"என்ன விரதம்?"

"சபரிமலைக்கான விரதம்... ஒவ்வொரு வருடமும் எனது மூன்றாவது மகள் இறந்த பிறகு நான் சபரிமலைக்குப் போக முயற்சிப்பது உண்டு. அது ஒரு தீட்சையாகும், ஒரு நேர்த்திக்கடன் அதாவது ஒரு ஆறுவாரகாலம் வரை புகைப்பிடிக்காமல், குடிக்காமல், மாமிசம் உண்ணாமல் இருக்க வேண்டும். தூக்கிலும் போடக்கூடாது. ஏனெனில் கொலை தடுக்கப்பட்டிருக்கிறது. ஒரு வருடம் விரதத்தின் மூன்றாவது வாரத்தில் எனக்கு சம்மன் வந்துவிட்டது. என்ன செய்வதென்று தெரியவில்லை. என்னால் விரத்தையும் விடமுடியவில்லை. அதே சமயம் என்னுடைய வேலையையும் விட முடியவில்லை. செல்லம்மாளின் சகோதரன்

அம்புரோஸ் என்னுடைய உயரமிருப்பான், ஒல்லியானவன் அவனை அனுப்பலாம் என்று யோசித்தேன். ஆனால் செய்யவில்லை. அந்த வருடம் நான் சபரி மலை போகவில்லை.

"நீங்கள் ரொம்ப மதப்பற்றுள்ளவரா...? கடவுளை நீங்கள் நம்புகிறீர்களா?" என்று எழுத்தாளர் கேட்டார்.

"அந்தமாதிரி நீங்கள் கேட்டால்... நான் ஆமாம் என்றுதான் சொல்வேன்" என்றேன். "நான் எப்போதுமே கடவுள் இருப்பை ஒத்துக் கொண்டவன். நாங்கள் ஆளான விதம் அப்படி. சில நேரங்களில் நான் வேறுவிதமாகவும் நினைத்ததுண்டு. கடவுள் இருக்க முடியாது, மரணமென்பது ஒரு முடிவில்லாத உறக்கமே, மறுபிறவி என்பது கிடையாது, விடுதலை கிடையாது, நம்பிக்கை கிடையாது என நினைத்ததுண்டு. ஆனால் அந்த விசயங்களைப் பற்றி நான் அதிகமாக நினைத்தது கிடையாது."

அவர் விடைபெற்றுச் சென்று விட்டார். எழுதலாமென்றால் ரொம்ப நேரமாகி விட்டது. புறக்கடையில் பின்பக்கம் இருட்டுக்குள் நான் உட்கார்ந்திருந்தேன். பக்கத்தில் இருந்த குட்டையிலிருந்து கொசுக்கள் கூட்டமாக வருவதை நான் கவனிக்கவில்லை. அந்த இரவு எனக்கு திரும்பவும் அந்தப் பயங்கரக் கனவு வந்தது. தூக்கு மரங்களைப்பற்றியும் தட்டையான கருப்பு முகமூடி அணிந்த மனிதனைப் பற்றியும் நினைவுக்கு வந்தது. ஆனாலும் வார்த்தைகள் வந்தன. காலையில் மனதிலிருந்த இருள் இரட்டிப்பாகி விட்டது. பேனாவைக் கொண்டு அதை எதிர்த்துப் போராடினேன்.

இரவு முழுவதும் நடந்த நாங்கள் காலையில் மர நிழலில் ஓய்வு எடுத்தோம். டிசம்பர் மாத சூரியன் இனிமையாகவும், கதகதப்பாகவும் இருந்தது. ஆனால் சிந்திக்கூட முடியாத அளவு நாங்கள் களைத்துப் போயிருந்தோம். எங்களுடைய கருப்பு லுங்கியை தரையில் அது எவ்வளவு சுரசுரப்பாக இருந்தாலும் அதை விரித்துப் படுத்து சில நிமிடங்களில் நாங்கள் தூங்கிப் போகிறோம்.

நாங்கள் ஆறுபக்தர்கள் நாகர்கோவிலிருந்து சபரிமலைக்குச் சென்று கொண்டிருந்தோம். திருவனந்தபுரம் வரை ஒரே பஸ்ஸில் சென்று அங்கிருந்து வேறொரு பஸ் ஏறி கொல்லம் சென்றோம். கொல்லத்திலிருந்து நடந்து கொண்டிருக்கிறோம். சரியான துணையிருக்கும் பட்சத்தில் நடப்பது கடினமே அல்ல. கொஞ்சம் சலிப்பிருக்கத்தான் செய்யும். உங்கள் பொருட்களைக் கொண்ட சிறிய மூட்டையைத் தலையில் சுமந்து கொண்டு, ஒரு நாளைக்கு முப்பது, நாற்பது மைல்கள் நடக்க முயலும் போது மிக விரைவிலேயே

நடையைத் தவிற மற்றவையெல்லாம் பொருளற்றவையாகி விடுகின்றன.

ஒரு அடி, அடுத்த அடி, பிறகு இன்னொரு அடி என்று உங்கள் வாழ்க்கையே அந்தக் காலடிகளாக மாறிப் போய் விடுகிறது. ஒவ்வொரு நாளையும் போல ஒவ்வொரு அடிவைப்பும் ஒன்று போலவே இருக்கிறது. நீங்கள் புனிதப் பயணம் செல்லும்போது, பிரார்த்தனையைத் திரும்பத் திரும்பச் சொல்லிக் கொண்டிருக்கும்போது வாழ்க்கையே அதுவாக மாறிவிடுகிறது.

கழிந்த ஆறுவாரங்கள் ரொம்பச் சிரமமானவை. நாங்கள் புகை பிடிக்கவில்லை, குடிக்கவில்லை, மாமிசம் கூட சாப்பிட வில்லை. சாப்பிடுவது பற்றி இன்னும் சில கட்டுப்பாடுகளும் உண்டு. அதன் காரணமாக நாங்கள் கொஞ்சம் எடை குறைந்துகூடப் போனோம். ஒரு அர்த்தத்தில் விரதம் என்பது தூய்மைப்படுவதாகும்.

ஆனால் இதுதான் எனது வாழ்விலேயே முதல் முறையாக எனக்கு நானே கேட்கிற கேள்வி. நான் ஏன் இங்கு வருகிறேன்? காடுகளினூடான நீண்ட பயணத்தில் மலையில் ஏறி மசூதிக்கு வந்து கோயிலுக்கு பக்கத்தில் இருக்கிற ஆற்றில், புனித நீரில் வயதான கிழவி ராமனால் ஆசிர்வதிக்கப்பட்டது போல் எனக்கும் அருள் கிடைக்கும் என்ற எதிர்பார்ப்பில் வந்தேனா? இராமனைப் பற்றியே கூட எனக்கு எவ்வளவு நம்பிக்கை இருக்கிறது என்று தெரியாமலே நான் எப்படி இதையெல்லாம் செய்கிறேன். எனக்கு தெரியவில்லை. எனக்கு ஒரு தெளிவற்ற நம்பிக்கை இருக்கிறது. கடவுள் என்னைப் பார்த்துக் கொள்வார் என்று. அப்போது வாழ்க்கை ரொம்ப வேதனையானதாக இருக்காது. நான் விரும்பவதெல்லாம் அவ்வளவுதான். என்னுடைய மூன்றாவது மகள் இளம்வயதிலேயே இறந்த பிறகு வருடாவருடம் நான் இந்த மாதிரி வருகிறேன். இது ஒரு சுயதண்டனை. எதற்காக? எந்தக் குற்ற உணர்ச்சி என்னை இங்கு கொண்டு வருகிறது? தூக்கிலிடுபவனின் கயிற்றிலிருந்து நல்லது வருவதாக நீண்டகாலத்துக்கு முன்பு சில தூக்கிலிடுபவர்கள் உருவாக்கிய கட்டுக்கதைகளை நான் நம்ப முடியுமா?

இந்த மாதிரி காரியங்கள் இப்போது சில நேரங்களில் என்னை வாட்டி வருகின்றன. மரணம் நம் எல்லோருக்கும் வரும், எனது மகளுக்கு வந்த மாதிரி காலம் வரும். இந்தக் கடைசி மாதக் காணிக்கை எதற்காக? இது யாரையாவது காப்பாற்றுமா? இது மரணத்தைத் தள்ளிப்போடுமா? ஒருகணத்தில் நிகழ்கிற வலியை இது நிறுத்துமா? நான் வெறுமனே இதைச் செய்யும்படி விதிக்கப்

பட்டிருக்கிறேனா? விதியின் காற்றில் அடித்துப் போய்விடக் கூடிய தூசியா நான்?

எனக்குத் தெரியுமென்று நினைக்கிறேன். இந்தக் கேள்வி திரும்பவும் வரும். எனது வாழ்வின் ஒவ்வொரு கணமும் அது இருப்பதை நான் அறிவேன். நான் அதை தவிர்த்துக் கொள்ளவே செய்கிறேன்.

நான் என்ன செய்கிறேன்?

நான் எனது நினைவுகளை எழுத்தில் வடிக்க ஆரம்பித்தபோது வந்ததல்ல இந்த இருண்மை. அது சமீபத்தியது அல்ல என்பது எனக்குத் தெரியும். நீண்டகாலம் முன்பு இப்படியொரு புனித யாத்திரையின் போது தான் இந்த வெறுமையுணர்ச்சி என்னை ஆட்கொண்டதென்று நினைக்கிறேன்... இல்லை அநேகமாக இது அதற்கு முன்பே தோன்றியிருக்க வேண்டும்.

எனக்கு இது நன்றாக நினைவு வருகிறது. இந்த இருண்மை முதல் முதலாக திட்டவட்டமாக எப்போது என்னால் உணரப்பட்டது என்று எனக்கு நினைவு வருகிறதென்று நினைக்கிறேன். சிலநேரங்களில் அது புதிதாக என்னோடு வருவது போலவும் மற்றநேரங்களில் அது எப்போதுமே என்னுடன் இருந்து வருவதாகவும் நான் நினைப்பதுண்டு. பெரும்பான்மையான நேரங்களில் எனது வாழ்க்கை அதிலிருந்து தப்பித்தலாகவே இருக்கிறது. கடைசியாக அது பிடிபடுகிறது.

கடந்த மாதங்களில் எனது ஒரே அடைக்கலம் சாராயம்தான். நான் சாராயக் கடைக்குச் சென்று, தீவிரமாகக் குடித்தபிறகு இது என்னை ஒன்றும் செய்யவில்லை. அல்லது நான் அதைப் பொருட்படுத்துவதில்லை. அது எனக்குத் தூக்கத்தைக் கொடுக்கிறது.

10

"உங்களுடைய குடும்பத்தைப் பற்றிச் சொல்லுங்கள்" என்று எழுத்தாளர் கேட்டார், "உங்கள் சகோதரர்கள் இப்போது என்ன செய்கிறார்கள்?"

"ராமன் இறந்துவிட்டான்... அவன் குழந்தைகள் கடிதம் எழுதுவதில்லை. எங்களுக்கு அந்த பழக்கமில்லை. ஆனால் பண்டிகைகளின்போதே, திருமணங்களின் போதே, இழவுகளின் போதோ நாங்கள் சந்திப்பதுண்டு. பரமன் பக்கத்தில் தான் இருக்கிறான். அவன் திருமணம் செய்து கொள்ளவில்லை. தனியாகத்தான் வாழ்கிறான். அவன் இங்கேயிருக்கிற சிறிய வீட்டைக் கவனித்துக் கொள்கிறான்."

"அந்தக் காலத்தில் பெரிய குடும்பங்கள் சாதாரணம்... உங்களுக்கு இரண்டே சகோதரர்கள்தான் என்பது ஆச்சரியமாக இருக்கிறது."

"ஆமாம்" என்றேன். "அம்மா சில நேரங்களில் உடம்புக்கு சுகமில்லாமல் இருந்தாள். அது காரணமாக இருக்கலாம் என்று நினைக்கிறேன். நான் அதைப்பற்றி ஒருபோதும் நினைக்கவில்லை."

"அப்படியானால் அதைப்பற்றி எழுதுங்கள் எனக்கு அது தெரிய வேண்டும்" அவர் எப்படி ஒரு தோற்றத்தை வரவைப்பது என்றும், அதை எப்படி ஊன்றிக் கவனித்து எழுத வேண்டும் என்றும் எனக்குச் சொன்னார். அதன் பிறகு காபியைக் குடித்து விட்டு, புறப்படுவதற்கு தயாரானபோது எனது மனதில் ஏதோ ஒன்று படீரென்று உதித்தது. என்னுடைய அப்பாவுடன் யாரோ ஒருவர் சவாலிடும் நினைவு. ஒரு நண்பர் அவரிடம் விட்ட சவால் 'என்னுடைய எடையை யூகித்துச் சொல்... எத்தனை கிலோ கிராம் என்று நீ சரியாகக் கூறினால் என்னை விட எடையைச் சொல்வதில் நீ கில்லாடி என்று ஒப்புக் கொள்கிறேன்.'

அன்றைய தினம் அப்பா அந்த பந்தயத்தில் வெற்றி பெற்றார். அதையெல்லாம் விட அவருடைய வேலை என்பது மனிதனின் எடையை யூகம்செய்வதுதான். நானும் அதைக் கற்றுக்கொண்டேன். "என்னவென்று யூகியுங்கள்" என்று எழுத்தாளரிடம் கூறிய நான், "நான் இப்போது தான் ஏதோவொ ன்றை நினைத்தேன்" என்றேன்.

எழுந்து நின்ற அவர், திரும்பவும் சிமெண்ட் இருக்கையில் அமர்ந்து, "என்ன?" என்று கேட்டார்.

"உங்கள் எடை எண்பத்தி ஆறு கிலோ"

"உண்மையில் நான் இன்னும் கொஞ்சம் அதிகம்" என்று பதில் சொன்ன அவர், "நீங்கள் சும்மா ஒரு கிலோவைத்தான் விட்டு விட்டீர்கள்" என்றார்.

"சரி, எனவே நீங்கள்... ம்ம்ம்..." நான் நிறுத்திக் கொண்டேன். எனக்கு முன்னை மாதிரி வேகமாகக் கணக்குப் போட இப்போது வருவதில்லை. "நீங்கள் என்ன உயரம் என்று அடிக்கணக்கிலும் இன்ச்சாகவும் நான் சொல்லட்டுமா?" என்றேன்.

"நிச்சயமாக..." என்று அவர் புன்னகைத்தார்.

"அய்ந்து அடி ஒன்பது இன்ச், கொஞ்சம் அதிகமாக இருக்கலாம், ஆனால் அய்ந்து அடி பத்து இன்ச்சுக்குள்தான் இருக்கும்."

அவர் வியந்து போய், "அது ரொம்பும் சரி" என்றார். "நீங்கள் எப்படி இவ்வளவு சரியாகச் சொல்கிறீர்கள்?" என்றார்.

"பழக்கம்தான்" என்றேன் நான். நான் இதை நூற்றுக்கு மேற்பட்ட முறைகள் செய்திருக்கிறேன். இந்த மாதிரி எடை போடுவது தூக்கிலிடுபவனின் இதயத்திலிருக்கும் ஒரு கலை.

வீழ்ச்சி. அது தான் எல்லாமே. அதைப்பற்றி நான் எழுதினேன். அதை பற்றி என்ன எழுத முடியுமோ அதை எழுதினேன், பிறகு நான் எழுதியதைக் குறித்து சந்தோஷப்பட்டுக் கொண்டேன். எனவே எழுதியதைத் தனியான பிரதியாக எடுத்துக் கொண்டேன். எழுத்தாளர் அடுத்தமுறை வந்தபோது நான் பிரதி செய்த பக்கங்களை அவருக்குக் கொடுத்தேன். "இது உங்களிடமிருக்கட்டும்" என்றேன். "இதுதான் நான் இதுவரை எழுதியதிலேயே ரொம்ப சிறந்தது." அவர் அதைக் கவனமாகப் படித்தார். தமிழ் அவ்வளவு சிரமமில்லாமல் அப்போது அவரால் படிக்க முடிந்தது. அதை முடித்த பிறகு அவர் எதுவும் சொல்லவில்லை. அந்தத் தாள்களை மடக்கி தனது சட்டைப்

பாக்கெட்டுக்குள் வைத்துக்கொண்டார். அது நன்றாக வந்திருக்கிறது என்பது எனக்குத் தெரியும்.

வீழ்ச்சியைப் பற்றி நான் எழுதிய பிறகு வேறு எதையும் எழுத எனக்கு வரவில்லை.

இதைப்பற்றி நான் அவரிடம் கூறினேன். அவர் தினசரி வந்தார். நாட்கள் செல்லச் செல்ல நாங்கள் மிகநெடுந்தூரம் நடந்து செல்லத் தொடங்கினோம். மழை வருவதற்கான அறிகுறி எதுவும் அப்போது இல்லை. மிகுந்த வெப்பமான கோடைக் காலங்களைப் பற்றி நினைவு வந்தது. ஆனால் அவை நினைவுகள்தாம். இந்த நாட்களில் சிலர் பட்டினி கிடந்தார்கள். இந்த மாதிரி நடக்கும்போது நாங்கள் எழுவதைப் பற்றி பேசுவதை விட பெரும்பாலும் அமைதியாகவே இருந்தோம். ஆனால் மற்ற விஷயங்களைப் பற்றி அவர் பேசியவை எனது மனதில் எழுதுவதற்கான ஏதோ ஒன்றைத் தூண்டி விட்டது.

ஒரு நாள் எழுத்தாளர், "அடுத்த முறை நான்வரும்போது, நீங்கள் உங்களுடைய ஆசிரியரை எங்கு சந்தித்தீர்கள் என்று சொல்ல முடியுமா? உங்களுக்கு பிடித்தமான இடங்களை எனக்கு காட்டுங்கள். உங்களுக்கு விருப்பம் தானே?" என்றார்.

"ஆமாம் நாம்அதைச் செய்வோம். நான் விஷயங்களை நினைவுக்கு கொண்டு வரவேண்டும்... ஆனால் ஏன் அடுத்த முறை வரும்வரை காத்திருக்கவேண்டும்? இப்போதே நாம் போவோம் ஒரு பேருந்துப் பயணம்தான்..."

"எங்கே?" என்று கேட்டார். என்னுடைய உற்சாகத்தைப் பார்த்து ஆச்சரியப்பட்டுக் கொண்டே.

"கோயிலுக்கு ஒரு நண்பனை சந்திப்பதற்காக"

"எந்தக் கோயில்?"

"பத்ரகாளி கோயில். தூக்கிலிடுவதற்கு முன்பு நாங்கள் போகும் கோவில். இடைப்பட்ட காட்சிகளில் ரிங்மாஸ்டரை காட்டுவதுபோல"

பார்வதிபுரத்துக்கு வாய்க்கால் வழியாக நாங்கள் நடந்து சென்றோம். வாய்க்காலுக்குப் பக்கத்திலுள்ள மணல் திட்டுரோடு ஒரு பாலத்துக்கு அருகே பிரதான சாலையை அடைந்தது. அங்கிருந்து பேருந்து நிறுத்தத்துக்கு ஒரு நூறுமீட்டர் தூரமே இருந்தது. பேருந்து நிறுத்தத்தில் எங்களுக்கான 31ம் எண் பேருந்தை நாங்கள் பிடிக்கவேண்டும். அது ஒரு சுற்றுப் போல் வந்துகொண்டிருந்தது.

இங்கிருந்து தொடங்கி வடசேரிக்குபோய் திரும்பவும் இங்கே வந்து பதினைந்து நிமிட இடைவெளிக்கு பிறகு திரும்பவும் புறப்பட்டது. இந்த முனையில் பேருந்து காலியாகவே இருந்தாலும், அதன் பிறகு அது நிரம்பிவிடும்.

பேருந்து ஒரு குலுக்கலுடன் புறப்பட்டது. பாலத்துக்கு அருகேயுள்ள முதல் நிறுத்தத்தில் எல்லா இருக்கைகளும் நிறைந்தன. தொடர்ந்து அது குலுங்கிக் கொண்டே சென்றது. போகப்போகக் கூட்டம் அதிகரித்தது. எங்களுக்குப் பயணச் சீட்டு கொடுப்பதற்காக நடத்துனர் வந்தபோது அவர் ஒரு கூட்டத்தில் தள்ளிக் கொண்டு வழி தேடவேண்டியிருந்தது. வடசேரியில் நாங்கள் முண்டியடித்துக்கொண்டு இறங்கினோம். பிறகு பேருந்து நிறுத்தத்துக்கு பக்கத்தில் இருக்கிற பல பாதைகளில் பள்ளிக்கூடத்தை நோக்கி கீழே இறங்குகிற பாதையில் போனோம். அந்த மாவட்டத்திலேயே மிகவும் பழமையான பள்ளிக் கூடங்களில் அதுவும் ஒன்றாகும். ஒரு கால்மைல் தூரம் அந்தப் பாதையில் இறங்கிய பிறகு, வலது பக்கம் உள்ள சந்தில் நெருக்கமான வீடுகளின் ஒரு வரிசையைப் பார்த்தோம். இந்தப் பகுதியில் இருக்கிற எல்லா கட்டடங்களும் பழமையானவையாக இருந்தன. வெள்ளையடிக்கப்பட்டிருந்த கட்டிடங்களின் மேற்கூரை மழையாலும், வெயிலாலும் கருத்துப் போயிருந்தன. சிறிய சன்னல்கள் மரக்கோல்களால் அமைக்கப்பட்டிருந்தன.

இவைகளைக் கடக்கும் போது இருபது வருடங்களுக்குப் பின்னால் நான் சென்றேன். ஆனால் இது கொஞ்சமும் மாறவில்லை. 19ம் நூற்றாண்டில் கட்டப்பட்ட பள்ளிக் கூடத்தை கடந்து நாங்கள் சென்றோம். பிறகு ஏராளமான பழைய வீடுகளைக் கடந்து ஒரு வளைவை அடைந்தோம். அங்கே மேற்கு பக்கம் வயல்கள் இருந்தன. வலது பக்கத்தில் ஒரு சிறிய கோவில் இருந்தது.

கோவில் கதவு மூடியிருந்தது, அதன் எதிரே மூலையிலிருந்த கடையில் அமர்ந்திருந்த கடைக்காரர், அடுத்தநாள் வரும்படி கூறினார். ஆனால் இது எனக்கு மிகவும் பழக்கமான பகுதி, கடந்த எழுபது ஆண்டுகளாக நான் இங்கே வந்துகொண்டிருக்கிறேன். வயதானவர்களுக்கு என்னைத் தெரியும். கோயில் சுவருக்குப் பக்கத்தில் நாங்கள் போனோம், அதனில் இருந்த சிறிய துருப்பிடித்த கதவை நான் திறந்தேன்.

குருக்கள் அங்கேயில்லை. ஆனால் அவரது மனைவி இருந்தாள். அவர் என்னுடைய குருக்கள் அல்ல - ராமைய்யன் குருக்கள்,

எனது அப்பாவின் காலத்திலிருந்து இங்கே புரோகிதராக இருந்து வருகிறார்.

ராமைய்யன் இப்போது இல்லை. எனது அப்பாவுக்கு பதிலாக நான் தூக்கிலிடுபவராக வந்த பொழுது அவரை நான் எப்போது வேண்டுமானாலும் பார்க்க முடிந்தது. ராமைய்யனின் மகன் குப்பன் இப்போது இங்கேயிருக்கிறார். ஆனால் அவருக்கு அவரின் தந்தையைப்போன்ற ஆழமோ பக்தியோ கிடையாது. நான் எழுத்தாளரையும், குப்பனையும் ஒருவருக்கொருவர் அறிமுகம் செய்து வைத்தேன். எழுத்தாளர் தனது பெயருக்கு ஒரு பூஜை செய்யும்படி குருக்களை வேண்டினார். எழுத்தாளர் கைகளில் 50 ரூபாய்த்தாள் இருந்ததை நான் கண்டேன். குப்பன் அதை வாங்குவதற்காகக் குனிந்தார். அது அவரது அப்பா மாதிரியே இருந்தது.

நான் ராமைய்யனை இழந்துதான் விட்டேன். மாஷ் போலவே மௌனத்தைப் பொறுத்துத் தாங்கிக் கொள்ளக் கூடியதாக்கியவர் அவர். அவரை முதல்முதலாக நான் பார்த்தது இன்னமும் எனக்கு நினைவிருக்கிறது. அப்போது நான் குழந்தையாக இருந்தேன்.

இந்தக் கோயில் எங்கள் எங்கள் தெய்வம் பத்ரகாளியனுடையது. சிவனின் மனைவியான பார்வதியின் கோபவடிவம் அவள். அந்தக் கோயிலுக்கு முதன்முதலாக, அப்பாவோடு வந்திருந்தேன். அவர் தூக்குக்குப் போகுமுன்பு அங்கே ஒரு சேவலைப் பலி கொடுக்க வந்திருந்தார். அது அப்போதைய தூக்கிலிடுபவர்களின் வழக்கம்.

எனது மூத்த அண்ணன் ராமனையும் என்னையும் ஏன் கூட்டிக் கொண்டு போகிறார் என்பது எனக்குப் புரியவில்லை. ஆனால் நாங்கள் எதிர்ப்பு எதுவும் சொல்லாமல் கூடப்போவோம். அவர் எங்களை வெளியே கூட்டிச் செல்வது மிக அரிது. அவரோடு வெளியே செல்வதென்பது ஒரு இனிமையான நிகழ்வு. நாங்கள் ஒன்பது மணிக்குப் படுத்து விட்டால், அப்பா எங்களை காலை நான்கு மணிக்கே எழுப்பிடுவார். அப்போது இன்னும் நட்சத்திரங்கள் வெளிச்சம் காட்டும். நிலவு ரொம்ப தூரம் போயிருக்கும். அவர் அம்மாவையும் எழுப்பியிருப்பார். அம்மா காபி தயார் செய்வாள். எங்களை எழுப்புவதற்கான காபி அது, வாயில் பட்டவுடன் சுடும் மிகச் சூடான காபி.

நாங்கள் நட்சத்திர வெளிச்சத்தை வைத்துக் கொண்டே போய் குளிப்போம். நாங்கள் குளிக்கும்போது குளத்தின் கரையில் கூடு கட்டியிருக்கும் புதர்க்கோழிகளை எழுப்பிவிடுவோம். அவைகள்

தன் பங்குக்கு பக்கத்திலிருக்கும் மரங்களில் அடங்கியிருக்கும் காகங்களை உசுப்பிவிடும். நான் காலை நேரத்தின் அமைதியை விரட்டும் சத்தத்துடன் எழுவேன். பிறகு வழுக்குகிற சோப்பை இருளில் குளிர்ந்த நீரில் தவறவிடுவேன். அப்பா தண்ணீருக்குள் கைவிட்டு சோப்பை எடுப்பார். அதை எதுவும் பேசாமல் என்னிடத்தில் தருவார்.

விடியுமுன் எங்கள் குளியலை முடித்து விட்டு நாங்கள் வீட்டிலிருந்து கிளம்புவோம். புதிய வெள்ளை முண்டை ராமனும் நானும் அணிந்து கொண்டு செல்வோம். நாங்கள் பாதி குருடர்கள் போல், அடர்த்தியான டிசம்பர் பனியில் தடுமாறி நடப்போம். நெல்வயல்கள் வழியாக தார்போட்ட சாலை, நகரத்துக்கும் எனது பள்ளிக்கும் போகும். அப்பா வெள்ளைக் கோழி ஒன்றை அதன் கால்களைப் பிடித்து தூக்கியவாறு வருவார். அதன் இறக்கைகளும் கால்களும் கட்டப்பட்டிருக்கும். அது கொக்கரிப்பதை நாங்கள் கேட்போம்.

இந்த நேரத்தில் சாலையில் யாரும் இருக்கமாட்டார்கள். ஆனால் நாங்கள் நடக்கும்போது தூரத்திலிருந்த மண்ணெண்ணெய் விளக்கு வெளிச்சங்களையும் வயல்களிலிருக்கும் குடிசைகளிலிருந்த எழுந்து வருகிற மக்களையும் பார்ப்போம். பனியில் இருள் பயமுறுத்துவதால் நான் அப்பாவை விட்டு விடாமல் இருக்க அவரின் கைப்பெரு விரலை அழுத்திப் பிடித்துக்கொண்டே செல்வேன். தார்ச் சாலையிலிருந்து கோயில் ஆறு கிலோமீட்டர் தள்ளியிருந்தது. கோயில் எஸ்.ஆர்.எம்.வி.பள்ளிக் கூடத்துக்கு அருகே இருக்கிற வயலில் இருக்கும். அந்தப் பள்ளிக்கூடம் அப்பாவேலை செய்கிற பூஜாபுராவை விடப் பெரியதாகும்.

சூரியனின் முதல் கதிர்கள் படுகிறபோதுதான் நாங்கள் கோவிலை அடைகிறோம். மெல்லிய சூரிய ஒளியில் பனி மின்ன ஆரம்பித்திருக்கிறது. வயல்களுக்கு மேலேழுகிற தங்க நிற சூரியன் கண்கொள்ளாகாட்சியாகும். நான் தந்தையிடம் ஏதாவது பகிர்ந்து கொள்ளலாம் எனப் பார்ப்பது உண்டு. ஏனெனில் அது வளர்ச்சியின் அடையாளம்.

கோவில் கதவு சாத்தப்பட்டிருக்கும். ஆனால் ராமைய்யன் குருக்கள் கோயிலுக்கு பக்கத்திலேயே வாழ்கிறார். இரண்டு அறை கொண்ட வீடு, வாயில் கதவு அருகே ஓமச்செடி வளர்ந்திருக்கும். அப்பா அந்தச் சிறிய பிரம்பு கதவை திறக்கும் போது இருமுகிறார், ராமய்யன் யாரென்று பார்ப்பதற்காக கதவுமுன்பு வருவார். நான்

கதவின் அருகே தயங்குகிறேன், அப்பா எனது கையைப் பிடித்து உள்ளே அழைத்துச் செல்கிறார்.

அவர் கைப்பிடி கடினமாகவும் ஆதுரமானதாகவும் அதே சமயம் மென்மையாகவும் உறுதியளிப்பதாகவும் இருக்கும். அவரை பயமின்றி நான் பின் தொடர்கிறேன்.

ஆறு அடியான்கள் ஏற்கனவே அங்கேயிருந்தார்கள், அதில் சிலபேர் உண்மையான தூக்கிலிடுபவரின் வழி வந்தவர்கள். ஏற்கனவே அவர்கள் பிமனேரியில் அவர்களுடைய சொந்தக் கோயிலில் பூஜை செய்து விட்டார்கள். அங்கேதான் அவர்களுடைய குடும்பத்தின் வாள் இருக்கிறது என்கிறார் அப்பா.

அவர்கள் தனியாக இருந்தார்கள், அவர்களின் நடவடிக்கை ஒரே நேரத்தில் மரியாதையும், வெறுப்பும் கலந்தது மாதிரி இருந்தது. அது எனக்குப் புரியவில்லை. அவர்கள் அப்பாவுக்கு அவ்வளவு மரியாதை தந்ததாகத் தெரியவில்லை. அதுவும் எனக்குப் புரியவில்லை. அப்பா ஏன் அவர்களைச் சகித்துக் கொள்கிறார் என நான் ஆச்சரியப்பட்டேன். அவருடைய இடத்தில் நான் இருந்திருந்தால் அவர்களுடன் பேசியிருக்கவே மாட்டேன். அவர்களை பார்வையிடக்கூட கோயிலுக்குள் அனுமத்திருக்க மாட்டேன்.

திருநீர்த்தட்டில் உள்ள பித்தளை விளக்குகளின் சுடர்கள் தென்றலில் மினுக் மினுக் என்று மின்னுகின்றன. பத்ரகாளியின் பயமுறுத்தும் உருவத்தின் முன்னே திருநீரைப் பூசிக்கொண்டு தலை வணங்குகிறார்கள். இப்போதுதான் திருமணமான, இளையவரான ராமைய்யன் குருக்கள், சுருக்கமாக அப்பாவுடன் பேசுகிறார். பிறகு வீட்டுக்குள் சென்று, துணியால் சுற்றப்பட்ட பூக்களைக் கொண்டு வருகிறார், அப்பா அவர் கைகளில் ஒருபாட்டில் சாராயத்தையும் மற்றும் பலிக்கோழியையும் கொடுக்கிறார்.

ராமைய்யன் குட்டையான, உறுதியான உடல்வாகு உடையவர். அவரது நிமிர்ந்து நிற்கும் முடி சுருக்கமாக அழுத்தி வெட்டப்பட்டிருந்தது. அவர் தன் நெஞ்சிலும் மேற்கைகளிலும் மற்றும் நெற்றியிலும் சந்தனம், திருநீறு பூசியிருக்கிறார். அதன் வழியாக மெல்லிய துண்டை அதற்கு கீழே அவர் அணிந்திருக்கிற உள்ளாடையை பார்க்கவும் முடியும். அவருடைய நெஞ்சு வெறுமையாக, மயிறற்றதாக இருக்கிறது, அவரது முகத்தில் சில நாள் தாடி. அவர் அந்த பாட்டிலையும், பலிக் கோழியையும் அவரது சதுரமான பலகைகளில் வைத்துக்கொண்டு சமஸ்கிருதத்தில் சில

மந்திரங்களை உச்சரிக்கிறார். பாட்டிலை வைப்பதற்காகக் கீழே குனியும்போது இடுப்பை மெதுவாக வளைத்துக் குனிகிறார். பிறகு பலிக்கோழியை பார்த்து சில வார்த்தைகளை சமஸ்கிருதத்தில் சொல்லி, அப்பாவிடம் கொடுக்கிறார்.

நான் இதற்கு முன்பு சேவல்கோழி கொல்லப்படுவதைப் பார்த்து இருக்கிறேன். விருந்து நாள்களில் சித்தப்பா பையனோ அல்லது அப்பாவோகூட புறக்கடையில் அதன் கழுத்தை திருகுவதைப் பார்த்திருக்கிறேன். ஒரு கணம் உயிரோடு இருக்கும் அந்த உயிர் மறுகணம் செத்துப்போகும். ஆனால் இந்த பத்ரகாளி கோயிலில் நான் பார்த்து விசித்தரமானது. அதன் பாதம் அவருடைய பாதத்துக்கு கீழே இருக்கும்படி வைத்துக் கொள்கிறார். அதன் தலை அவரின் இடது கையில் இருக்கிறது.

அதன் பிறகு அவர் திடீரென, குருக்கள் அவருக்கு கொடுத்த நீளமான கத்தியை வைத்து, கோழியைச் சாய்வாக பிடித்து அறுத்துத் தள்ளுகிறார். தலை அவரது கைகளில் தனியாக வருகிறது.

நான் ஒரு சேவல்கோழியின் கழுத்து வெட்டப்பட்ட பிறகும் அப்படியே படுத்துக் கொள்ளும் என்று நினைத்து வந்தேன். ஆனால் அது அப்படியில்லை மங்கியவெளிச்சத்தில் அதன் கழுத்திலிருந்து கருப்பு ரத்தம் தெறிக்கிறது. அதனுடைய இறக்கைகள் துடிக்கின்றன. முதலில் பலமாகவும், பிறகு மெதுவாகவும் கடைசியில் அதனுடைய உயிர் அடங்குகிறது. நான் பயத்தினால் பின் வாங்குகிறேன். இங்கே ஒரு செத்துப் போன உயிர் வாழ்வின் அறிகுறிகளைக் கொண்டு இருக்கிறது.

அப்பா இன்னமும் சேவல்கோழியின் பாதத்தை தனது கால்களில் பிடித்துக் கொண்டிருக்கிறார். அவர் ஒரு வேளை அதைவிட்டால் தலையில்லாத சேவல்கோழி குருட்டுத்தனமாக ஓடும் என்பது உறுதி. அவர் பிடித்துக் கொண்டு இருக்கும் போதுகூட, அது பல நிமிடங்கள் போராடுகிறது. குருக்கள் அவரது வன்மையான மந்திரங்களை சொல்லிக் கொண்டிருந்தபோதும் இந்தமாதிரியான மந்திரங்களை எந்தக் கோயிலிலும் நான் கேட்டதில்லை. பத்ரகாளியை வேண்டி குருக்கள் முதல் அட்சரங்களைச் சொல்லி பிரார்த்தனை செய்த போது அவர் மூச்சு விட்டுவிட்டு வருகிறது. அவருடைய கண்களில் விசித்திரமான வெறித் தன்மையை நான் பார்க்கிறேன். அதை நான் தவிர்த்துக் கொள்கிறேன்.

பூஜை ஒருமணிநேரம் எடுக்கிறது. எனது பயத்திலிருந்து நான் மீண்டபோது மந்திர உச்சாடனமும், நிலத்தில் ரத்தமும்

சிதறிக்கிடக்கின்றன. சூரியன் மேலே எழுந்து விட்டான். வெளியே வயல்களில் கொக்குகள் மேய்ந்து கொண்டிருக்கின்றன. பூஜைக்கு பிறகு அப்பா எழுகிறார். ராமைய்யன் அவருக்கு முன்னாடி நின்று அவரை ஆசிர்வாதம் செய்கிறார், பிறகு அப்பாவினுடைய கயிறையும் ஆசிர்வாதம் செய்தார். அந்தக் கயிறையும் பாட்டிலையும் அப்பா பைக்குள் வைத்தபிறகு நாங்கள் வீட்டை நோக்கிக் கிளம்புகிறோம். இப்போது பகல் வெளிச்சம் பளிச்சென்றிருக்கிறது. ராமைய்யன் வீட்டுக்குப் போகிறபோது நான் சூரிய வெயில் எனது முதுகில் படுவதை உணர்கிறேன். ராமைய்யன் மனைவி எனக்கும் அண்ணண் ராமனுக்கும் பகிர்ந்து கொள்வதற்காக ஒரு வாழைப்பழத்தைத் தருகிறாள். அந்த வீட்டுக்கு வெளியே இருந்த கட்டிலில் நாங்கள் அதை உண்பதற்காக உட்கார்கிறோம்.

அப்பா தூக்குக்குப் போகும்போது தான் கொண்டு போகிற ஒரு பையில், அந்தக் கயிறை வைத்துக் கொள்கிறார். அந்தப்பையில் அவர் திருவனந்தபுரம் விருந்தினர் விடுதியில் இரவு தங்கும்போது பயன்படுத்துவதற்கானவைகள் இருக்கின்றன, ஒரு நல்ல சட்டையும் அதில் அடக்கம். அவர் எப்போதும் ஒரு பல் விளக்கும் பிரஷை எடுத்துச் செல்வதில்லை. ஏனெனில் அவர் வேப்பங் குச்சியிலோ அல்லது ஒரு கைப்பிடியளவு நெல் உமிக்கரியைக் கொண்டோதான் பல் துலக்குவார். இந்தப்பகுதிகளில் பெரும்பாலும் சாதாரணமாக பயன்படுத்தப்படுவது இதுதான்.

அந்தக் கோழியையும் கையில் எடுத்துக் கொள்கிறார். இந்த நாள் இறுதியில் அது சமைக்கப்படும். அப்பா அதில் ஒரு பாதியைப் பெறுவார் மற்றும் அந்த பாட்டிலில் உள்ளது அவருக்கு.

அப்பாவும் நாங்களும் வீட்டுக்குத் திரும்பும்போது அம்மா அங்கே பதட்டத்துடன் காத்திருக்கிறாள். ‘அவர்களுக்குக் காபி கொடு’ என்று அம்மாவிடம் சொல்லிவிட்டு, ‘அவர்கள் அதை அமைதியாகக் கவனித்தார்கள்... கற்றுக் கொள்வார்கள்...’ என்று தனக்குள் சொல்லிக் கொள்கிறார்.

அடியான்கள் போன பிறகு அவர் அந்தக் கோழியை என்ன செய்தார் என்பதை நான் நினைத்துப் பார்க்கிறேன். நான் பயத்திலிருந்து விடுபட்டு விட்டேன். இப்போது அப்பா செய்த மாதிரியே ஒரு கோழியை நான் அறுக்க முடியும், கத்தியின் ஒரு துல்லியமான அறுப்பு போதும். நான் வாழ்க்கையில் என்னவானாலும் ஒருநாள் அது மாதிரி செய்யவேண்டும் என்று நான் தீர்மானித்துக் கொள்கிறேன்.

நான் தூக்கிலிடுபவரான பிறகு இந்த பலிக்கோழிச் சடங்கை நூற்றுப்பதினேழு தடவைகள் செய்திருக்கிறேன். எனது தந்தையைப் போலவே சேவல் கோழியை நிபுணத்துவத்துடன் வெட்டவேண்டும் என விரும்பினேன். ஆனால் நான் தூக்குக்கு போகுமுன்பு கோயிலுக்கு போகும் போதெல்லாம் எனது அடியான்கள் என்னோடு நிற்பதையும் உண்மையான தூக்கிலிடும் குடும்பத்திலிருந்து ஆட்கள் வந்திருப்பதையும் பார்த்ததும், அப்படிச் செய்ய வேண்டியதில்லை என்று எனக்குத் தோன்றும். ஆனால் சடங்கின் ஒருபாகமாக அதனுடைய தேவைக்காக நான் அதைச் செய்து வந்தேன்.

அதற்காக மட்டும்தானா? எனக்கு உறுதியாகத் தெரியவில்லை.

11

மாஷ் எனது மனதுக்குள்ளேயே வாழ்கிறார். நலம் விரும்பி என்று நான் மனப்பூர்வமாக அழைக்கக்கூடிய ஒரு சில மனிதர்களில் அவரும் ஒருவர்.

சிலவருடங்களுக்கு முன்பு 87ஆம் ஆண்டு எண்பதாவது வயதில் அவர் காலமானார். அவருடைய வாழ்க்கை செயல் பயனுள்ளது என்று நான் உறுதியாகக் கூறுவேன். அவருடைய நிறைய மாணவர்கள் சிறந்தவர்களாக ஆகியிருக்கிறார்கள்.

அவர் தனது மாணவர்கள் என்ன செய்து வந்தார்கள் என்பது குறித்தும் அவரை சந்திக்க வரும்போது அவருக்கு எவ்வளவு மகிழ்ச்சியைக் கொடுத்தார்கள் என்பதையும் என்னிடத்தில் சொல்லும்போது கொஞ்சம் பெருமையடைவார். அவர் தனது மாணவர்களுக்கு சலுகை எதுவும் காட்டியதாக எனக்கு நினைவில்லை. அவர் மிகவும் நேர்மையானவர். அவர் ஒரு முறை எனது சக மாணவனுக்கு வீட்டிலே டியூசன் சொல்லித் தர மறுத்துவிட்டார். உங்களுடைய மகனுக்கு நான் வீட்டிலே சொல்லிக் கொடுத்தால் வகுப்பிலே நான் சரியாக சொல்லித் தருவதில்லை என்று பொருள் என்றார் அவர்.

இதற்காக அவருக்கு மாதம் 10 ரூபாய்கள் தருவதாகச் சொல்லப்பட்டது. அது மிகப்பெரிய தொகை. ஆசிரியர் என்கிற முறையில் அவரது ஒரு மாதச் சம்பளமாகும். அது அவருடைய வாழ்க்கையை ரொம்ப சவுகாரியமானதாக மாற்றியமைத்திருக்கும். ஆனால் அதை அவர் தள்ளி விட்டுவிட்டார்.

நான் இதை பின்னாட்களில் ஒரு வாய்ப்பான சமயத்தில் கேட்டேன். நாங்கள் இருவரும் ஒன்றாக நடந்து கொண்டிருந்த ஒரு பொழுது, நான் பேசுவதை விடக் கேட்பதில் அதிக அமைதி அடைந்த காலத்தில் நான் கேட்டேன். 'ஏன் நீங்கள் அவ்வாறு செய்தீர்கள் அப்போது நீங்கள் சொல்லிக் கொடுத்து

பணம் வாங்கியிருந்திருந்தால் இப்போது ரொம்ப நன்றாக இருந்திருப்பீர்களே...' என்றேன்.

'ஆம், அப்படி செய்திருந்தால் ஒரு நல்ல வீடு எனக்கு இருந்திருக்கும், என்னுடைய மனைவியை அமைதியாக இருக்கச் செய்வதற்கு வேண்டியதும் இருந்திருக்கும். ஆனால் ஜனார்த்தனன், ஒன்று சொல்கிறேன் கேள். அந்த மாதிரி பணத்தை நான் சம்பாதித்திருந்தால் எனது மனைவி இப்போது செய்வதை விட பெரும் அமளியில் ஈடுபட்டிருப்பாள். விதிகளைக் கடைபிடிப்பது நல்லது. பொதுவாக தொந்தரவுகள் உன்னை கடுமையானவனாக்குகின்றன.'

'நானும் விதிகளை உன்னிப்பாகக் கடைப்பிடித்து வந்தவன்தான். ஒருவேளை அது என்னை கடுமையானவனாக மாற்றியிருக்கலாம். ஆனால் எனது வேலையில் நான் கவனமாக இருப்பதற்காக யார் என்னைப் பாராட்டவும் பரிசு தரவும் செய்வார்கள். தூக்கிலிடுபவன் இழப்பதற்கு எந்தக் கவர்ச்சி இருக்கிறது? அவன் சம்பாதிப்பதற்கு என்ன மரியாதை இருக்கிறது?.'

மாஷ்க்கு மரியாதை இருந்தது அவருடைய மாணவர்கள் அவரை மதிக்கவும் நினைவு கூறவும் செய்தார்கள். பள்ளியை விட்டுச்சென்று பல ஆண்டுகள் கழித்தும் அவர்கள் அவரை சந்திக்க வந்தார்கள். அந்தமாதிரி வருகைகளைக் குறித்து அவர் எனக்குக் கூறுவார். அதே சமயம் ஞாகப்படுத்திக் கொள்வதிலுள்ள சிரமங்களையும் கூறுவார். 'சில நேரங்களில் யாராவது மாணவன் வந்தால் அவர் எனது மாணவன் என்பது தெரியும், ஆனால் அவன் பேர் எனக்கு நினைவு வராது. எனக்கு ரொம்ப சங்கடமாகப் போய்விடும்?' என்று ஒருமுறை வருத்தப்பட்டிருக்கிறார்.

'அது ஒரு பிரச்சினையா?' என்றேன் நான். உங்களுக்கு நூற்றுக்கணக்கான மாணவர்கள் இருக்கிறார்கள், எப்படி எல்லோரையும் நினைவு வைத்திருக்க முடியும்?'

'எப்படி நீ நீண்டகாலமாக வரிசை முறையில் பெயர் சொல்லிக் கூப்பிட்ட குழந்தைகளை மறக்கமுடியும்?' என்று கேட்டார் பதிலடியாக. எனக்கு எனது அடியான்கள் பெயர் நினைவுக்கு வரவில்லை. சிலரது பெயர் நினைவுக்கு வருகிறது. ஒன்று செல்வன் பிறகு லட்சுமணன், பிறகு... எனக்கு மறந்துவிட்டது. ஆனால் அவர்கள் பல ஆண்டுகள் என்னுடன் வேலை செய்தார்கள். சிலபேர் பத்தாண்டுகளாக வேலை செய்தார்கள். எனக்கு அவர்களின் முகம் நினைவுக்கு வருகிறது, அவர்களுடைய பெயர் வரவில்லை, மாஷ் மாதிரியே.

அவர்கள் எங்கிருக்கிறார்கள்? அவர்கள் என்ன செய்கிறார்கள்?

நாங்கள் பஸ்ஸில் ஒன்றாகப் போவோம். அடியான்கள் கோயிலில் என்னைச் சந்திப்பார்கள். சடங்குகள்அனைத்தையும் நான் முடித்த பிறகு, - தூக்குத் தண்டனைக் கடமை மாதிரியே அதுவும் ஒன்று - நாங்கள் போவதற்குத் தயாராவோம்.

அவர்கள் ஆறுபேர் எப்போதும் போல் தூக்கிலிடுவது என்பது மிகவும் உயர்ந்த முறையில் அமைப்பாகச் செய்கிற காரியமாகும், நாங்கள் ஒவ்வொருவரும் அதில் குறிப்பாக ஒன்றைச் செய்யவேண்டியிருந்தது. பஸ் இந்தக் காலையில் பாதிதான் நிரம்பியிருக்கிறது. எங்களுக்கு இடம் கிடைக்கிறது. எல்லோருக்கும் ஒரே பக்கத்தில் இல்லையென்றாலும் அடுத்த ஒன்றிரண்டு நிறுத்தங்களில் பஸ்ஸுக்குக் கூட்டம் சேர்ந்து விடுகிறது. மாமூலான பயணிகளின் பேச்சினால் பஸ்ஸின் அமைதி குலைகிறது. அவர்கள் சிட்டுக் குருவிகளைப் போல ஒருவரை ஒருவர் வரவேற்றுக் கொள்கிறார்கள். அந்தச் சத்தம் எங்கள் அமைதியைக் கெடுக்கிறது.

நாங்கள் எந்த சப்தமும் செய்வதில்லை, நாங்கள் பேசுவதுமில்லை, இருந்தாலும் மரணதண்டனை விதிக்கப்பட்ட மனிதர் வேறு யாரையும் விட எங்களுக்கு நெருங்கி வருகிறார்.

சமுதாயத்தின் அழுக்குப்பிடித்த வேலையை அவர்களுக்காக செய்வதால் ஒருவகையில் நாங்களும் ஒதுக்கப்பட்ட சாதிதான். நாங்கள் தூக்கிலிடுவதற்காகப் போய்க் கொண்டிருக்கிறோம் என்று தெரிந்தால் பஸ்ஸில் இருப்பவர்கள் எப்படி நடந்து கொள்வார்கள் என்பதை எண்ணி வியப்படைகிறேன்.

அடியான்கள் பெரும்பாலும் ஒரே குடும்பத்தைச் சார்ந்தவர்கள். அந்தக் காலத்தில் இந்த விஷயங்களைக் குடும்பத்துக்குள்ளேயே வைத்துக் கொள்வதாக இருந்தது. ஏனெனில் வேலை கிடைப்பது கடினமாக இருந்தது. வேலை இல்லையென்றால் நாங்கள் பட்டினி கிடந்தோம். குடும்பத்திலிருக்கிற யாரேனும் ஒருவர் இதனால் சாப்பிட வழி வகை இருக்கிறது என்றால் நாங்கள் தயக்கமின்றி இதை ஏற்றுக் கொண்டோம். அதற்கு இப்போது புதிய பெயர் வந்திருக்கிறது. தகுதிக்காக இன்றி சொந்த பந்தங்களுக்காக பதவி கொடுப்பது, பாரபட்சம் காட்டுவது. எங்களுடைய சொந்தக்காரர்களுக்கு வேலை கொடுக்கும்போது, அவர்கள் அதை மோசமாகவும் நினைக்கக்கூடும். அது அப்படிக்கூட இருக்கலாம். ஆனால் இந்த மாதிரி முடிவு செய்கிறவர்கள் வாழ்க்கை எவ்வளவு கடினமானது என்பதை மறந்து விடுகிறார்கள். எல்லோருக்கும்

போதுமானவை இல்லை என்பது எங்களுக்குத் தெரியும் யாராவது பட்டினி கிடக்கவேண்டும் என்றால் அவர்கள் குலத்துக்கு வெளியே இருப்பது நல்லது என்று நாங்கள் நினைத்தோம்.

எனவே அடியான்கள் ஒரு குடும்பம், சில பேர் நெருக்கமான நண்பர்களாக, ஒரு குடும்பமாக இருந்தார்கள். அவர்களை நுணுக்கமாகப் பார்க்கிறேன். முத்துக்கு 19 வயது. உயரமான இளமையான பையன், ரொம்ப சுறுசுறுப்பானவன். அவன் கயிற்றை தூக்குமரம் வழியாகத் தரவேண்டியவன். அவனுடைய உயரமும், சுறுசுறுப்பும் மற்றவர்கள் செய்யமுடியாத காரியத்தைக்கூட அவனை செய்யவைக்கின்றன. அவனது கன்ன எலும்புகள் துருத்திக் கொண்டு இருக்கின்றன. அவனது முடி காற்றில் பட பட வென்று சிறகடிக்கிறது. அவனது கண்கள் மென்மையானவை, சில நேரங்களில் அவனைப்பற்றி நான் பயப்படுகிறேன். அவன் சாவைப் பார்க்க விரும்புவதில்லை. அவனுடைய பெற்றோர்கள் இறந்து விட்டார்கள். அவன் பள்ளிக்கூடம்போகவில்லை... யாரவனுக்கு வேலை தருவார்? வயல்களில் கூலியாள் வேலை அவனுக்குக் கிடைக்கும். அறுவடை முடிந்து விட்டால் அதுவும் கிடைக்காது.

சில நேரங்களில் அவனை வைத்து நல்லகாரியங்கள் நான் செய்வதில்லை என்று நினைப்பதுண்டு. ஆனால் இந்த வேலை இல்லாமல் அவன் வேறு ஏதாவது செய்யும்படி நேரலாம். அவன் படிக்கவேண்டும் என்கிற கேள்விக்கே இடமில்லை. ஏனென்றால் அவனால் அதற்கு செலவு செய்யமுடியாது. ஆனால் அவன் வாழ்நாள் முழுவதும் ஒரு அடியானாகவே இருந்துவிடவேண்டும் என்று அவசியமில்லை. அவன் தனக்கு ஒத்து வருகிற வேறு ஏதாவதையும் செய்து கொள்ளலாம்.

முத்துவினுடைய தாத்தாவும் எனது அப்பாவும் நெருங்கிய நண்பர்கள். இன்னமும் அவருக்கு நான் பட்டிருக்கிற சிறுகடன் ஒன்று இருக்கிறது. இப்படித்தான் நமது சமூகம் செயல்படுகிறது. நீ பிறந்ததிலிருந்து ஏதாவது சிறு உதவிகள், தானங்கள், பரிசுகள் பெற்றுக் கொண்டே இருக்கிறாய். பிறகு அதை நீ திருப்பித்தரவேண்டும். சில நேரங்களில் அது நல்லகாரியம். ஆனால் இப்போது நான் நினைக்கிறேன், அது அப்படி இல்லை. நான் முத்துவினுடைய வரலாற்றைப் பற்றிக் கவலைப்பட வில்லை. இந்த வேலைக்கு அவனை விடாமல் இருந்திருந்தால் ஒருவேளை அவன் இன்னும் நன்றாக இருக்கக்கூடும்.

எனவே இந்த மாதிரி கோரிக்கைகளும் உதவிகளும் ஒரு பாதுகாப்பு சாதனங்களாக உதவி, உங்களை அழிவிலிருந்து காக்கின்றன. ஆனால் உங்களுடைய வாழ்க்கை நிலைமை சிறந்ததைத் தேடுவதிலிருந்து உங்களை தடுக்கிறது. நான் ஒரு தூக்கிலிடுபவராக இல்லாமலிருந்தால் என்னவாகியிருப்பேன்?

நான் எப்பொழுதுமே அதிகம் பயணம் செய்ததில்லை. பத்து நாட்களுக்கு மேலாக நான் வெளியே இருந்த நாட்கள் எதுவென்றால் அது சபரிமலைக்குப் போன போதுதான். மற்றபடி ஏதாவது திருமணத்திற்கோ, சாவுக்கோ, தூக்கிலிடவோ போகும்போது ஓரிரு நாட்கள் வெளியே தங்க வேண்டியிருக்கும். அவ்வளவுதான். மேலும், தமிழ் அல்லது மலையாளமின்றி வேறு மொழிகளையோ நான் கேட்டதில்லை.

அதிகமாக நான் படித்ததுமில்லை. அது எளிதாக வரவுமில்லை. எனவே நீங்கள் என்னை தென்னிந்தியாவில் இருக்கிற ஒரு சிறிய நகரத்தைச் சேர்ந்த ஒரு சாதாரண மனிதனாக எடுத்துக் கொள்ளலாம்.

நான் மற்றவர்களிடமிருந்து ஏதாவது வகையில் வித்தியாசமாக இருக்கிறேனென்றால், அதற்குக் காரணம் என்னுடைய வேலையும், மாஷ் போன்ற ஆட்களுடைய தொடர்பும்தான்.அவர்தான் என்னைச் சிந்திக்க வைத்தார்.

இரண்டாவது முறையாக எங்கள் பாதைகள் சந்தித்த போது நானும் அவரும் நல்ல நண்பர்களாகி விட்டோம். மாஷ் ஓய்வு பெற்ற பின்பும் படிப்பதை நிறுத்தவில்லை. நான் ஒரு தூக்கிலிடுபவர் என்பதை அறிந்து கொண்டதும் அவர் பக்கத்திலிருந்து எல்லா நூலகங்களுக்கும் சென்று உலகம் முழுவதிலும் உள்ள மரணதண்டனை முறைகள், அவற்றை நிறைவேற்றுபவர்கள் பற்றித் தன்னால் முடிந்ததனைத்தையும் படித்து, அவர்களைப் பற்றிய கதைகளை என்னிடம் சொன்னார். அவர் சொன்ன கதைகள் அனைத்தும் உண்மையானவை. ஏனெனில் என் கவனத்தை ஈர்ப்பதற்காகக் கட்டுகதைகளை சொல்ல வேண்டியம் அவசியம் மாஷுக்கு இல்லை என்பது எனக்குத் தெரியும். பிரபலமான வெளிநாட்டு பயணியான மார்க்கோபோலோவின் எழுத்துக்களில் உள்ள தவறுகள் பற்றி அவர் அடிக்கடி முணுமுணுத்தார். பனிரெண்டாம் நூற்றாண்டு இடறச் செய்வதைப் பற்றி போலோ பேசுகிறார். 'அது ஒரு புழுகு மூட்டை' என்று கசப்பு வழிய அவர் அடிக்கடி சொல்வார். 'அவர்கள் மரணதண்டனையின் போது ஆட்களை இரண்டாகக் கிழிக்கத்தான் யானைகளைப் பயன்படுத்தினார்கள், மார்க்கோபோலாவின்

சொந்த நாட்டில் குதிரைகளைப் பயன்படுத்தியதைப் போல தண்டனையளிக்கப்பட்டவர்களின் தலைகளை யானைகளைக் கொண்டு இடறச் செய்வது நடந்ததே இல்லை'

ஒருமுறை இதைச் சொல்லிவிட்டு அவர் சிறிது நேரம் மௌனமாக இருந்தார். 'ஜனார்த்தனன் மார்கோபோலோ யானைகளைப் பற்றி சொன்னது வேண்டுமானால் தவறாக இருக்கலாம். ஆனால் நாம் பயங்கரமான கும்பலாகத்தான் இருந்திருக்கிறோம். கொடூரமான முறையில் மனிதர்களைக் கொன்றிருக்கிறோம். அவற்றைப் புகழ்ந்து பாராட்டியுமிருக்கிறோம் என்று நான் நினைக்கிறேன். சிறீ கிருஷ்ண விலாசம் என்ற கவிதையைப் பற்றிக் கேள்விப்பட்டிருக்கிறாயா? பட்டிருக்கமாட்டாய், நீ பள்ளியில் சமஸ்கிருதம் படிக்கவேயில்லை...

அந்தக் கவிதை ஒரு குருவையும், அவனது சீடனையும் பற்றிச் சொல்கிறது. அந்த குரு அந்தச் சீடனை ஈவிரக்கமில்லாமல் காரணமே இல்லாமல் கொடூரமாக நடத்தி வந்தார். ஒரு சமயத்தில் சீடனால் இனி பொறுக்கவே முடியாது என்ற நிலை வந்தது. குருவை ஒழித்துக் கட்டிவிடுவது என்று முடிவு செய்தான்.

அவனிடம் விஷமோ, ஆயுதங்களோ இல்லை, பகல் முழுவதும் குருவைச் சுற்றி சீடர்கள் இருப்பார்கள். எனவே குருவின் படுக்கையறையில் கூரைக்குக் கீழே உள்ள பரணில் ஒளிந்துகொண்டு இரவில் அவர் மீது ஒரு பெரிய கல்லைத் தூக்கிப் போட்டுக் கொன்று விடுவது என்று முடிவு செய்தான். ஒரு நாள் இருள் சூழ்ந்ததும் அவன் மெதுவாய் நழுவி ஒரு பெரிய பாறாங்கல்லோடு பரணுக்குச் சென்று தான் கொல்ல விரும்பிய மனிதருக்காகக் காத்திருக்கத் தொடங்கினான்.

இரவு உணவு முடிந்தபிறகு குரு தன் மனைவியுடன் படுக்கையறைக்கு வந்தார். எல்லாத் தம்பதிகளையும் போலவே அவர்களும் படுக்கை விரித்துக் கொண்டே தங்களுக்குள் பேசிக் கொண்டனர். 'ஏன் உங்கள் சீடனை இவ்வளவு மோசமாக நடத்துகிறீர்கள்?' என்று மனைவி கணவனிடம் கேட்டாள்.

குரு, 'என்னுடைய சீடர்களிலேயே அவன்தான் சிறந்தவன். தனக்கு வரக்கூடிய பிரச்சினைகளிலிருந்து அவன் நிறையக் கற்றுக் கொள்வான். அவன் கற்றுக் கொண்டதும் அவனிடம் நான் உண்மையைச் சொல்வேன்' என்று அமைதியாகச் சொன்னார்.

பரணில் ஒளிந்திருந்த சீடனுக்கு சர்வாங்கமும் நடுங்கியது. 'இந்த மனிதரையா கொல்ல நினைத்தோம்.' நல்லவேளையாக

அந்த எண்ணம் நிறைவேறாமல் போய்விட்டது. அவன் யாருக்கும் தெரியாமல் இறங்கி தனது குடிசைக்குச் சென்று என்ன செய்வது என்று சிந்தித்தபடி இரவெல்லாம் விழித்தபடியே கிடந்தான்.

காலையில் அவனுக்குத் தெரிந்து விட்டது. குருவிடம் சென்றான், 'உங்களிடம் ஒரு கேள்வி கேட்க வேண்டும்'

'கேள்' என்றார் குரு.

'ஒரு சீடன், குரு தன்னை மோசமாக நடத்துகிறார் என்று கருதி அவரைக் கொல்ல நினைத்தால் அவனுக்கு என்ன தண்டனை?'

குரு வேதநூல்களைத் தேடித் துழாவினார். அவற்றில் அத்தகைய சீடன் ஒரு பெரிய குழிக்குள் நிறுத்தப்பட்டு நெல்உமியால் மூடப்பட்டு, பின்பு நெருப்பு மூட்டப்பட்ட வேண்டுமென்றும், அந்தத் தணலில் உடல் முழுவதும் பொசுங்கிச் சாம்பல் ஆகும் வரை வெந்து கருகி வலிமிகுந்து மரணம் அடைய வேண்டும் என்றும் கண்டிருந்தது.

பின்பு சீடன் தனக்குத் தானே அந்தத் தண்டனையை விதித்துக் கொண்டான். ஒரு குழி வெட்டி சரியான அளவு உமியைக் கொட்டி ஒருவனைக் கொண்டு தீ மூட்டச் செய்தான். தனது சீடன் தற்கொலை செய்து கொள்வதைத் தடுக்க குரு முயன்றார். ஆனால் தான் இந்த வகையில் இறந்தே ஆக வேண்டுமென்பதில் சீடன் உறுதியுடனிருந்தான். இப்படி உயிரோடு வெந்து கொண்டிருக்கும் போது தான், அந்தச் சீடன் இந்தக் கவிதையை இயற்றினான் என்று சொல்கிறார்கள். அறுபத்தி நான்காவது பத்தியோடு அவன் நாக்கு எரிந்து போய் விட்டதால் கவிதை பாடுவதை நிறுத்திவிட்டான் என்கிறார்கள்...'

'பரிதாபம் ரொம்பவும் கொடூரம்'

'ஆமாம் கொடூரம்தான் அதே நேரத்தில் கொலை நோக்கற்றது. நேர்மையற்றது. ஒரு குற்றம் செய்வதைப் பற்றி நினைத்துப் பார்த்ததற்காகவே ஏன் ஒரு மனிதன் தண்டிக்கப்பட்ட வேண்டும்? அப்படிப் பார்த்தால் நாம் எல்லோரும் தானே குற்றவாளிகள் ஆகிவிடுவோம்? இப்படி ஏன் அந்தக் குரு சொல்லியிருக்கக் கூடாது? சரி, போகட்டும் நீ என்னைக் கொல்வதைப் பற்றி எண்ணினாய். இப்போது சாஸ்திரங்களில் சொல்லியபடி உன்னைத் தண்டிப்பதைப் பற்றி நான் நினைத்துக் கொண்டிருக்கிறேன். இப்போது வாழ்ந்து செய்ய வேண்டிய விஷயங்களுக்குப் போகலாம்'

‘ஆமாம்’ என்றேன் நான்.

‘நாம் எவ்வளவு கொடூரமாக இருக்க முடியும் என்பதைப் பார்த்தாயா? இவற்றோடு ஒப்பிட்டுப் பார்த்தால் நீ செய்வது அவ்வளவு கொடூரமானதல்ல. வலி ஏற்படுத்தாத ஒன்று.’

‘எனக்குத் தெரியாது என்னைப் பொறுத்தவரை வலியோ, வலி இல்லையோ கொலை கொலைதான்’ என்றேன்.

‘நான் அப்படி நினைக்கவில்லை’ அவர் உறுதியாக அழுத்திக் கூறினார்.

‘ஏன் இல்லை?’ நான் அமைதியாகக் கேட்டேன்.

அவர் பல நிமிடங்கள் பேசவேயில்லை. நாங்கள் திரும்பவும் பேசத் தொடங்கியவுடன் அவர் அதைப்பற்றி முழுமையாகச் சிந்தித்திருக்கவில்லை என்பது தெளிவானது. கால் மணி நேரம் அமைதியாக நடந்திருப்போம் அவர் திரும்பவும் தொடங்கினார். ‘அது ஒரு நல்ல கேள்வி நீ கேட்டதில் சந்தோஷம்... காரணம் ஒரே ஒரு நீதி மன்றம் அதை முடிவு செய்து விடுவதில்லை. செஷன்ஸ் கோர்ட் முதலில் மரண தண்டனை விதிக்கிறது. பின்பு வழக்கு மாநில உயர் நீதிமன்றத்திற்குச் செல்கிறது. உயர் நீதிமன்றமும் தண்டனையை உறுதி செய்து விட்டால் வழக்கு உச்ச நீதிமன்றத்திற்குச் செல்லும். அதுவும் உறுதிசெய்து விட்டால் ஜனாதிபதிக்கு கருணை மனு அளிக்கலாம். அந்தக் காலத்தில் மாநில ஆளுநருக்கும் கருணை மனு அளிக்கும் வழக்கம் இருந்தது. தற்போது அது நிறுத்தப்பட்டு விட்டது - இவர்கள் எல்லோரும் ஒரே ஒரு நீதிபதி மட்டுமல்ல - தண்டனை சரி என்று கருதினால்தான் நீ யாரையாவது தூக்கிலிடுகிறாய்.’

‘இவ்வளவு பேர் சம்பந்தப்பட்டிருப்பதால்... இவர்கள் எல்லோருமே தவறு செய்யக்கூடும் என்று நினைக்கிறீர்களா?’

‘அது சாத்தியம்தான். ஆனால் வாய்ப்புகள் மிகக் குறைவு. இப்போது உன்னிடம் நான் ஒன்று கேட்கிறேன். எப்போதாவது ஒரு அப்பாவியைத் தூக்கிலிடுகிறோமென்று நினைத்திருக்கிறாயா?’

அதைப் பற்றி கொஞ்சம் நேரம் யோசித்துப் பார்த்தேன். அவன் பொறிக்கதவின் மேல் நிற்கும் போதுதான் முகமூடி மாட்டப்படும். எப்பொழுதுமே தண்டிக்கப்பட உள்ள மனிதரின் கண்களைச் சந்திப்பதைத் தவிர்க்க முயல்வேன். ஆனால் அது நடந்தே தீரும். நான் அவற்றைப் பார்க்கும் போதெல்லாம் அவர்களது பார்வை

உள்நோக்கியே இருக்கும். இதில் விதிவிலக்கு யாருமில்லை. அவர்கள் எல்லோருமே அப்பாவிகளாகவும் இருக்கலாம். குற்றம் புரிந்தவர்களாகவும் இருக்கலாம். ஆனால் அதுவல்ல விஷயம்.

மரணதண்டனை அமைந்த மனிதருக்குத்தான் அவர் மனதில் என்ன உள்ளதென்பது தெரியும். குறைந்தபட்சம் அதைக் கண்டுபிடிக்க நீதிபதிகள் முயன்றார்கள். ஆமாம். நான் தூக்கிலிட்ட ஒவ்வொருவரும் ஏதோவொரு நீதி விசாரணை நடைமுறைகளுக்கு உட்பட்டுத்தான், குற்றமிழைத்தவர் என்பது ஏதோவொரு உறுதியுடன் முடிவு செய்யப்பட்டு அந்தக் குற்றத்திற்கு மரணதண்டனை சரியானது என்று முடிவு செய்யப்பட்டுள்ளது என்று என் மனதில் தோன்றியது.

இது போன்ற விஷயங்களை மாஷ் பேசுவதைக் கேட்கும் போது என் மனநிலை முன்னைவிட நன்றாக இருப்பதாக உணர்வது வழக்கம். அது எங்களிருவருக்கும் இடையே ஒரு விசித்திரமான பந்தத்தை ஏற்படுத்தியது. அவர் எனது குற்றஉணர்வுகளிலிருந்து என்னை மீட்டெடுக்கத்தான் இவ்வாறெல்லாம் சமாதானம் சொல்லியிருக்கிறார் என்று இப்போது நினைக்கிறேன். அவர் இறந்தபோது அவரது குழந்தைகளின் அளவிற்கே நானும் துயரமடைந்தேன் என்று நினைக்கிறேன்.

மாஷினுடைய இரண்டு சிறந்த கதைகளிலொன்று மின்சார நாற்காலியைப் பற்றியதாகும். இதை அவர் ஐந்தாவது முறையாக என்னிடம் சொல்கிறார். அதைப்பற்றி எனக்குக் கவலையில்லை. அதைச் சொல்வதற்கு அவருக்கு எவ்வளவு விருப்பமிருந்ததோ, அதே அளவிற்குக் கேட்க எனக்கு ஆர்வமிருந்தது.

'எல்லாமே வியாபாரம்தான்' என்கிறார் அவர். 'போன நூற்றாண்டைச் சேர்ந்த இருவர் - ஜார்ஜ் வெஸ்டிங்ஹவுஸ் மற்றும் தாமஸ் எடிசன் - மின்சார நாற்காலி தங்களுக்கு மூட்டை மூட்டையாகப் பணம் பெற்றுத் தரும் என்று நம்பினார்கள். பள்ளிக்கூடம் சென்ற எல்லோருக்கும் எடிசன் ஒளிவிளக்கை கண்டுபிடித்தார் என்பது தெரியும். ஆனால் அவர் பணத்திற்காக முதலாவது மின்சார நாற்காலியை உருவாக்கினார் என்பது எத்தனை பேருக்குத் தெரியும்?'

நான் தலையசைக்கிறேன். இந்தக் கதையை முன்பே கேட்டிருந்தாலும் இன்னும் இது எனக்கு பிரமிப்பாகத்தானிருக்கிறது. பணத்திற்காக மனிதர்கள் என்னவெல்லாம் செய்கிறார்கள்?

‘எடிசனும், வெஸ்டிங்ஹவுஷும் அந்த மின்சார நாற்காலி செய்யும் ஒப்பந்தத்திற்காகப் போட்டியிட்டனர். அந்தக் காலத்தில் மின்சாரத்திற்கு வரையரைகள் கிடையாது. எடிசன் டி.சி.யைப் பயன்படுத்துவது நல்லது என்று நம்பவைக்க முயன்றார். வெஸ்டிங்ஹவுஸ் ஏ.சி.க்காக வாதிட்டார். மின்சார நாற்காலி உள்ளிட்ட மின்சாரம் செலுத்தும் பொருட்களுக்கு டி.சி.யைப் பயன்படுத்த எடிசன் விரும்பியதற்குக் காரணம் உயிருள்ள பிராணிகளுக்கு அது அதிகக் கேடு செய்யும் என்பதாகும். தெரு நாய்களையும், பூனைகளையும், ஒரு உராங் உட்டானையும் பயன்படுத்தி அவர் இதை நிரூபித்துக் காட்டினார்.

இந்தப் பரிசோதனைகளின் காரணமாக எடிசன் ஒப்பந்தத்தை வென்றார். அந்த முக்கியமான நாள் வந்தது. 1890 ஆகஸ்ட் 6 அன்று, முதல் மின்சார நாற்காலி பயன்பாட்டுக்குத் தயாராக இருந்தது. வில்லியம் கெம்லர் என்ற கைதி அதில் அமர்த்தப்பட இருந்தான்.

கண்கண்ட சாட்சிகள் ஒவ்வொருவரும் அது கொடூரமானது என்றார்கள். கெம்லர் கொஞ்சம் கொஞ்சமாக மரணமடைந்தான். அவன் உடல் அவர்கள் கண்முன்னால் கருகல் வாசனையுடன் வெந்து போனது. பலர் வாந்தியெடுத்தனர். மற்றவர்கள் மயங்கி விழுந்து விட்டனர். அந்த நாற்றம் தங்கள் மூக்கில் பல நாட்களுக்குத் தங்கிவிட்டதாக அவர்கள் பின்பு சொன்னார்கள், அந்த நிகழ்ச்சிக்குப் பின்பு வெஸ்டிங் ஹவுஸ் பக்கம் காற்று திரும்பியது.’

இந்த இடத்தில் சரியான துல்லியமான சொற்பிரயோகத்திற்காக சற்றே தாமதிக்கிறார். ஆழமாக மூச்சை உள்வாங்கி விட்டு விட்டுத் தொடர்கிறார்.

‘கோடாரியே இதை விட நன்றாக இருந்திருக்கும்’

12

மதியம் நான் எழுதிக் கொண்டிருக்கும் போது எழுத்தாளர் அவசரமாக வந்தார். அது மே மாதம். எல்லா வருடங்களையும் போலவே இந்த ஆண்டும் விரைவில் மழை வருவதற்கான அறிகுறியே இல்லை. "சில வாரங்களுக்கு நான் வீடு திரும்ப வேண்டியிருக்கிறது. அடுத்த மாதம் திரும்பி வந்து விடுவேன்"

"சரி, நான் இங்கே தானிருப்பேன்" என்றேன் நான்.

"உங்கள் குறிப்புகளைத் தொடர்ந்து எழுதுங்கள்."

"கண்டிப்பாக நான்தான் எழுதத் தொடங்கிவிட்டேனே. ஆனால் போவதற்கு முன் உங்கள் முகவரி கொடுங்கள் ஏதாவது தேவைப்பட்டால் தொடர்பு கொள்வதற்காக."

"ரொம்ப நல்லது."

நான் ஒரு பிளாஸ்டிக் அட்டை போட்ட புத்தகத்தை எடுத்து வந்தேன். அது 1966 ஆம் ஆண்டு டயரி. அதில்தான் எங்களது குடும்ப விவகாரங்கள், முகவரிகள், பிறந்த தேதிகள், பெயர்கள் எல்லாவற்றையும் எழுதி வைத்திருப்போம். அது தாள்தாளாகிப் பிய்ந்து வந்து கொண்டிருந்தது. ஆனால் அதிலுள்ளவை அனைத்தையும் இன்னொன்றில் மாற்றி எழுத முடியாது என்பதால் அதிலேயே நாங்கள் தொடர்ந்து கொண்டிருந்தோம். "ஆங்கிலத்தில் எழுதிவிடுகிறேன். ஏனெனில், நீங்கள் தமிழில் முகவரி எழுதினால் எனக்கு வந்து சேராது"

"அது சரி, தேவைப்பட்டால் யாரையாவது கொண்டு முகவரி எழுதச் செய்து கொள்கிறேன்... தேவைப்பட்டால்."

"நல்லது" அவர் ஏதோ சங்கடத்துடன் தயங்கினார். "உங்களுக்கு ஏதாவது பணம் வேண்டுமா?

செல்லம்மாள் தன்னை நோக்கிக் கூச்சலிட்டதை நினைத்துக் கொண்டிருப்பார். அவருக்கு நம்பிக்கையூட்டும் விதமாக நான் இளித்தேன். "வேண்டாம், பணவிவகாரங்களைப் பின்பு முடிவு செய்து கொள்ளலாம்."

"அப்ப சரி" அவர் கையை நீட்டினார்.

நான் இப்படி யாரிடமும் கைகுலுக்கியது கிடையாது. நமது சமூகத்தில் எனது தலைமுறை மக்களிடையே அது வழக்கமல்ல. அதோடு தூக்கிலிடுபவனுடன் கைக்குலுக்கிக் கொள்ள விரும்புபவர்கள் மிகச்சிலர்தான். எனவே தடுமாற்றத்துடன் அவரது கையைப் பிடித்தேன். அக்கரம் என்னுடையதை உறுதியாகப் பற்றியது. "உடம்பைப் பார்த்துக் கொள்ளுங்கள்... நன்றாக எழுதுகிறீர்கள், தொடர்ந்து செயல்படுங்கள்"

"நல்லது, அந்தப் பெண் உங்களுடன் வருவாளா?"

"மாட்டாள். இனி அவள் வேண்டியதில்லை. அவளுக்கு வேறு வேலைகள் இருக்கின்றன. குடும்பம் இருக்கிறது." எனக்கு அது பற்றித் தெரிந்து கொள்ள ஆர்வமிருந்தாலும் அவரது தனிப்பட்ட வாழ்க்கைக்குள் அத்துமீறி நுழைய விரும்பவில்லை. அவர் நகர்ந்தார். மே மாத மதிய வேளையில் அவர் கால்கள் புழுதியில் உயர்ந்து உயர்ந்து தாழ்வதைப் பார்த்துக் கொண்டேயிருந்தேன். திடீரென்று எதையோ இழந்து விட்டதைப் போன்ற ஒரு உணர்ச்சி தோன்றியது. இவ்வளவு நாட்களாகியும் இவர் காட்டுகிற அக்கறையளவிற்கு யாரும் என் வாழ்க்கையைப் பற்றிக் கவலை கொண்டதேயில்லை. இந்த ஒரு விஷயமே என்னைப் பாதித்தது.

ஆனால் நீண்ட காலம் முன்பே, மரணதண்டனை நிறைவேற்றுபவர்கள் எல்லா இடங்களிலும் ஒதுக்கி வைக்கப் பட்டவர்களாக சமூகத்தால் கருதப்படுவதில்லை என்று மாஷ் சொல்லியிருந்தார். தங்களது தூக்கிலிடுபவர்கள் குறித்து கர்வம் கொண்டிருந்த நாடுகள் இருந்தன. புகழ்பெற்ற கவர்ச்சிகரமான குணாதியங்கள் கொண்ட தூக்கிலிடுபவர்களும் இருந்திருக்கிறார்கள்.

பொது இடங்களில் மரணதண்டனைகள் நிறைவேற்றப்பட்ட காலங்கள் இருந்தன. அவற்றைக் காண மக்கள் திரண்டு வந்தனர். இப்பொழுது கூட பொது இடங்களில் மரண தண்டனைகள் நிறைவேற்றப்படும் நிகழ்ச்சிகள் குறித்துக் கேள்விப்பட்டிருக்கிறேன். சில மத்தியக் கிழக்கு நாடுகளில் கள்ள உறவுகள் இப்போதும் கூட மரண தண்டனை விதிக்கப்படக் கூடிய குற்றமாகக்

கருதப்படுவதாகவும், குற்றம் செய்த ஜோடியைக் கல்லெறிந்து கொல்லும்படி மக்கள் ஊக்குவிக்கப் படுவதாகவும் சொல்கிறார்கள்.

சர்க்கஸுக்குப் போவதைப் போல இதைக் காணவும் கூட்டம் வருகிறது. சிலநேரங்களில் அவர்கள் பங்கெடுத்துக் கொள்ளவும் செய்கிறார்கள். அவர்களது அரசுகள் அதற்காக அவர்களுக்கு லாரிலாரியாகக் கற்களை அனுப்பி வைக்கின்றன.

திரும்பப் பார்க்கும்போது இவற்றை எல்லாம் ஏன் மாஷ் பலமுறை என்னிடம் சொன்னார். ஏன் மற்ற இடங்களில் மற்ற காலங்களில் மரண தண்டனைகள் நிறைவேற்றப்படுவது பற்றியும் பேசினார் என்று நான் புரிந்து கொள்கிறேன். நமது உன்னதமான பலம் வாய்ந்த சர்வாதிகாரிகள் தங்களது எதிரிகளை ஒழித்துக்கட்டப் பயன்படுத்திய வழிகளை ஒப்பிட்டுப் பார்க்கும்போது நான் செய்யும் காரியம் வலியே இல்லாதது. முன்பு சர்வாதிகாரிகளின் வழி படுமோசமானதாக இருந்தது, எதிர்காலத்திலும் அப்படியே இருக்கும் என்று மாஷ் சொல்லியிருந்தார்.

எழுத்தாளரின் உருவம் மறைவதைப் பார்த்துக் கொண்டிருந்தபோது மாஷ் என்னிடம் சொன்ன இந்தக் கதைகளைப் பற்றிச் சொல்ல நிறைய இருக்கிறது என்று நினைத்தேன். ஆனால் மறுநாள் மாலை எழுத உட்கார்ந்தபோது அவ்வளவு எளிதில் சொற்கள் வர மறுத்தன. அடிக்கடி எழுத்தாளர் வந்து நான் எழுதியதைப் பார்ப்பதற்கு நான் பழகிப் போயிருந்தேன். அவர் இல்லை என்ற பிறகு எழுதுவதும் சுமையாகிப் போனது.

ஆனால் ஏதாவது நடக்கும் வரை சொற்களைக் கொண்டு சமாளிக்க வேண்டுமென்று அவர் சொன்னது நினைவிற்கு வந்தது. எனவே அவருக்கு அது நன்றாயிருப்பதாகத் தோன்றும் என்ற நம்பிக்கையில் தொடர்ந்து எழுதினேன். மாஷ் வயோதிகரான பின்பு அவரோடு நடந்த உரையாடல் ஒன்றைப்போல எனது எழுத்து எனக்கே குழப்பமானதாகத் தோன்றினாலும் அவருக்கு அது நன்றாக இருக்குமென்று நினைத்துக் கொண்டேன்.

எழுபதுகளிலிருந்தாலும் கூட மாஷ் காளையைப் போலத்தானிருக்கிறார். மாலை நடை ஐந்து கிலோமீட்டராகக் குறைந்து விட்டாலும் தொடர்ந்து நடந்து கொண்டுதானிருக்கிறார். அந்த வேலையை முடிக்க முன்னைவிடச் சற்றே அதிக நேரம் எடுத்துக்கொள்கிறார். அவ்வளவுதான். ஒரு காலத்தில் அடர்த்தியாக இருந்த அவரது தலைமுடி ஒட்ட வெட்டப்பட்டிருக்கிறது. இப்போது வாரம் ஒருமுறை தான் சவரம் செய்கிறார். எனவே

அவரது கன்னங்களில் பெரும்பாலான நாட்களில் முள்முள்ளாக முடி முளைத்துத் தானிருக்கிறது, அவர் சற்றே மெலிந்து போய் வெள்ளைச் சட்டை தொள தொளவென்று தொங்கிக் கொண்டிருக்கிறது. அந்த நைந்து போன கோட்டை அணிந்து கொள்வதை இப்போதைக்கு விட்டுவிட்டார் அல்லது அது இனிமேல் அணியவே முடியாத நிலையை அடைந்துவிட்டது என்று அவர் நினைத்திருக்கக் கூடும். இந்த தொளதொளப்பான உடையில் அவரைப் பார்த்தால் பரிதாபமாக ஏதோ உடைகளைக் கடன் வாங்கி அணிந்து வந்தவர் போலத் தோன்றுகிறது.

ஆனால் அவர் முதுகு விரைப்பாகத்தானிருக்கிறது. மூளையும் எப்போதையும் போலவே கூர்மையாகத்தான் இயங்கிக் கொண்டிருக்கிறது. எப்பொழுதாவது அவர் தடுமாறுவது உண்டுதான். அப்போதெல்லாம் ஆதரவாக நான் நீட்டிய கரத்தை மகிழ்வோடு பற்றிக் கொள்வார். இதிலும் அவர் மாறிப் போய்விட்டார். நீண்ட நாட்களாகிப் பழகியவர்கள் முன்னிலையில் வழக்கமான உக்கிரமான தன்னிச்சையான போக்கு சற்றே குறைவாகக் காணப்படும். மற்ற முதியவர்கள் போலல்லாமல் அவர் குறைவாகவே பேசுகிறார். எனவே பேச்சினிடையே அடிக்கடி நீண்ட மௌனம் நிலவுகிறது.

'ஆரட்சர் என்ற சொல் எப்படி வந்தது தெரியுமா?' அவர் கேட்கிறார்.

'தெரியாது. அதைப்பற்றி நான் நினைத்ததே இல்லை.'

'நான் சொல்கிறேன். அதை அகராதியில் பார்த்தேன். ஆரட்சி என்பதிலிருந்துதான் அது வந்தது. மேற்பார்வையிடுதல் புலனாய்வு செய்தல் என்பது அதன் பொருள். அதனோடு மரியாதை விகுதி சேர்க்கப்பட்டு ஆரட்சராகிவிட்டது. அது ஒரு மரியாதைக்குரிய மேற்பார்வையாளரை அல்லது ஆய்வாளரைக் குறிக்கலாம். ஆனால் இப்போது அதன் பொருள் வேறாகிவிட்டது. நடைமுறையில் அது கோடாலி ஏந்தியவரை, மரணதண்டனையை நிறைவேற்றுபவரைக் குறிக்கிறது'. நாங்கள் ஒரு சிறிய மேட்டுக்கு வந்து சேர்கிறோம், அதன் மீது ஏறுகையில் அவர் சற்று சிரமப்பட்டு மூச்சு விடுகிறார். வேகம் குறைகிறது. மேடு ஏறியதும் ஒரு வினாடி நின்று ஆழ்ந்து மூச்சுவிடுகிறார். 'நீ உன் வேலை பற்றி என்ன நினைக்கிறாய், என்று எப்போதுமே நான் வியப்பதுண்டு. அது உன் மனதில் மிகவும் ரகசியமான, நீ பகிர்ந்து கொள்ள விரும்பாத பகுதியாக இருக்கும் என்று நினைத்ததால், அதைப்பற்றி உன்னிடம் ஒருபோதும் கேட்டதில்லை.'

'இப்பொழுது ஏன் கேட்கிறீர்கள்?'

அவர் கோணலாகச் சிரிக்கிறார். அவரது பற்கள் எல்லாம் விழுந்து அழகான பல்செட் வைத்திருந்தார். எனவே அவரது முறுவல் அய்ந்தாண்டுகளுக்கு முன்பிருந்ததைவிட இப்போது பளிச் சென்றிருந்தது. 'இப்போது என்னுடைய ஆயிரமாவது மாதத்தை நெருங்கிக் கொண்டிருக்கிறேன். எனவே முரட்டுத்தனமான கேள்விகள் கேட்கும் உரிமை எனக்கு வந்துவிட்டதாக உணர்கிறேன்.'

'அந்த வேலையைப் பற்றி என்ன நினைப்பதென்பது எனக்குத் தெரியவில்லை' என்கிறேன் நான். அது உண்மைதான் அது மெல்ல வெளிவரும்போது சில உண்மைகளைப் போல அதுவும் என்னை ஆச்சரியத்துக்குள்ளாக்குகிறது. 'எல்லோருக்கும் தன்னுடைய தொழிலைப் பற்றி பேச அனுபவங்களை பகிர்ந்து கொள்ள அதே தொழிலைச் செய்யும் வேறொருவனைத் தெரிந்திருக்கிறது. என்னால் அது முடியாது. கயிறுகளையும் முகமூடிகளையும் முடிச்சுகளையும், தூக்கு மேடைப் பொறிக்கதவுகளையும் பற்றி யாரிடமும் விவாதிக்க எனக்கு வாய்ப்பேயில்லை. எனவே உண்மையிலேயே எனக்குத் தெரியாது.'

'இந்த முறையில் நான் இதைப்பற்றி யோசித்ததில்லை. நீ உண்மையிலேயே தனிமையாகத்தான் இருக்க வேண்டும். ஆனால் அது ஒன்றும் உலகத்தில் நடக்கவே நடக்காத ஒன்றல்ல.'

'எனக்குப் புரியவில்லை'

'இப்படிக் கொஞ்சம் நினைத்துப்பார், இன்னொரு மனிதனின் இதயத்தைப் பற்றி உனக்கு என்ன தெரிந்திருக்க முடியும்? அவன் மனதில் உண்மையில் என்னத்தான் இருக்கிறது? உன் மனைவியைப் பற்றியோ, நெருங்கிய நண்பர்களைப் பற்றியோ, குழந்தைகளைப் பற்றியோ, உனக்கு எந்தளவுக்குத் தெரியும்? எனவே எல்லோர் நிலையும் இதேதான். அடிப்படையில் யாரும் தங்களின் உள்ளத்தின் அடியாழத்திலிருக்கும் எண்ணங்களைப் பகிர்ந்து கொள்ள விரும்புவதில்லை. ஒருவேளை அதிசயமாக ஓரிருவர் இருக்கலாம். ஆனால் நான் யாரையும் பார்த்ததில்லை.'

அவர் சொல்வது எனக்குப் புரிவது போலத் தோன்றுகிறது.

'ஜனார்த்தனன், நான் உன்னிடம் சொல்ல விரும்புவது இதுதான். நீ மட்டும் தனியன் அல்ல. எல்லோரும் அப்படித்தான்.'

'நல்லது எனக்குப் புரிகிறது. ஆனால், அதனாலென்ன?'

அவர் சற்றே சிந்திக்கிறார். அப்போது அவரது தாடை அசைந்து கொண்டேயிருக்கிறது. இது அவரது புதுப்பழக்கம். வயோதிகனின் பழக்கம். இந்தப் பழக்கம் எனக்கு வராது என்பதில் நான் நம்பிக்கை கொண்டிருக்கிறேன். 'ஜனார்த்தனன் நீ மனச்சிக்கலிலிருந்த அந்த மாலைப்பொழுதில் உன்னைச் சந்தித்ததில் இருந்து உன்னைத் தேற்ற நான் முயன்று வருகிறேன். இப்பொழுது அதேபோலத்தான் செய்து கொண்டிருக்கிறேன்... ஆனால் அது முக்கியமல்ல... நான் எவ்வளவு முட்டாளாக இருந்திருக்கிறேன் என்பதுதான் முக்கியமானது. உன்னைத் தேற்ற ஒரு அவசியமும் இல்லை. எனவே இதை ஒரு மன்னிப்புக் கோரலாக எடுத்துக் கொள்ளும்படி உன்னிடம் கேட்டுக் கொள்கிறேன்.'

'எனக்குப் புரியவில்லை' என்கிறேன். 'உங்களைப் போன்ற ஒருவர் இவ்வளவு படித்தவர், அறிவாளி எனக்கு ஆறுதலளிக்க விரும்பியதற்காக ஏன் மன்னிப்புக்கோர வேண்டும்?'

'நிறையப் படித்தவன் என்பதை ஒப்புக் கொள்கிறேன். ஆனால் அறிவாளி என்பதில் எனக்கு அவ்வளவு நிச்சயமில்லை. புத்தகம் படிப்பவர்கள் மீது நீ மிகுந்த மரியாதை கொண்டிருக்கிறாய். என்னைவிட உனக்கு முடிச்சுகளையும், கயிறுகளையும் பற்றி நன்கு தெரியும். எனக்கு உன்னைவிடப் புத்தகங்களைப் பற்றித் தெரியும். ஒருவருடைய தனித்துவத்தில் எந்தப் பகுதியைப் பயன்படுத்துவது என்பதுதான் இதிலுள்ள விஷயமே. அவ்வளவுதான். நான் ஆசிரியனாக இருந்தவன் என்பதனாலேயே நான் தூக்கிலிடுபவனான உன்னைவிட மேலானவன் என்று நினைத்துக் கொள்ள வேண்டாம். இதற்காகத்தான் மன்னிப்பு கேட்கிறேன்.'

'நீங்கள் என்ன சொல்லியிருந்தாலும் செய்திருந்தாலும் என்னிடம் மன்னிப்புக் கேட்க வேண்டிய அவசியமேயில்லை.'

'இப்போது அப்படிச் சொல்கிறாய் ஜனார்த்தனன், ஆனால் இதைப்பற்றி நீ சிந்தித்துப் பார்க்கும் போது நான் உன்னிடம் மன்னிப்புக் கேட்க வேண்டிய தேவை இருக்கிறதென்பதைப் புரிந்து கொள்வாய். அப்போது நான் ஏற்கனவே மன்னிப்புக் கேட்டுவிட்டேன் என்பதை நினைவு படுத்திக்கொள்.'

மாஷ் மன்னிப்புக் கேட்டது என் மனதில் தங்கி விட்டது. திரும்பவும் அதைப் பற்றி நான் அவரிடம் கேட்கவேயில்லை. அவர் பேசும் முன்பு அவரது உதடுகள் சத்தமேயில்லாமல் அசையும் விதத்தை நான் எப்போதுமே நினைவில் வைத்திருந்தேன். அப்போது அது வயோதிகத்தால் வந்த பழக்கம் என்று நினைத்துக்

கொண்டேன். ஆனால் அவர் பின்பு ஒருநாளும் அப்படிச் செய்ததாக எனக்கு நினைவேயில்லை. என்னிடம் மன்னிப்புக் கேட்பது அவருக்கு பெரும் வேதனையளிக்கும் விஷயமாக இருந்திருக்கக் கூடும். அவருக்கு அந்த வேதனையை அளிக்க மீண்டும் நான் விரும்பவில்லை. மாஷ் ஒரு நல்ல நண்பர்.

பருவமழை தொடங்குமென்று சொன்ன நாளுக்கு ஒரு வாரம் முன்பு மே மாதக் கடைசியில் எழுத்தாளர் திரும்பி வந்தார்.

ஏறக்குறைய காலை எட்டு மணிக்கே அவர் வந்துவிட்டார் என்றாலும் அதற்குள்ளாகவே வெப்பம் தகிக்கத் தொடங்கி விட்டிருந்தது. "இந்த நேரத்தில் வந்ததில் ஒண்ணும் பிரச்சினையில்லையே? நேரமாக ஆக வெய்யில் அதிகமாகிவிடுகிறது."

"இல்லை. நான் காலை ஐந்து மணிக்கே எழுந்து விடுவேன். பின்பு சும்மாதான் உட்கார்ந்து நேரத்தை ஓட்டிக் கொண்டேயிருப்பேன்."

'நான் இல்லாதபோது எழுதுவதற்கு உங்களுக்கு நேரம் கிடைத்ததா?" அவர் சாவகாசமாகக் கேட்டார்.

எனக்குச் சிரிப்பு வந்தது. நேரம் கிடைத்ததா? "கொஞ்சம் எழுதினேன்" என்று பதிலளித்துவிட்டு நோட்டுப் புத்தகத்தைக் கொடுத்தேன். அது மூன்றாவது நோட்டு. மாஷின் மன்னிப்பு குறித்த பகுதியைப் படிக்கும்படி கூறினேன். ஆனால் நான் ஏராளமான தவறுகள் செய்திருந்ததால் அவரால் எளிதாகப் படிக்க முடியவில்லை. புரியாமல் பார்த்து நான் பயன்படுத்தியிருந்த நீண்ட தமிழ்ச் சொற்களுக்குப் பொருள் கேட்டார். "நீங்கள் அந்தப் பெண்ணைக் கூட்டிக் கொண்டு வந்திருக்க வேண்டுமென்று விரும்புகிறேன்" என்றேன் நான்.

"சரிதான். ஆனால் நன்றாக மலையாளம் தெரிந்தவர்கள் பக்கத்தில் யாராவது இருந்தால் கூப்பிடலாமே...?"

எனவே நாங்கள் மொழிபெயர்ப்பாளரைத் தேடிக் கொண்டு சென்றோம். புத்தகம் எழுதுவதில் இத்தனை வேலைகள் இருக்குமென்று நான் நினைத்துப் பார்த்ததேயில்லை.

முருகனை அவனது கடையில் கண்டோம். கருப்பாக, குண்டாக, சிரித்த முகத்துடனிருக்கும் சாமர்த்தியமான வியாபாரி அவன். ஊசிகளிலிருந்து தபால் தலைகள் வரை வாங்கி பத்திரப்படுத்தி வைத்திருப்பான். அவனது கடை டீ, காபி குடித்தபடியே வம்பு பேசுவதற்காக மக்கள் ஒன்று கூடும் ஒருவகையான தபால்

அலுவலகம் போலத்தானிருக்கும். அவனது வாடிக்கையாளர்களில் நிறைய மலையாளிகளுமிருந்தனர். அவர்களோடு வருடக் கணக்கில் பழகி, காபி டீ கொடுத்து அவன் மலையாளம் நன்றாகிப் பழகிவிட்டிருந்தான். நாங்களும் காபி, அருந்தியபடியே பருவநிலையைப் பற்றிப் பேசிக் கொண்டிருந்தோம், கடையிலிருந்த கூட்டம் குறைந்தது. "எங்களுக்காக மொழிபெயர்க்க முடியுமா" என்று கேட்டோம்.

தனக்கு ஒரு காபி எடுத்துக்கொண்டு கல்லா ஓரம் தட்டி மறைப்பில் இருந்த பெஞ்சில் வந்து உட்கார்ந்தான், "சொல்லுங்க" நான் சிரமமான சொற்களைப் படித்துக்காட்ட அவன் அவற்றை எழுத்தாளனுக்கு உடைந்த மலையாளத்தில் விளக்கிச் சொன்னான். எழுத்தாளருக்கு என்ன புரிந்தது என்று எனக்குத் தெரியவில்லை. ஆனால் அவர் மகிழ்ச்சியடைந்திருப்பது போலத் தோன்றியது. அங்கிருந்து கிளம்பி வீட்டுக்கு வந்தோம்.

"அவர் மன்னிப்புக் கேட்டதைப் புரிந்து கொண்டீர்களா?" நான் கேட்டேன்.

"ஒருவிதத்தில்..." என்றார்.

எப்படி என்று நான் கேட்கவில்லை. என்னை விட நன்றாக அவரால் எப்படி மாஷைப் புரிந்து கொள்ளமுடியும்? மாஷ் என்ன சொன்னார், உணர்ந்தார் என்பதை நான் அறிவேன். அது போதும்.

இப்போது எழுத்தாளர் திரும்பி வந்ததும் நான் கொஞ்சம் அமைதியடைந்தேன். அவர் கிளம்பிச் சென்றதும் அந்த நோட்டுப் புத்தகங்களில் என்ன எழுதியிருக்கிறேனென்று உண்மையிலேயே தீவிரமாகப் பார்க்கத் தொடங்கினேன். அது எந்த வரைமுறையும் இல்லாமலிருப்பது போல் தோன்றியது. நான் விரும்பிய இடத்தில் தொடங்கியிருந்தேன். வார்த்தைகள் இழுத்துச் சென்ற வழியில் போயிருந்தேன். குறிப்பான எந்தத் திசையுமின்றி படித்துப் பார்க்கும்போது அவை எப்படி ஒழுங்கேயில்லாமல் இருக்கின்றன, எப்படி ஒரு தலைப்பிலிருந்து இன்னொரு தலைப்பிற்கு தொடர்பேயில்லாமல் தாவியிருந்தேன், என்பதையெல்லாம் பார்க்க முடிந்தது. இந்த எழுத்தாளர் இவற்றையெல்லாம் எப்படி ஒழுங்குபடுத்திப் புரிந்து கொள்ளப் போகிறாரென்று எனக்குத் திகைப்பாயிருந்தது. அந்த இருள் திரும்பவும் மனதில் வந்து கப்பிக் கொண்டது.

நோட்டுப் புத்தகங்களோடு கொஞ்ச நேரம் உட்கார்ந்திருந்தபோது, இந்த இருள் மனம் முழுவதும் பரவி வதைத்த இன்னொரு சந்தர்ப்பம் நினைவிற்கு வந்தது.

இனிமேல் எங்களுக்கு மன்னர் இல்லை. இதற்கு என்ன பொருளென்று எனக்குத் தெரியவில்லை. என்னைப் பொறுத்தவரை அதனால் எந்த வித்தியாசமும் இதுவரை தெரியவில்லை.

சிறையில் எனது பணியிடத்தில் இருக்கிறேன். பரந்த வாயில் வழக்கம்போல் காலையில் திறந்திருக்கிறது. அதிலிருந்து வரும் தார்ரோடு சுமார் நூறுமீட்டர் தள்ளி ஒரு ரவுண்டானாவைச் சுற்றி இரண்டாகப் பிரிகிறது. அந்த ரவுண்டானாவில் குருவிகள் தரையைக் கொத்திக் கொண்டிருக்கிறன. ஒவ்வொரு வாகனம் கடந்து செல்லும் போதும் அவை பறந்து பின்பு மீண்டும் உட்கார்ந்து கொள்கின்றன. இடதுபுறம் செல்லும்பாதை பணியாளர் குடியிருப்புக்குச் செல்கிறது. அது தடுப்புகளைக் கொண்டு மூடப்பட்டு, காவலுக்கு ஒரு போலீஸ்காரன் நிற்கிறான். வலதுபுறம் திரும்பும் பாதை உயர்ந்த சுவருக்கும் பள்ளத்திற்கும் அருகே வளைந்து ஒரு பழைய ஓட்டுக் கூரை வேய்ந்த ஒரு கட்டிட முகப்பிற்குச் செல்கிறது. அந்த முகப்பில் நுழைந்தால் சிறை வளாகத்திற்குச் செல்லும் முக்கியமான கதவு இடதுபுறம் உள்ளது. கதவிற்குமேல் செம்பழுப்பு நிற சுவரில் பதிக்கபட்டுள்ள கருப்புக்கல்லில் வெள்ளை எழுத்தில் இவ்வாறு எழுதப்பட்டிருக்கிறது. மத்திய சிறை பூஜாபுரா 1886 செப்டம்பர் 23ல் மேன்மை தாங்கிய ரவிவுர்மாவால் திறந்து வைக்கப்பட்டது.

இளவரசர் ரவிவுர்மா, அவரது பெயர் தவறாக எழுதப்பட்டிருக்கிறது என்பதைப் பின்பு கண்டு கொண்டேன். அவர் இறந்து நீண்ட நாட்கள் ஆகிவிட்டன. மேன்மை தாங்கியவரின் வாரிசுகள் ஒரு காலத்தில் மகத்தானவையாகக் கருதப்பட்ட பெரும் பொக்கிஷங்களின் சிதைவுகளில் இப்போது வாழ்ந்து வருகிறார்கள். அந்தப் பழைய திருவாங்கூர் முடியரசு கூட இல்லாமல் போய்விட்டது. இந்தியாவின் தென்கோடி மாநிலங்களான தமிழ்நாட்டுக்கும் கேரளாவுக்கும் இடையே அது துண்டாடப்பட்டுள்ளது. பழைய சிறையின் சில பகுதிகள் மட்டுமே இப்போது மிஞ்சி உள்ளன. மேன்மை தாங்கிய ரவிவுர்மா நினைத்தே பார்த்திருக்காத அளவுக்கு பெரும் எண்ணிக்கையில் கைதிகளை அடைக்க வேண்டி வந்ததால் அது பலமுறை மாற்றியும், விரிவாக்கியும் கட்டப்பட்டுள்ளது. ஆனால் சிறைக்குள் அதிகாலை நேரங்களில் சுமார் ஆயிரத்திற்கும் மேற்பட்டவர்கள் உயிர் விட்ட தூக்குமேடை மட்டும் ஒரு நூற்றாண்டு காலமாக மாறவேயில்லை.

அந்த வராண்டாவை நான் அறிந்திருக்கிறேன். கல்லில் பொறிக்கப்பட்டுள்ள அந்த சொற்களையும்தான். முடியரசு எந்தக் காலத்திற்கும் நிலைத்து நிற்கக்கூடியது. மன்னரும் அப்படித்தான் என்றே எப்போதும் நான் நினைத்து வந்தேன். ஒரே மன்னரே காலகாலத்திற்கும் இருப்பார் என்பதல்ல. மன்னர் பரம்பரையிலிருந்து எப்போதும் அந்த இடத்திற்கு வருவதற்கு ஆட்கள் இருப்பார்கள் என்பதுதான் அதன் பொருள். கடந்த இரண்டாயிரம் ஆண்டுகளாக இப்படிதானே நடந்து வந்திருக்கிறது.

இப்பொழுது மன்னர் இல்லை என்று அவர்கள் என்னிடம் சொல்கிறார்கள். மன்னரே, அவர் பதவியில் இருந்தபோது இங்கிலாந்தில் உள்ள அரசியின் விருப்பப்படிதான் அந்தப் பதவியை வகித்து வந்தார் என்றும், அவரே திருவனந்தபுரத்தில் உள்ள அரசியல் ஆலோசகரின் ஆளுகைக்கு உட்பட்டவராகத்தான் இருந்தார் என்றும் அவர்கள் மேலும் சொல்கிறார்கள். இனிமேல் மன்னர் பெயரளவிற்குத்தான் மன்னர் என்றும் சாதாரண குடிமகனுக்கும், அவருக்கும் ஒரு வித்தியாசமும் கிடையாது என்றும் சொல்கிறார்கள். எனக்கு இது புரியவில்லை. எப்படி அவர் ஒருநாள் பூமியில் வாழும் கடவுளின் பிரதிநிதியாகவும், மறுநாள் சாதாரண குடிமகனாக - பணம்படைத்த சாதாரண குடிமகனாகத்தான் என்றாலும் - இருக்க முடியும்?

நான் செய்ததை மன்னரின் பெயரால் தான் செய்தேன். மன்னர் கடவுளின் பெயரால் உத்தரவிடுகிறார் என்று நினைத்திருந்தேன். எனவே கடவுளின் பெயரால்தான் நான் என் பணியைச் செய்தேன். நான் கடவுளின் ஒரு கருவிதான். மனிதர்களிடமிருந்து திருப்பித் தரமுடியாத ஒன்றை எடுக்கும் வேலையை செய்து வந்ததில் எனக்கு இருந்த ஒரே ஆறுதல் அதுதான்.

இப்போது அந்த ஆறுதலும் போய் விட்டது. இப்பொழுது நான் மன்னனுக்காக அல்ல. அரசாங்கத்திற்காக வேலை செய்கிறேன். எனவே மன்னன் பூமிக்கு வந்த கடவுள் அல்ல. ஒரு நாளும் அப்படி இருந்திருக்க முடியாது என்பதை நான் அறிந்து கொள்கிறேன். எனவே அவரது பெயரால் நான் செய்தது எதுவும் கடவுள் பெயரால் செய்தது ஆகாது.

எனக்கு நேரம் வரும்போது எப்படி நான் கடவுளை எதிர்கொள்வேன்?

சிறையைப் பற்றியும் தூக்கிலிடுவதைப் பற்றியும் நான் எழுதியதைப் படிக்கும்போது அடியான்களைத் தவிர அங்கிருந்த மற்ற ஆட்களின் நினைவு வந்தது.

சிலர் தூக்கிலிடும்போது தவறாமல் வந்து விடுவார்கள். அதற்குக் காரணம் அவர்கள் வேலை. அப்போது அவர்கள் அங்கே இருக்க வேண்டும் என்று கோரியதுதான். அப்படிப்பட்டவர்களில் ஒருவர் சூப்ரின்டென்டென்ட். அவர்தான் சிறைக்குப் பொறுப்பானவர். தண்டனையளிக்கப்பட்ட மனிதன் தூக்கிலிடப்படும்போது மட்டுமல்ல, அவன் இறந்து விட்டான் என்று சான்றிதழ் அளிக்கப்படும் வரை அவர் அங்கேயே இருக்கவேண்டும். பழைய காலங்களில் மன்னனின் தூதனிடமிருந்து அந்த விரும்பத்தகாத தகவலைப் பெற்றவரும் அவர்தான். தண்டனை அளிக்கப்பட்ட மனிதனின் மரணத்திற்குப் பொறுப்பானவரும் தூக்கிலிடுபவனுக்கு லிவரை இழுக்கும்படி உத்தரவிடுபவரும் அவர்தான்.

மற்றொருவர் டாக்டர். தூக்கிலிடும் இடத்தில் ஒரு டாக்டர் இருக்கவேண்டும். அவர் பெரும்பாலும் சிறை மருத்துவராகத்தான் இருப்பார். அவர் இல்லாதபோது மருத்துவக் கல்லூரியிலிருந்தோ அல்லது ஏதாவது அரசுத்துறையிலிருந்தோ ஒரு மருத்துவரை அழைத்து வருவார்கள். தனியாகத் தொழில் செய்யும் எந்த மருத்துவரும் இந்த வேலைக்கு வரமாட்டார். தூக்கிடப்பட்ட உடல் கீழிறக்கப்பட்டவுடன் கைதி எப்படி இறந்தான் என்பதை உறுதிப்படுத்த விரைவாக பிரேதப் பரிசோதனை நடத்திவிட்டு எவ்வளவு விரைவாக முடியுமோ அவ்வளவு விரைவாகப் போய்விடுவார் மருத்துவர்.

இந்த மருத்துவர்கள் மரணங்களைப் பார்த்துப் பார்த்து இறுகிப் போனவர்கள்தான் என்றாலும், யாரும் தூக்கு மேடைக்குக் கீழே உள்ள நாற்புறமும் அடைக்கப்பட்ட கிணறு போன்ற பகுதியில் இருப்பதற்கு விரும்புவதில்லை.

மூன்றாமவர் ஒரு நீதிபதி. நீதிபதிக்கு இங்கிருக்கவேண்டிய அவசியம் என்னவென்று எனக்குத் தெரியவில்லை. ஆனால் அவர் இருப்பார். இவர்கள் எல்லாம் வந்து சுற்றி நின்று நடப்பவற்றை கவனித்து விட்டுச் சென்று விடுவார்கள்.

இவர்களைத் தவிர தூக்குமேடைப் பகுதிக்கு மரணதண்டனை நிறைவேற்றப்படவுள்ள மனிதனை, அவனது சிறை அறையிலிருந்து அழைத்து வருவதற்குப் பொதுவான மற்ற சிறை அதிகாரிகளும் இருப்பார்கள். தண்டிக்கப்பட வேண்டிய மனிதனை உதவி

ஆய்வாளர் அல்லது அதற்கும் மேல் பதவியிலுள்ள ஒரு அதிகாரியின் தலைமையில் ஒரு காவலர் குழு, தூக்கு மேடைக்குப் பாதுகாப்பாக அழைத்து வர வேண்டும் என்று விதிகள் கூறுகின்றன. வழக்கமாக பனிரெண்டு பேர் கொண்ட வார்டர்கள் குழு அந்த வேலையைச் செய்யும். ஒருவேளை கைதி தன்னை மறந்து மூர்க்கமாக மாறினால் சமாளிப்பதற்காக இந்த ஏற்பாடு. வார்டர்கள் எப்பொழுதுமே எந்த ஆயுதமும் தாங்கி இருக்க மாட்டார்கள்.

பின்பு சில பார்வையாளர்களும் இருப்பார்கள். சில நேரங்களில் அதிகாலைப் பனியில் தூக்கிலிடுவதைப் பார்ப்பதற்காக தூக்குமேடைப் பகுதி முழுவதும் ஆட்கள் நிறைந்திருந்தது என் நினைவிற்கு வந்தது. அவர்கள் ஏன் அங்கே வந்தார்கள் என்று நான் வியப்படைகிறேன். அவர்களுக்கும் தண்டிக்கப்பட உள்ள மனிதனுக்கும் ஏதாவது தொடர்பிருந்ததா? அல்லது அவனால் பலியானவர்களோடு தொடர்புடையவர்களா? சூப்ரின்டென்டென்ட் தூக்கிலிடுவதைப் பார்ப்பதற்கு மக்களை அனுமதிக்கலாம். ஆனால், மிகவும் கௌரவமிக்க சிலருக்கே அந்த அனுமதி கிடைக்கும் என்று ஒரு வார்டர் கூறினான். உயர் பதவியிலுள்ளவர்கள், அரசியல் வாதிகள், மற்ற செல்வாக்குள்ளவர்கள்... அவர்கள் ஏன் தூக்கிலிடுவதைப் பார்க்க விரும்பினார்கள்?

எனக்கு எப்படி இந்த விஷயங்களெல்லாம் தெரியுமென்று நீங்கள் வியப்படையலாம். மன்னன் இல்லாமல் போனதையும் அதைத் தொடர்ந்து எனக்கிருந்த ஒரே ஆறுதலும் அற்றுப் போனதையும் தொடர்ந்து வந்த இருண்ட நாட்களில் தூக்கிலிடுவதைப் பற்றி எவ்வளவு தெரிந்து கொள்ள முடியுமோ அவ்வளவு தெரிந்து கொள்ள முயன்றேன். விதிகளைப் பற்றி வார்டர்களிடம் கேட்டறிந்தேன். பலமுறை நச்சரித்த பின்னே அவர்கள் வாயைத் திறந்தார்கள். போகிற போக்கில் நான் ஒன்றைச் சொல்ல வேண்டும். எனது நண்பர்கள் எவரும் ஒருபோதும் தூக்கிலிடுவதைப் பார்க்கத் தன்னை அழைத்துச் செல்லும்படி ஒருநாளும்கேட்டதில்லை. தூக்கிலிட்ட பின்பு நான் திரும்பும்போது என் நிலையை அவர்கள் பார்த்திருக்கிறார்கள். எனவே அது பார்க்க வேண்டிய காட்சியல்ல என்பதை உணர்ந்து தங்களை அழைத்துச் செல்லும்படி கேட்டதேயில்லை. கௌவரவம் மிக்கவர்களைவிட அவர்கள் இந்த விஷயத்தில் நுண்மையான உணர்ச்சிகள் கொண்டவர்கள். ஒரு வேளை உயர்ந்த அந்தஸ்து கொண்டவர்களுக்கு மரணத்தைக் கண்டு களிப்பதில் எந்த மன உறுத்தலும் இல்லாமல் இருக்கலாம்.

தூக்கிலிடும்போது அங்கிருந்தவர்களில் சில சிறை அதிகாரிகளை நினைவு கூர்கிறேன். அவர்களுள் பலர் தள்ளியே நிற்பார்கள். உண்மையிலேயே மரணதண்டனை நிறைவேற்றப்படும்வரை, லிவரை நான் இழுக்கும் வரை, திரும்பவே முடியாத இடத்திற்கு இந்த நடவடிக்கை போகும்வரை அவர்கள் பொறுமையாகவும் மரியாதையாகவும் வெளிப்பார்வைக்கு நடந்து கொள்வார்கள். ஆனால் எல்லாம் முடிந்ததும் என்னை உடனே விரட்டிவிடும் அவசரம் அவர்களைத் தொற்றிக் கொள்ளும். அவர்களால் செய்ய முடியாததை நான் செய்து முடித்ததும் என்னை அவர்கள் தூக்கியெறிந்து விடுவார்கள். அடுத்தமுறை தேவை வரும்போதுதான் என் நினைவு அவர்களுக்கு வரும்.

பள்ளிக்கு அருகிலுள்ள கோவிலில் என் அப்பா ஒரு பட்டாக் கத்தியைக் கொண்டு ஒரே வீச்சில் சேவலைக் கொன்றபோது அங்கிருந்த அடியான்களை நினைத்துக் கொள்கிறேன். அவர்களின் முகத்தில் வெறுப்பும் மரியாதையும் கலந்து தெரிந்தது என் நினைவிற்கு வந்தது. தூக்கிலிடுபவர்களுக்குச் சேர வேண்டிய செல்வத்தைக் கைப்பற்றிக் கொண்டு பிச்சைக் காசுக்காக எங்களை அந்த வேலையைச் செய்ய வைத்த உண்மையான ஆரட்சர் குடும்பமும் எங்களை இப்படித்தான் நடத்தியது.

திரும்பவும் நான் மனச்சஞ்சலம் அடைந்தேன்.

நேற்றய முன்தினம் தூக்கிலிடும் பணியை முடித்துவிட்டு வீடு திரும்பினேன். சிறையதிகாரிகள் எனக்குச் சேரவேண்டிய ஊதியத்தைக் கொடுத்து விட்டு என்னை விரட்டியடிப்பதிலேயே குறியாக இருந்தார்கள் போலத் தோன்றியது. திரும்பி வந்து ஒன்றிரண்டு டம்ளர் சாராயம் குடித்துவிட்டுத் தூங்கிவிட்டேன். ஒவ்வொரு முறை தூக்கிலிடும் போதும் ஏற்படும் களைப்பு வந்து போய் விட்டது. நான் கோபமாயிருந்தேன்.

அன்று தூக்கிலிடும் நிகழ்ச்சி மோசமான முறையில் நடந்து விட்டது. அந்த மனிதன் இறப்பதற்கு நீண்ட நேரமானது. நான் சிறையை விட்டு வெளியேறிக் கொண்டிருக்கும்போது ஒரு சிறைஅதிகாரி வேண்டுமென்றே எனக்குக் கேட்கும் வகையில் சத்தமாக என்னுடைய வேலையைச் செய்ய எனக்குத் தெரியவில்லை என்று சொன்னது என் காதில் விழுந்தது. அவனுக்கு விருப்பமிருந்தால், முடிந்தால் அவனே அந்த வேலையைச் செய்து கொள்ளட்டுமென்று சொல்லத்தோன்றிய ஆவலை அடக்கிக் கொண்டேன்.

எனவே, இப்போது நான் ராமைய்யன் மாலைப் பிரார்த்தனையை முடித்து விட்டு வருவதற்காகக் காத்துக்கொண்டிருக்கிறேன். சிறையில் கேட்டதையும், கோபம் என்னைச் சும்மாயிருக்க விடாமல் அலைக்கழிப்பதையும் அவரிடம் சொல்ல விரும்புகிறேன்.

ஒவ்வொரு நாளும் தான் செய்யும் சடங்குகளில் ராமைய்யனுக்கு அமைதி கிடைக்கிறது. அவர் கோவிலிலிருந்து வெளியே வரும்போது உட்புறமாகத் திரும்பியிருக்கும் அவரது பாதி மூடிய விழிகளில் அதைக் காண முடிகிறது. அவர் உட்காரும்படி எனக்குச் சைகை காட்டி விட்டுச் சென்று தனது ஜெபங்களை முடித்து விட்டு வந்து என்னோடு சேர்ந்து கொள்கிறார். என் முன்னால் உட்கார்ந்து கேட்கிறார், 'என்ன விஷயம்?'

'கோபம்' என்கிறேன் நான்.

'என்ன கோபம்?'

நான் சொல்கிறேன், சிறையிலிருந்த அந்த அதிகாரியை பற்றி சொல்லும்போது அவர் மிகவும் கவனமாகக் கேட்கிறார். 'உனக்குப் பிடிக்காத ஒன்றைச் சொல்லட்டுமா?' நான் முடித்த பின்பு கேட்கிறார்.

'சொல்லுங்கள்' நான் வறட்சியாகப் பதிலளிக்கிறேன். ராமைய்யன் ஒரு அமைதியான தந்திரமிக்க மனிதர், இந்த மாலை இருளிலும் அவர் கண்கள் அமைதியாக ஒளிவீசுவதை என்னால் காணமுடிகிறது. இந்த மனநிலையில் உண்மையல்லாத எதையும் அவர் சொல்ல மாட்டார். நான் அவர் சொல்வதைக் கவனிக்கத்தான் வேண்டும். ஒருவேளை உண்மையாகவே எனக்கு என் வேலையைச் செய்யத் தெரியவில்லை என்று சொல்லிவிடுவாரோ என்று நான் திகைப்படைகிறேன்.

அவர் தொடங்குகிறார் 'நீ ஒரு நாயாக இருந்து உன்னை ஒருவன் பூனை என்று அழைத்தால் உங்களிருவரில் யார் மோசமானவன்? நீயா, அல்லது உன்னைப் பூனை என்றழைத்தவனா?

'என்னைப் பூனை என்றழைத்தவன்தான், அவன் ஒரு முட்டாள்'

'அவன் முட்டாள்தான். தன் முன்னால் இருக்கும் உண்மையை அவன் உணர்ந்து கொள்ளவில்லை. ஒரு முட்டாளிடம் கோபம் கொள்வதால் ஏதாவது பயனுண்டா?'

'இல்லை... இல்லை'

‘எனவே நீ ஒரு நாயாக இருந்து ஒருவன் உன்னைப் பூனை என்றழைத்தால் அவன் மீது கோபம் கொள்ளக் காரணமேயில்லை சரியா?’

‘அப்படித்தான் நினைக்கிறேன்’

‘நீ ஒருவேளை நாயாக இருந்து ஒருவன் உன்னை நாயென்று அழைத்தால் அவன் உண்மையைத்தான் சொல்கிறான் இல்லையா?’

‘ஆமாம்’

‘எனவே நீ ஒரு நாயென்றால் உன்னை நாயென்று அழைப்பவன் மேல் கோபம் கொள்ளக் காரணமேயில்லை அல்லவா?’

‘இல்லைதான்...’

‘எனவே ஒருவன் உன்னைப் பற்றி ஏதாவது சொன்னால் அது உண்மையாக இருந்தாலும் இல்லாவிட்டாலும் அவன் மீது கோபப்படக் காரணமே இல்லையல்லவா?’

‘இல்லை ராமைய்யா. அது அப்படியல்ல. நாம் வார்த்தைகளைக் கொண்டு விளையாடிக் கொண்டிருக்கிறோம்.’

‘நாம் விளையாடவில்லை. நான் உனக்குச் சொல்வது இதுதான். யாரோ ஒருவன் உனக்கு வேலை தெரியாது என்று சொன்னால் அதனால் உனக்கு அவன் மேல் கோபம் ஏற்பட்டால் நீ அவன் சொன்னதைப் பற்றிச் சிந்திக்கக் கூடாது. உன் கோபத்தின் தன்மை குறித்துதான் சிந்திக்க வேண்டும்.’

எனக்குப் புரியவில்லை. ராமைய்யன் சொல்லும் பலதும் எனக்குப் புரிவதில்லைதான். ஆனால் இது நியாயமில்லாதது போலத் தோன்றுகிறது. அவர் தனது சொற்களைக் கொண்டு என்னைப் பொறியில் சிக்கவைத்துவிட்டார். எனக்குக் கல்வியறிவு இல்லாததால் என்னால் மறுத்துப்பேச முடியவில்லை. உண்மையிலேயே கற்றுக் கொள்வதற்கு இந்தச் சொற்கள்தான் தடையாகக் இருக்கின்றன என்று சொல்லியிருப்பேன், ஆனால் ராமைய்யன் உண்மையிலேயே நேர்மையாகத்தான் பேசுவது போலத் தெரிகிறது. என்னை அடக்கி வைக்க அவர் இதைச் செய்யவில்லை. அந்தச் சிறையதிகாரி மீது நான் கோபம் கொண்டதற்குக் காரணம் அவனது நடவடிக்கை, நான் உண்மையான ஆரட்சர் குடும்ப உறுப்பினர்களைப் போலவே இருந்ததுதான் என்பதை பின்பு உணர்கிறேன்.

ராமையன் சொல்வதில் சொல்விளையாட்டிற்கு மேலும் வேறு ஏதோ உள்ளது. 'நல்லது' என்கிறேன், 'அதைப்பற்றி யோசிக்கலாம், பின்பு என்ன?'

'ஒன்றுமில்லை' அவர் பதிலளிக்கிறார், 'சும்மா அதைப்பற்றி சிந்தனை செய்'

'நீங்கள் கோபமடையும் போது இதைத்தான் செய்வீர்களா? நான் கொஞ்சம் மனத்தாங்கலுடன் கேட்கிறேன். அவர் சொன்னது எதுவுமே எந்த உபயோகமும் இல்லாததாகத் தோன்றுகிறது.

'செய்ய முயல்வேன். சில நேரங்களில் கோபம் வடிந்து விடும், சில நேரங்களில் தீராது.'

'உங்கள் புனித நூல்கள் என்ன சொல்கின்றன?'

'கோபத்தைப் பற்றிச் சிந்தனை செய் என்கின்றன. ஆனால் அவை வேறு இரண்டு விஷயங்களைப் பற்றியும் பேசுகின்றன: உன்கோபம் அடுத்தவனைவிட உன்னைத்தான் அதிகம் பாதிக்கிறது. இரண்டாவது, கோபத்தால் ஆகப்போவது ஒன்றுமில்லை.'

13

திரும்பவும் சொற்கள் வற்றிப்போய் விட்டன. மறுநாள் காலையில் எழுத்தாளர் வந்தபோது நான் புகார் சொன்னேன். நான் சஞ்சலம் அடைந்திருக்கிறேன் என்றேன். அவர் நான் ஏதோ வேடிக்கையாகச் சொன்னதுபோல் இளித்தார். 'நீங்கள் எதைப் பற்றிச் சிரிக்கிறீர்கள்?' நான் வெடுக்கென்று கேட்டேன்.

"எழுத்தாளர்கள் மீதான உங்கள் தாக்குதல் பற்றி. அது வழக்கமாகத் தொழிலில் வரும் பிரச்சினைதான்" என்றார் அவர்.

எனது எரிச்சல் வினாடிக்கு வினாடி அதிகரித்துக் கொண்டிருந்தது. "நீங்கள் அதைப் பற்றி என்ன சொன்னாலும் எனக்குக் கவலையில்லை. உங்களுக்கு எழுதுவதைப் பற்றி ஏதாவது தெரியுமென்றால் நான் என்ன செய்ய வேண்டுமென்று சொல்லுங்கள்."

"ஓகே", அவர் தலையசைத்தார். "நிறைய யோசிக்க வேண்டிய அவசியமில்லாத ஏதாவதொன்றைப் பற்றி எழுதுங்கள். உங்களுக்கு நன்கு தெரிந்த எதையாவது பற்றி எழுதுங்கள்"

"எதைப்போல?" என் கோபம் இன்னும் தணியவில்லை.

"இதுவரை நீங்கள் எழுதியதில் உங்கள் தோற்றத்தைப் பற்றி அல்லது மனைவி குழந்தைகளைப் பற்றி எதுவும் சொல்லவேயில்லை. அல்லது அப்பாவைப்பற்றி. ஆனால் உங்களைப் பற்றி முதலில் தொடங்குங்கள்."

"என்னால் அதைச் செய்ய முடியாது. அந்த நினைப்பே எனக்குப் பீதியூட்டியது. என்னை நானே வருணித்துக் கொள்ள முடியாது. நீங்கள் செய்யுங்கள், நான் உங்களை வருணித்தேன். நீங்கள் என்னை வருணியுங்கள்."

"நீங்கள் தான் புத்தகம் எழுத விரும்பினீர்கள்…" அந்த இளிப்பு திரும்பவும் தோன்றியது.

“நான் என்ன எழுதட்டும்?” இந்த மனிதனின் ஒட்டாத தன்மையை சிலசமயம் நான் அடியோடு வெறுக்கிறேன்.

“உங்களை வருணியுங்கள்... உங்கள் உயரம், எடை, கண் நிறம், உடல் நிறம், முடி நிறம், முடியின் அளவு...”

“அதனால் எந்தப்பயனும் இல்லை. அது போதாது” என்றேன்.

அவன் சத்தமாகச் சிரித்தான். “சரியாகச் சொன்னீர்கள் உங்கள் கண்களால் என்ன பார்க்கிறீர்களோ அதை எழுதுங்கள் உங்கள் முகத்திலுள்ள சுருக்கங்கள் எதை நினைவூட்டுகின்றன? இந்தத் தோற்றத்திற்குப் பின்னுள்ள மனிதனைப் பற்றி விவரியுங்கள்.”

தூக்கிலிடுபவருக்கு ஒரு மரபான உடை உணடு. கருப்பு மேலங்கிகளும் தலையையும் கழுத்தையும் மறைக்கும் தொப்பியும். அவர் சாலை காவல் நிலையத்திற்கு அருகில் கொதுவல்திரிவு என்னுமிடத்தில் உள்ள தனது குடியிருப்பில் இருந்து, தூக்கிலிடுதல் நடக்கவுள்ள சிறைக்குக் குதிரை வண்டி பின்தொடர நடந்து செல்கிறார். எங்காவது ஓரிடத்தில் மட்டும் தெரு விளக்குகள் எரியும் இருண்ட தெருவில் ஜட்கா பின்வர, அதற்குப் பின் முரசுகளும், மேளமும், செண்டையும் தொடர மேலங்கியணிந்து நடந்து செல்லும் போது, அவரது தோற்றம் அரக்கனைப் போலிருக்கிறது.

இன்று காவல் நிலையத்தை அடுத்துள்ள மன்னர் வீட்டில் சீருடை அணியும்போது என் உருவத்தைப் பார்க்கிறேன். அது எல்லா இடத்திலும் தெரிவதுதான். அங்கிகளுக்கு உள்ளே ஒரு சாதாரண மனிதர். பகல் வெளிச்சத்தில் பார்த்தால் அவரைப் போன்ற போதிய உணவு கிடைக்காத தலைமுறையைச் சார்ந்த நடுத்தர உயரமுடைய ஒருவரைக் காண்பீர்கள். அய்ந்தடி அய்ந்தங்குலம் இருக்கலாம். அவர் ஒல்லியாகவும் இருக்கிறார் என்கிறீர்கள். முன்னங்கைகளில் ரத்த நாளங்கள் புடைத்துத் தெரிகின்றன. அவர் சாதாரண சட்டைதான் அணிகிறார். அல்லது சட்டையே அணிவதில்லை. எனவே புடைத்திருக்கும் நரம்புகளைக் காணமுடிகிறது. அவர் உடலுக்குக் கைகள் நீளமானவையாகத் தெரிகின்றன. தடித்த விரல்கள். காய்ப்பேறிய உள்ளங்கைகள், ஒன்றிரண்டு காய்ப்பேறிய தழும்புகள் உள்ளங்கையில் உள்ளன. வருடக்கணக்கில் கயிறு இழுத்ததால் ஏற்பட்டவை. தோள்கள் சதுரமாயுள்ளன. முதுகு நிமிர்ந்து விரைப்பாக இருக்கிறது. அவரது கடினமான வாழ்வு அவரை வலிமையானவனாக இறுகிப் போனவராக ஆக்கிவிட்டிருந்து.

வழக்கமாக பளிச்சிடும் வண்ணங்கள் கொண்ட லுங்கியை முழங்கால்களுக்கு மேல் மடித்துக் கட்டியிருப்பார். வீட்டில் முக்கியமான விருந்தாளிகள் வந்தாலொழிய திறந்த மார்புடன் தானிருப்பார். இல்லாவிட்டால் குட்டைக் கைகள் கொண்ட சட்டை அணிந்திருப்பார். விசேஷ நாட்களில் இரட்டை குறியிட்ட வெள்ளை முண்டு அணிந்து முழுக்கை வெள்ளைச் சட்டையோ, ஜிப்பாவோ போட்டிருப்பார்.

வேகமாக நரையோடி வந்த தலைமுடி இன்னும் கொஞ்சம் அடர்த்தியாகத்தானிருக்கிறது. அவர் அதைத் தோள்பட்டைவரை வளர்த்திருக்கிறார். அதைச் சிக்கெடுக்க, கவனிக்க நிறைய நேரம் தேவைப்படும் என்பதால் அவரது சமூகத்தைச் சேர்ந்த ஆண்கள் தலைமுடியை இவ்வளவு நீளமாக வளர்த்துக் கொள்வதில்லை. அவருக்கு கழுத்தைத் தாண்டி மார்புவரை நீண்டிருந்த தாடியுமிருக்கிறது. அதுவும் அவரது தலைமுடி நிறத்திலேயே உள்ளது. முடி கொட்டி வந்ததால் பிரம்மாண்டமானதாகத் தோன்றிய நெற்றிக்குக் கீழே அதேபோல் உப்பும் மிளகும் கலந்தது போன்ற நிறத்தில் புருவங்கள் நீண்டு அடர்ந்திருக்கின்றன. நெற்றியில் திருநீறு அழுத்தமான கோடாகப் பூசப்பட்டிருக்கிறது. அதுவும் விசேஷ காலங்களில்தான். வழக்கமாக நெற்றியின் நடுவே சந்தனம் வைத்துக் கொள்வதுதான் அவர் வழக்கம். நீண்டு துருத்திக் கொண்டிருக்கும் கூர்மையான நாசி. அதன் கீழ் அருவி போலப் பிரிந்து தொங்கும் மீசை. உயர்ந்த கன்னப்பொருத்துகள். இதுதான் தூக்கிலிடுபவரின் கவர்ச்சியற்ற வெறுமையான தோற்றம்.

விழிகள் கரும் பழுப்பு வண்ணம் கொண்டவை. அவை அசப்பில் கருப்பாகவே தோன்றுகின்றன. இல்லாததுபோல் தோன்றிய இமைப் பீலிகளுக்கிடையே அவை ஆழ்ந்து நோக்குகின்றன. உள்ளே குவிந்து கிடக்கும் எண்ணங்களின் அழுத்தத்தின் காரணமாக அவை சோம்பலாகத் தோன்றுகின்றன. சிலநேரங்களில் அவை அடிபட்டவை போன்ற வேதனை மிகுந்த பார்வையைக் கொண்டிருக்கும். ஆனால் பெரும்பாலும் அவை எந்த உணர்ச்சியையும் வெளிக் காட்டுவதில்லை.

ஆனால் அவரது பாதங்கள் வித்தியசமானவை. அவை தங்கள் கதையைத் தாங்களே சொல்கின்றன. ஒரு நாளும் ஷூக்கள் அணியாத எப்பொழுதாவது மட்டுமே செருப்புகள் அணியும் மனிதரின் அகன்ற பாதங்கள் அவை. பெருவிரல்கள் குமிழ்கள் போலிருக்கின்றன. பாதம் நீண்டதூரம் அனாயசமாக நடப்பவருக்கே உரிய நடுத்தரமான வளைவோடு நரம்போடிக் காணப்படுகிறது. நீண்டதூரம் காட்டிலும்

மேட்டிலும் நடந்து நடந்து பாதங்களின் தோல் கெட்டி தட்டிப் போயிருக்கிறது. ஒரு சிறிய முள் அதைத் துளைக்கவே முடியாது. புதர்களினிடையே நடப்பதால் ஏற்படும் சிறுசிறு காயங்கள் அவர் பாதங்கள் முழுவதிலும் காணப்படுகின்றன. தூக்குமேடைக் கம்பங்களில் ஏற பாதத்திலிருக்கும் தடித்த தோல் உதவுகிறது.

நான் இந்தப் பாதங்களைப் புதிதாகப் பார்ப்பதுபோல பார்த்து இவை எங்கிருந்து வந்தன என்று வியப்படைகிறேன். என் அப்பாவின் பாதங்களும் இதே போலிருந்தது நினைவிற்கு வருகிறது. அவர் சென்ற பாதையிலேயே தான் நானும் பயணம் செய்து கொண்டிருக்கிறேன். இதிலொன்றும் ஆச்சரியமில்லை.

நான் நூற்றுக்கும் மேற்பட்டவர்களைத் தூக்கிலிட்டிருக்கிறேன். ஆனால் 1886ல் நிறுவப்பட்ட இந்தத் தூக்கு மரங்கள் ஆயிரத்திற்கும் மேற்பட்டவர்கள் தூக்கிலிடப்படுவதைப் பார்த்திருக்கும்.பழைய காலங்களில் தூக்கிலிடுவது அடிக்கடி நடைபெற்றது.

தூக்கு மரங்கள் இப்போது எப்படியிருக்கும்? நான் வேலையிலிருந்து நின்ற பிறகு மிகச்சில தூக்கிலிடும் நிகழ்ச்சிகளே நடந்தேறின. நான் கடைசியாகக் கேள்விப்பட்டது, எழுபதுகளின் இறுதியில்தான். வருடத்தை மறந்துவிட்டேன். கண்டிப்பாக கடைசி மனிதன் தூக்கிலிடப்பட்டு பதினைந்து வருடங்களாவது ஆகியிருக்கும். என் பேரக்குழந்தைகளில் ஒன்று பிறந்த வருடத்தில் அது நடைபெற்றதால் எனக்கு மங்கலாக நினைவிருக்கிறது.

நூறு தூக்கிலிடும் நிகழ்ச்சிகள் தங்கள் பாதிப்பை என்னுள் விட்டுச் சென்றதைப் போல, ஆயிரம் தூக்கிலிடும் நிகழ்ச்சிகள் தங்கள் தடங்களை தூக்கு மரங்களில் விட்டுச் சென்றிருக்கின்றன. இதைப் பற்றிச் சிந்தித்தபின்பு அன்றிரவு எனக்கு ஒரு கனவு வந்தது. அது மிகவும் மங்கலாகத்தான் நினைவிருக்கிறது.

கனவில் நான் தூக்கிலிடுவதற்குச் செல்கிறேன். தூக்கு மரங்களையும் மேடையையும் சுற்றிவந்து பரிசோதிக்கிறேன். கனவில் நான் அந்த நேரத்தில் அங்கே இருப்பது விசித்திரமாகத் தோன்றியது நினைவிற்கு வருகிறது. ஏனெனில் கிழக்கே சூரியன் மேலே வந்துவிட்டது. சூரியன் மேற்கில் இருக்கும் போதோ அல்லது இன்னும் உதிக்காத போதோ தான் நான் அங்கிருப்பது வழக்கம்...

சிறையின் மதில்கள் ஏறக்குறைய வட்டமாகச் சுற்றிச் செல்ல நடுவில் மணிக்கூண்டு கம்பீரமாக நிற்கிறது.

முகப்பில் நீங்கள் நுழைந்தவுடன் ஒரு படிக்கட்டு சூப்ரின்டென்டென்டின் அலுவலகத்திற்கு இட்டுச் செல்கிறது. அந்த முகப்பை அடுத்து உண்மையான சிறைக்குச் செல்லும் உலோகக் கதவு இருக்கிறது. அதனுள் ஜூடாஸ் கதவு எனப்படும் ஒரு சிறிய கதவும் உள்ளது. குறைந்து இரண்டு வார்டர்களாவது காவல் நிற்கிறார்கள். சிறைக்குள் நுழையும் ஒவ்வொருவரும் இங்கே கையெழுத்திட வேண்டும். உள்ளே நீங்கள் இன்னொரு சுவரைப் பார்க்கிறீர்கள். அதுவும் வெளிச் சுவரைப் போலவே சிறையைச் சுற்றிச் செல்கிறது.

சிறையை ஒரு வட்டவடிவக் கடிகாரமாகக் கொண்டால் சிறைமுகப்பு 6 மணி இருக்கும் இடத்திலிருக்கிறது. அதற்கு நேர் எதிலே 12 மணி உள்ள இடத்தில் தாழ்ந்த கூரை கொண்ட சிறை மருத்துவமனை இருக்கிறது. அங்கே எப்போதும் ஒரு மருத்துவர் பணியிலிருக்கிறார். மருத்துவமனைக்கு அடுத்து 11 மணி உள்ள இடத்தில் விசாரணைக் கைதிகள் வைக்கப்பட்டிருக்கும் கட்டடமிருக்கிறது. தண்டனை அளிக்கப்பட்ட கைதிகளைப் போலல்லாமல் விசாரணைக் கைதிகள் பகலில் வேலை செய்ய வேண்டியதில்லை. மதியம் கைதிகள் உணவுக்காக் கூடும் மெஸ் உள் சுவருக்குள் 4 மணி இருக்குமிடத்திலிருக்கிறது. வெளிச் சுவருக்கும் உள் சுவருக்கும் இடையே 12 மணிக்கும் 9 மணிக்கும் இடையே ஒரு கோவிலும், சர்ச்சும், மசூதியும் உள்ளன.

வெளிச் சுவரை ஒட்டி வேலியிடப்பட்ட ஒரு இடத்தில் கடிகாரத்தில் 5 மணி உள்ள இடத்தில் தூக்குமரங்கள் உள்ளன. அந்த இடம் ஏறக்குறைய 20 மீட்டர் நீளத்தில் முக்கோண வடிவத்தில் உள்ளது. இதற்கு இரண்டு கதவுகள் இருக்கின்றன. நான்கடி உயரமேயுள்ள சிறிய கதவு வெளிச்சுவரில் பொருத்தப்பட்டுள்ளது. இந்தக் கதவின் வழியாகத்தான் தண்டனை நிறைவேற்றப்பட்ட பின்பு உடல் வெளியே காத்துக் கொண்டிருப்பவர்களிடம் வழங்கப்படும். பெரிய கதவின் வழியாகத்தான் மரணதண்டனை அளிக்கப்பட்ட மனிதர் தனது அறையிலிருந்து தூக்கிலிடுமிடத்திற்கு கொண்டு வரப்படுவார்.

தரையிலிருந்து ஓரிரு அடி உயரத்தில் அமைக்கப்பட்டுள்ள கான்கிரீட் மேடையில் தூக்கு மரங்கள் நிறுத்தப்பட்டுள்ளன. தண்டனையளிக்கப்பட்டவன் தூக்குமேடை உள்ள இடத்திற்குள் நுழைந்ததும் சில அடி கீழே இறங்கி கொஞ்சதூரம் நடந்து மூன்று படிகள் ஏறி மேடைக்கு வரவேண்டும். இந்த மேடையின் நடுவே கீழே திறக்கும் பொறிக்கதவு மூன்றடிக்கு சற்று அதிக நீளமும்

இரண்டடி அகலமும் கொண்டு அமைக்கப்பட்டுள்ளது. அது கனமான தேக்குக் கட்டைகளால் அமைக்கப்பட்டு அதன் மீது இரும்புப் பட்டைகள் பொருத்தப்பட்டுள்ளன.

செவ்வக வடிவமான மேடையின் நான்கு மூலைகளிலும் நான்கு கம்பங்கள் நிறுத்தப்பட்டு நெளி நெளியான ஆஸ்பெஸ்டாஸ் கூரை வேயப்பட்டுள்ளது. முன்பு அங்கே வழக்கமான ஓட்டுக்கூரையிருந்தது. இப்போது அது மாற்றப்பட்டுவிட்டது. ஒரு மூலையில் சிறைக்கதவுக்கு முன்பு தண்ணீர் குழாய் அமைக்கப்பட்டிருந்த ஒரு தூண் இருக்கிறது. ஆனால் குழாய் இப்போது இல்லை. ஒரு காலத்தில் சிலநேரங்களில் இறந்தவரின் உடலைக் கழுவ அது பயன்பட்டது. இப்போது யாரும் அதைச் செய்வதில்லை.

பொறிக்கதவிற்கு இருபுறமும் இரண்டு தேக்குக் கம்பங்கள் நிற்கின்றன. ஒரு கம்பத்தின் பக்கவாட்டில் கீழே திறக்கும் பொறிக் கதவை இயக்கும் கைப்பிடி இருக்கிறது. தூணில் நான்கடி உயரத்தில் உள்ள கொக்கியில் தூக்குக் கயிற்றின் ஒருமுனை முடிச்சிட்டுக் கட்டப்படும். கம்பங்கள் காலத்தால் கருப்பேறிப் போயிருக்கின்றன. ஆனால் பலம் வாய்ந்தவையாக உள்ளன. அவற்றின் குறுக்கே ஆறுஅங்குலம் அகலமுள்ள ஒரு சட்டம் பொருத்தப்பட்டுள்ளது. அது மிக அதிக கனத்தைத் தாங்கக் கூடியது என்றாலும் அது பெரும்பாலும் அவசியப்படுவதில்லை. மிகக் கனமான ஒருவரைத் தூக்கிலிட வேண்டுமென்றால் அவரைவிட ஒன்றரை மடங்கு அதிக எடையுள்ள பெரிய கல் ஒன்று, முந்திய நாள் கயிற்றைச் சோதிப்பதற்காகத் தொங்கவிடப்படும். அது தாங்க வேண்டியிருந்த கனம் இவ்வளவுதான்.

குறுக்குச் சட்டத்தின் மேல் பகுதியில் அதன் மையத்தில் ஒரு அங்குல இடைவெளி விட்டு இரண்டு இரும்புக் கம்பிகள் இரண்டு அங்குல நீளத்திற்கு வெளியே நீட்டிக் கொண்டிருக்கின்றன. மனிதனைக் கொல்லும் கயிறு இந்த இரும்புக் கம்பிகளின் இடையேதான் செல்லும். (அது விலகாமல் இருப்பதற்காகத்தான் இந்தக் கம்பிகள்) ஒரு கம்பத்தின் ஒரு பக்கம் மேலே ஏறுவதற்கு வசதியாக இரண்டு அங்குல முக்கோணத் தேக்குக் கட்டைகள் பொருத்தப்பட்டிருக்கின்றன. இரும்புக் கம்பிகளிடையே கயிற்றை வைப்பதற்காக இந்தச் சிறிய கட்டைகளின் மீதுதான் கால் வைத்து ஏற வேண்டும்.

கயிறு செல்லும் வழியைக் கண்டுபிடிப்பது மிகவும் எளிதாக இருக்கிறது. ஆயிரத்துக்கும் மேற்பட்ட முறை தூக்கிலிடும் நிகழ்ச்சிகள் இதே சட்டங்களைப் பயன்படுத்தி நிறைவேற்றப்பட்டதால் இரண்டு குறுகிய அழுத்தமான பள்ளங்கள் அந்தக் குறுக்குச் சட்டத்தில் ஏற்பட்டுள்ளன. மனிதன் தூக்கிலிடப்படும் போது இரும்பு முள்கம்பிகளுக்கிடையே கயிறு போகும் இடத்தில் ஒரு அழுத்தமான தடம் பதிந்திருக்கிறது. இன்னொரு தடம், சோதனை செய்யும்போது கயிற்றை அமைக்கும் இடத்தில் பதிந்திருக்கிறது.

நினைவில் வைத்துக் கொள்வதற்கு சில குறிப்புகள்: ஒன்று, கயிற்றை சோதிக்கும் போது தண்டிக்கப்பட உள்ள மனிதரின் எடையை விட ஒண்ணரை மடங்கு அதிக எடை அதில் தொங்க விடப்பட்டு சோதிக்கப்படுகிறது. இரண்டாவது, ஒவ்வொரு முறை தூக்கிலிடுவதற்கு முன்பும் மூன்று கயிறுகள் சோதிக்கப்படுகின்றன. எனவே சோதனைக்குப் பயன்படுத்தப்பட்ட கயிற்றால் ஏற்படுத்தப்பட்ட தடம் ஆழமானதாக இருக்கும் என்று நீங்கள் எதிர்பார்க்கலாம். ஏனெனில் மரணதண்டனை அளிக்கப்படவுள்ள மனிதரின் எடையை விட அதிக எடையைக் கொண்டு மூன்றுமுறை பரிசோதனை செய்யப்படுகிறது. ஆனால் அது அப்படியல்ல. கூர்முனை இரும்புக் கம்பிகளுக்கு நடுவே உள்ள பள்ளம், அதில் தான் ஆயிரம் மனிதர்கள் கயிறு கொண்டு தொங்கவிடப்பட்டுள்ளனர். அதுதான் ஆழமானதாக மிகவும் ஆழமானதாக இருக்கிறது. அதற்குக் காரணம் இதுதான், கயிறு சோதிக்கப்படும்போது பொறிக்கதவு திறந்து கல் கீழே விழுகிறது. அப்போது கயிறு உதறுகிறது. பின்பு அகற்றப்படும் வரை கல் அசைவின்றி தொங்கிக் கொண்டிருக்கிறது. ஆனால் மனிதர் விழும்போது கயிற்றின் மறுமுனையில் சில நேரங்களில் அவர் சில நிமிடங்களுக்குத் துடித்துக்கொண்டு இருப்பார்.

செத்துக் கொண்டிருந்த ஆயிரம் மனிதர்களின் இறுதிப் போராட்டம்தான் அந்த கருமையான உரமேறிப் போன தேக்குக் குறுக்குச் சட்டத்தின் ஆழமான வடுவை ஏற்படுத்தியிருக்கிறது.

நான் கடைசி மனிதரைத் தூக்கிலிட்டு கால் நூற்றாண்டு காலம் கழித்து தூக்கு மரத்தின் குறுக்குச் சட்டத்தில் பதிந்துள்ள இந்தத் தடங்களை நினைத்துப் பார்த்தேன், தொடர்ந்து தூக்கு மேடைக்கு நான் சென்று கொண்டிருந்தபோது இவற்றை நான் கவனிக்கவேயில்லை. பின்பு எப்படி இந்த நினைவு என் மனதில் தங்கிவிட்டது என்பது எனக்குப் புரியமாட்டேன் என்கிறது. அந்த கணத்தில் இதுபோன்ற நினைவுகளின் தன்மை குறித்து எழுத்தாளருக்கு ஏதாவது தெரியுமா,

அவற்றை மனதிலிருந்து தோண்டி எடுப்பது எப்படி என்று தெரியுமா என்று அவரைக் கேட்கலாமா என்று நினைத்தேன். ஆனால் கேட்கவில்லை. கேட்டால், இதுபோன்ற நினைவுகள் எப்படி உருவாகின்றன என்பது குறித்து ஒரு சிறிய விரிவுரை நிகழ்த்தி அவற்றை விளக்க ஆடம்பரமான சில வார்த்தைகளை ஆங்கிலத்தில் வேறு சொல்வார். தன் வாழ்க்கையில் முதன்முதலாக புத்தகம் எழுத முயன்று கொண்டிருக்கும் ஒரு வயோதிகனுக்கு அவற்றால் எந்தப்பயனும் இல்லை. அவர் ஆச்சர்யங்களாலும் நீண்ட வார்த்தைகளாலும் நிரப்பப்பட்ட ஒரு மனிதர். கடுமையாக முயற்சி செய்தால் அவரால் நல்ல மனிதராக முடியும். ஆனால் கடுமையாக முயற்சிக்க வேண்டும்.

எவ்வளவுதான் ஒழுங்கற்றவையாக இருந்தாலும் இந்த நினைவுகளை நானே கண்டுபிடிப்பேன்.

மரணதண்டனை அளிக்கப்பட்ட மனிதர் அதிகாலை நான்கு மணிக்கு தனது அறையிலிருந்து அழைத்து வரப்படுகிறார். அதற்கு முந்தைய நாள் இரவு அவர் விரும்பும் உணவுகள் அவருக்கு அளிக்கப்படுகின்றன. எல்லைகளுக்குட்பட்டு கடைசி இரவு உணவு நேரத்தில், தான் விரும்புவதை அவர் சாப்பிடலாம். சூப்ரின்டென்டென்டின் உணவையே தண்டனை அளிக்கப்பட உள்ளவருக்கு வழங்கும் ஒரு மரபு உள்ளது. சிறை சூப்ரின்டென்டென்டாக இருந்தவர்களில் ஒருவரான நேர்மை மிகுந்த ராகவன் நாயர் ஒரு நாள் தூக்குக் கைதியிடம், 'இறுதி உணவாக என்ன சாப்பிடுகிறாய்?' என்று கேட்டதிலிருந்து இந்த மரபு தொடங்கியது. கைதி பதிலளித்தார் 'இரவு எஜமான் என்ன சாப்பிடுகிறீர்களோ அதையே நானும் சாப்பிட விரும்புகிறேன்'.

கைதியின் விருப்பத்தை உணர்ந்து கொண்ட ராகவன் நாயர், வீட்டுக்குச் சென்று மனைவியிடம் வழக்கத்தை விட நன்றாக ஒரு விருந்தாளிக்கு சமைப்பதுபோல் சமைத்து அதில் ஒரு பகுதியை சிறைக்கு அனுப்பி வைக்கும்படி சொன்னார். இந்த வழக்கம் ஒட்டிக் கொண்டது. பின்பு தனது சொந்த மேசையிலிருந்து தூக்குக் கைதிக்கு ஒரு வேளை உணவு அளிப்பதற்கு சிறை அதிகாரிக்கு ஒரு சிறிய தொகை வெகுமதியாக அளிக்கும் அளவிற்குச் சென்றது.

தூக்குக் கைதி தன் கடைசி இரவில் தூங்குவதற்குக் கொஞ்சம் தான் வாய்ப்புகள் உள்ளன. ஒரு வருடமோ அதற்கு மேலோ, (இப்போதெல்லாம் இரண்டு வருடங்களோ அல்லது அதற்கு மேலோ மேல் முறையீட்டு நடைமுறைகள் முடியும்வரை) அவர்

அடைத்து வைக்கப்பட்டிருக்கும் தூக்குக் கைதிகளுக்கான சிறை அறை, சிறையின் மற்ற பகுதிகளைப் போலவே பளிச்சென்று ஒளியூட்டப் பட்டிருக்கும். இரவு முழுவதும் அந்த எளிய கம்பிக்கதவின் வழியாக அவரை கவனித்துக் கொள்வதற்கு ஒரு வார்டர் வெளியிலேயே இருப்பார்.

தூக்கிலிடப்படுவதற்கு முன்பு கைதி கட்டாயம் குளிக்க வேண்டும். அவர் விரும்பினால் வெந்நீர் வழங்கப்படும். குளிர்காலங்களில் சிலர் வெந்நீரை ஏற்றுக் கொள்வார்கள். குளித்தபின்பு புதிய பளிச்சிடும் வெண்ணிற சீருடை அணிகிறார். பழைய கால கோடு போட்ட சீருடைக்கு பதில் இப்போது இது வழங்கப்படுகிறது. பின்பு தூக்குக் கைதிகளுக்கான அறைகள் இருக்கும் பகுதியிலிருந்து வெளியேறி கண்காணிப்பதற்காகப் போடப்பட்டுள்ள ஓட்டை உள்ள அந்தக் கதவைக் கடந்து ஏ,பி வார்டுகளுக்கு இடையிலுள்ள நடைபாதையில் அழைத்துச் செல்லப்படுகிறார். மண் கொட்டி சமமாக்கப்பட்ட பாதையில் செருப்பிருந்தால் செருப்புக் கால்களோடும், இல்லாவிட்டால் வெறுங்கால்களிலுமாய் நடந்து செல்கிறார்.

சிறையிலிருந்து வெளியே செல்லும் வழிக்குச் சற்று முன்பு அவர் இடதுபுறம் திரும்புகிறார். மேலும் சில கெஜங்கள்தான். தூக்குமேடை இருக்கும் பகுதியின் கதவு அவருக்கு வலது புறமிருக்கிறது. கதவில் முட்டிக் கொள்ளாமலிருக்க தானாகவே குனிந்து கீழிறங்கி, ஆயிரமாயிரம் ஜோடிக் கால்கள் நடந்த அதே பாதையில் புல்லின் மீது நடந்து மேடைமீது ஏறுகிறார். பிறகு பொறிக்கதவின் மையத்திலிருக்கும் கறுப்புநிறமான கட்டத்திற்குள் கால் வைக்கிறார். அதுதான் அவரது இறுதிக் காலடி.

அவரது கைகள் பின்புறம் கட்டப்படுவதற்கு முன்பு உடனிருக்கும் வார்டர்கள் இறுதியாக அவர் நிற்கும் நிலையில் சில மாற்றங்கள் செய்கிறார்கள். பின்பு கால்கள் - கணுக்கால்களிலும் முழங்கால்களிலும் - கட்டப்படுகின்றன. இறுதியாக முகத்தின் மீது முகமூடி இறக்கப்படுகிறது. ஏற்கனவே தயாராக உள்ள சுருக்கை நான் அவரது கழுத்தைச் சுற்றி வைத்து, முடிச்சு கைதியின் வலது காதுக்குப் பின்புறம் இருக்கும் வகையில் அமைக்கிறேன். இப்படித்தான் எனக்குச் சொல்லிக் கொடுக்கப்பட்டுள்ளது.

எல்லாமே தயாரானவுடன், எல்லோருமே தயாரானவுடன் சரியான நேரம் வந்துவிட்டதா என்று சூப்ரின்டென்டென்ட் தனது கடிகாரத்தைப் பார்க்கிறார். அவர் சைகை காட்டியதும்

பொறிக்கதவை இயக்கும் லிவரைப் பலமாக இழுக்கிறேன். மேடையின் நடுவில் நின்று கொண்டிருந்து மனிதர் கீழேயுள்ள குழியில் மறைகிறார். அவர் அங்கே இருந்தார் என்பதற்கு ஒரே சாட்சி உதறிக் கொண்டிருக்கும் கயிறுதான். அது சில சமயம், சில நிமிடங்களுக்குக் கூடத் தொடரும்.

என் வேலை முடிந்தது. தொங்கிக் கொண்டிருக்கும் உடல் பின்பு இறக்கப்பட்டு தூக்கிலிடுவதைக் கவனித்துக் கொண்டிருக்கும் டாக்டரால் இறப்புச் சான்றிதழ் அளிக்கப்படும். மரணம் நிகழ்ந்த நேரமும், மரணத்திற்கான காரணம் குறிக்கப்பட்டு சிறைப் பதிவேடுகளில் பதிவு செய்யப்படும். பின்பு உடலைப் பெற்றுக் கொள்ள யாராவது உறவினர்கள் வந்திருந்தால் அவர்களிடம் உடல் வழங்கப்படும். இல்லாவிட்டால் மயானத்துக்கு அனுப்பப்பட்டு சாம்பலும் எலும்புத் துண்டுகளுமாக ஆக்கப்படும்.

நான் அப்பால் நடந்து செல்கிறேன். கொஞ்சம் எழுத்து வேலை இருக்கிறது. கொடுக்கும் பணத்திற்காக நான் ஒரு ரசீதில் கையெழுத்திடுகிறேன். இந்த மனிதனை ஒழித்துக்கட்ட வந்ததற்கு எனக்குக் கொடுக்கப்படும் வெகுமதி.

அடுத்தமுறை தூக்கு மேடைப் பகுதியில் நுழையும் போது முதலில் என் கண்களில் படுவது பழைய அழுக்கேறிய மரப்பலகைகளான பொறிக் கதவின் மையத்திலுள்ள இருண்ட இடமாகத் தானிருக்கும். ஆயிரம் ஜோடிக் காலடிகள் இறுதியாக அடிவைத்த இடம் அது. அந்த இடத்திற்குக் காலடிகள் வந்ததற்கான எல்லா அடையாளங்களும் இருக்கின்றன. ஆனால் அங்கிருந்து இறங்கிப் போனதற்கு எந்த அடையாளமுமில்லை. அதனால் இந்த இடம் என் மனக்கண்ணில் தெளிவாகத் தெரிகிறது.

14

மழை தாராளமாகப் பொழியத் தொடங்கியது. அந்த ஆண்டின் முதல் கனமழைக்குப் பிறகு வாய்க்காலில் தண்ணீர் வரத் தொடங்கியது. ஒரு வாரத்தில் தாழ்வான பகுதிகள் வெள்ளக் காடாகி விட்டன. எனது வீட்டுக்குப் போகும் பாதை சேறும் சகதியுமாகிவிட்டது. அதன் மீது செருப்பணிந்து நடந்தால் செருப்பின் குதிகால்களில் பட்டுத் தெறிக்கும் சேற்றுத் தண்ணீர் பின்புறம் முழுவதும் படிந்துவிடும். முதலில் மழை பெய்தபோது மழைநீர் வயல்களில் விரைவாக உறிஞ்சப்பட்டு மறைந்து போய்விட்டது. ஒரு குளிர்ச்சியும் ஈரமண்ணின் மணமும் காற்றில் நிறைந்திருந்தது. காற்றிலேயே புதிய வாழ்க்கையின் மணம் மிதந்து வருவது போலத் தோன்றியது. விதைக்கப்பட்ட வயல்களோ புத்துணர்வூட்டின.

மழை பெய்யும்போது குருவிகளும், மைனாக்களும் தெருநாய்களும் கிடைத்த இடத்தில் ஒண்டிக் கொண்டன. மழை நின்றவுடன் உடலைக் குலுக்கி மேலே படிந்திருந்த மழை நீரைப் போக்கியபடி அப்போது எளிதாகக் கிடைக்கும் உணவைத் தேடிச் சென்றன. நீண்ட வெப்பம் மிகுந்த வேனிற்காலத்தில் பசியால் உணவு தேடி நீண்ட தூரம் சுற்றி அலைய வேண்டியிருந்த பறவைகளுக்காக மழை பெரும் மாற்றத்தைக் கொண்டுவந்தது. ஆனால் எனக்கு அப்படியில்லை. பொறிக்கதவையும் தூக்குக் கயிற்றின் தடங்களையும் குறுக்குச் சட்டத்தையும் பற்றி எழுதியபின்பு சில நாட்களுக்கு என்னால் சரியாகத் தூங்க முடியவில்லை. எப்பொழுதாவது செல்லம்மாள் மீது எரிந்து விழவும் செய்தேன். அதைப் பற்றி நான் எண்ணிப் பார்த்தேன். ஏன் இப்படி நடக்கிறதென்று எழுத்தாளரிடம் கேட்கக் கூடச் செய்தேன். ஆனால் அவர் தனது வழக்கமான வெற்று வார்த்தைகளைப் பேசி எனது தூக்கமற்ற இரவுகளைத் தனியே நானே எதிர்கொள்ளும்படி விட்டுவிட்டார்.

சேற்றில் அலைந்து காய்ச்சல் வந்து படுக்கையில் விழுந்தேன். எழுத்தாளர் வந்து என்னை டாக்டரிடம் அழைத்துப் போவதாகச்

சொன்னார். "நான் கவனக் குறைவாக இருக்கும்போது இது நடந்துவிடும். ஒவ்வொரு வருடமும் நடப்பதுதான்... கவலைப்படவேண்டிய அவசியமில்லை" என்று சொல்லிவிட்டேன்.

"உங்களிஷ்டம், ஆனால் உடம்பு சரியில்லாமலிருக்கும் போது எழுதாதீர்கள்."

"முட்டாள்தனமாகப் பேசாதீர்கள், இருட்டில் படுத்துக் கிடக்கும்போது எப்படி எழுத முடியும்?"

"இதைப்பற்றி நிறைய யோசிக்க வேண்டாம்"

"முட்டாள்தனமாகப் பேசாதீர்கள் ஒன்றும் செய்யாமல் படுக்கையில் இருட்டில் கிடக்கும்போது அதெப்படி முடியும்?"

மூன்று நாட்களில் காய்ச்சல் விட்டு விட்டது. நான் நடக்கப் போகிறேனென்று சொன்னதும் அவரும் கூட வந்தார். நான் எதுவும் முட்டாள் தனமாகச் செய்துவிடாமல் பார்த்துக் கொள்ளவே கூட வந்தார் என்று எனக்குத் தோன்றியது. எனக்கு அவரைவிட இரண்டுமடங்கு வயது. இரண்டு மடங்கு திறமையுடன் என்னை என்னால் கவனித்துக் கொள்ள முடியும் என்பதை அவர் மறந்து விட்டார் போலிருக்கிறது. மழையை தலைக்கு மேலேயே நிறுத்துவதற்கு குடைக் கவசங்களோடு சிலமுறை நாங்கள் நடந்து செல்கையில் அவர் சில கேள்விகள் கேட்டார். நான் பதில் சொல்லப் போவதில்லை என்று சொல்லிவிட்டேன். "ஏன் சொல்லமாட்டீர்கள்?"

"ஏதாவது எழுதிய பிறகு எனக்கு ஏன் சரியாகத் தூக்கம் வரமாட்டேன் என்கிறதென்று கேட்டேன். நீங்கள் உருப்படியாக எதுவும் சொல்லவில்லை." நான் திட்டவட்டமாகச் சொன்னேன். பின்பு நான் தேவையில்லாமல் அவரிடம் கோபப்படுகிறேனென்று எனக்குத் தோன்றியது. அவர்தான் தன்னால் முடிந்ததையெல்லாம் செய்கிறாரே?

எனவே ஒருநாள், கொஞ்சநேரம் மேகக் கூட்டத்திலிருந்து சூரியன் வெளிவந்திருந்தபோது இந்தக் கேள்விகள் சிலவற்றையும், எனது பதில்களையும் எழுதுவதென்று முடிவு செய்தேன்.

அவற்றில் ஒரு சிலவாவது நல்ல கேள்விகள். என்னால் தொடர்ந்து எழுத முடியாததால் இந்தக் கேள்விகளுக்காவது முடிந்தவரை நல்ல பதில்களை அளிக்க முயலவேண்டுமென்று நினைத்தேன். இது ஒரு

குறிப்புப் புத்தகம் தானே... என் மனதில் தோன்றியதையெல்லாம் எழுதி வைக்கலாம்.

"உணர்ச்சியில்லாமல் ஒரு மனிதனைக் கொல்வது எப்படியிருக்கிறது?" அவர் ஒரு முறை கேட்டார். பதில் சொல்வதற்குக் கடினமான கேள்வி. பிழைப்பிற்காக இதை நான் செய்யத் தொடங்கிய போது சில முறை செய்த பின்பு பழகிவிடும் என்று எனக்கு நானே சொல்லிக் கொள்வேன். நீங்கள் மறந்து விடுகிறீர்கள். ஆனால் அது உண்மையல்ல. ஒரு மனிதனைக் கொல்வதென்பது ஒரு கதவை என்றென்றைக்குமாகப் பூட்டி விடுவதாகும். நீங்கள் அந்தக் காரியத்தைச் செய்வதால் உங்களில் ஒரு பகுதியை என்றென்றைக்குமாக இழந்து விடுகிறீர்கள்.

"தூக்குக் கைதியின் கண்களைப் பார்க்கும்போது அதில் என்ன காண்பீர்கள்?" என் விழிகளை உற்றுப் பார்த்தபடி அவர் கேட்டார். என் மீதான குற்றம் சாட்டும் பார்வை அவரது கண்களில் தெரிந்துவிடுமென்று எப்போதுமே நான் பயந்துகொண்டே இருப்பேன். ஆனால் ஒரு போதும் அந்த விழிகளில் அதை நான் கண்டதேயில்லை. மரணதண்டனை நிறைவேற்றப்படவுள்ள எந்த மனிதரும் என்னை ஒருநாளும் குற்றம் சாட்டும் தொனியில் நோக்கியதேயில்லை. அந்த மனிதரை நன்றாகத் தெரிந்து கொள்ள முடிந்திருக்கிறதென்று சிலசமயம் வார்டர்கள் என்னிடம் சொல்லியிருக்கிறார்கள். அவர்தான் ஒன்றிரண்டு ஆண்டுகள் சிறையில் அவர்கள் கண்காணிப்பில் இருக்கிறாரே இந்தக் காலங்களில் அவர்கள் அவரை அடிக்கடி பார்த்துத் தெரிந்து கொண்டிருப்பார்கள். நன்கு பழகிய வார்டர்கள் கூட தூக்குமேடைக்கு அவரை அழைத்துச் செல்லும்போது அவரது பார்வையில் குற்றம் சாட்டும் தொனி இருந்ததில்லை என்றே சொல்லியிருக்கிறார்கள். அவை பெரும்பாலும் உள்நோக்கியே திரும்பியிருக்கும். ஆனால் நான் எப்போதும் அந்த மனிதரின் கண்களைச் சந்திப்பதற்குப் பயந்தே வந்திருக்கிறேன். அவர் கண்களை முழுமையாகப் பார்த்தால்?

"உங்களுக்கும், மரணதண்டனை அளிக்கப்பட்ட மனிதருக்கும் ஏதாவது தொடர்பு இருக்குமா?" ஆமாம், இருக்கும் என்றுதான் என்னால் பதிலளிக்கக் கூடும். 'அவர் கழுத்தில் சுருக்கை மாட்டும்போது இதை நான் என் விருப்பப்படி செய்வதில்லை. மன்னர் மற்றும் தர்மத்தின் பெயராலேயே செய்கிறேன்' என்று அமைதியாகச் சொல்வேன்.

நான் சொல்வது அவருக்குக் கேட்காவிட்டாலும் கூட நான் மன்னிப்புக் கேட்பேன். இறுதியாக தண்டனை உறுதிப்படுத்தப்படுவதற்கு முன்பு நீண்டநாள் காத்திருக்கையில் தனது செயல்களைப் பற்றி அவர் சிந்தித்திருப்பாரேயானால் எனக்கு மன்னிப்புக் கிடைத்து விடும் என்பதை நான் அறிந்திருந்தேன்.

"நீங்கள் ஒருவரைத் தூக்கிலிட்ட பின்பு சுற்றியிருக்கும் ஆட்களின் கண்களில் என்ன விதமான பார்வை இருக்கும்?" நிம்மதியும் வெறுப்பும் இரண்டையும் நான் கண்டிருக்கிறேன். தான் செய்ய வேண்டிய மோசமான செயலைச் செய்யமுடியாமல் பிறரைக் கொண்டு தனக்காக செய்ய வைக்கும் பலவீனமான மனிதர்களின் வெறுப்பாக அதை நான் உணர்வது வழக்கம். அவர்கள் என்னிடமிருந்து விலகிச் செல்வதைக் கண்டிருக்கிறேன்... அது எனக்கு வேதனையளித்தது.

"பொறிக்கதவுக்குக் கீழே உள்ள கிணற்றில் உடல் தொங்கும்போது அதை நீங்கள் பார்த்திருக்கிறீர்களா?" பழைய காலங்களில் பார்க்க வேண்டியிருந்தது. நான் கீழே இருளில் கிணற்றுக்குச் சென்று கயிறு அறுக்கப்பட்டு உடல் கீழே இறக்கப்படுவதைப் பார்க்க வேண்டியிருந்தது. அந்தக் கயிற்றுத் துண்டை எடுத்துக் கொள்ளவேண்டும். பின்பு படிகளில் ஏறி வெளிச்சத்திற்கு வருவேன். ஒவ்வொரு முறை நான் அதைச் செய்ய வேண்டி வந்தபோது இனியொருமுறை இந்த நிலை வரக்கூடாது என்று எதிர்பார்ப்பேன்.

"லிவரை இழுக்கும்போது அந்தக்கணத்தில் உங்கள் பார்வை எங்கே இருக்கும்?" லிவரின் மீதுதான், வேறெங்கே பார்க்கமுடியும்? முட்டாள்தனமான கேள்வி. ஒருவேளை அவ்வளவு முட்டாள்தனம் அந்தக் கேள்வியில் இல்லாமலும் இருக்கலாம்.

"தூக்கிலிடப்பட்ட மனிதனின் உறவினர்கள் குறித்த பயம் உங்களுக்கு இருக்கிறதா?" இல்லை. முன்பிருந்தது, ஆனால் இப்போது இல்லை, இப்போது எனக்கு யாரைக் குறித்தும் பயமில்லை. எனது நெடுங்கால நண்பனான மரணம் குறித்தும் கூட. அவன் நூறு முறைக்கு மேல் என் அருகே வந்து சென்று விட்டிருக்கிறான். ஒருவேளை எனது செயல்கள் குறித்துதான் நான் அஞ்சுகிறேனோ என்னவோ...

இவ்வளவு தூரம் வந்த பிறகு என் மனக்கண்ணில் வேறொன்றும் தோன்றியது. மழை பெய்து கொண்டிருக்கும் ஒரு காலை வேளையில் உதறலெடுக்கும் தூக்குக் கயிறு. அது உதறுவதாலேயே மழைத் தாரைகளினூடே கண்களுக்குத் தெரிகிறது.

தூக்கிலிடப்படவேண்டிய மனிதர் பொறிக் கதவின் மீது நின்று கொண்டிருக்கிறார். முகம் முகமூடியால் மறைக்கப்பட்டிருக்கிறது. கரங்கள் பின்னால் முறுக்கிக் கட்டப்பட்டுள்ளன. ஆனால் அவர் பதட்டத்துடன் இருக்கிறார். அவர் ஆழ்ந்து மூச்சிறைக்கும்போது விரைவாக அவர் தோள்கள் உயர்ந்து உயர்ந்து தாழ்வதை அருகில் நின்றிருந்த என்னால் பார்க்கமுடிகிறது. பின்புறம் கட்டப்பட்டுள்ள விரல்களின் நடுக்கத்திலும் அவரது பதட்டத்தைக் காணமுடிகிறது.

சூரியன் வெளியே வந்துவிட்டது. சூரியோதயத்திற்குப் பின்பு எவ்வளவு விரைவாக முடியுமோ அவ்வளவு விரைவாக அவரைத் தூக்கிலிட்டுவிட வேண்டும் என்பதுதான் மேலதிகாரியின் உத்தரவு. எந்த நிமிடத்திலும் அது நடக்கலாம். தூக்குக் கைதியை முழுமையாகப் பார்க்கிறேன். சுருக்கு சரியான இடத்தில் வலது காதுக்குக் கீழே இருக்கிறதா என்று சோதிக்கிறேன். கணுக்கால்களிலும் மணிக்கட்டுகளிலும் போடப்பட்ட முடிச்சுகளை சோதிக்கிறேன். முகமூடியை சோதிக்கிறேன். நேற்று எண்ணெய் விட்டபிறகு சிரமில்லாமல் இயங்குகிறதா என்று தெரிந்து கொள்ள லிவரை லேசாக அசைத்துப் பார்க்கிறேன். எல்லாம் சரியாக இருக்கின்றன. எனக்குத் தேவை தண்டனை நிறைவேற்றத்திற்கான உத்தரவுதான்.

சூப்ரின்டென்டென்ட் தலையசைக்கிறார். நேரம் வந்து விட்டது. லிவர் லேசாக முரண்டு பிடிப்பது போல் தோன்றுகிறது. அதை பலம் கொண்ட மட்டும் அழுத்த வேண்டும்போல் இருக்கிறது. இந்த நேரத்தில் லிவர் என் கவனத்தை முழுவதும் ஈர்த்துக் கொண்டதில் நான் மகிழ்ச்சியடைகிறேன். லிவரை அழுத்துகிறேன். பழைய பஸ்ஸில் கியரை மாற்றும்போது லிவர் துள்ளுமே அதே போல் இதுவும் மேல் நோக்கித் துள்ளுகிறது. பின்பு பொறிக்கதவு படாரென்று கீழே திறந்து இருபுறமும் உள்ள தூண்களில் மோதிக் கொள்ளும் ஓசை. அந்த மனிதர் குழிக்குள் மறைகிறார்.

நான் லிவரை அழுத்திய விநாடியில் அந்த மனிதர் மறைந்து விட்டார். பார்த்துக் கொண்டிருப்பவர்கள் வித்தியாசமாக நடந்து கொள்கிறார்கள். சிறை ஊழியர்கள், இதற்குப் பழக்கப்பட்டவர்கள் கண்களை சந்திப்பதைத் தவிர்க்கிறார்கள். எனது கண்கள் இந்த மேடையைச் சுற்றியுள்ள பகுதியை சுற்றி வருகின்றன. எல்லா இடங்களிலும் மழை சரம் சரமாக இயங்கிக் கொண்டிருக்கிறது. சில குடைகள். அந்த இடத்தில் உள்ள எல்லா முகங்களும் அந்த விநாடியில் மாறிப்போய் விட்டன. பெரும்பாலானவற்றில் சவக்களையைக் காண்கிறேன். அவர்களது கண்கள் இன்னும் நிலைகுத்தி

இருக்கின்றன. அசையாமல் நின்று பார்த்துக் கொண்டிருக்கிறார்கள். அவர்கள் எதைக் கவனித்துக் கொண்டிருக்கிறார்கள்? தூக்குக் கயிறு உதறிக் கொண்டிருப்பது கண்ணில் படுகிறது.

அது உதறுகிறது, உதறுகிறது, உதறிக் கொண்டே இருக்கிறது. கடவுளே... ஏன் இப்படி உதறுகிறது?

கீழிருந்து அந்த மனிதர் தனக்குள் இருக்கும் அனைத்தையும் வெளியேற்றும் சத்தங்கள் வருகின்றன. முதலில் சிறுநீர்ப்பை, பின்பு குடல்கள் அந்த மெல்லிய ஓசைகளாலும் திறந்திருந்த பொறிக்கதவு வழியாக மிதந்து வந்த மெல்லிய நாற்றத்தாலும் நான் குறுகிப் போகிறேன். குளிர்ந்த காற்று இந்த நாற்றத்தை என் மீதும், மற்றவர்கள் மீதும் வீசியடிக்கிறது. இன்னொரு காற்றலை அதை அடித்துச் செல்லும்வரை அது காற்றில் நிறைந்து கிடக்கிறது. அதை உள்ளிழுக்கும்போது கைதி இறுதியாகக் குளித்தது பயனற்றுப் போய்விட்டது என்று நினைக்காமல் இருக்கமுடியவில்லை. அவரைக் குளிப்பதற்கு அனுமதிக்கும் நோக்கமே உடலைப் பின்பு கழுவுவதைத் தவிர்ப்பதற்காகத்தான். உடலைக் கழுவுவதற்கு யாருமில்லை. இறந்தவரின் உறவினர்கள் இறுதி அவமானமாக அதைத் தாங்களே கழுவிக் கொள்ள வேண்டியதுதான்.

நீண்ட, நீண்ட, நேரத்திற்குப்பின்பு இறுதியாக கயிறு உதறுவது நிற்கிறது. அவர் இறந்து விட்டார்.

எனக்கு அது மணிக்கணக்காக நீண்டது போல் தோன்றியது. பின்பு அவர்கள் எல்லாம் சில நிமிடங்களில் முடிந்து விட்டது என்று என்னிடம் சொல்கிறார்கள்.

இதுதான் எனது குற்ற உணர்ச்சி. எனது வேலையைச் சரியாகச் செய்யவில்லையா?

தூக்கிலிடுபவனின் பணி ஒரு கலையைப் போன்றது என்று சொல்கிறார்கள். முடிச்சை கைதியின் காதுக்குக் கீழ் நிறுத்துவதுதான் பணியின் மிகவும் முக்கியமான பகுதி. அதை சரியாகச் செய்தால் கீழே விழுவதால் கழுத்து உடைந்து ஏற்படும் சிறிய நடுக்கத்தைத் தவிர கயிறு உதறவே உதறாது. சில மில்லிமீட்டர்கள் தள்ளி முடிச்சு நிறுத்தப் பட்டிருந்தால், கைதியின் கழுத்து உடையாது. மூச்சுத் திணறி மெதுவாக வேதனை மிகுந்த மரணத்தை அவர் அடைவார்.

இதுதான் இந்த முறை நடந்து விட்டது. எனது ‘கலை’ என்னைக் கைவிட்டுவிட்டது. இது கலை அல்ல என்பதும் நான் கலைஞன் அல்ல என்பதும் கடவுளுக்குத் தெரியும். இதைச் சரியானபடி

எப்படிச் செய்வது என்று ஒருவரும் எனக்கு ஒருபோதும் சொல்லித் தந்ததில்லை. யாரும் திரும்பி வந்து 'ஏய்... போனமுறை நீ போட்ட முடிச்சு வலித்தது. அதை இன்னும் சற்று வலதுபுறம் தள்ளிக் கட்டு...' என்று சொல்லவில்லை.

எனவே தூக்கிலிடுபவன் தனது கலையை எங்கிருந்து கற்றுக்கொள்கிறான், மற்ற தூக்கிலிடுபவர்கள் எங்கிருந்து இதைக் கற்றுக் கொண்டார்கள் என்றெல்லாம் எனக்குத் தெரியாது. ஆனால் என் அப்பாவுடன் சென்றபோது சில பாடங்களில் இதை நான் கற்றுக் கொண்டேன். என்னை விட அதிகமுறை ராமன் அவருடன் சென்றிருக்கிறான். அப்பா இறந்த பிறகு என்னுடனும் ராமன் சிலமுறை வந்து அப்பாவிடமிருந்து தான் கற்றுக் கொண்டதைக் காட்டியிருக்கிறான். அவன் குறைவாகத்தான் கற்றுக் கொண்டிருக்கிறான். அது எனக்குத் தெரிகிறது. அப்படியானால் அப்பாவுக்கும் தனது பணியை முறையாகச் செய்யத் தெரியாதா? ஒவ்வொன்றையும் காட்டி விளக்கும் வழியில் இல்லாமல் எப்படித் தூக்கிலிடுபவர்கள் கற்றுக் கொள்கிறார்கள். எப்படி எங்கே முடிச்சுப் போடவேண்டும், எப்படி முடிச்சுப் போடவேண்டும் என்று ஒருவர் இன்னொருவருக்குக் காட்ட முடியுமா? முடிச்சு நிறுத்தப்பட வேண்டிய பகுதியை எப்படித் தேர்ந்தெடுப்பது என்று எப்படி விளக்க முடியும்? தூக்கிலிடுபனுக்கு தெரிந்திருக்க வேண்டும் என்று எப்படி அவர்கள் எதிர்பார்க்கலாம்? இந்த ஆட்களில் சிலர் நன்றாகப் படித்தவர்கள், விரிவாகப் பயணம் செய்தவர்கள். ஆனாலும் அவர்கள் தூக்கிலிடுபவனுக்குத் தெரிந்திருக்க வேண்டும் என்று எதிர்பார்க்கிறார்கள்.

ஒருவேளை ராமன் இன்னும் நல்ல தூக்கிலிடுபவனாக ஆகியிருக்கலாம். ஆனால் அவன் மறுத்துவிட்டான். மறுத்ததினால் எங்கள் இருவரில் அவன்தான் துணிச்சல் மிகுந்தவனாக இருக்கிறான்.

கடவுளே நானும் மறுத்திருக்க வேண்டும். கயிறு இப்படி உதறுவதைப் பார்க்கும்போது நானும் மறுத்திருக்க வேண்டும் என்று விரும்புகிறேன்.

மறுக்காததற்கு என்னை மன்னியுங்கள். என் குழந்தைகளுக்கு உணவளிக்கவே நான் இதை ஏற்றுக்கொண்டேன்...

15

வானத்தை மூடியிருந்த கருஞ்சாம்பல் வண்ண மேகங்களிடையே சூரியன் மறைந்து போயிருந்தது. ஈரப்பதத்தால் காற்றே கனமாகி விட்டது போலத் தோன்றியது. தென்றல் தொலைவிலிருந்து மழைத் துளிகளைக் கொண்டுவந்து தூவியது. மாலை ஐந்து மணியிருக்கும். நான் குடித்து முடித்திருந்த காபி டம்ளரை செல்லம்மாள் அப்போதுதான் கொண்டு சென்றிருந்தாள். சாரல் விழத் தொடங்கி மழைத்துளிகள் சேற்றின் மீது விழுந்து தெறித்துக் கொண்டிருக்கின்றன. மழைத்துளிகள் விசித்திரமான ஒழுங்கில் இலைகள் மீது விழுந்து கொண்டிருந்தன. என் தலைமுடி நனைந்து போயிற்று. சீக்கிரமே செல்லம்மாள் வீட்டிலிருந்து வெளியே வந்து ஏதோ கூச்சலிட்டாள். எனக்கு அது புரியாததால் "என்ன?" என்றேன்.

"இவ்வளவு நேரமும் மழைக்குள்ளேயே உட்கார்ந்துட்டிருக்கீங்க... இப்பதான் காய்ச்சலிலிருந்து தேறியிருக்கீங்க, மறந்து போச்சா?" என்றாள். நோட்டு ஈரமாகிவிட்டிருந்தது. ஆனால் நல்ல பேனா என்பதால் இங்க் ஊறிவிடவில்லை. அது இன்னும் ஈரமாவதை நான் விரும்பவில்லை என்பதால் அதையும் தூக்கிக் கொண்டு உள்ளே சென்றேன். வழியில் தும்மல் வந்தது. தலையைத் துவட்டிக் கொள்ள செல்லம்மாள் ஒரு துண்டு கொண்டு வந்தாள். மின்சாரம் போய்விட்டதால் வீட்டுக்குள் இருட்டாகியிருந்தது. மண்ணெண்ணெய் விளக்கு இருளை விரட்டப் பலவீனமாகப் போராடிக் கொண்டிருந்தது. எனக்குக் களைப்பாக இருந்ததால் அங்கிருந்த இரண்டு கட்டில்களில் ஒன்றில் படுத்துக் கொண்டேன். மனம் சோர்ந்து போயிருந்ததால் வந்த களைப்பு. மற்றபடி உடலுக்கு ஒன்றுமில்லை.

நான் ஒன்றைக் கண்டுகொண்டேன், ஆனால் அந்தக் கண்டுபிடிப்பு இன்பத்தையல்ல, வலியையே அளித்தது.

தூக்குக் கயிறு உதறுவதைப் பற்றி எழுதிக் கொண்டிருந்தபோது மனதில் பரவிக் கிடந்த இருளில் ஒரு சிறிய பகுதிக்காவது காரணம் என்னவென்று தெரிந்து கொண்டேன். எழுதுவது எளிதான வேலைதான். எழுதும்போது கற்றுக் கொண்டவற்றோடு வாழ்வதுதான் கடினமானது.

மழைக்கும் சுற்றிலும் புத்துயிர் பெற்றுப் பூத்துக் குலுங்கும் வயல் வெளிகளுக்கும் நடுவே இருள் உறுதியாக அதனிடத்தில் அமர்ந்திருந்ததைக் கண்டேன். நான் என்ன செய்தாலும் என்னை விட்டுப்போகாத சாம்பல் நிறக் கிழட்டுப் பேயைப்போல இருள் என் தோளில் உட்கார்ந்திருந்தது. இந்தப் புத்தகத்தை எழுதவே தொடங்காமலிருந்திருந்தால் எவ்வளவு நன்றாகயிருந்திருக்கும் என்று தோன்றியது. அந்த எழுத்தாளரையும் அவரது மொழி பெயர்ப்பாளரையும் எனக்கு ஆரட்சர் பற்றி எதுவுமே தெரியாதென்று பாசாங்கு செய்து திருப்பியனுப்பியிருக்க வேண்டுமென்று விரும்பினேன். அப்பொழுது எல்லாமே எளிதாக இருந்திருக்கும்.

எல்லாமே ரொம்பவும் எளிதாக இருந்திருக்கும். அரை நூற்றாண்டுக்கு அல்லது அதற்கும்முன்பு என் அப்பாவிடம் அவரது மூத்த மகனைப்போல, நானும் தூக்கிலிடுபனாக ஆகவேமாட்டேன் என்று சொல்கிற அளவுக்கு எனக்கு புத்தி இருந்திருந்தால் எல்லாமே இன்னும் நன்றாக இருந்திருக்கும். அவருக்குப் புரிந்திருக்குமா என்று அர்த்தமில்லாமல் சிந்தித்தேன். அவருடைய அப்பா தூக்கிலிடுபவர் அல்ல. எனவே அவர் சிறுவயதில் பசியை அனுபவித்திருப்பார். தூக்கிலிடுபவனாவது எப்படியிருக்கும் என்று தெரிந்தே வேறு நல்ல காரணங்களுக்காக அதை செய்திருப்பார்.

அவருக்குத் தெரிந்திருக்கும். ஏன் என்னிடம் சொல்லவில்லை.

இப்பொழுது என்னைச் சுற்றிக் கவிந்திருக்கும் இருளால் நான் துன்புறுவதைப்போலவே அவரும் துன்புற்றிருப்பாரா?

அன்றிரவு அந்தப் பழைய கனவு திரும்பவும் வந்தது. ஆனால் இந்த முறை அது வித்தியாசமாக இன்னும் பீதியூட்டக்கூடியதாக இருந்தது.

தூக்கு மேடையின் பொறிக்கதவுக்குக் கீழே உள்ள இருண்ட கிணற்றுக்குச் செல்லும் ஒழுங்கற்ற கற்படிக்கட்டுகளை முதலில் பார்க்கிறேன். முன்பு தெரிந்ததைவிட இப்போது அவை தெளிவாகத் தெரிகின்றன. இரண்டு கற்களுக்கு இடையே உள்ள இடைவெளிகளும் கற்களின் மேல் திட்டுத்திட்டாக ஏதோ படிந்திருந்ததையும் கூட

என்னால் பார்க்க முடிகிறது. விடியலுக்கு முந்திவரும் மெல்லிய இருள் சுற்றிலும் பரவிக் கிடக்கிறது. ஆனால் வானில் நட்சத்திரங்களே தென்படவில்லை. இருள் மட்டுமே இருக்கிறது. டவரிலிருந்து சக்தி வாய்ந்த விளக்குகள் ஒளிவீசிக் கொண்டிருக்கின்றன. ஆனால் அந்த வெளிச்சம் எல்லா இடங்களையும் எட்டவில்லை. தரையிலிருந்த ஈரம் தெரிகிறது, ஆனால் சற்றுத்தள்ளி அனைத்துமே இருளில் போர்த்தப்பட்டிருக்கின்றன.

தொலைவிலிருந்து மேளஒலி உயர்ந்தும் தாழ்ந்தும் வந்து கொண்டிருக்கிறது. குளிர்ந்த காற்று என் கன்னத்தைத் தடவிச் செல்வதை உணர்கிறேன். மேள ஒலி இப்போது மிக மெல்லியதாகக் கேட்கிறது. அது உண்மையிலேயே மேளம் தானா அல்லது தொலைவிலிருந்து வரும் ஏதாவது சத்தமா என்று எனக்குத் தெரியவில்லை.

இருள் மூடிய கிணற்றை என்னால் பெயர் குறிப்பிட்டுச் சொல்ல முடியாத பழைய பிசாசு சுற்றி வருகிறது. படிக்கட்டின் உச்சியிலிருந்து கீழே பார்த்தபோது ஒரு அசைவு தெரிகிறது. ஆனால் நான் பார்த்தவுடன் அது மறைந்துவிடுகிறது. பொறிக்கதவு வரை என்னோடு வந்த அடியான்களைப் பார்ப்பதற்காக பார்வையை கிணற்றிலிருந்து திருப்புகிறேன்.

அவர்கள் காவலாளிகளுடனும், முகமூடி இடப்பட்ட மனிதருடனும் அங்கேதான் இருந்தார்கள். ஆனால் நான் பார்த்துக் கொண்டிருக்கும்போதே அவர்கள் மறைந்து போகிறார்கள். நான் குழம்பிப் போகிறேன். நான் தனியாகவா வந்தேன்?

கண்ணிமைக்கும் நேரத்தில் மாஷின் நம்பிக்கையூட்டும் உருவத்தைக் காண்கிறேன்... ஆனால் ஒரு விநாடியில் அவரும் மறைந்து போகிறார்.

இப்பொழுது நான் தனியாக இருக்கிறேன் என்று நினைக்கிறேன். ஆனால், இல்லை முகமூடியிடப்பட்ட மனிதர் ஒருவர் தூக்கு மேடையின் பொறிக்கதவுக்கு மேலே நின்று கொண்டிருக்கிறார். அவருக்கு மேல் தூக்குக்கயிறு தொங்கிக் கொண்டிருக்கிறது. சுத்தமான கோடு போட்ட சீருடையில் அவர் அசைவே இல்லாமல் நிற்கிறார். இந்தக் கனவிலும் கூட தூக்குக் கயிறு கண்ணைப் பறிக்கும் வெண்மையில் ஒளிவீசுவதைப் போலவே தோன்றுகிறது. திரும்பவும் அவர் கணுக்கால்களைச் சுற்றிக் கயிறு நேர்த்தியாகக் கட்டப்பட்டு முடி போடப்பட்டிருப்பதைக் காண்கிறேன். அவர் கைகள் பின்னால் கட்டப்பட்டிருக்கின்றன.

பல முடிச்சுகளைப் போட்டது என் நினைவில் இருக்கிறது.

என்னுடைய அடியான்கள் போய்விட்டார்கள். அவர்களது இடத்தில் முகமூடியணிந்த மனிதர்கள் நிற்கிறார்கள். பழக்கமான சீருடையில் இருக்கும் அந்த ஆட்களின் கழுத்தைச் சுற்றித் தூக்குக் கயிறு.

இந்த எல்லா முகமூடிகளிலும் ஏதோ விசித்திரமாகத் தோன்றியது. தொலைவில் இருந்து வரும் மேள ஒலியின் சத்தம் அதிகரிக்கிறது. எல்லா முகமூடிகளுமே மிகவும் தட்டையாக இருப்பதை நான் காண்கிறேன்.

பின்பு ஒரே ஒரு மனிதர் முகமூடியில் இருக்கிறார்.

முகமூடி ஒரு முகமாக இருக்கிறது. அது நூற்றிப் பதினேழு முகங்களாக இருக்கிறது.

பீதி அதிகரிக்கிறது. நான் தப்பிப்போய் விடவேண்டும். ஆனால் என்னால் ஓட முடியவில்லை. தப்பிக்க வழியே இல்லை.

தூக்கு மேடைக்குவழிவிடும் இரும்புக் கதவு முப்பது அடி தூரத்தில்தான் உள்ளது என்பது எனக்குத் தெரியும். ஆனால் அதை அடைவதற்கு ஒரு யுகமும் என் பலம் அனைத்தும் தேவைப்படுகின்றன. அது ஒரு பிரம்மாண்டமான தாழ்ப்பாளால் பூட்டப்பட்டிருக்கிறது. கடும் வேதனையோடு நகர்ந்து இன்னொரு சிறிய கதவிற்கு, இறந்த உடலை வெளியே காத்துக் கொண்டிருக்கும் உறவினர்களுக்குத் தருவார்களே, அந்தத் திறப்பிற்கு வருகிறேன். அதுவும் அதேபோன்ற ஒரு தாழ்ப்பாளால் பூட்டப்பட்டிருக்கின்றது. என்னைச் சுற்றிலும் சுவர்கள். என்னைப்போல் இரண்டு மடங்கு உயரமானவை. முற்றிலும் வழுவழுப்பானவை. தப்பிக்க வழியே இல்லை.

ஏதோ என்னைத் திரும்பப் பார்க்கத் தூண்டுகிறது. தட்டையான முகமூடியிலிருந்த அந்த ஆளின் கைகளும், கால்களும் முடிச்சுகளிலிருந்து விடுதலை பெற்றிருப்பதைக் காண்கிறேன். அவரது மணிக்கட்டுகளிலும், கணுக்கால்களிலும் நான்தானே கட்டி முடிச்சிட்டேன். எப்படி அவர் தன்னை விடுவித்துக் கொண்டார்? கயிறுகள் எப்படியாவது கழன்று விழுந்திருக்க வேண்டும். பின்பு முகமூடியையும் கண்களையும் பார்க்கிறேன். அவை பிரகாசமாகத் தோன்றுகின்றன. அவற்றில் கொடுமையும் ஏளனமும் சுடர்கின்றன. அவற்றின் பிரகாசத்தால் என்னால் அவற்றை நேராகவே பார்க்க முடியவில்லை.

அவரது கரங்கள் என் கழுத்தில் இறுகுகின்றன. வலிமை வாய்ந்த குளிர்ந்து போன கரங்கள். என்னால் அவற்றிலிருந்து விடுவித்துக் கொள்ள முயடிவில்லை. அவை மேலும் இறுகுகின்றன. என்னால் மூச்சுவிட முடியவில்லை... நான் என் கண்களை மூடி அந்த எரியும் விழிகளிலிருந்து தப்பிக்க நினைக்கிறேன். ஆனால் முடியவில்லை. என் முழங்கால்கள் தொய்ந்து கீழே விழத் தொடங்குகிறேன். என் இதயம் மார்புக் கூட்டுக்குள் வெடித்து விடும் போலிருக்கிறது.

நான் மூச்சுத் திணறி விழித்துக்கொண்டேன. கண்கள் இறுக மூடியிருந்தன.

எழுந்த போது நான் குளிர்ந்து போய் போர்வைக்கடியில் நடுங்கிக் கொண்டிருந்தேன். பெரிய வண்டு ஒன்று மூலையில் ரீங்காரமிட்டுக் கொண்டிருந்தது. கூரையிலிருந்து சொட்டுச் சொட்டாக தண்ணீர் ஒழுகிக் கொண்டிருந்தது. மரங்களை காற்று மெல்ல அசைத்த போது மழைத் துளிகள் சலசலவென்று கீழே விழும் மென்மையான ஓசை வெளியிலிருந்து வந்தது. எல்லா ஜன்னல்களும் மூடப்பட்டிருந்தன. குளிரடிக்காமல் இருப்பதற்காக செல்லம்மாள் அவற்றை மூடியிருக்கவேண்டும். உள்ளே மூச்சுத் திணறியது. கதவைத் திறக்க வேண்டுமென்று விரும்பினேன். ஆனால் உடல் பலவீனமாக ஒய்ந்து போயிருப்பதாகத் தோன்றியதால் முடியவில்லை.

அடக்கவே முடியாத அளவிற்கு தாகம் எடுத்ததும் நான் மெல்ல எழுந்தேன். ஆனால் பக்கத்தில் தூங்கிக் கொண்டிருந்த செல்லம்மாள் எச்சரிக்கையுடன்தான் இருந்தாள். எழுந்து உட்கார்ந்து "என்ன?" என்றாள்.

"தண்ணி" என்றேன், "தாகமா இருக்கு"

"உங்களுக்கு உடம்பு சரியில்லே" அவள் மென்மையாக முனகினாள். "இப்படி இருக்கும்போது மத்தியானம் முழுக்க மழையில் நனைஞ்சிட்டா உட்காந்திருப்பாங்க?"

"வாயைமூடு.. கொஞ்சம் தண்ணி கொண்டுவா, அதைப்பற்றிக் காலையில் பேசிக் கொள்ளலாம்" என்றேன் நான்.

"அந்த ஆளை அனுப்பிடுங்க" ஒரு சொம்பில் தண்ணீரும் டம்ளரும் கொண்டு வந்து கொண்டே அவள் சொன்னாள்.

"எந்த ஆளை?" ஒரு பெரிய மிடறு விழுங்கி விட்டுக் கேட்டேன். அவள் யாரைச் சொல்கிறாள் என்பதைத் தெரிந்து கொண்டே.

“அந்த எழுத்தாளரைத்தான். உங்களுக்கு இந்த புத்தகமெல்லாம் கொடுக்கிறாரே அவரைத்தான்” அவள் குரலில் லேசான விரக்தி இழையோடியது. “அவர் வந்ததிலிருந்து நீங்க ஆளே மாறிப்போயிட்டீங்க?”

காற்றும் மழையுமான அதிகாலை நேரத்தில், மட்கிய வாடையடிக்கும் காற்றாலும் புகையாலும் நிறைந்து போயிருக்கும் வீட்டில் இருளில் உட்கார்ந்தபடி ஒரு மிக நெருக்கமான உள்ளப்பூர்வமான உரையாடலில் செல்லம்மாளுடன் ஈடுபட்டேன். இந்த இருபது ஆண்டுகளில் அல்லது அதற்கும் அதிகமான ஆண்டுகளில் இதுதான் இப்படிப்பட்ட முதல் உரையாடலாக இருக்கும்.

“எப்படி மாறிப்போயிட்டேங்கிறே?”

“மாறிப்போயிட்டீங்க, எப்ப என்ன செய்வீங்கன்னே சொல்லமுடியலே. முன்பு மாதிரி இல்ல.”

“முன்பு எப்படி இருந்தேன்?”

“அமைதியா இருப்பீங்க. நேரத்திற்கு அந்தந்த வேலை செய்வீங்க... இப்ப அப்படி இல்ல... புறக்கடையில் சும்மா உட்கார்ந்திட்டே இருக்கீங்க. நான் வந்தால்கூட என்னைப் பார்ப்பதே இல்லே. நீங்க பேசற விதமே வித்தியாசமா இருக்கு, சில சமயங்கள்லே நான் பேசறதை கவனிக்கறதே இல்லே. நாங்கெல்லாம் பக்கத்திலேயே வரமுடியாதபடி எங்கேயோ தூரத்தில இருக்கிறமாதிரி இருக்கு”

“ஆனா நான் இங்கதானே இருக்கேன். நான் எதுவும் வித்தியாசமாச் செய்யலியே. ஒரு முறை குடிச்சேன். இத்தனை மாசத்தில் ஒரேயொரு முறைதான். அதுக்கப்புறம் குடிக்கவே இல்ல.”

“அது... நீங்க என்ன செய்றீங்க என்பதில் இல்லை... எப்படி செய்றீங்க என்பதில் தானிருக்கு.”

“இதெல்லாம் நான் எப்படி செய்யறேன்?”

“நான் ஒண்ணும் படிச்சவ இல்லையே. எங்கிட்ட ஏன் இதெல்லாம் கேக்கிறீங்க. என்னால விளக்க முடியாது.”

“போய்த் தூங்கு. நான் அப்படியேதான் இருக்கேன். கவலைப்படாதே.” நான் படுத்துக்கொண்டேன். அவள் திரும்பவும் படுக்கும் ஓசை கேட்டது. நிமிடங்கள் கழிந்தன, அவள் கொஞ்சம்

கொஞ்சமாக ஆழ்ந்து மூச்சுவிட்டு பின்பு குறட்டை விடத் தொடங்கினாள்.

எனக்கு உறக்கம் வரவில்லை. அடைசலாக இருந்த இந்த அறைதான் காரணமென்று, நல்ல காற்று வருவதற்கு ஒரு ஜன்னலைத் திறந்தேன். அதன் வழியாகப் பூச்சிகள் நுழைந்தன. அவை கடித்த இடங்களைச் சொறிந்து கொண்டு விழித்தபடியே கிடந்தேன். பூச்சிகள் இருந்தாலும், இல்லாவிட்டாலும் ஜன்னல் மூடியிருந்தாலும் திறந்தாலும் என்னால் தூங்க முயாது என்பதை அறிந்திருந்தேன்.

இதை மாஷ் முன்பே அறிந்திருந்தார் என்பதை உணர்ந்து கொண்டேன். ஒரு வேளை ராமைய்யன் குருக்களும் அறிந்திருக்கலாம். குருக்களின் அறிவுரை தனது சமஸ்கிருத ஸ்லோகங்களிலிருந்து உதாரணம் காட்டியதால் சுற்றி வளைத்திருந்தது. அந்த நேரத்தில் இந்த இருவரும் நான் புரிந்து கொள்ள முடியாத நான் பயன்படுத்த முடியாத, ஏதோ ஒன்றை என்னிடம் சொல்லி ஏன் எனது நேரத்தையும் அவர்கள் நேரத்தையும் வீணடித்துக் கொண்டிருக்கிறார்கள் என்று நான் நினைத்திருந்தேன். ஆனால் இப்போது கொட்டக் கொட்ட விழித்திருக்கும்போது அது நேரத்தை வீணடிக்கும் விஷயமல்ல என்பது தெரிந்தது. சிந்திப்பதற்கு அதில் ஏதோ விஷயமிருந்தது.

பகவத் கீதையை, அந்தக் கடவுளின் கீதத்தை எனக்கு நீண்ட நாட்களாகவே தெரியும். ஆனால் அதிலென்ன இருக்கிறது என்பது பற்றி ஒன்றுமே தெரியாது. என்னைப் பொறுத்தவரை அது எனக்குப் புரியாத மொழியில் சொற்களைக் கோர்த்து இணைத்ததுதான். கீதை என்னைப் போன்றவர்கள் தெரியுமென்று சொல்லிக் கொள்வதற்கான விஷயமல்ல.

அது ஒரு பிப்ரவரி மாத மாலைப்பொழுது. ஆறுமணிக்கே படிக்க முடியாத அளவிற்கு இருட்டிவிட்டிருந்தது. நான் ராமைய்யனின் கோவிலில் இருக்கிறேன். எதற்குக் காத்திருக்கிறேன் என்று சரியாகத் தெரியாவிட்டாலும் கூட நான் காத்துக் கொண்டிருக்கிறேன். இன்றிலிருந்து எட்டு நாட்களில் பூஜாபுராவில் ஒருவனைத் தூக்கிலிட வேண்டுமென்று காலையில் சம்மன் வந்திருந்தது. நாளை காலை பூஜை நடத்தி ஏற்பாடு செய்வதற்கு ராமைய்யனைச் சந்திக்க வந்திருந்தேன். இன்னொன்றும் உள்ளது, ஆனால் நாளை நடக்கவிருக்கும் பூஜைதான் முதலாவது.

தூக்கிலிடுவதற்குச் சில நாட்கள் முன்புதான் எப்போதும் சம்மன்கள் வரும். அவை பெரும்பாலும் தபாலில்தான் வரும். அரசு சேவைக்காக என்ற அச்சடிக்கப்பட்ட செய்தியோடு கூடிய பழுப்பு நிற நீண்ட உறைகளைப் பார்க்கும்போது அவை

வேறெதுவாகவும் இருக்க முடியாது என்பது எனக்குத் தெரியும். சம்மன் வரும் நாட்களில் கோவிலுக்குப் போய் ராமைய்யன் குருக்களிடம் எனக்கு ஒரு பூஜை நடத்தும்படி கேட்டுக் கொள்வேன். தூக்கு மரங்களைப் பரிசோதிக்கப் போகும் நாளுக்கும் பூஜை தினத்துக்கும் இடையேயுள்ள நாட்கள் மிக மெதுவாக நகரும். பொழுது நகராமலிருக்கும்போது ஏதாவது கொஞ்சம் விடுதலைக்கு வேறுவிதமான வாழ்க்கைக்கான ஒரு மங்கலான விருப்பம் தோன்றும்.

ராமைய்யன் தனது மாலைப் பிரார்த்தனைகளை முடித்துவிட்டு வருவதற்காகக் காத்திருக்கையில் சுதந்திரத்திற்கு முன்பு முதல் முதலாக எனக்கு வந்த சம்மன் நினைவிற்கு வருகிறது. அந்த நாட்களில் சம்மன் தபாலில் வராது. அரசரின் தூதுவரே நேரடியாகக் கொண்டுவருவார். நன்கு செயல்படும் தபால் சேவை இருக்கையில் ஏன் ராஜா மெனக்கெட்டு ஒரு தூதரை அனுப்புகிறார் என்று நான் வியப்படைவேன். நீண்ட நாட்களுக்குப் பிறகுதான் இந்தமுறை எப்படிச் செயல்பட்டது என்பது எனக்குப் புரிந்தது. மன்னர் தனது ஆரட்சரின் விசுவாசத்தை உறுதிப்படுத்திக் கொள்ள விரும்பினார். தூக்கிலிடுவருக்கு அதிகப் பணம் தர அவர் விரும்பவில்லை. அதனால் அது ஏதோ கௌரவமிக்க பதவிபோல் தோன்றச் செய்திருக்கிறார். அதனால் தூதுவர் வந்தால் சுற்றிலுமிருப்பவர்கள் தூக்கிலிடுபவர் மன்னருக்கே நெருக்கமானவர் என்பதை அறிந்து கொள்வார்கள்.

மன்னர் தான் நியமித்தவர்கள் அந்தவேலையைத் தங்களது ஏழ்மை மிகுந்த உறவினர்களுக்கு வழங்குவதைக் கண்டு கொள்வதில்லை. அந்த மோசமான வேலையைத்தான்.. சம்பளத்தையல்ல. அதைப்பற்றி அவர் கவலை கொள்ளவுமில்லை. தூக்கிலிடுபவரின் உரிமை ஒரு குலத்திற்குத்தான் ஒதுக்கப்பட்டது. ஒருகுறிப்பிட்ட மனிதனுக்கல்ல. தூதுவர் எப்போதுமே பிமனேரியில் உள்ள உண்மையான ஆரட்சர் குடும்பத்திற்குதான் செல்வார். அது பார்வதிபுரத்திலுள்ள எனது வீட்டிலிருந்து பல கிலோமீட்டர் தொலைவிலுள்ளது. அங்கிருந்து மற்றவர்கள் தகவல் அனுப்புவார்கள். தூக்கிலிட வேண்டும்... சுதந்திரத்திற்குப் பின்பு மன்னனின் சட்டங்கள் செயல்படுவதில்லை. அரசு சீலிடப்பட்ட உறையில் எனது பெயரைக் குறிப்பிட்டு அனுப்புகிறது.

ராமைய்யன் பூஜையை முடிப்பதற்குள்ளேயே இவையனைத்தும் என் மனதில் ஓடி மறைந்துவிட்டன. அவருக்கு இரண்டு கோவில்களிருந்தன. இரண்டு பலிபீடங்கள், ஒன்று ஆடுவெட்ட இன்னொன்று சேவலுக்கு. அங்குதான் நான் பலி கொடுப்பேன். நான் ஒருநாளும் ஆடு பலி கொடுக்கப்படுவதைப் பார்த்ததில்லை.

ராமைய்யன் அண்மைக் காலங்களில் ஆடு வெட்டியே இருக்கமாட்டார் என்று நினைக்கிறேன். அது ஏன் என்று ஒருநாளும் கேட்டதுமில்லை. ஒருவேளை என்றாவது ஒருநாள் ராமைய்யனே அதைச் சொல்லக்கூடும்.

ஒரு கொத்து சிவப்பு மலர்களை மார்போடு அணைத்துப் பிடித்தபடி கோவிலிலிருந்து வெளியே வருகிறார் அவர். கண்கள் திறந்திருந்தாலும் முன்னாலிருப்பவற்றைப் பார்ப்பது போலத் தோன்றவில்லை. அவர் மனம் இன்னும் பிரார்த்தனையிலேயே மூழ்கி இருந்தாலும் பழக்கதோஷத்திலேயே நடந்து வந்து கொண்டிருந்தார். அவர் தன் கையிலிருந்த பூக்களை சிறிய சதுரமாக வெட்டப்பட்டிருந்த வாழையிலையில் வைத்துவிட்டு வெளியே வரும்வரை காத்துக் கொண்டிருக்கிறேன். என்னைப் பார்ப்பதற்கு முன் ஒருமுறை ஆழ்ந்த பெருமூச்சு விடுகிறார், 'நாளைக்கு பூஜையா?' என்றவர், "எப்போதும் போலத்தானே?"

'ஆமாம்' என்கிறேன் நான்.

'செய்து விடுகிறேன்' என்கிறார். அவரது சிறிய வளாகத்தில் ஒரு பனைமரத்தில் கட்டியிருந்த கூட்டிற்கு ஒரு பறவை திரும்பி வருவதைப் பார்த்துத் திரும்புகிறார். 'என்ன விஷயம்? ஏதோ கேட்க விரும்புவது போல் தெரிகிறதே?'

'ஆமாம்' என்றவன், 'நான் காத்திருந்து காத்திருந்து கழியற நேரம் சரியில்ல, நான் என்ன செய்யட்டும்...?'

அவர் கவனமில்லாமல் என்னைப் பார்க்கிறார். 'வாழ்க்கையில் பெரும்பாலான நேரத்தை நாம் காத்திருப்பதில்தானே கழிக்கிறோம். முதலில் ஏதோ நடப்பதற்காகக் காத்திருப்பது. பின்பு வேறொன்றிற்காக, பின்பு சாவதற்காக, உன் கடமையை முடிந்தவரை நன்றாகச் செய். மீதியை கடவுளிடம் விட்டுவிடு'

'நீங்க அப்படித்தான் செய்றீங்களா?' நான் கேட்கிறேன்.

அவர் சிரிக்கிறார். 'இல்லை, நான் அப்படிச் செய்ய விரும்புகிறேன். என்னுடைய புனிதநூல் கீதையிலும் அப்படித்தான் சொல்லி இருக்கிறது.'

'காத்திருப்பதில் உள்ள சிரமம் பற்றி உங்கள் நூல் சொல்கிறதா?'

'அது காத்திருப்பதைப் பற்றிப் பேசுவதில்லை. தனது வேலையை அதனால் என்ன வரும் என்பதைப் பற்றி சிந்திக்காமலேயே செய்வதைப் பற்றித்தான் அது பேசுகிறது.

'ஆனால் பலனை எதிர்பார்க்காமல் எப்படி ஒரு வேலையைச் செய்யமுடியும்? ஒரு விவசாயி விதையை விதைத்துவிட்டு மழைக்காகக் காத்திருக்கக் கூடாதா?'

'மழை வருகிறதோ இல்லையோ விவசாயி சரியான நேரத்தில் விதைத்து விட வேண்டும். அவன் என்ன செய்கிறான் என்பதல்ல. எப்படி செய்கிறான் என்பதுதான் முக்கியம்'

'அவன் விதைக்க வேண்டும். பின்பு மழை வருவதற்கு காத்துக் கொண்டிருக்காமல் வேறென்ன செய்ய முடியும்? காத்துக் கொண்டிருக்கும்போது எப்படி கவலைப்படாமல் இருக்க முடியும்?'

'அவனது கவலையால் ஒரு பயனுமில்லை. மழைக்கு அதைப்பற்றி ஒரு கவலையுமில்லை.'

'உங்கள் குழந்தைகள் பட்டினிகிடக்கும் நிலை இருக்கும்போது காத்திராமல் இருப்பது சாத்தியமே இல்லையே.'

'அந்த நூல் சொல்வதெல்லாம் காத்துக் கொண்டிருக்கும் போது காத்திருங்கள். உன் கவலையால் உன் குழந்தைகளுக்கு உணவு கிடைத்துவிடாது. உன் செயலால்தான் கிடைக்கும்.'

'செயல்கள் என்ன செய்யவேண்டும் என்று அந்த நூல் சொல்கிறதா?

'அது சொல்வதெல்லாம் உன் தர்மத்தை செய் என்பது தான்.'

'என் தர்மமென்ன? அது சொல்கிறதா?'

'இல்லை. அதை நீதான் சொல்லவேண்டும்.'

'ஆனால் நான் என்ன செய்யவேண்டுமென்று எனக்குத் தெரியாததால் தானே புத்தகத்தில் அது பற்றி ஏதாவது இருக்கிறதா என்று உங்களிடம் கேட்கிறேன்.'

'எனக்குப் புரிகிறது. ஆனால் உனது தருமம் உனக்கு மட்டும்தான்.'

'நான் என்ன சொல்கிறேன் என்றால் உங்கள் புத்தகத்தை என்னால் புரிந்து கொள்ள முடியவில்லை. அது ஒரு வேளை என்னைப் போன்ற மக்களைப் புரிந்து கொள்ளாததாக இருக்கலாம்.'

ராமைய்யன் முறுவலிக்கிறார். 'போதும்விடு. உன்னுடைய உணர்ச்சிகள் எனக்குப் புரிகின்றன. எனக்கும் குழந்தைகள் இருக்கின்றன.'

'சரிதான். நாளைக்கு சேவலோடு வருகிறேன்.' என்கிறேன் நான்.

எனவே ஸ்லோகங்களும் புனிதநூல்களும் எதையும் தரவில்லை. ராமைய்யன் அந்தநேரத்தில் முட்டாள்தனமாகப் பேசுவதாகத் தோன்றியது. என்ன செய்யவேண்டும் என்று தெரிந்து கொள்வதற்காக நான் அவரிடம் போனேன். அவரோ புனிதநூல் அந்த ஒரு கேள்வியை மட்டும் விலக்கிவிட்டது என்கிறார்.

அதனால் தருமம் எங்கிருந்து வருகிறது? திரும்பி வந்த பிறகும் நான் இதைப் பற்றி வியந்து கொண்டிருந்தேன். ஆனால் குடும்ப வாழ்க்கை நெருக்கடிகளால் அந்த சிந்தனை நீடிக்கவில்லை. இரண்டு அறைகளைக் கொண்ட வீட்டில், மனைவியோடும் நிறைய குழந்தைகளோடும் வாழும்போது அவர்கள் அனைவரையும் கவனித்துக் கொள்வதற்கும், ஏன் செய்கிறாய் எப்படி செய்கிறாய் என்று சிந்திப்பதற்கும், ஒரே சமயத்தில் நேரம் கிடைப்பது மிகவும் சிரமம். நான் காத்திருந்த காலம் முழுக்க குடும்ப வாழ்க்கையில் மூழ்கி விட்டேன். குழந்தைகளோடு நான் நேரத்தைக் கழித்தேன். முடிந்த போதெல்லாம் வயலில் வேலை செய்தேன்.

இரவுகள் படுமோசமானவையாக இருந்தன. நன்றாகவே தூங்கவில்லை. வழக்கமான நாட்களில் செல்லம்மாளோடு நான் படுக்கைக்குச் செல்வேன். நாங்கள் இணைந்த பிறகு உறக்கம் விரைவில் வந்துவிடும். ஆனால் அந்த இரவுகளில் செல்லம்மாளோடு உறவு கொள்ளவே முடியவில்லை. அல்லது திருப்தியற்ற உறவால் இருவருக்கும் ஏற்பட்ட வெறுப்புக்குப் பின்பு கண்விழித்த படியே படுத்துக் கிடப்பேன். காமம், நான் மகிழ்ந்து அனுபவித்த ஒன்று. செல்லம்மாளுக்கும்தான். இருபது ஆண்டுகளில் நாங்கள் ஒன்பது குழந்தைகள் பெற்றவர்கள் அல்லவா? இந்த ஒரு விஷயத்தைப் பற்றி மட்டும் நான் ஒருபோதும் கவலைப்பட்டதில்லை. வயதான காலத்தில் ஏற்படும் வருத்தங்களில் ஒன்று எனது இளமைவேகம் போய்விட்டதே என்பதுதான்.

எனவே அந்த காத்திருக்கும் காலங்களின் போது வந்த அந்த உறக்கமற்ற இரவுகள் என் நினைவில் தங்கிவிட்டன. உறக்கமற்ற வியர்வை வழியும் இரவுகள் நொடிகள் ஊர்ந்து நகரும்போது என் உள்ளத்தில் ஒரு பாரத்தை ஏற்றி வைத்துவிட்டுச் செல்லும்.

இப்போது நான் சிந்தித்துப் பார்க்கும் போது எனது கடமைபற்றி, ராமைய்யன் சொன்னதைப் பற்றி நான் நினைத்துப் பார்க்கிறேன். எனது கடமை என்ன?

எனக்கு அன்றும் தெரியவில்லை, இன்றும் தெரியவில்லை. தூக்கிலிடுபவனாக இருப்பது எனது கடமையா?

என்னிடம் பதில் இல்லை. அதுவே ஒருவேளை என் கடமையாக இருந்திருந்தால் என் கடமையில் தவறிவிட்டேன் என்பதை நான் உணர்கிறேன்.

நாற்பது ஆண்டுகளுக்குப் பின்பு இப்போது தான் இதை நான் உணர்கிறேன். ராமைய்யன் கோவிலிலிருந்து எனது தர்மம் என்ன என்று வியந்தபடி நான் திரும்பிய இரவுக்குப் பின்பு மழைநாளில் உதறும் தூக்குக் கயிற்றை நான் அடிக்கடி அகக் கண்ணில் கண்டு கொண்டிருந்தேன். கயிற்றின் மறுமுனையில் இருக்கும் மனிதர் தன் வயிற்றில் உள்ளவற்றை வெளியேற்றுவதை நினைத்துப் பார்த்தேன். அந்த மெல்லிய நாற்றம் என் நினைவுக்கு அடிக்கடி வரும். தூக்கிலிடும் நாள் வரும்வரை ஒவ்வொரு இரவும் இந்த நினைவு என்னை தொல்லைப்படுத்தியது. காரணமில்லாமல் நான் வதைப்பட்டேன். அந்த நினைவு ஏன் என்னை வாட்டி வதைக்கிறது என்று யாராவது என்னைக் கேட்டிருந்தால் என்னிடம் ஒரு பதிலும் இருந்திருக்காது. ஏனெனில் அப்போது எனக்கு புரியவில்லை. இப்போது அது எனக்குப் புரிகிறது.

தண்டிக்கப்பட்ட ஒவ்வொரு மனிதரும் முடிந்த வரை வலியில்லாமல் சாகும்படி பார்த்துக் கொள்வதுதான் எனது கடமை. சரியாக எந்த இடத்தில் முடிச்சை நிறுத்துவது என்பதை நான் அறிந்திருந்தால் - அது தான் எல்லாவற்றையும் தீர்மானிக்கிறது - நான் என் கடமையைச் செய்தவனாவேன். நான் அதைச் செய்யவில்லை என்றால் நான் முற்றிலும் தோல்வி அடைந்துவிட்டேன். ஒருமனிதனை வலியால் துடிக்கச் செய்து விட்டேன். இதைப்பற்றி சிறை மருத்துவரைக் கேட்டிருக்க வேண்டும் என்று இப்போது நான் நினைக்கிறேன். அந்த மனிதர் எப்படி செத்திருப்பார் என்பது அவருக்குத் தெரிந்திருக்கும். தூக்கிலிடப்படும் போது அவர் எப்படிச் சாக வேண்டும் என்பதையும் அவர் அறிந்திருப்பார். தூக்கிலிடும் கலையின் மர்மங்களை நான் அறியவில்லை. அதன் விளைவாக மக்கள் தங்கள் வாழ்வின் இறுதி நொடிகளில் என் கரங்களில் சிக்கி வேதனைப்பட்டனர். தூக்கம் வரவில்லை என்பதில் எந்த ஆச்சரியமும் இல்லை.

இந்தப் பகுதியை முடித்தவுடன் என் சக்தியெல்லாம் வடிந்து விட்டது போல் தோன்றியது. என் வாயில் ஒரு வறண்ட கசப்பின் சுவை ஊறியது. என் வாழ்க்கையில் முதல் முறையாக இறப்பது எளிதானது என்று எனக்கு நானே சொல்லிக்கொண்டேன்.

16

காலையில் எங்களது சிறிய இருண்ட சமையலறையில் செல்லம்மாள் பாத்திரம் கழுவும் போது ஏற்படும் ஓசைகளைக் கேட்டபடி அரைத் தூக்கத்தில் புரண்டு கொண்டிருந்தேன்.

உடல்நிலை சரியில்லாமலிருக்கும் மனிதனுக்கு நிம்மதியும் மகிழ்ச்சியும் ஊட்டக் கூடியவை இந்த ஓசைகள், தண்ணீர்ப்பானையின் சலசலப்பு, தீயைத் தூண்டிவிட செல்லம்மாள் ஊதுகுழலில் ஊதும் விசில் போன்ற ஓசை, சடசத்து எரியும் அடுப்பு நெருப்பு, கிசுகிசுப்பான உரையாடல்கள், காலடிகள் இவற்றில்தான் வாழ்வின் உயிராதாரமே இருக்கிறது.

வெளியே இன்னும் இருட்டு விலகவில்லை, மழையின் போது கருமேகங்கள் வானை மூடியிருக்கும்போது நம்மையறியாமலேயே அதிகாலைப் பொழுது கழிந்துவிடுகிறது. சேவல் கூட நேரங்கழித்துதான் கூவுகிறது. பால்கறக்கப் பசுக்களோ, கவனிக்க ஆடுகோழிகளோ இல்லாததால் அதிகாலையில் எழுந்திருக்க வேண்டிய அவசியமேயில்லை. இன்னும் கொஞ்சம் நேரம் தூங்க வேண்டுமென்ற விருப்பத்தோடு முனகியபடி திரும்பிப்படுத்தேன்.

அப்போது செல்லம்மாள் ஒரு பானையை தொப்பென்று நழுவவிட அந்த சத்தத்தில் முழுவதும் விழித்துக் கொண்டேன். எழுந்து உட்கார்ந்த போது அந்தப் பயங்கரக் கனவும், வாயிலிருந்த கசப்புச் சுவையும் மனம் முழுவதையும் ஆக்கிரமித்திருந்தன. எனக்குக் கடுங்கோபம் வந்தது. இவள் இன்னும் கொஞ்சம் கவனமாக இருந்தாலென்ன? "உன்னோட சட்டி பானைகளை கொஞ்சம் நல்லாப் பார்த்துத் தூக்கக் கூடாதா?" அவள் குனிந்து பானையைத் தூக்கிக் கொண்டிருந்த போது எரிச்சலுடன் கேட்டேன்.

"அல்லது நான் எழவேண்டிய நேரம் வந்துருச்சுன்னு காட்டுறியா?"

“இருட்டிலே அது கையிலிருந்து தவறி விழுந்திருச்சு. உங்களை எழுப்ப வேண்டுமென்றால் அதிலிருப்பதை உங்கள் தலையிலேதான் ஊத்தியிருப்பேன்” என்றாள்.

“பேசறதப் பாத்துப் பேசு”

“சொல்வதற்கு எல்லாம் எளிதாகத்தான் இருக்கும்... நீங்கள் செய்வதெல்லாம் படுத்துக் கிடப்பதும், தின்பதும் பேசுவதும்தான். அதுவும் அந்த உதவாக்கரை புத்தகத்தோட பின்கட்டுல உட்கார்ந்திருக்காதப்போ, இல்லாட்டி அந்த உதவாக்கரை நண்பர்களோடு பேசிட்டு இருக்காதப்போ”

“என் சினேகிதர்களைப் பற்றிப் பேசாதே” நான் மாஷைப் பற்றியும், அவரது அடங்காப்பிடாரி மனைவியையும், அவளது குத்திக் கிழிக்கும் உரத்த குரலையும் நினைத்துக் கொண்டேன்.

அவள் பானையைக் கீழே வைத்துவிட்டு என்னை நோக்கித் திரும்பினாள். கைகள் இடுப்பிலிருந்தன. “உங்களோட சினேகிதகாரங்க உன்னைக் குடிக்க வைத்து ராத்திரி முழுக்க எங்காவது கூட்டிட்டுப் போனால் அதைப்பார்க்கிறது என் வேலை... அவர்கள் வீட்டுக்கு வந்து உனக்கு கெட்ட பயங்கரமான விஷயத்தையெல்லாம் சொல்லிக் கொடுத்து பின்னாடி உக்காந்து, முக்கி முனகிக் கொண்டு புல்லு வளர்ரதுப் பார்த்துட்டு கிறுக்கிட்டு உக்கார வைத்தால் அதைக் கவனிப்பதும் என் வேலைதான்...” என்னைச் சவாலுக்கு அழைக்கும் முறைப்பு அவள் பார்வையிலிருந்தது.

இரவிலிருந்து எண்ணங்கள் திரும்பவந்தன. சாவது எளிதானது. செத்துவிட்டால் இதெல்லாம் எதுவுமே உறைக்காது. எழுந்து பல் விளக்க வேப்பங்குச்சி ஒடிக்கச் சென்றேன். இந்தக் காலைநேரக் கூக்குரல் போட்ட பிறகு செல்லம்மாள் காபி தயாராக வைத்திருந்தாள். சுடச் சுட இட்லிகளை விழுங்கிவிட்டு பழைய குடையை நடைத்துணையாகத் தூக்கிக் கொண்டு கிளம்பினேன்.

“எங்க போற?” நான் குடையை எடுப்பதைப் பார்த்து அவள் கேட்டாள்.

“வெளியே சும்மா நடந்து விட்டு வர”

அவள் முதுகைக் காட்டினாலும் அவள் இன்னும் கோபமாயிருப்பதை என்னால் உணர முடிந்தது. எனக்கே வியப்பளிக்கும் விதமாக அதைப் பற்றி எனக்குக் கவலையே எழவில்லை.

திரும்பவும் மழை பெய்யத் தொடங்கியது. ஒரு சிறிய ஆளரவமற்ற சந்தைத் தேர்ந்தெடுத்து நடக்கத் தொடங்கினேன். வயல்களில் நடக்கவே முடியாது. பிரதான சாலையில் போக்குவரத்து நெரியும்.

கொஞ்ச நாட்களாக இந்த வழியில் மாஷ் வரவேயில்லை. எனக்கு அது வருத்தமாயிருக்கிறது. இவ்வளவு நாட்கள் நடக்க வராமலிருப்பது அவரது வழக்கமல்லவே. அவர் மனைவி மட்டும் இன்முகத்தவளாக இருந்திருந்தால் அவர் வீட்டுக்குச் சென்று இது பற்றிக் கேட்டிருப்பேன்.

ஒரு மழை நாளில் மாலை நேரத்தில் அவரைப் பார்க்கிறேன். அவர் கையில் பழைய, எண்ணம் உரிந்து போன வளைந்த கைப்பிடியோடு கூடிய ஒரு குடையிருக்கிறது. மழை குடைகள் மீது தாளமிட நாங்கள் கொஞ்சநேரம் அமைதியாக நடந்து கொண்டிருக்கிறோம். மழை எங்கள் முகத்தில் அடிக்காமலிருக்க நாங்கள் குடைகளைத் தாழப் பிழத்துக் கொள்ள வேண்டியிருந்ததால் எங்களால் முன்னால் சில அடி தூரம் மட்டுமே பார்க்க முடிகிறது. மற்ற பாதசாரிகளின் முகங்களை நாங்கள் பார்க்க முடியவில்லை. பின்னால் வந்த ஒரு என்ஜினின் சத்தம்தான் நாங்கள் வாகனங்களைக் கவனித்து நடக்கவேண்டும் என்று எச்சரிக்கிறது.

மாஷ் ஏதோ சிந்தனையில் ஆழ்ந்திருந்தார். வழக்கத்தைவிட மிகவும் வேகமாக அவர் வயதுக்கு ஒவ்வாத விதத்தில் நடந்து கொண்டிருக்கிறார். இந்த மாலை வேளையில் போக்குவரத்து இல்லாமல் இருந்த ஒரு குறுகிய சந்தில் நுழைகிறோம். அது கன்யா பால் தொழிற்சாலைக்கு அருகில் உள்ள நகரிலேயே செல்வச் செழிப்பு மிக்க பகுதி, அங்கு வாழ்பவர்களின் பணமும் அதிகாரமும் அந்தப் பகுதியைப் பார்த்தாலே தெரிகிறது.

ஏறக்குறயை இரண்டு கிலோ மீட்டர் நடந்திருப்போம். ஒரு ஆலமரத்திற்குக் கீழே வந்து சேர்கிறோம். மழையையே தடுத்து நிறுத்தும் அளவிற்கு அடர்ந்த இலைகள் கொண்ட ஒரு பழைய ஆலமரம். மழையிலிருந்து விடுதலை கிடைத்த அந்த நிமிடத்தில் அவர் நிற்கிறார். பின்பு தனது கடிகாரத்தைப் பார்த்துவிட்டு மூச்சுவிடுவதற்கு ஒரு விநாடி தாமதிக்கிறார். ‘மன்னிச்சுக்கோ, நான் ரொம்ப அவசரப்படுகிறேன்.’ அவருக்குக் கொஞ்சம் மூச்சிரைக்கிறது.

‘அது பரவாயில்ல’ என்கிறேன் நான். ‘எனக்கு இது பழக்கந்தான் உங்களைவிட எனக்கு வயது மிகவும் குறைவுதானே’ சைக்கிளில் வந்த

ஒருவர் கடந்து போவதற்காக நான் சற்றே தாமதிக்கிறேன். 'நீங்கள் களைச்சு போயிடுவீங்களோ என்று தான் நான் பயப்பட்டேன்'

ஏறக்குறைய முழுமையாக வெளுத்துப் போயிருந்த அடர்ந்த புருவங்களுக்குக் கீழிறிருந்து என்னைப் பார்த்து சிரிக்கிறார், 'ஜனார்த்தனன், நாம ரெண்டு பேரும் ஒருவரை ஒருவர் இத்தனை வருஷமா தெரிந்து வைத்திருக்கிறோம். உனக்கு என்னோட குடும்ப வாழ்க்கை எப்படிப்பட்டதுன்னு தெரியும்'

'ஆமாம்' நான் தலையசைக்கிறேன், 'எனக்குத் தெரியும்'

'நீ ஒருமுறை என் வீடு வரைக்கும் என்னைப் பின் தொடர்ந்து வந்தாய் இல்லையா?' அவர் கேட்கிறார்.

'ஆமாம்' நான் ஆச்சர்யத்துடன் சொல்கிறேன்.

'நீ அப்படி செய்தாய் என்று எனக்குத் தெரியும், உன்னைப் போலவே தாடியும், மூக்கும் கொண்ட ஒருவன் ஒரு மாலை நேரத்தில் என்னைப் பின் தொடர்வதாக ஒருவன் சொன்னான். அது நீயாகத்தான் இருக்க முடியும்.'

நான் அவருக்கு விளக்குவதற்காக இடைமறிக்கிறேன். 'நான் வந்து...'

அவர் ஒரு கையை உயர்த்தி என்னைப் பேசவிடாமல் தடுக்கிறார். 'ஜனார்த்தனன் உனக்கு எத்தனை குழந்தைங்க?'

'ஒன்பது' என்கிறேன், அவர் பேச்சை மாற்றியதால் மீண்டும் ஆச்சரியமடைகிறேன்.

'அவர்கள் என்ன செய்கிறார்கள்?'

எனக்கு என்ன சொல்வதென்றே தெரியவில்லை. அவர்கள் அனைவரும் படித்தவர்கள். மகன்களில் ஒருவன் கோழிக்கோட்டில் எழுத்தர் பணியில் இருக்கிறான். ஒருவன் சென்னையில் அரசாங்கப் போக்குவரத்து கழகத்தில் மெக்கானிக்காக இருக்கிறான். மூன்றாமவன்... நிறைய படிக்கவில்லை, ஆனால் வெவ்வேறு வேலைகள் செய்து வருகிறான். பெண்கள்... எனக்கு ஆறு மகள்கள், சில சமயங்களில் அவர்களை ஏமாற்றிவிட்டதாக நினைக்கிறேன். அவர்களில் ஒருவருக்குமே நல்ல படியாக திருமணம் செய்து வைக்கவில்லை. அவர்கள் அனைவரும் தத்தமது கணவர்களுடன்தான் வாழ்ந்து வருகின்றனர். ஆனால் அவர்களை நினைக்கும்போது தூக்குப் போடுவனாக வேலை செய்வது என்பது சாபக்கேடு என்பதை உணர்கிறேன்.

‘ஒரு சிலர் நன்றாக இருக்கிறார்கள். மற்றவர்கள் உயிருடன் வாழ்கிறார்கள்.’ நான் எவ்வளவு உண்மையாக முடியுமோ அவ்வளவு உண்மையாக பதில் சொல்கிறேன்.

‘அவர்கள் உன்னைப் பார்க்க எப்போதாவது வருவார்களா?’

‘பையன்கள் அடிக்கடி வருவார்கள். மகள்கள் எப்போது முடியுமோ அப்போது பேரக்குழந்தைகளுடன் வருவார்கள்...’

‘எப்போ வருவார்கள், நீ என்ன செய்வே?’

‘நாங்கள் பேசிக்கொண்டிருப்போம். முடிந்தால் என் பேரக் குழந்தைகளோட நேரத்தைக் கழிப்பேன்.’

‘நீ எவ்வளவு பெரிய அதிர்ஷ்டசாலின்னு உனக்குத் தெரியுமா ஜனார்த்தனன்? எனக்கு மூன்று பெண்கள். அனைவருமே இப்போது வீட்டில்தான் இருக்கிறார்கள். அவர்களால் நான் சோர்ந்து போய்விட்டேன்’ நான் சொல்வதற்கு ஒன்றும் இல்லை. எனவே அவர் தொடரட்டும் என்று காத்திருக்கிறேன். ‘கொஞ்ச நாளாகவே நான் இந்த வழியில் வருவதில்லை ஏன் தெரியுமா? என்னுடைய மகள்கள் அனைவரும் அவர்களின் அம்மாவை மட்டுமே நேசிக்கிறார்கள்... எனக்கு என்ன செய்வதென்று தெரியலை ஜனார்த்தனன். நான் கொஞ்ச நாளா என் வீட்டிலிருந்து விலகி இருக்கிறேன். வேறொரு வழியில்... அவங்க என்னை வீட்டை விட்டே விரட்டிட்டாங்க. என்னைப் பற்றி தங்கள் குழந்தைகளோடு வெறுப்புடன் பேசுகிறார்கள். நான் எந்த இடத்தில் தவறு செய்தேன்?’

அவரது குரலில் வருத்தம் தெரிகிறது. நாங்கள் சிறிது தூரம் அமைதியாக நடக்கிறோம். அவர் தன்னைத் தானே தேற்றிக் கொள்கிறார். ‘நான் கற்றுக் கொள்வதை விரும்புகிறேன், எங்கும், எவரிடத்திலிருந்தும். உனக்குத் தெரியுமா? நான் ஒரு மேல் சாதியைச் சேர்ந்தவன் என்று. நான் அதைப்பற்றி அலட்டிக்கொள்வதில்லை. ஆனால் அவள் கவலைப்படுவாள். குழந்தைகளுக்கு அதைப் பற்றிச் சொல்லிக் கொடுத்திருக்கிறாள். முட்டாள் பொம்பளை. ரொம்ப நாள் முன்னோடியே நான் அவளை விட்டுவிட்டு வந்திருக்க வேண்டும்.’

சிறிது நேரம் கழித்து அவரது குரல் மாறத் தொடங்கியது. அவரது வருத்தம் மறையத் தொடங்கி ஆழ்ந்த சிந்தனையில் இருக்கிறார். ‘பரவாயில்லை’ என்றவர், ‘நான் நிஜமாகவே எதையும் மனதில் வைத்துக் கொள்ளவில்லை. பெரும்பாலும் அது என்னை

பாதிப்பதும் இல்லை. ஆனால் இன்று மனசே சரியில்லாமல் போய்விட்டது. ஏனெனில், என் சொந்த மகள் தனது மகனிடம் நான் சொல்வதைக் கேட்க வேண்டாம் என்று சொன்னதை நானே கேட்டேன்... நான் என்ன செய்கிறேன் என்று எனக்கே தெரியாதாம்!'

'இதை எப்படி பரவாயில்லை என்று ஏற்றுக் கொள்ள முடியும்?' எனக்கே கோபம் வருகிறது.

'இதில் அவர்களுடைய தவறு இருக்கும் அதே அளவிற்கு என்னுடைய தவறும் இருக்கிறது. நான் பெரிய பணக்காரனாக இருந்திருக்கலாம். மறுத்துவிட்டேன். என்னிடம் இருப்பதை விட அதிகமாக அவர்களுக்குக் கொடுத்திருக்கலாம். கொடுக்கவில்லை. நான் விரும்பியதை செய்ததற்காக அவர்கள் என்னை வெறுக்கிறார்கள்... நான் படிக்கவும் எழுதவும், கற்றுக் கொள்ளவும் விரும்பினேன். அதைத்தான் செய்தேன். மனைவியுடைய ஏக்கத்தை, வேண்டுகோள்களைக் கண்டு கொள்ளவே இல்லை' அவர் சற்றே நிறுத்துகிறார். 'ஜனார்த்தனா, எதையாவது முழு மனசோடு நீ தொடர்ந்து போகும்போது பல விஷயங்களை இழக்க வேண்டியிருக்கும். எதையாவது இழக்கவும் தயாராக இருக்க வேண்டும். நான் செய்வதில் நல்ல தேர்ச்சி அடைந்திருக்கிறேனா என்பது எனக்குத் தெரியாது. ஆனால் அது என் இறுதிக்காலத்தில் என் நிம்மதியையே குலைத்துவிட்டது. நீதான் பார்க்கிறாயே, ஆனாலும் அது இதற்கெல்லாம் தகுதியானதுதான். மற்றவையெல்லாம் சில்லறைத் தொந்தரவுகள் தான். நீ செய்ய வேண்டியதை வெறுமனே செய்து கொண்டே இருந்தால் போதும்.'

அவர் என்ன சொல்ல வருகிறார் என்பது எனக்குப் புரியவில்லை. ஆனால் இன்று அவரிடம் நான் அதைப்பற்றி கேட்கப் போவதில்லை. அவர் சொல்வதையெல்லாம் அமைதியாகக் கேட்டுக் கொண்டு அவற்றை எனக்குள்ளேயே வைத்துக் கொள்வேன். அவர் தனது மனதில் உள்ளவற்றை எல்லாம் பேசுவதற்கு என்னைத் தேர்ந்தெடுத்தது பற்றி மீண்டும் ஒருமுறை எனக்கு கர்வம் தோன்றுகிறது. என்றாவது ஒரு நாள் அவரைப் புரிந்து கொள்ள முடியும் என்ற நம்பிக்கையும் வருகிறது.

வெளியே மழை கொட்டிக் கொண்டிருந்தது. நோட்டுப் புத்தகத்தோடு பின்கட்டில் உட்காரவே முடியவில்லை. மூடி இல்லாத மின்விளக்கின் கீழ் வீட்டினுள் உட்கார்ந்து எழுத கடுமையாக முயன்று கொண்டிருந்தேன். புத்தகத்தின் மீது என் நிழல் படிந்தது. நான் எவ்வளவு முயன்றாலும் ஒளி பிரகாசமாகத் தெரியும்

விதத்தில் எனது நிழல், பக்கங்களின் மீது விழாமல் இருக்கக்கூடிய விதத்தில் என்னால் உட்காரவே முடியவில்லை. எனவே முயற்சி செய்வதை விட்டுவிட்டு மேஜையின் மீது முழங்கைகளை ஊன்றி இயன்றவரை கண்ணை சுருக்கிக்கொண்டு எழுதத் தயாரானேன்.

அறிவைத் தேடிச் செல்வதில் ஏற்படும் இழப்புகளைப் பற்றி இதே போன்ற ஒரு மழை நாளில் மாஷ் பேசி இருபது ஆண்டுகள் ஆகி விட்டிருந்தன. அப்பொழுது அவர் என்ன சொல்ல வந்தார் என்பது இப்பொழுது எனக்குப் புரிகிறது. செல்லம்மாளின் கோபமான முகத்தையும், அதிருப்தியுடன் நேராக உட்கார்ந்திருக்கும் அவள் முதுகையும் பற்றி நினைக்கும் போது மாஷ் சொன்னதன் அர்த்தம் புரிந்தது. எனது மனதுக்குள் ஊடுருவிப் பார்க்கும் போது செல்லம்மாளின் கோபத்தின் மீது நான் காட்டும் அலட்சியத்தை உணரும் போது தன் மனைவியின் நடத்தை தன்னை எந்த விதத்திலும் பாதிப்பதில்லை என்று அவர் சொன்னபோது என்ன பொருள் கொண்டிருந்தார் என்பதை நான் அறிந்து கொண்டேன்.

என்னை என்ன பாதித்தது என்றால் எனது சொந்தக் குற்ற உணர்ச்சியும் மற்றும் அதற்கு நான் ஏதாவது செய்ய வேண்டும் என்ற உணர்வும்தான். நான் செய்ததில் ஏதாவது தவறிருந்தால் அதற்கு கட்டாயம் ஏதாவது பிராயச்சித்தம் இருக்கும். பிராயச்சித்தத்தை அனுமதிக்காத ஒரு கடவுளை என்னால் நினைத்தே பார்க்க முடியவில்லை. என்னுடைய வாழ்க்கையில் தனது முட்டாள் தனமான இளமை உத்வேகத்துடன் நுழைந்து என் தலையிலிருந்த பேய்களை எழுப்பிவிட்டதற்காக அந்த எழுத்தாளரைக் கொஞ்சம் சபித்தேன். ஆனால் எப்படி இருந்தாலும் அந்தப் பேய்கள் அங்கேதானே இருந்து வந்தன. என் தூக்கத்தில் உலவிவந்தன. ஒரு வேளை இப்போது நான் விழித்திருக்கும் நேரத்திலும் அவை உலவத் தொடங்கி விட்டதால் என்னால் நன்றாகத் தூங்க முடிந்தாலும் முடியலாம்.

17

நான் எதை இழந்து விட்டேன்?

தூக்கிலிடுபவராக விருப்பம் தெரிவித்த போது நான் எதையாவது இழந்து விட்டேனா? குடும்பத்தை நடத்துவதற்காகத்தான் அதை ஏற்றுக் கொண்டேன். குடும்பத்தை இழக்கவில்லை. என் மனைவி என்னுடன்தான் இருக்கிறாள். அவள் வாழ்க்கையில் அப்படி ஒன்றும் மகிழ்ச்சியற்று இல்லை என்று நினைக்கப் போதிய காரணங்கள் உள்ளன. குழந்தைகள் எல்லாம் பெரியவர்களாகிச் சென்று விட்டார்கள். நான் நினைத்த அளவிற்கு நல்ல இடங்களில் மகள்களைத் திருமணம் செய்து கொடுக்காவிட்டாலும் கூட புலம்புகிற அளவுக்கு பெரிய காரணம் எதுவுமில்லை.

நான் இழக்காதவை இவைதானா? தூக்கிலிடுபவரின் பணியை மறுக்கத் தவறியதால் நான் பெற்றவை இவைதானா? என் அண்ணன் ராமனை நினைத்துப் பார்க்கிறேன். வீட்டிலிருந்து வெளியேறி தொலைதூரத்தில் அவன் வேலை செய்ய வேண்டியிருக்கிறது. அவன் அங்கே இன்னும் மகிழ்ச்சியுடன் இருப்பானா என்று வியப்படைகிறேன்.

இதைப்பற்றி அதிகம் சிந்திக்க சிந்திக்க மகிழ்ச்சியைப் பற்றிய எனது புரிதல் காணாமல் போனது. மகிழ்ச்சியான மனிதன் என்று ஒரு விஷயம் உள்ளதா என்ன? நான் மறுத்திருந்தால் என்னவாகியிருக்கும். என் குடும்பம் உடைந்து நொறுங்குவதைப் பார்த்து பட்டினி கிடக்காமல் இருப்பதற்கு வகை செய்யக் கூடிய, இந்த வேலை அளிக்கக்கூடிய பாதுகாப்பை, ஏற்றுக் கொண்டிருக்கலாமே என்று எண்ணியபடி வாழ்க்கையைக் கழித்திருப்பேன். இந்த இடத்தை விட்டுச் சென்று வேறு ஏதாவது கற்றுக் கொண்டு ஒருவேளை முற்றிலும் மாறுபட்ட வாழ்க்கை வாழ்ந்திருப்பேனோ என்னவோ? எனது அடியானைப் பற்றி, இந்த வேலைக்குப் பொருத்தமில்லாதவனாகத் தோன்றியதால் எனக்குக்

கவலையளித்த அந்த இளைஞனைப் பற்றி நினைத்துப் பார்க்கிறேன்... அவன் இறுதியில் நாகர் கோவிலையும், பார்வதிபுரத்தையும் விட்டுச்சென்று தச்சனாகிவிட்டான். அவன் வெகு தொலைவில் ஆந்திராவில் வசிக்கிறான். அங்கேயே ஒரு பெண்ணைத் திருமணம் செய்து கொண்டிருக்கிறான். அவன் மகிழ்ச்சியுடன் இருக்கிறானா என்று நான் வியப்படைந்தேன். தனது சொந்த விருப்பத்தின் அடிப்படையிலேயே அவன் வெளியேறிச் சென்று தனது வாழ்க்கையை அமைத்துக் கொண்டான்.

என்னைக் கடுமையாகத் தாக்கியது என்னவென்றால், நான் எதைத் தேர்ந்தெடுத்திருந்தாலும் வருத்தப்படுவதற்கு எதையாவது கண்டு பிடித்திருப்பேன் என்பதுதான். பின்பு அந்த கேள்வி தோன்றியது, குற்ற உணர்ச்சி கொள்வதற்கு வாய்ப்பே இல்லாத ஏதாவது ஒன்று உள்ளதா? நான் எதைத் தேர்ந்தெடுத்திருந்தாலும் வாழ்நாள் முழுவதும் போனதை நினைத்து வருத்தப்படுவேன் என்றால் அது என்னுள்ளே எப்போதுமிருக்கும் ஏதாவது ஒன்றா? நான் அதனுடனேயே பிறந்திருக்கிறேனா?

அன்றிரவு நான் திரும்பவும் கனவுகண்டேன். ஒரு வித்தியாசமான கனவு.

கண்ணுக்கெட்டிய தூரம் வரை என்னைச் சுற்றி தூக்கு மரங்கள். ஒவ்வொன்றிலும் ஒரு தூக்குக்கயிறு தொங்கிக் கொண்டு இருக்கிறது. சுற்றிலும் எங்கேயும் நான் நெருப்பைக் காணாவிட்டாலும் அந்த வெள்ளைக்கயிறு, தீப்பற்றி எரிவது போன்று மஞ்சளாக ஒளிர்கிறது. ஒவ்வொரு தூக்கு மரத்திற்குக் கீழேயும் ஒரு கிணறு.. ஒவ்வொரு கிணற்றிலும் ஏதேதோ...

தூக்குமரங்களிடையே திட்டுத்திட்டாக புல் முளைத்திருக்கும் சமமற்ற பாதையில் நான் நடக்கிறேன். மேலே பார்க்கும்போது வானம் இருண்டு தெரிகிறது. ஆனால் தரையிலிருக்கும் நெருப்பொளி மேலே உள்ள இருண்ட மேகங்களைக் காட்டுவது போல் தோன்றுகிறது. என் மார்பில் பயத்தின் ஒரு சிலிர்ப்பு ஓடுகிறது. அவை மழை மேகங்கள். விரைவில் மழை பெய்யும்.மழை நெருப்பை அணைத்துவிடும். பின்பு இருளில் நான் தனித்திருப்பேன்.

பயம் அதிகரிக்க அதிகரிக்க நான் விரைவாக நடக்கிறேன். ஆனால் தூக்கு மரங்களுக்கு ஒரு எல்லையே இல்லை போல் தோன்றுகிறது. ஒளியிலும் ஒரு மாற்றமும் இல்லை. அந்தப் பழக்கமான பிரைமர் மட்டுமே அடிக்கப்பட்ட கதவு எங்கே என்று நான் திகைப்படைகிறேன்.

தொலைதூரத்தில் நிமிர்ந்து நிற்கும் தூக்கு மரங்களுக்குப் பின்னிருந்து ஒரு கறுப்பு உருவம் வெளியே வருகிறது. அது ஒரு ஆண். அவரது பெரிய மீசை முனைகளில் சுருண்டு கண்களுக்குக் கீழே வட்டங்களை ஏற்படுவதை நான் பார்க்கிறேன். அவரது கண்கள் சிவந்து வெறுப்பை உமிழ்கின்றன. மார்பு திறந்திருக்கிறது. பழையகால பாணியில் இடைக்கச்சையோடு கூடிய கால்சட்டையைப் போல முண்டு அணிந்திருக்கிறார். அருகில் நெருங்கும் போது இடைவாரில் ஒரு வாள் தொங்கிக்கொண்டிருப்பதைக் காண்கிறேன். நான் அவரை நெருங்க நெருங்க அவர் அந்த வாளை உருவுகிறார்.

என்னுடன் பேசும் போது அவரது விழிகள் வெறுப்பில் பளிச்சிடுகின்றன. 'அற்பப் புழுவே' அவர் முழங்குகிறார்.

'யார் நீங்கள்?' என்கிறேன் நான்.

'தூக்கிலிடுபவர்' அவர் பதிலளிக்கிறார். 'உண்மையான ஆரட்சர்'.

'உண்மையான ஆரட்சர் என்றால் என்ன?'

'எந்தக் கேள்வியும் கேட்காமல் எந்த உணர்ச்சியும் இல்லாமல் என் மன்னனுக்காக நான் செய்கிறேன். இந்தத் தூக்கு மரங்கள் எல்லாம் என்ன தெரியுமா உனக்கு?"

'தெரியாது'

'அவை என்னுடைய தூக்குமரங்கள். நான் ஆயிரக்கணக்கான பேரைக் கொன்றிருக்கிறேன். அதைப் பற்றி எனக்குக் கவலையே இல்லை.

'ம்.'

'ஆனால் நீ... நீ ஒரு பாராங்குக்காரன்.'

அந்த உண்மை என் மேல் இடியாக விழுகிறது. நான் கொடுத்த வேலையைச் செய்கிறேன். ஆனால் மனதளவில் விவசாயியாகவே இருக்கிறேன். 'உண்மைதான்' என்கிறேன் நான். என்னுடைய ஏமாற்று எவ்வளவு பெரியது என்ற உண்மை மீண்டும் என்னை நிலைகுலைய வைக்கிறது. நான் ஒரு ஆரட்சரைப் போல் நடந்து கொள்கிறேன். ஆனால் என் இதயம் ஒரு சுண்டெலியினுடையதாக இருக்கிறது. எனக்கு அவமானம் ஏற்படுகிறது. விழித்துக் கொள்கிறேன்.

விழிப்பிலும் அந்த அவமான உணர்ச்சி தொடர்கிறது.

அந்த எழுத்தாளரோடு நான் விளையாடியிருக்கிறேன். கட்டி இழுத்து வந்திருக்கிறேன். சுற்றிச் சுற்றி ஓட வைத்திருக்கிறேன். நான் அவரிடம் காட்டிய நேர்மையைவிட எனக்கு நானே காட்டிக் கொண்டதை விட அவர் என்னிடம் அதிக நேர்மையுடனிருந்து வந்திருக்கிறார். அனைத்தையும் எதிர்ப்பேயில்லாமல் சகித்துக் கொண்டு மேலும் அதிகம் வேண்டி வந்து கொண்டேயிருந்திருக்கிறார். இவ்வளவு நாள்வரை நானிருந்ததைவிட சில விதங்களில் அவர் அதிக முதிர்ச்சியுடையவனாக இருந்திருக்கிறார்.

நான் என்ன செய்து கொண்டிருக்கிறேன்?.

இந்தப் பாசாங்கை ஏன் என்னால் விட்டொழிக்க முடியவில்லை? அவர் உண்மையிலேயே புத்தகம் எழுத விரும்பும் வகையான மனிதர். நான் அல்ல. நான் ஏன் என் எழுத்தை மக்கள் மேல் திணிக்க வேண்டும்?

அடுத்தமுறை எழுத்தாளர் வரும்போது அவருடன் பேச வேண்டுமென்று நான் நினைத்தேன். என்னால் இதைத் தாங்கிக் கொள்ள முடியவில்லை என்பதை அவரிடம் சொல்லி விடுவேன். அவரிடம் இந்தப் புத்தகங்களைக் கொடுத்து, ‘அவை ஒரு பொருட்டே அல்ல, என் வாழ்கையும் ஒரு பொருட்டே அல்ல’ என்று சொல்லி அவரை என் வாழ்விலிருந்து உதைத்துத் துரத்திவிடப் போகிறேன்.

இப்படி நான் முடிவு செய்ததும், தெற்கிலிருந்து அடித்த பெருங்காற்றால் மழை திரும்பவும் கொட்டத் தொடங்கியது. அதன் மீது கடலின் உப்புக்கரிக்கும் சுவையைக் காண முடிந்தது. இந்தப் பெருங்காற்றும் மழையும் கடும் வேகத்துடன் ஓடுகளைத் தாக்கி சமையலறைக் கூரையில் இருந்த ஒரு ஓட்டையைப் பெரிதாக்கி விட்டது. அதிலிருந்து ஒவ்வொரு அரை நிமிடத்திற்கும் ஒரு பெரிய மழைத்துளி ஓசையுடன் சொட்டியது. நான் எழுந்து இருளில் தடுமாறிச் சமையலறைக்குச் சென்று நீர் சொட்டுமிடத்தில் ஒரு பானையை வைத்தேன். ஆனால் அதில் மழைத்துளி விழும் ஓசை இன்னும் அதிகமாக கேட்டது. செல்லம்மாளை அது எழுப்பி விடுமோ என்ற பயம் தோன்றியது. அவள் தரையைத் துடைக்கும் ஒரு கந்தல் துணியைக் கண்டெடுத்து பானையில் போட்டேன். நீர்த்துளி விழும் ஓசை மிகவும் மெல்லியதாகிவிட்டது.

இப்படியொரு காரியத்தை இதற்குமுன் நான் செய்ததேயில்லை. வழக்கமாகச் செல்லம்மாளை எழுப்பி இதைச் செய்யச் சொல்லியிருப்பேன். இப்பொழுது ஏன் நான் இதைச் செய்கிறேன்?

அந்த அவமானத்தினால் என்று நினைத்துக் கொண்டேன். நான் ஒரு பாசாங்குக் காரனாகவல்லவா இருந்து வந்திருக்கிறேன்.

இப்போது தூக்கிலிடுபவனானதில் நான் எதை இழந்திருக்கிறேன் என்பதை என்னால் புரிந்து கொள்ள முடிந்தது. அல்லது நான் இழந்தவற்றில் ஓரளவையேனும் உணர்ந்து கொள்ள முடிந்தது. எனது அறியாமையை இழந்து விட்டேன். கூடவே சுயமரியாதையையும் என்று நினைக்கிறேன்.

என் மூளையில் இத்தனை எண்ணங்கள் சுழன்றடித்துக் கொண்டிருந்ததால் என்னால் தூங்கமுடியவில்லை. அந்த எழுத்தாளர் இன்னொரு முறை வரும்போது என்ன சொல்லலாம் என்று சிந்தித்தேன். இந்தப் புத்தகத்தை மறுத்து அவரைத் திருப்பியனுப்பி விட்டால் அந்த பாழாய்போன பழைய வாழ்க்கைக்குத் திரும்பிப் போக வேண்டிருக்கும் என்பது நினைவுக்கு வந்தது. அதை என்னால் செய்யமுடியுமா? முடியாது. என்னால் முடியாது. மழைக்கு முன்பிருந்த ஆள் அல்ல நான் இப்போது, எழுத்தாளரின் மீது ஒரு புது விதமான உணர்ச்சி தோன்றியது. இது நடக்குமென்று அவனுக்குத் தெரிந்திருக்க வேண்டும். அடுத்த முறை அவர் வரும்போது அவரது தலையீடு என்னை எந்த கதிக்கு ஆளாக்கியிருக்கிறது என்பதைக் காட்டி எதிர்கொள்வேன்.

நாசமாய்ப் போனவன். என் கால் வலியைத் தணித்துக் கொள்ள திரும்பிப்படுத்தபோது எழுத்தாளரைப் பற்றி இப்படித்தான் எனக்குத் தோன்றியது.

பாசாங்குக்காரன். நான் ஒரு பாசாங்குக்காரன்.

அந்த எழுத்தாளரும் அப்படித்தான்.

18

காலையில் அந்த எழுத்தாளர் வந்தார். மழையில் குடையோடு வாயிற்கதவருகே நின்று என்னைப் பார்த்து ஈரமாகச் சிரித்தார். அவர் தாடியிலிருந்து மழைநீர் சொட்டிக் கொண்டிருந்தது. அந்தக் காட்சி வேடிக்கையாகயிருந்ததால் எனக்கும் சிரிக்கத் தோன்றியது. ஆனால் நான் அவரை முறைத்தேன்.

"என்ன விஷயம்? ஏன் இவ்வளவு இறுக்கமாக இருக்கிறீர்கள்?" என்றார்.

"பார்க்க ரொம்பக் கடுமையாகத் தோன்றுகிறேனா?" நான் கிண்டலாகக் கேட்டேன்.

அவர் நனைந்து போயிருந்த கண்ணாடியை எடுத்து கைக்குட்டையால் துடைத்தார். கண்ணாடியில்லாமல் அவரைப் பார்க்கும்போது இன்னும் இளமையாக, சாதாரணமாக, பாவமாக கொஞ்சம் களைப்பாகக் கூடத் தோன்றியது. ராமைய்யனுடையதைப் போலவே இவருடைய பார்வையும் உட்புறம் நோக்கியேயிருந்தது. கண்ணாடியைத் துடைத்து மூக்கில் பொருத்திக் கொண்டதும் அவை எப்படி அவரது உண்மையான முக பாவத்தை மறைக்கின்றன என்பதை என்னால் காண முடிந்தது. இந்த கண்ணாடி துடைத்தலும், தனது எளிய இரக்கமான பக்கத்தைப் பார்க்க என்னை அனுமதித்ததும் இன்னொரு வகையான ஏமாற்றோ? எனக்குத் தெரியவில்லை.

"நான் ஏதாவது தவறு அல்லது முட்டாள்தனம் செய்திருந்தால், உங்களைப் புண்படுத்தும் விதத்தில் ஏதாவது செய்திருந்தால் என்னை மன்னித்துவிடுங்கள் சரியா? சரி செய்வதற்கு என்ன செய்ய வேண்டும் சொல்லுங்கள் செய்கிறேன்."

"சரி செய்ய நீங்கள் என்ன செய்ய வேண்டுமென்று சொல்கிறேன்..." நான் தொடங்கினேன்,

நாங்கள் சந்தித்திலிருந்து முதல் முறையாக அவர் குறுக்கிட்டார், "முதலில் நான் என்ன செய்தேனென்று சொல்லுங்கள்... இல்லாவிட்டால் என்ன செய்ய வேண்டுமென்று சொல்வது சரியாக இருக்காது."

எனக்கு எரிச்சல் வந்தது. காலைமுழுக்க இந்தக் கணத்திற்காகக் காத்துக் கொண்டிருக்கிறேன். அவரிடம் என்ன சொல்ல வேண்டுமென்று திட்டமிட்டுக் கொண்டிருக்கிறேன். இப்போது எல்லாவற்றையும் கெடுக்கிறார். "நான் உங்களிடம் சொல்ல விரும்பியதைச் சொல்கிறேன். வாயை மூடிக் கொண்டு கேளுங்கள்" என்றேன்.

"நல்லது, கேட்கிறேன்" என்றார்.

"நீங்கள் எனக்கு என்ன செய்துவிட்டீர்கள் என்பது உங்களுக்குத் தெரியுமா?" என் பார்வையில் அடக்கி வைத்திருந்த கோபம் அப்பட்டமாக வெளிவந்தது.

"தெரியாது. நீங்கள் சொல்ல வேண்டுமென்று விரும்புகிறேன்."

"நீங்கள் என் வாழ்க்கைக்குள் நுழைந்து அதைத் தலைகீழாக மாற்றிவிட்டீர்கள்."

"நீங்கள் குடிப்பதற்கு நான் பணம் கொடுத்தேன். நள்ளிரவில் உங்களை வீட்டுக்குத் தூக்கிவர வேண்டியிருந்தது. அதை உங்கள் மனைவி விரும்பாதது அவளுடைய தவறு அல்ல."

"உங்களுக்கே தெரியும். அது அவ்வளவு சில்லறை விஷயமல்ல" எனது வாதங்களைத் தொகுத்துக் கொள்ள பேச்சை நிறுத்தினேன். விடியலுக்கு முன்பு நான் அவற்றைத் தயாரித்த போது மிக நன்றாகத்தான் இருந்தன. இப்போது அவை ஒன்றுமில்லாமல் போய்க் கொண்டிருந்தன.

"சரி என்னவென்று சொல்லுங்கள்"

"நீங்கள் என்னைச் சிந்திக்க வைத்துவிட்டீர்கள். என் மனதைத் தோண்டியெடுக்க வைத்து விட்டீர்கள். இப்போது அந்தப் பழைய விவகாரங்கள் என்னை விழுங்கிக் கொண்டிருக்கின்றன. என்னை அலைக்கழிக்கின்றன. என்னால் தூங்க முடியவில்லை. பயங்கரக் கனவுகள் வருகின்றன புரிகிறதா?"

"புரிகிறது" என்றார். "புத்தகம் எழுதும்போது நீங்கள் உங்கள் மனதைத் தோண்டிப் பார்க்கத்தான் வேண்டும். இல்லாவிட்டால் உங்களுக்கு நல்ல புத்தகம் கிடைக்காது."

"இதை ஏன் முன்பே சொல்லவில்லை?"

திடீரென்று நான் கூச்சலிட்டுக் கொண்டிருப்பதையும் என் நெற்றி வியர்வையில் நனைத்திருப்பதையும் உணர்ந்தேன். "நான் தொடங்கும்போதே ஏன் நீங்கள் சொல்லவில்லை?" கொஞ்சம் தணிந்த குரலில் கேட்டேன்.

"நான் சொன்னேன்"

"இல்லை" அடித்துக் கூறினேன். "நான் பழைய காலங்களுக்குப் போக வேண்டுமென்றும் பழைய தொல்லைகளைத் தோண்டியெடுக்க வேண்டுமென்றும் சொல்லவேயில்லை."

"அது அவ்வளவு எளிதாக இருக்கப் போவதில்லையென்று நான் சொல்லத்தான் செய்தேன்"

"ஆமாம். சொன்னீர்கள். ஆனால் அது என் வாழ்க்கையைத் தலைகீழாக மாற்றிவிடுமென்றும் வீட்டிலுள்ள எல்லோரின் மகிழ்ச்சியையும் பறித்துவிடுமென்றும் நீங்கள் சொல்லவில்லை. என் நண்பர்களைத் தூரத்திவிடுமென்றும் சொல்லவில்லை. நான் வழக்கமாக அவர்களோடு வெளியே போவதுபோல இப்போது போவதில்லை அது உங்களுக்குத் தெரியுமா?"

"நான் சொல்லியிருந்தாலும் நீங்கள் நம்பியிருப்பீர்களா?"

"மாட்டேன். நீங்கள் சொன்ன விதத்தில் சொல்லியிருந்தால் நம்பியிருக்க மாட்டேன். ஏதோ கண்ணாடித் தம்ளரைக் கீழே போட்டால் உடைந்துவிடும் என்பது போலத்தான் இவற்றையெல்லாம் சொன்னீர்கள்."

"இன்னும் அழுத்திச் சொல்லியிருந்தால் நீங்கள் என்னை வெளியே உதைத்துத் துரத்தியிருப்பீர்கள்... அது எப்படியிருந்தாலும் நீங்கள் ஏன் எழுதவேண்டுமென்று முடிவு செய்தீர்கள்? நீங்கள் என் கேள்விகளுக்கு விடையளித்து என்னோடு சில நாட்கள் செலவழித்து அந்த வேலையை என்னிடம் விட்டிருக்கலாம்."

"முட்டாள்தனம்" நான் திரும்பவும் அடித்துப் பேசினேன். இந்த ஆள் எல்லையைத் தொட்டுவிட்டான். "நீங்கள் ஒரு நேர்மையில்லாத ஆள்"

"நேர்மையில்லாதவன்?"

"ஆமாம். அதனால்தான் நான் பணத்தைப் பற்றி பிறகு பேசலாம் என்ற போது பேனாவை என்னிடம் விட்டு

விட்டீர்கள்... நீங்கள் வேண்டுமென்றே அதைச் செய்து என்னைக் கடன்பட்டவனாக்கிவிட்டீர்கள். நான் உங்களோடு சும்மா பேசியிருந்தாலும் இந்த எல்லா வேதனைகளையும் அனுபவித்துத்தானிருக்க வேண்டும். அப்போது என் மனதை ஆராய நீங்கள் கொடுத்த வரைபடத்தைப் பின்பற்ற வேண்டியதாகிவிட்டிருக்கும். அது இன்னும் மோசமானதாயிருந்திருக்கும். உங்களுக்குத் தெரியாதென்று சொல்லாதீர்கள்."

"எனக்குத் தெரியும்... ஆனால் நான் வேறுவிதமாக நடந்திருந்தால் புத்தகம் கிடைக்காது."

"நல்லது" நான் சீறினேன். "புத்தகம் கிடைத்திருக்காது. உங்களுக்குப் பணம் கிடைத்திருக்காது. நான் எனது சிறிய உலகில் அமைதியாக இருந்திருப்பேன்."

"அது அமைதியான உலகமல்ல, உங்களுக்கே தெரியும்."

"என்னோடு விவாதிக்காதீர்கள், உங்களுக்கு அந்த உரிமை இல்லை" என்றேன்.

"வாதிப்பேன். நான் இங்கு வந்து உங்களுடைய எல்லா நடவடிக்கைகளையும் சகித்துக் கொண்டது, உங்கள் மனதில் என்ன இருக்கிறதென்று கண்டுகொள்ளத்தான். அது உங்களுக்குப் புரிகிறதா?"

"எனக்கு அதைப் பற்றிக் கவலையில்லை... நீங்கள் இங்கு வந்திருக்கக்கூடாது." எனக்குக் கோபம் தலைக்கேறியிருந்தது. அவர் தன்னை நியாயப்படுத்திக் கொள்ள முயல்வதைப் பார்த்ததும் அது இன்னும் அதிகரித்தது.

"நல்லது நான் வந்திருக்கக்கூடாது. உங்களிடம் பொய் சொல்லியிருக்கக்கூடாது. உங்களைத் தவறான பாதையில் இழுத்துச் சென்றிருக்கக் கூடாது. உங்களுக்குப் பேனா கொடுத்திருக்கக் கூடாது. இனியென்ன செய்யலாம்?"

நான் சொன்னேன், "நான் செய்ய வேண்டியது ஒன்றே ஒன்றுதான்...'

"ஆமாம் ஒன்றே ஒன்றுதான்" அவன் சொன்னது என் மூச்சையே நிறுத்திவிடும் போலிருந்தது. "புத்தகத்தை முடித்து விடுங்கள்."

"வெளியே போ..." நான் பேசும்சக்தியை திரும்பவும் பெற்றதும் கத்தினேன். கடுங்கோபத்தால் என் குரல் இறுகிப் போயிருந்தது.

வாசலைக் காட்டிய விரல் நடுங்கியது. "என் வீட்டை விட்டு வெளியே போ. திரும்பவும் வராதே"

"நான் என்ன தவறு செய்தேன்?" அவர் கேட்டார். தந்திரமானவன்.

"ஒன்றுமில்லை. நான் அதைப் பற்றிப் பேச விரும்பவில்லை. நீ போனால் போதும் இந்தக் கிழவனை அமைதியாக இருக்க விட்டு விட்டால் போதும்."

என் கோபத்தைப் பார்த்துவிட்டு வாயிலை நோக்கி நடக்கத் தொடங்கினார். "பாருங்கள் நன்கு யோசித்துத்தான் சொல்கிறீர்களா?" என்று கேட்டார்.

"பேசாமல் போ" நான் சொன்னேன். பின்பு எனக்கு ஏதோ தோன்றியது. "இந்தா, இதையும் எடுத்துக் கொண்டு போ." நான் உள்ளே சென்று எல்லா நோட்டுப் புத்தகங்களையும் பேனாவையும் தூக்கிக் கொண்டு வந்து அவரிடம் கொடுத்தேன். அவர் பரிதாபமாக அவற்றைப் பெற்றுக் கொண்டு பழக்க தோஷத்தில் தன்னோடு எப்போதும் வைத்திருக்கும் கேன்வாஸ் பையிலிருந்த ஒரு பிளாஸ்டிக் தாளை எடுத்து புத்தகங்கள் நனையாமலிருப்பதற்காகச் சுற்றினார்.

"இது போலச் செய்ய வேண்டாம். நான் கிளம்புகிறேன், இவை உங்களுக்குத் தேவைப்படும்."

"நீங்களும் உங்கள் நோட்டுப் புத்தகங்களும் நாசமாய்ப் போகட்டும். இவற்றை எடுத்துக் கொண்டு போய்த் தொலையுங்கள். இவற்றை நான் திரும்பப் பார்க்க விரும்பவில்லை. உங்களையும் பார்க்க விரும்பவில்லை."

"ஓ.கே" என்றார்.

அவரைப் பார்த்தாலே இடிந்து போயிருப்பது தெரிந்தது. என்னுள் ஒரு வினாடி இரக்கம் தலைகாட்டியது. ஆனால் அதற்கு அவருக்குத் தகுதியில்லையென்று உடனே அதை நசுக்கி விட்டேன். அதுதான் நல்ல வழி. "போய் விடுங்கள்... திரும்ப வராதீர்கள்..."

"ஓ.கே. எப்படியிருந்தாலும் உங்களுக்கு நல்லதே நடக்க வேண்டுமென்று விரும்புகிறேன்." அவர் தனது கையிலிருந்த புத்தக மூட்டையைப் பார்த்துக் கொண்டார். "ஒருவேளை எனது புத்தகத்தை எழுதப் போதுமானது இதிலிருக்கலாம். நான் பாதிப் பணத்தை அனுப்பட்டுமா?"

"போய்த் தொலையுங்கள்... திரும்ப வராதீர்கள்... என் வாழ்க்கையை விட்டுப் போய்விடுங்கள்" என்றேன் நான்.

"ஓ.கே." அவர் திரும்பி சேறும் சகதியிமாயிருந்த பாதையில் நடக்கத் தொடங்கினார். மூலையில் நின்று திரும்பி என்னை நோக்கி கையாட்டுவது போல் ஏதோ செய்தார். பதிலுக்குக் கையாட்ட வேண்டுமென்ற விருப்பம் தோன்றினாலும் அடக்கிக் கொண்டு சட்டென்று திரும்பி வீட்டுக்குள் சென்றுவிட்டேன். அவரை இனிப் பார்க்கவே கூடாது என்ற எண்ணத்துடன்.

நான் உள்ளே வந்ததும் செல்லம்மாள் கேட்டாள். "அவரை ஏன் அனுப்பிவிட்டீர்கள்?"

"அவரால் எத்தனை பிரச்சினை..."

"ஆனால் நீங்கள் கொஞ்ச நேரம் மகிழ்ச்சியாக இருந்தீர்களே"

"அவரைப்பற்றி மோசமாகப் பேசியது நீதான்" நான் முறைத்தேன்.

"ஆமாம் இனி பழைய மாதிரி ஆகிவிடுவீர்கள் தானே?'

நான் பதிலளிக்கவில்லை. எனக்கே அது தெரியவில்லை. இதே கேள்வியைத்தான் திரும்ப திரும்ப என்னை நானே கேட்டுக் கொண்டிருக்கிறேன் என்பதை அவளிடம் சொல்லவில்லை.

19

அன்று மாலை வழக்கமாகக் கூடும் முருகனின் கடைக்குச் சென்றேன்.

காப்பியைக் குடித்தபடி கவனமாக உள்ளூர் செய்திகளைக் கேட்டுக் கொண்டிருந்தேன். மழையில் யாரோ ஒருவருடைய கூரை பிய்த்துச் செல்லப்பட்டுவிட்டது. யாரோ ஒருவருடைய வீட்டின் மீது மரம் விழுந்து ஓடுகள் உடைந்துபோய்விட்டன. கொட்டும் மழையில் வீடு திறந்த கூடாரமாகிவிட்டது. இந்த பருவநிலையில் அவற்றைத் திரும்பவும் பொருத்த முடியாது. எனவே அவன் வீட்டை அப்படியே விட்டுவிட்டு வெளியேற வேண்டியதாகி விட்டது. மற்றவர்களின் வீடுகளில் வெள்ளம் புகுந்து வீடுகளை விட்டு அவர்களை வெளியேற்றி விட்டது. இன்னும் மோசமான மழைக்காலம் இனிமேல் தான் வரவுள்ளது.

காபியை முடிக்கும் நேரத்தில் இவையெல்லாம் எனக்குத் தொடர்பற்றவை என்ற உணர்வு வந்து விட்டது. முன்பு ஏற்படுத்திய பாதிப்பை இந்தச் செய்திகள் எதுவும் இப்போது ஏற்படுத்தவில்லை. இப்போது நான் இவற்றில் ஒரு அங்கமாகவே இல்லை. பேச்சுக்கள் காதில் விழுந்தாலும் அவற்றைக் கவனிக்கவேயில்லை. அவர்களது வழக்கமான விளையாட்டுகளிலும் கேலி கிண்டல்களிலும் கவனம் செலுத்த முயன்றேன். எல்லாவற்றையும் கேட்டாலும் எதுவுமே என்னைப் பாதிக்கவில்லை.

நான் இப்போது முற்றிலும் வேறு விதமான மனிதனாகிவிட்டேன். பல வாரங்களாக இங்கு வராததே அதற்குக் காரணமென்று முடிவு செய்தேன். முயற்சி செய்து இங்கேயே கொஞ்ச நேரம் ஓட்டிக் கொண்டிருந்தால் பழைய நாட்களுக்குச் சென்றுவிடலாமென்ற எண்ணத்துடன் இன்னொரு காபி வாங்கிக் கொண்டு ஒன்று கலக்கும் விருப்பத்துடன் என் தனிமையுணர்வு நீங்குவதற்காகக் காத்திருக்கத் தொடங்கினேன்.

அது அகலவேயில்லை. ஈரம் நிறைந்த சாம்பல் வண்ண மாலை வேளையில் அந்த அன்னியப்பட்டுப் போன உணர்ச்சி அதிகரித்துக் கொண்டு தானிருந்தது. ஏறக்குறைய மாலை கழியும் வேளையில் இந்த இரைச்சல் மிகுந்த சிந்தனையற்ற கும்பலில் எப்படி ஒரு அங்கமாக இருந்தேன் என்ற வியப்பு என்னை ஆட்கொள்வதைக் கண்டேன். அவர்களது பேச்சு மேலும் மேலும் சலிப்பூட்டுவதாக மாற இரண்டொரு முறை எனது பொறுமையின்மையை அடக்கிக் கொள்ள வேண்டியிருந்தது. ஆறு மணியாகும் போது முற்றிலும் களைத்துப் போய் வெளியேறினேன்.

ஒருவேளை சாராயம் உதவலாம்.

நேராக மகாலிங்கம் கடைக்குச் சென்றேன். இந்த முறை எப்படிப் பணம் தரப்போகிறேனென்றெல்லாம் அவன் கேட்கவில்லை. என்னிடம் பணமில்லை. எப்படியாவது கொஞ்சம் பணம் புரட்டிவிடலாம் அது ஒரு விஷயமேயல்ல. இப்போதும் அவன் சாராயமும் வெந்த முட்டைகளும் கொண்டு வந்தான். முதல் மிடறு வழுக்கிக் கொண்டு சென்றது. ஆனால் பின்பு அதுவும் பிடிக்காமல் போனது. முதல் டம்ளர் முடியும்போது அதே அன்னியத்தன்மை திரும்பவும் வந்துவிட்டது. இதுவும் வேலை செய்யாது என்பது எனக்குத் தெரிந்து விட்டது.

என்னால் திரும்பிப் போக முடியாது. ஒன்று கலக்கவே முடியாது.

எனக்குப் போதுமென்று மகாலிங்கத்திடம் சொன்னபோது நான் எதிர்பார்த்தபடியே நடந்து கொண்டான். "ஏன் இவ்வளவு விரைவாகப் போகிறாய்?"

அவனிடம் எப்படி உண்மையைச் சொல்வது "தலைவலி" என்று முனகினேன்.

"தலைவலிக்கான மருந்துகளிலேயே நல்ல மருந்து இங்கேதான் இருக்கிறது. அது தலைவலியை நாளை காலை வரை தள்ளி வைத்துவிடும்." மகாலிங்கம் தனது வேடிக்கைக்குத் தானே சிரித்துக் கொண்டான்.

"இன்னைக்கு என்னமோ சரியில்லை."

அவன் என்னை விசித்திரமாகப் பார்த்தான், "உண்மையிலேயே உனக்கு உடம்பு சரியில்லைதான் போலிருக்கிறது. தண்ணி வேண்டாம் போலிருக்கிறது."

“இருக்கலாம், எவ்வளவு ஆச்சு?” அவன் கணக்கு சொன்னதும், “பிறகு தருகிறேன்” என்றேன்.

அவன் முகம் மாறியது. “போனதடவை உனக்குக் கடன் கொடுத்தபோது மறுநாள் தருவதாகச் சொன்னாய். ஆனால் மூன்று வாரம் கழித்துத்தான் தந்தாய். அதுவும் நான் பலமுறை நினைவூட்டிய பிறகு...” அவன் உண்மையிலேயே கடனைத் தள்ளுபடி செய்துவிட்டான். ஆனால் அப்படிச் சொல்லவில்லை. “பின்பு திரும்பவும் கடன் சொல்ல மாட்டேனென்று சத்தியம் செய்தாய். சென்ற முறை பணத்தோடு வந்ததால் வாக்கைக் காப்பாற்றுகிறாய் என்று நினைத்தேன். இல்லை என்று இப்பொழுது தெரிகிறது.”

“வாயை மூடு” இந்த மனிதனும் இவனது புகார்களும் எனக்குப் போதும் போதுமென்றாகிவிட்டது. “என்னிடம் பணம் இல்லை. கிடைக்கும் போது தருகிறேன். அதுவரை பொறுத்துக் கொள். அல்லது முடிந்ததைச் செய்து கொள்.”

என் தோளில் யாரோ தட்டினார்கள். முருகன். கடையை மூடிவிட்டு அப்போதுதான் வந்திருக்கிறான், “என்ன விஷயம்?”

மகாலிங்கம் குமுறினான், “பணம் இல்லையாம். கடன் வேண்டுமாம்.”

“நான் தருகிறேன், எவ்வளவு?”

“பதினெட்டு ரூபாய்”

முருகன் இரண்டு பத்துரூபாய் நோட்டுகளை எடுத்து மேஜை மேல் வைத்தான். “வாயைமூடிக் கொண்டு எடுத்துக் கொள்” என்று மகாலிங்கத்திடம் சொன்னான்.

“நன்றி, நாளைக் காலையில் பார்க்கிறேன்.” என்றேன் முருகனிடம்.

“நீ இஷ்டப்படும் போது...” அவன் பதிலளித்தான்.

அன்றிரவு முகமூடி மனிதனைத் திரும்பவும் கனவில் கண்டேன். இந்த முறையும் கனவு வித்தியாசமாக இருந்தது.

தூக்கு மேடைக்குக் கீழே உள்ள கிணற்றுக்குச் செல்லும் கற்படிக்கட்டுகளைப் பார்க்கிறேன். எங்கிருந்தோ கண்ணுக்குத் தெரியாத ஒளிச் சுடர்களிலிருந்து விட்டுவிட்டு வெளிச்சம் வந்து கொண்டிருக்கிறது. ஆனால் படிகளில் மையிருட்டாகவே

இருக்கிறது. குளிர்ந்த காற்று சிலிர்க்க வைக்கிறது. அதிரும் மேளஒலி கேட்டது. எனது அடியான்களைப் பார்ப்பதற்காகத் திரும்புகிறேன். அவர்கள் அங்கே தானிருக்கின்றனர். இந்தமுறை அவர்களோடு ராமையயனுமிருக்கிறார். பின்பு அவர்கள் எல்லோரும் போய்விடுகின்றனர். தட்டையான முகமூடிகளோடு நூற்றிப் பதினேழு ஆட்களைக் காண்கிறேன். அவர்களும் மறைந்து போய்விடுகின்றனர். தூக்கு மேடைக் கதவின் மீது முகமூடியணிந்து நின்று கொண்டிருந்த ஒரே ஒருவருடன் நான் தனித்திருக்கிறேன். அவரது கைகளும் கால்களும் கட்டப்பட்டிருக்கவில்லை. அந்தக் கண்கள் தந்திரமானவை, முன்பு போலவே பளிச்சென்று சுடர் வீசுகின்றன.

அவரது இரும்புக் கரங்கள் என் கழுத்தை நெறிப்பதை உணர்கிறேன். இந்தமுறை நான் முழங்கால்களில் மடிந்து விழுகிறேன். கிணற்றின் இருளிலிருந்து கேலியான எக்களிப்புக் கேட்கிறது. எப்படியென்று எனக்குத் தெரியவில்லை. ஆனால் அது என்னைக் கேலி செய்கிறது. மூச்சுத் திணறும் போதும் நெஞ்சு வெடித்துவிடும் நிலையிலிருந்தபோதும் கூட என்னுள் பொங்கிப் பெருகிய பயங்கரமான குற்ற உணர்ச்சியை உணர்கிறேன்.

நான் என்ன செய்து விட்டேன். எனக்கு நானே சொல்லிக் கொண்டேன்.

எழுந்தவுடன் எனக்கு வந்த முதல் எண்ணம் கனவின் தொடர்ச்சியாகவே இருந்தது. நான் என்ன செய்து விட்டேன்?

நான் ஏன் அவரை அந்த எழுத்தாளரைத் திருப்பியனுப்பி விட்டேன்? என்வேலை முடிவடையாமலிருக்கிறது. யாரிடமும் பகிர்ந்து கொள்ளாமல், என் மனதைப் படித்து அதே நேரத்தில் என்னுடனான நட்பையும் தொடர்ந்து பேணி வந்திருந்த மாஷிடம் கூட பகிர்ந்து கொள்ளாமல், மூடி வைத்திருந்த விஷயங்களை வெளிப்படையாகப் பேசத் தொடங்கியிருந்தேன். புத்தகம் எழுதும் வேலை செய்யாமல் என் இதயத்தில் ஒரு சிறிய பகுதியையாவது திறந்து பார்க்காமல், எனது நாட்கள் முழுமையற்றவையாகவும், வெறுமையானவையாகவும் தோன்றின.

இப்பொழுதே அந்த நோட்டுகளைத் திரும்பப் பெற வேண்டும் என்று எண்ணினேன். அதைச் செய்தே ஆக வேண்டும்.

அந்த கணத்தில் ஒரு கண்மூடித்தனமான பீதி என்னை ஆட்கொண்டது. எப்படி அவரோடு தொடர்பு கொள்வது?

அப்போதுதான் எனக்கு நினைவிற்கு வந்தது, அவர் தனது முகவரியை ஒரு பழைய 1966 டைரியில் எழுதிக் கொடுத்திருக்கிறார். விடியற்காலையில் முருகனிடம் சென்று ஒரு தபாலட்டை வாங்கவேண்டும். எழுத்தாளரிடம் நான் கொடுத்த நோட்டுப் புத்தகங்களைத் திருப்பிக் கேட்டால் போதும். பின்பு திரும்பவும் தூக்கம் வந்து விட்டது. ஏழுமணி வரை எழவேயில்லை.

ஏழரை மணிக்கு முருகனின் கடைக்கு சென்றபோது அங்கே ஏற்கனவே வேலைக்குச் செல்வதற்குக் கூடியிருந்த சிறு கும்பல் காணப்பட்டது. இருவர் பக்கத்திலிருக்கும் பிளம்பர்கள். ஒரு தச்சன், பின்பு புதிதாக ஒருவன். முருகனிடம் டீ கேட்டேன். அவன் டீ போட்டுக் கொண்டிருக்கும் போதே தபாலட்டை கேட்டேன். “யாருக்குக் கடிதம்?” என்றான் அவன்.

“உனக்குத் தெரியாது” வெடுக்கென்று பதிலளித்தேன். இது அவன் வேலையல்ல.

“மலையாளத்தில் எதையோ மொழிபெயர்க்க வேண்டுமென்று சொல்லிக் கொண்டு உன்னோடு ஒருமுறை வந்திருந்தாரே அவருக்கில்லையல்லவா?”

எனக்கு ஆச்சரியமும் பயமும் ஒரே நேரத்தில் ஏற்பட்டன. முருகனுக்கு எப்படித் தெரியும்? “நீ என்ன சொல்றே?”

இரண்டு மூன்று நாட்களுக்கு முன் அவர் இந்த வழியாகப் போனார். நீ தபாலட்டையோ, அது மாதிரி ஏதாவதோ கேட்டு வந்தால் இதைக் கொடுக்கும்படி சொல்லி என்னிடம் கொடுத்து விட்டுப் போனார்.” என்று சொல்லிவிட்டு உள்ளிருந்து ஒரு பையை எடுத்தான்.

அந்த நோட்டுப் புத்தகங்கள், பேனா...

அந்த எழுத்தாளரிடம் எனக்கு ஏற்பட்ட, நான் அடக்கி வைத்த இரக்கம், பெரும்பலத்துடன் திரும்ப வந்தது. என் இதயம் லேசாகி நான் சிரிக்கத் தொடங்கினேன். அவருக்குத் தெரிந்திருக்கும். நான் ஒரேடியாக மாறிப் போய்விட்டேன் என்பது அவருக்குக் கட்டாயம் தெரிந்திருக்கும். முன்பு படித்ததிலிருந்து நான் முருகனிடம் தபாலட்டைகள் வாங்குகிறேன் என்பதையும் என்னிடம் தனது முகவரி இருக்கிறதென்பதையும் சில நாட்களில் நோட்டுப் புத்தகங்களைக் கேட்டு அவருக்கு எழுதுவேன் என்பதையும் சரியாகவே ஊகித்திருக்கிறார்.

அவரும் எப்பொழுதாவது இதே போன்றவற்றை அனுபவித்திருக்க வேண்டும்.

"நேற்று நீ எனக்குக் கொடுத்த பணம்?"

"அவர் கொஞ்சம் கொடுத்தார்... பையைக் கொடுத்து விட்டுப் போகும் போது... அதைப் பற்றிக் கவலைப்படாதே."

"என்னிடம் கொடுக்கச் சொல்லித் தந்தாரா?"

"இல்லை, என்னைத்தான் வைத்துக் கொள்ளச் சொன்னார்... ஆனால் உனக்கு வேண்டுமென்றால் வாங்கிக் கொள்ளலாம்."

முருகனை எனக்குக் குழந்தையிலிருந்தே தெரியும். அவன் என்னிடம் பொய் சொல்வதை நினைத்தே பார்க்க முடியவில்லை. எழுத்தாளர் தனக்குத்தான் பணம் கொடுத்தாரென்றால் அது அப்படித்தானிருக்க வேண்டும். "வேண்டாம், எப்படியிருந்தாலும் நன்றி. பணத்துக்கும் இதை வைத்திருந்ததற்கும்" பையைத் தூக்கிக் காட்டினேன்.

"ஆமாம், அந்த எழுத்தாளப்பயலுக்கு நீ வருவாய் என்று உறுதியாகத் தெரிந்திருக்கும் போலிருக்கிறது. அவன் ஒரு தபாலட்டையை வாங்கி அதில் தன் முகவரியை எழுதிக் கொடுத்துள்ளான். நீ இந்தப்பையை எடுத்துச் சென்று விட்டால், இந்தத் தபாலட்டையை அனுப்பி வைக்கும்படி சொல்லியிருக்கிறான். அதில் ஏதாவது எழுத விரும்புகிறாயா? இன்னைக்கே அனுப்பி விடுகிறேன்..."

"வேண்டாம். இந்தப் பை தான் முக்கியம். நான் இதை எடுத்துச் சென்று விட்டேனென்பது அவருக்குத் தெரிய வேண்டும். அவ்வளவுதான்..." என்றேன்.

20

நான் வீட்டுக்குத் திரும்பி வந்து பையைப் பிரிக்கத் தொடங்கினேன். செல்லம்மாள் கதவருகே உட்கார்ந்து காய்கறி நறுக்கிக் கொண்டிருந்தாள். நான் வந்ததும் தலையைத் தூக்கி கையிலிருந்ததைக் கவனித்தாள். "என்ன அது?"

"அந்த நோட்டுப் புத்தகங்கள்" நான் சுருக்கமாகப் பதிலளித்தேன்.

"அப்ப திரும்பவும் எழுதப்போறீங்களா?"

"அப்படித்தான் நினைக்கிறேன்."

"எழுத்தாளர் இவற்றைத் திரும்பவும் அனுப்பினாரா?"

"இல்லை, முருகனிடம் விட்டுவிட்டுப் போயிருந்தார்." என்று கூறிவிட்டு நடந்ததை விளக்கினேன்.

செல்லம்மாள் விழுந்து விழுந்து சிரித்தாள். கிழவிகளுக்கேயுரிய வறண்ட ஆழ்ந்த சிரிப்பு. "அவருக்குத் தெரியும். உன்னைவிட, அவருக்கு உன்னை நன்றாகத் தெரியும்."

"ம்"

"இப்படி ஏதாவது உனக்கு வேலையிருந்தால் நன்றாகத் தானிருக்கும்" என்றாள் அவள்.

சுற்றியிருந்த பேப்பரைப் பிரித்து இறுதியாக எழுதிக் கொண்டிருந்த நோட்டைத் திறந்தேன்... எழுத்தாளரைத் திருப்பி அனுப்பிய பிறகு நடந்தது அனைத்தையும் கனவு, குடி, முருகனின் கடையில் ஏற்பட்ட அன்னியமாகி நிற்கும் உணர்வு எல்லாவற்றையும் மெதுவாக அதில் கொட்டித் தீர்த்தேன். இப்படியே நாள் முழுவதையும் கழித்த களைப்புடன் ஆனால் லேசான மனதுடன் படுக்கைக்குச் சென்றேன். மறுநாளும் இதேபோன்ற லேசான மனதோடுதான் எழுந்தேன். ஆனால் நாட்கள் நகர நகர மனநிலை மோசமானது. எழுதுவதற்கு

ஒன்றுமில்லை. காணாமல் போயிருந்த இருள் மெல்ல மெல்ல மனதில் பரவுவதை உணர்ந்தேன்.

அந்த உணர்வு கொஞ்சம் கொஞ்சமாக அதிகரித்து ஏறக்குறைய நெஞ்சுவலி போலத் தெரியத் தொடங்கியது. கடும் மழை பொழிந்ததால் வெளியே போக முடியாமல் வீட்டினுள்ளேயே மேலும் கீழும் நடந்து செல்லம்மாளின் அமைதியைக் குலைத்தேன்.

வலி. பக்கத்திலுள்ள தக்கலை என்ற இடத்திற்கு நீண்ட நாட்களுக்கு முன்பு செய்த பயணம் நினைவிற்கு வந்தது. அது திருவாங்கூர் மன்னனின் பழைய அரண்மனையான பத்மநாதபுரம் அரண்மனைக்கு அருகில்தான் இருந்தது. அது ஒரு பெரிய பரந்து விரிந்த கட்டடம். இப்போது அருங்காட்சி சாலையாக இருக்கிறது. அங்கே உயர்ந்த கூரைகளுக்குக் கீழே கம்பியிட்ட ஜன்னல்கள் கொண்ட நடைபாதைகளால் இணைக்கப்பட்ட இந்த அறைகளில் மனிதர்கள் வாழமுடியும் என்று என்னால் நினைத்தே பார்க்க முடியவில்லை.

ஒன்றோடொன்று தொடர்புடைய பல நினைவுகள். அவற்றில் மூன்றை என்னால் தெளிவாக நினைவு படுத்திப் பார்க்க முடிந்தது. ஒன்று மாஷுடனான உரையாடல். இரண்டாவது அரண்மனையில் ஒரு வராண்டா. மூன்றாவது முறுவலித்துக் கொண்டிருந்த ஒரு சிறை வார்டருடனான உரையாடல். எல்லாமே ஒன்றோடொன்று தொடர்புடையவை. அவை ஏற்படுத்தும் வலி ஒரே மாதிரியானது.

'வலியை உண்டாக்கும் கலையை வளர்த்தெடுக்க எந்தளவிற்கு சிந்தனை செய்யப்பட்டிருக்கிறது என்பதை நீ நம்பமாட்டாய்' மாஷ் ஒருமுறை கோபத்தில் சூடேறிப் போன குரலில் கூறினார். நாங்கள் அரசனைப் பற்றியும் அவரது கைதிகளைப் பற்றியும் பேசிக் கொண்டிருந்தோம். 'மனிதனின் மனஉறுதியைக் குலைப்பதில் தனித் தேர்ச்சி பெற்ற ஆட்களிலிருந்தார்கள்.'

'இதைப் போன்ற சிலவற்றைப் பார்த்திருக்கிறேன்' என்று நான் அவரிடம் சொன்னேன். 'தூக்கிலிடுபவனாக வாழ்க்கையைத் தொடங்கிய ஆரம்ப ஆண்டுகளில் சிறையில் அவற்றைப் பார்த்திருக்கிறேன்'

'என்ன?' அவர் கேட்டார்.

'முக்காலி' ஒத்துழைக்க மறுக்கும் கைதிகளைப் பிரம்பால் அடித்து வழிக்குக் கொண்டுவர சிறை அதிகாரிகள் பயன்படுத்திய ஒரு விதமான சாதனம்தான் முக்காலி. பிரிட்டிஷாரின் காலத்தில்

கைதிகளுக்கு சவுக்கடி கொடுக்கும் தண்டனை இருந்தது. குறைந்த பட்சம் அது இப்போது நிறுத்தப்பட்டு விட்டது. முக்காலி அடிக்கடி பயன்படுத்தப் படுகிறதென்பதைத் தற்செயலாகக் கண்டு பிடித்தேன். சில நாட்களுக்கொரு முறை தூக்கு மரங்களை நிறுத்த எங்களுக்கு உதவுவதற்காக அனுப்பப்படும் ஒரு வார்டருடன் பழக்கமேற்பட்டது. சில நேரங்களில் கொஞ்சம் பேசவும் முடிந்தது. சுதந்திரத்திற்கு முன்பு ஒரு நாள் மாலை வளாகத்திற்குள் ஒரு அலறல் கேட்டது. அது பிரம்பால் அடி வாங்கும் மனிதனின் கூக்குரல் என்று வார்டர் சொன்னார்.

'ஒரு ஆம்பிளை மாதிரி அதை அவனால் தாங்கிக்கொள்ள முடியாதா?' தூக்கிலிடுவதைப் போலவே பிரம்பாலடிப்பதிலும் ஒரு சடங்கும் நோக்கமும் இருக்கிறதென்பதை அறிந்து கொள்ளாமல் கேட்டேன்.

தனது இருண்ட மகிழ்வற்ற வேலைக்கு இடையில் வார்டர் தனது குஞ்சம் வைத்த தொப்பியை எடுத்து நெற்றியில் பூத்திருந்த வியர்வையைத் துடைத்துக் கொண்டு, 'அது ஒரு சோதனை என்று உங்களுக்குத் தெரியாதா?' என்று கேட்டார்.

'யார் சோதிக்கப்படுகிறார்கள்?'

கேள்வி வேடிக்கையாக இருந்திருக்க வேண்டும். அவர் சிரித்தார். 'உண்மையில் இரண்டு பேரும்'

'என்ன சொல்கிறீர்கள்? யார் அந்த இருவர்?'

'பிரம்பை வைத்திருப்பவனும், கைதியும்தான். வலியை ஒருவர் எவ்வளவு நன்றாகத் தாங்கிக் கொள்கிறார் என்பது மட்டுமல்ல. எவ்வளவு வலியை, திறமையுடன் தர முடியும் என்பதும்தான். கைதி எவ்வளவுக்கெவ்வளவு அதிகமாகக் கத்துகிறானோ அந்த அளவுக்கு மற்றவருக்கு நல்லது. கைதி கத்தவில்லை என்றால் பிரம்படி கொடுப்பவர் தன் வேலையை ஒழுங்காகச் செய்யவில்லை என்று அர்த்தம்.'

'ஏன் அப்படி?'

'ஒவ்வொரு முறை நாங்கள் ஒருவரை அடிக்கும் போதும் அது ஒரு சிறிய விழா போல இருக்கும். எல்லாக் கைதிகளும் பிரம்படி கொடுக்கப்படுவதைப் பார்க்கவேண்டும். அடிபடுபவனின் கதறலைக் கேட்க வேண்டும் என்பதில் நாங்கள் கவனமாக இருப்போம். அப்பொழுது தானே அவர்களுக்கும் பிரம்பு என்றால்

என்னவென்று தெரியும். விதிகளை மீறினால் என்ன நடக்குமென்று தெரிந்தால் ஒருவேளை அவர்கள் மீறாமலிருப்பார்கள் அல்லவா?'

'அவரை எங்கே அடிப்பீர்கள்?'

'அவரது கால்சட்டைகளை கீழே இறக்கிவிட்டு விடுவோம். பின்புறம் நன்கு தெரியும். அவரைப் பிரம்பாலடிக்கும்போது ஒரு அடி விழுந்த இடத்திலேயே இன்னொரு அடி விழாமல் அதற்கு எவ்வளவு அருகில் முடியுமோ அவ்வளவு அருகில் கிடைமட்டத்தில் வரிசையாக அடிப்போம். அப்போதுதான் வலி கடுமையாக இருக்கும்.'

பல ஆண்டுகள் கழித்து முக்காலி பற்றி மாஷிடம் சொன்னபோது அவர் வெறுப்புடன் தலையசைத்தார். 'இது ஒன்றுமேயில்லை. அவர்கள் இன்னும் கற்பனை வளம் கொண்டவர்கள். அந்தப் பேர்பெற்ற கூண்டு தெரியுமா? கழுவன்தூக்கு ஒரு அங்குல இடைவெளியில் இரும்புக் கம்பிகளை அமைத்துச் செய்யப்பட்ட கூண்டு. இந்தக் குறுகலான கூண்டில் கைதியை அடைத்து கழுகுகள் வருமிடத்தில் வெயிலில் வைத்து விடுவார்கள்.'

பருந்துகள் ஏதாவது அசைவிருக்கிறதா என்று பார்க்கும். அடைபட்ட மனிதரால் அசையவே முடியாது என்பதால் ஒரு அசைவுமிருக்காது. அவரால் அலறவும் முடியாது. ஏனெனில் அவரது வாயை அடைத்திருப்பார்கள். எனவே அவரை வெயிலில் விட்டுச் சென்றால் விரைவில் வல்லூறுகள் வந்துவிடும். தங்களது வலிமை வாய்ந்த அலகுகளால் கூண்டின் இடைவெளிகளினூடே அவரைக் கொத்தத் தொடங்கி விடும். அவர் இறக்கும் வரை துண்டு துண்டாக சதையைப் பிய்த்தெடுத்துக் கொண்டே இருக்கும்.

அப்புறம் ஈட்டி முனைகள் பொருத்தப்பட்ட ஆளுயரச் சட்டங்கள். இவற்றினுள் கைதியைப் பொருத்தி விடுவார்கள். அவன் சுற்றிலும் துளைக்கப்பட்டு ரத்தமெல்லாம் வடிந்து சாவதற்காக, இந்தச் சட்டங்களில் கண்களைப் பிடுங்கி எடுப்பதற்காக ஊசிகள் பொருத்தப்பட்டிருக்கும்.

எல்லாமே மன்னரின் பெயரில்... மன்னர்கள் எல்லாவற்றையுமே கடவுளின் பெயரில் செய்தார்கள்...

'கற்பனையே செய்து பார்க்க முடியவில்லை'

'கற்பனை செய்துபார்க்க வேண்டாம். தக்கலைக்குப்போ. அங்கிருந்து பத்மநாதபுரம் அரண்மனைக்குப் போ. அங்கே ஒரு

அறை முழுவதும் இது போன்ற பயங்கரங்கள் நிறைந்திருக்கும், நேரிலேயே பார்த்துக் கொள்.'

மாஷின் ஆலோசனையின் பேரில் இங்கே வந்திருக்கிறேன். அறை முழுவதும் நிறைந்திருந்த கருவிகளைத் திறந்த வாய் மூடாமல் பார்த்துக் கொண்டிருக்கிறேன். கொஞ்ச நாட்களுக்கு முன்பே இது பற்றிப் பேசியிருந்தாலும் இப்போதுதான் இந்த அரண்மனையை வந்து பார்ப்பதற்கான நேரமும், வழிச்செலவிற்கான பணமும் மனநிலையும் வாய்த்திருக்கிறது.

மாஷ் சொன்னது போலவே இதுபயங்கரங்கள் நிறைந்த அறை. பார்வைக்கு வைக்கப்பட்டிருந்த ஒவ்வொரு கருவியின் முன்பும் அது என்ன என்ற விளக்கம் தரப்பட்டிருக்கிறது. அவை நன்கு உருவாக்கப்பட்டுள்ளன. அவற்றை உருவாக்கிய கொல்லர்கள் அவை துல்லியமாக வேலை செய்யும்படி பார்த்துக் கொள்வதற்குக் கடும்முயற்சி எடுத்துக் கொண்டிருக்க வேண்டும். பின்பு அவற்றை எப்படி முழுமையாகப் பயன்படுத்துவதென்று குறிப்புகள் இருந்தன.

கழுவன் தூக்கு துருப்பிடித்துக் கொண்டிருந்தது. துருவேறியிருந்த பகுதிகள் ஜன்னல்களால் வடிக்கப்பட்டு வந்த ஒளியில் ரத்தத் துளிகள் போலத் தோன்றுகின்றன. அதற்குள் அடைபட்டவர், கழுகுகள் தனது கண்களைக் கொத்தும்வரை தனக்கு நேர்வது அனைத்தையும் பார்க்க முடியும். என்னால் இந்தக் காட்சிகளை அதற்கு மேல் தாங்கிக் கொள்ள முடியவில்லை. கொடூரத்தின் வெளிப்பாடான அந்தக் காட்சியகத்தை விட்டு வெளியேறி பளீரென்ற சூரிய ஒளியில் நின்று கண்களைச் சுருக்கியபடி நிற்கும் போது தான் நிம்மதி ஏற்படுகிறது.

21

மன்னரின் மீது கடும் அதிருப்தியுடன் அரண்மனையிலிருந்து திரும்பி வந்தது எனக்கு நினைவிருக்கிறது.

இயற்கையிலேயே வலி, வேதனை இருக்கிறது. எனது தலைமுறை போதுமான அளவிற்கு அதை அனுபவித்துள்ளது. அரசர்கள் தங்கள் எதிரிகளுக்கு கொஞ்சம் வலி ஏற்படுத்த வேண்டும். அதிலும் எந்த சந்தேகமுமில்லை. ஆனால் வலி ஏற்படுத்த விஞ்ஞானத்தைப் பயன்படுத்துவது, அதிலும் ஆட்சி செய்வது என்ற பெயரில் என்பது வேறு விஷயம். அது என்னை மிகவும் பாதித்து அலைக்கழித்தது. எனக்குக் கொஞ்சம் விவசாயம் தெரியும். நிலத்தைப் பண்படுத்துவதும் உரமிடுவதுமாக என் முன்னோர்கள் சிலராவது விவசாயிகளாக இருந்தவர்கள். அது என் ரத்தத்தில் ஊறிப் போயிருக்கிறது. பருவகாலங்களை நான் புரிந்து கொண்டிருந்தேன். மரணம் தவிர்க்க இயலாதது என்பதையும்தான். ஆனால் இதை என்னால் சகித்துக்கொள்ள முடியவில்லை. இதுபோன்ற சித்திரவதைகளைப் புரியும் பாரம்பரியத்தில் வந்த ஒரு மன்னருக்குப் பணிபுரிவது என்னுள் புயலைக் கிளப்பியது. அன்று மாலை நேராக மாஷிடம் சென்றேன். இரவு கவிவதற்கு சற்று முன்புதான் என்னால் அவரைப் பிடிக்க முடிந்தது. அவரது வீடு இருக்கும் முனைவரை நாங்கள் இணைந்து நடந்தோம்.

மியூசியம் குறித்த பேச்சை நான் எடுப்பதற்காக மாஷ் காத்துக் கொண்டிருக்கிறார் என்று நினைக்கிறேன். உதடுகளின் ஓரத்தில் ஒரு சிறிய முறுவல் நெளிந்து கொண்டிருக்கிறது. 'இப்போது என்னை நம்புகிறாயா' என்று கேட்கும் முறுவல்.

'நம்பத்தான் வேண்டும். அரண்மனைக்குச் சென்றேன். எல்லாமே நீங்கள் சொல்லியபடிதானிருந்தன. வலி உண்டாக்கும் இயந்திரங்கள்...' என்று நான் அவரிடம் சொல்கிறேன்.

'சில நூற்றாண்டுகளுக்கு முன்பு என்றால் உன்னால் ஒரு நாள் கூட தூக்கிலிடுபவனாக இருந்திருக்க முடியாது. நீ ரொம்ப மென்மையானவன்' என்கிறார் அவர்.

'ஏன் அப்படிச் சொல்கிறீர்கள்?'

'ஆரம்பத்தில் தூக்கிலிடுபவர்கள், மன்னராலேயே நேரடியாகத் தேர்ந்தெடுக்கப்பட்டவர்கள். சொன்னதைச் செய்பவர்கள். மனசாட்சி நியாயதர்மங்கள் எதுவுமில்லாதவர்கள். இறுகிப்போன கொலைகாரர்கள்.'

'அவர்கள் எப்படிப்பட்டவர்கள்?'

'அரசனின் படை வீரர்களிலேயே மூர்க்கம் மிகுந்தவர்களிலிருந்து தேர்ந்தெடுக்கப்பட்டவர்களாயிருக்க வேண்டும். எந்த உண்மையான போர்வீரனும் வீரத்தில் ஒரு துளியாவது உள்ளவனும் எந்தப் பாதுகாப்புமற்ற மனிதனைக் கொல்லமாட்டான். ஆனால் அந்த வீரர்களுக்குரிய அடிப்படை குணாம்சங்கள் இல்லாத ஏராளமான படை வீரர்களிருந்தார்கள். அவர்களில் தைரியம் மிகுந்தவர்களிலிருந்து மன்னர் தனது மெய்க்காவலர்களைத் தேர்ந்தெடுத்தார். மெய்க்காவலர்களிலேயே இறுகிப் போனவர்களிடமிருந்து மரணதண்டனை நிறைவேற்றுபவர்களைத் தேர்ந்தெடுத்தார்.

அவர்கள் தங்கள் செயல் குறித்து கர்வம் கொண்டிருந்தவர்கள். மன்னருக்கு நெருக்கமாக அதுதானே ஒரே வழி. மன்னருக்கு நெருக்கமாவது என்பது மிகவும் முக்கியமானது, கடவுளுக்கே நெருக்கமாவதைப் போன்றது அது. பிழைப்புக்கு என்ன செய்தாலும் அந்த நெருக்கம் மக்களிடையே பெரும் மதிப்பைப் பெற்றுத்தரும். அதுதான் அனைத்தையும் தீர்மானிக்கிறது. அதிகாரம் என்பது இப்பொழுதும் அப்படித்தானே இருக்கிறது?'

'எனக்குத் தெரியவில்லை. அதைப்பற்றி நான் நினைத்துக் கூடப் பார்த்ததில்லை.'

'தூக்கிலிடுபவர்களும், படைவீரர்களும் தங்கள் அதிகாரத்தை வெளிக் காட்டிக் கொண்டனர். அது மக்களிடையே கௌரவத்தை, குறைந்தபட்சம் பயத்தைப் பெற்றுத் தந்ததால் அவர்கள் அதை விரும்பினார்கள். இந்தத் திறந்த வெளிக் கொலைகள், ஒரு எல்லைக்குள்ளிருக்கும் வரை தனது அதிகாரத்தை உறுதிப்படுத்தியதால் மன்னரும் இதை விரும்பினார்.'

'திறந்த வெளி... நீங்கள் எதைப்பற்றிப் பேசுகிறீர்கள்?'

'திறந்த வெளியில் பொது இடத்தில் நிறைவேற்றப்படும் மரண தண்டனைகள்... மார்க்கோ போலோவையும், யானைகளையும் பற்றி நான் சொன்னது நினைவிருக்கிறதா?'

'ஆமாம்'

'அந்த மரணதண்டனைகள் பொது இடங்களில் நிறைவேற்றப்பட்டன. யாரே ஒருவன் கொல்லப்படும் காட்சியைக் காண யார் வேண்டுமானாலும் வரலாம்.'

என்னால் இதை நினைத்தே பார்க்க முடியவில்லை. நான் தூக்கிலிடச் செல்லும் போதும் சில பார்வையாளர்கள் இருக்கத்தான் செய்வார்கள். மேலதிகாரி அல்லது அரசியல்வாதி. ஆனால் இவர்களில் பெரும்பாலானவர்கள் அது தங்கள் வேலை என்பதனாலேயே அங்கே இருப்பார்கள். மிகச் சிலரே வேறு காரணங்களுக்காக தூக்கிலிடுவதைப் பார்க்க வருகிறார்கள். இந்தக் குறைந்த நபர்களுக்கு முன் கூட என்னால் இயல்பாக இருக்க முடியாது. நான் அவர்களின் கண்களைச் சந்திப்பதைத் தவிர்த்து விடுவேன். இதையே பொது இடத்தில் செய்வதாயிருந்தால்... 'ஆயிரம் வேற்று மனிதர்கள் முன்பு ஒருவரை என்னால் தூக்கிலிட முடியுமாவென்று நினைத்துக்கூடப் பார்க்க முடியவில்லை' என்கிறேன் நான். 'குழந்தைகளுக்கு உணவளிப்பதற்காகக் கூட என்னால் அதைச் செய்ய முடியாது.'

அவர் பிரகாசமான விழிகளால் என்னைப் பார்க்கிறார். 'நான் சொல்வது புரிகிறதா?' என்று கேட்கிறார். அவரது தோற்றம் ஏக்கம் மிகுந்ததாக மாறுகிறது. 'வீட்டுக்குள் சென்று பேசலாமென்று விரும்புகிறேன். ஆனால் உனக்குத் தான் தெரியுமே?'

'இங்கே நின்று கொண்டிருப்பதே நன்றாகத்தானிருக்கிறது. உங்களுக்குப் பிரச்சினை வந்து விடக் கூடாது என்றுதான் பார்க்கிறேன்.' என்கிறேன் நான்.

'எனக்கு ஏற்கனவே பிரச்சினை வந்து விட்டது.' அவர் இளிக்கிறார். இந்த இருளிலும் அவர் சின்னப் பையனாக இருந்த போது எப்படியிருந்திருப்பார் என்பதை என்னால் யூகிக்க முடிகிறது.

என்னால் ஆர்வத்தை அடக்க முடியவில்லை. 'நான் ஒன்று கேட்கலாமா? ஏன் இப்படியொரு திருமணம் செய்து கொண்டீர்கள்?'

இளிப்பு மறைகிறது. ஒரு வினாடி முகம் இருண்டு போய் பின்பு திரும்பவும் கோணலாகச் சிரிக்கிறார். 'வழக்கம் போலத்தான்,

என் அப்பா முற்போக்கானவர்தான். ஆனால் அறிவுக்கூர்மை கொண்டவரல்ல. என் தங்கைக்கு மணம் முடிக்க வேண்டி வந்த போது அவளுக்கு வரதட்சணை தர எங்களிடம் எதுவுமேயில்லை. இவள் வரதட்சணையோடு வந்தாள் என்பதற்காகவே திருமணம் செய்துகொண்டேன். அது நேராக என் தங்கைக்குச் சென்றது… இதில் சோகமான விஷயம் என்னவென்றால் என் தங்கையும் என்னைப் போலவே வேதனையுடன் தானிருந்தாள். சென்ற வருடம் இறந்து போய்விட்டாள்.' அவர் அந்த நினைவை உதறிப் போக்கிக் கொள்பவர் போல தலையை ஆட்டிக் கொண்டார்.

'சரி. உன்னால் யாரையும் பொது இடத்தில் தூக்கிலிட முடியாது.'

'அப்படித்தான் நினைக்கிறேன்.'

'மன்னரின் தண்டனையை நிறைவேற்றுபவர்கள் பொது இடத்தில் தூக்கிலிடுவதோடு மட்டும் நின்றுவிடவில்லை. மிகுந்த அலட்சியத்தோடும் அவசர கோலத்திலும் அதைச் செய்தார்கள். உனக்கு இருப்பதைப் போல அவர்களுக்குத் தூக்கு மரங்கள் இல்லை. பக்கத்திலிருக்கும் வசதியான மரத்தையும் கையில் கிடைக்கும் வசதியான கயிற்றையுமே பயன்படுத்தினார்கள், மரணத்தைச் சகிக்க முடியாததாக்க. மன்னரின் கோபத்திற்கு ஆளானவர்களுக்கு என்ன கதி ஏற்பட்டது என்பதை பார்வையாளர்கள் உணர்ந்து கொள்வதற்காகத் தங்களால் இயன்றது அனைத்தையுமே செய்தார்கள்.'

'நான் அதைச் செய்ய மாட்டேன்' என்கிறேன் நான். எவ்வளவு பெரிய வெகுமதியாயிருந்தாலும் சரி. குறைந்தபட்சம் இந்த ஒரு விஷயத்திலாவது நான் உறுதியுடனிருக்கிறேன்.

'இந்தத் துக்கிலிடுபவர்கள் தங்கள் திறமை குறித்து பெருமையடித்துக் கொள்பவர்கள். வேலுத்தம்பி தலவார் என்று ஒரு திவானிருந்தார். பிரிட்டிஷாரை எதிர்த்து நின்றதற்காகப் பெயர் பெற்றவர். அவர் நல்ல நிர்வாகி தனது சொந்தவழியில் நியாயம் வழங்கினார் என்கிறார்கள். அவரிடம் ஆட்களிருந்தனர். அவர் பயணம் செய்து கடுமையான குற்றங்களைப் புலனாய்வு செய்வார். அந்த இடத்திலேயே தண்டனை வழங்குவார்… ஆனால் எல்லாமே ஒன்றுதான். அவரது தூக்கிலிடுபவர்கள் தாங்கள் எவ்வளவு பேரைத் தூக்கிலிட்டோம் என்று பெருமையடித்துக் கொள்வதை விரும்பினார்கள்.'

'என்னால் நினைத்தே பார்க்க முடியவில்லை.'

'சரி. வேலுத்தம்பி இறுதியில் துன்பப்பட்டார். பிரிட்டிஷார் அவரைச் சூழ்ந்து கொண்டனர். பிடிபடுவதைத் தவிர்ப்பதற்காக அவர் தற்கொலை செய்துகொண்டதாகச் சொல்கிறார்கள். அவர்கள் அவரது உடலை திரும்ப திருவனந்தபுரத்திற்குக் கொண்டு வந்து மக்கள் பார்ப்பதற்காகத் தொங்கவிட்டனர்... பிரிட்டிஷார் தங்கள் உண்மை முகத்தை வெளிக்காட்டிக் கொண்ட ஒரு சில நிகழ்வுகளில் அதுவும் ஒன்று. அவர்களும் இதேவிதமான மன்னர்கள்தான். இன்னும் அதிக அனுபவமுள்ளவர்கள். வேறெந்த வித்தியாசமுமில்லை. நமது மன்னர்கள் முட்டாள்கள். பிரிட்டிஷார் வஞ்சகம் மிகுந்தவர்கள். மக்கள் ஆட்சியாளர்களாலும் அவர்களது புனித நூல்களாலும் மூளைச் சலவை செய்யப்பட்டவர்கள். தங்களுக்காக எதையும் செய்ய முடியாத அளவிற்கு அவர்களும் முட்டாள்கள்தான்.'

மாஷ் இதைச் சொல்லும்போது, மாலை நேரத்தில் புனித நூல்கள் சொல்லியபடி செய்ய முயல்வதையும், முடியாமலிருப்பதையும் பற்றி ராமைய்யன் பேசியது என் மனதில் தோன்றுகிறது. 'புனித நூல்களைப் பற்றி நான் பேசிய ஒரே ஆள் ராமைய்யன் குருக்கள்தான். அவர் மூளைச் சலவை செய்யப்பட்டவர்போலத் தோன்றவில்லை' என்கிறேன்.

மாஷ் என்னை ஊடுருவிப் பார்த்தார், 'நான் புனித நூல்கள் கெட்டவையென்று சொல்லவில்லை. அவற்றில் மெய்யறிவு உள்ளது. ஆனால் அவை என்ன சொல்கின்றன? உங்கள் மன்னருக்கு பணியுங்கள். பெற்றோருக்குப் பணியுங்கள். பெரியவர்களுக்குப் பணியுங்கள். அப்படித்தானே சொல்கின்றன?'

'ஆமாம் அப்படித்தான்.'

'நல்லவை கெட்டவை பற்றிச் சிந்தித்து நல்லவற்றைச் செய் என்று சொல்கின்றனவா?'

'இல்லையென்று நினைக்கிறேன்... இதைப்பற்றி நான் ராமைய்யனிடம் பேசிய போது நான் எனது தர்மத்தைப் பின்பற்ற வேண்டுமென்றார்'

'ஆஹா' அவர் வியப்பை வெளியிடுகிறார். 'பார்த்தாயா? பார்த்தாயா நான் என்ன சொல்கிறேனென்பதை? ராமைய்யன் நேர்மையானவன். உன்னிடம் உண்மையைச் சொல்கிறான். ஆனால் உன்னைத் தவறான வழியில் இழுத்துச் செல்ல அவன் விரும்பியிருந்தால் செய்திருக்க முடியும். அவன் ஏதாவது

மூடத்தனத்தைப் பின்பற்றும்படி உன்னிடம் சொல்லியிருந்தால் நீ நம்பியிருந்திருப்பாய் இல்லையா?'

நம்பியிருந்திருப்பேன். மாஷ் சொல்வதை நான் புரிந்து கொண்டேன் என்று நினைக்கிறேன். எனது வழியை நானே கண்டுகொள்ள வேண்டும். ஒருவேளை வழிகாட்ட யாரும் இல்லாமலிருக்கலாம். பயம் என்னை வன்மையாகப் பற்றுகிறது. நான் அதில் முழ்கிப் போகிறேன்.

22

இப்போது நினைத்துப் பார்க்கும் போது அதிகாரம் என்பது வலி ஏற்படுத்துவதற்கு உள்ள திறமை என்று மாஷ் சொல்லியது போலத் தோன்றியது. இந்த நாட்டில் தொல்லைகளை ஏற்படுத்துவதற்கு உள்ள திறமையை அதிகாரம் அடிப்படையாகக் கொண்டுள்ளது என்று திரும்பத் திரும்பச் சொல்லிக் கொண்டிருப்பார். வெல்பவர்கள் மேலானவர்களல்ல, யாரால் அதிகத் தொல்லை ஏற்படுகிறதோ அவர்களே சிறந்தவர்களாகக் கருதப்படுகிறார்கள்.

இதுபோன்ற விஷயங்களைப் பற்றி நான் ஒருபோதும் ஆழமாகச் சிந்தித்ததில்லை. ஆனால் அவர் பேசிய அளவில் மனிதனை வதைப்பதை என்னால் நினைத்தே பார்க்கமுடியவில்லை. அவர் சொன்னதன் அடிப்படையில் கனவில் வந்த மனிதர் என்னைப் பாசாங்குக்காரன் என்றழைத்ததை என்னால் புரிந்து கொள்ள முடிந்தது. அவர் வேலுத்தம்பியைப் பின்பற்றியவர்களில் ஒருவரென்றால் நான் பாசாங்குக்காரன்தான்.

தண்டிக்கப்பட்ட மனிதர்களுக்கு நான் ஏற்படுத்திய வலி அறியாமல் செய்தது. விரும்பி ஏற்படுத்தியதல்ல. தூக்கிலிடப்பட்ட மனிதர் உண்மையிலேயே அதனால் வதைப்பட்டாரா? அவரது இறுதி நினைவுகள் வலி பற்றியவையா? அவரது இறுதி நிமிடங்கள் எப்படியிருந்திருக்கும்?

எனக்குத் தெரியவில்லை. குறிப்பிட்ட தூக்கிலிடும் சம்பவங்களை நினைவுக்குக் கொண்டுவரக் கடுமையாக முயற்சித்து இந்தக் கேள்விகளில் ஏதாவதொன்றிற்கு விடை தேட முயன்றேன்.

தூக்கிலிடப்பட உள்ள மனிதன் ஒரு இளைஞன். இருபதுகளின் தொடக்கத்தில் இருப்பவன். அவன்தான் எனது முதல் பலி. சரியாகச் சொன்னால் அவன் உண்மையில் மன்னருக்குப் பலியானவன். மன்னன் அளித்த தண்டனையை நிறைவேற்றுவதுதான் எனது வேலை.

அவன் இன்னும் பையனாகத்தானிருக்கிறான். வயது இருபதுக்குக் கீழ்தானிருக்கும். மென்மையாகத் தோன்றுகிறான். சிறையறையின் மூச்சுத் திணற வைக்கும் சூழல் ஏற்படுத்திய ஆரோக்கியமற்ற தன்மையை அவனில் காணமுடிகிறது. மாதக் கணக்கில் உடற்பயிற்சி ஏதும் செய்யவே இல்லை. உணவும் மோசமானதாகத் தானிருந்திருக்க வேண்டும், ஒளியே படாமல் வெளுத்துப் போன உடல் தொய்ந்து போயிருக்கிறது. முன்தினம் மாலைதான் முகத்தை மழித்திருக்கிறான். மென்மையாகவும் வழுவழுப்பாகவும் தோன்றிய அவனது தோல் அவனை இன்னும் சிறுவனாக, பரிதாபமானவனாகக் காட்டியது.

இருள் விலகிக் கொண்டிருந்தது. நட்சத்திரங்கள் மறைந்து கொண்டிருந்தன. விரைவில் அதிகாலைப் பனி வந்துவிடும்; ஆனால் அதற்கு முன்பு என் வேலை முடிந்துவிடும்.

தூக்கு மரங்களின் அருகில் காத்திருக்கிறேன். வார்டர்கள் அவற்றினிடையே அவனைக் கொண்டு வந்து நிறுத்துகிறார்கள். அடியாள்களில் ஒருவன் தூக்கிலிடப்பட உள்ளவனின் காலைக் கீழே திறக்கும் பொறிக்கதவின் மேல், நடுவில் வைக்கச் செய்கிறான். கயிறு தயராக இருக்கிறது. அதன் ஒரு முனை கிழக்குப் பக்கமுள்ள கம்பத்தின் கொக்கியில் கட்டப்பட்டுள்ளது. மறுமுனையில் இறுக்கக்கூடிய முடியுடன் கூடிய சுருக்கு. நான் தான் நடுங்கும் விரல்களால் அந்த முடிச்சைப் போட்டேன்.

இன்னும் மன்னர் ஆட்சிதான் நடந்து கொண்டிருக்கிறது. சிறை வார்டர்கள் அவரது ஆட்கள் யாரிடமும் சுடுகருவிகள் இல்லை. எல்லோர் கைகளிலும் பிரம்புகளிருக்கின்றன. அதைத் தேவைப்பட்டால் ஈவிரக்கமில்லாமல் பயன்படுத்த அவர்கள் தயாராக இருக்கின்றனர். அவர்களில் நால்வர், எதற்கும் தயாராக தூக்கிலிடப்பட உள்ளவனைச் சூழ்ந்து அசையாமல் நின்றிருக்கின்றனர். கவனமாக ஆனால் அளவுக்கதிகமான தொல்லை ஏதும் தராமல் அதே நேரம் அவன் தப்பியோடிவிடாமல் தடுக்கும் எச்சரிக்கையுடன், அவர்கள் அவனைச் சிறையறையிலிருந்து அழைத்து வந்திருப்பவர்கள்.

அந்த இளைஞன் பொறிக்கதவின் மேல் நின்றதும் அடியாள்கள் அவன் கைகளைப் பின்னால் கட்டுகின்றனர். கால்களையும் சேர்த்து வைத்துக் கட்டுகின்றனர். முகத்தை மறைக்கும் விதமாக முகமூடி இறக்கப்படுகிறது. அவன் இறுதியாகப் பார்த்தது தனக்கு முன்னால் உள்ள எந்த நம்பிக்கையையும் அளிக்காத சுவரையும்,

சீருடையணிந்த சிலரின் இறுகிப்போன முகத்தையும்தான். முதல் ஒளிக் கதிர்களின் ஒளியில் தன் உடல் விழவிருக்கும் கதவைக்கூட அவன் பார்த்திருக்கலாம்.

உலகை இறுதியாகப் பார்க்கும்போது பார்க்க விரும்பக் கூடிய எத்தனையோ அதிலிருக்கிறது. அவன் இறுதியாக எதைப் பார்க்க விரும்பியிருப்பான் என்று நான் எண்ணிப் பார்க்கிறேன்.

இறுதி நாளில் அவர்கள் தங்களால் முடிந்த அளவிற்கு தூக்கிலிடப்பட உள்ளவனை நன்றாகப் பார்த்துக் கொள்வார்கள். அவன் விரும்பினால் இறுதி மாலைப் பொழுதில் தன் குடும்பத்தைச் சந்திக்கிறான். தான் விரும்புவதை உண்கிறான். தான் விரும்பும் மதத்தை, குழுவைச் சேர்ந்த மதகுருவிடமிருந்து ஆன்மீக அல்லது மத ஆலாசனை பெறுகிறான். பின்பு சுவற்றையும், சீருடைகளையும், காலுக்குக் கீழிருக்கும் பொறிக்கதவையும் பார்ப்பதற்குப் புறப்படுகிறான்.

அவன் காதுக்குக் கீழே சுருக்கை சரியான நிலைக்குக் கொண்டு வரும்போது அவன் விழிகளில் இறுதியாகத் தென்பட்ட பார்வையை நினைத்துக் கொள்கிறேன். அவன் முகம் வினோதமான நிம்மதியைக் காட்டுகிறது. முகம் மட்டுமல்ல, உடல் முழுவதுமே. கண்கள் பார்வை உள் நோக்கியிருந்ததை நான் கவனிக்கிறேன். சுவரை நோக்கி இருந்தாலும் அவன் பார்வை அதன்மேல் இல்லையென்று நினைக்கிறேன்.

அவன் என்ன பார்த்துக் கொண்டிருக்கிறான். முகமூடி இழுத்து விடப்பட்டுள்ளது. சுருக்கு இறுக்கப்பட்டுள்ளது. சூப்பரின்டென்டென்ட் சைகை காட்டுகிறார். நான் லிவரை இழுக்கிறேன். அவன் கிணற்றில் மறைகிறான். கீழே திறந்து கொண்ட கதவு பக்கச் சுவர்களில் மோதிக் கொண்ட தட்டென்ற ஓசை கேட்கிறது. முடியவே போவதில்லை என்று தோன்றிய கணநேரத்திற்குக் கயிறு உதறுகிறது. பின்பு அது அசையவில்லை. அவன் சென்றுவிட்டான். ஆனால் அந்தக் கேள்வி இன்னுமிருக்கிறது. அவன் இறுதியாகப் பார்த்தது என்ன? அது அவனுக்கு அவனது இறுதியாக அனுபவித்த உணர்வான வலியிலிருந்து விடைபெற உதவியதா?

ஒருநாள் மாலையில் இதைப்பற்றி மாஷிடம் கேட்டேன். சுவரையும், சீருடைகளையும், மூலையிலிருக்கும் சிறிய கதவையும் அவரிடம் விவரித்தேன். ‘இதில்தான் அவன் பார்வை

நிலைத்திருந்தது, அவன் எதைப் பார்த்துக் கொண்டிருக்கிறான் என்று நினைக்கிறீர்கள்?'

'தெரியவில்லை ஒருவேளை பேய்களாக இருக்கலாம்.'

இவ்வளவுதான் என்னால் நினைவுபடுத்திக் கொள்ள முடிந்தது. எழுத்தாளர் திரும்பி வந்திருந்தால் நன்றாக இருக்குமே என்று நினைத்தேன். அவருக்குக் கடிதம் எழுத வேண்டுமென்று எனக்குத் தோன்றவில்லை என்றாலும் அவர் பக்கத்திலிருந்தால் அதட்டுவதற்கும், மிரட்டுவதற்கும் அவரது அர்த்தமற்ற சில சொற்களைக் கேட்பதற்கும் நன்றாக இருக்குமே என்று தோன்றியது. அவருக்கும், மாஷுக்கும் பெரிய வேறுபாடுகள் இருந்தன. ஒருவேளை அவருக்குக் கடிதம் எழுதினாலும் எழுதலாம்.

எழுத்தாளர் பக்கத்திலிருப்பது இனிமையானதாகத் தானிருக்கும் என்று நினைத்தேன். அவரோடு நடக்கலாம், பேசலாம் அவரது அண்மை என் இறுக்கத்தைக் குறைக்கும். ஆனால் அது எழுதுவதற்கு எனக்கு உதவியாக இருக்குமென்று தோன்றவில்லை.

பேய்கள் என்று மர்மமான ஒற்றைச் சொல்லில் மாஷ் விடையளித்த போது அவர் உண்மையில் எதைக் குறிப்பிடுகிறார் என்று கேட்டிருக்க வேண்டுமென்ற எண்ணம் இப்போது உண்டானது. பொருளற்ற எதையும் பெரும்பாலும் அவர் பேசுவதேயில்லை.

மழையைப் பொருட்படுத்தாமல் நடக்கச் சென்றேன்.

திரும்பவும் கொஞ்சம் அவசரத்துடன் மடை திறந்த வெள்ளம்போல் சொற்கள். இது நினைவு அல்ல. ஒருவகையான அமைதியான முழுமையான புரிதல்.

ஒருவேளை அந்தக் கைதி பேய்களைப் பார்த்துக் கொண்டுகூட இருந்திருக்கலாம். நான் தூக்கிலிட்ட ஒவ்வொரு மனிதனும் தனது காலத்தில் குறைந்த ஒருவரையாவது கொன்றவன்தான். தற்பாதுகாப்பிற்கோ அல்லது ஒரு நொடியில் ஏற்படும் கடுங்கோபத்திலோ கொலை செய்தவர்களுக்கு, அவர்கள் மரணதண்டனை கொடுப்பது இல்லை. திட்டமிட்டுக் கொலை செய்தவர்கள் அல்லது கொடூரமாகக் கொலை செய்தவர்கள் அல்லது வேண்டுமென்றே கொன்றவர்கள் அல்லது போலீஸ்காரனைக் கொன்றவர்களுக்குத்தான் மரண தண்டனைகள் அளிப்பார்கள். எனவே நான் தூக்கிலிட்ட ஒவ்வொருவனும் குறைந்தபட்சம் ஒரு திட்டமிட்ட கொலைக்காவது பொறுப்பானவனாவான்.

இந்த மனிதன் ஆரம்ப கட்டத்தில் சுதந்திரத்திற்கு முன்பு குறைந்தது சில மாதங்களாவது தான் செய்தது என்ன ஏன் அதைச் செய்தான் என்று சிந்திப்பதில் கழித்திருப்பான். பின்பு மாதங்கள், பல்வேறு மேல்முறையீட்டு நடைமுறைகளால் வருடங்களாக நீண்டிருக்கக்கூடும். தூக்கிலிடப்படுபவர்களுக்கான சிறையறையில் மரணத்தின் நிழலில் வருடங்கள்... இந்த நேரங்களில் தனது குற்றத்தை அணுவணுவாகப் பரிசீலப்பதைத் தவிர அவன் செய்வதற்கு எதுவுமேயில்லை.

அவன் என்னைப் போன்ற சாதாரண மனிதனாயிருந்திருந்தால் கட்டாயம் தன் செயலுக்கு வருந்தியிருப்பான். தன் மனதின் அடியாழத்திலிருந்து பச்சாதாபப்பட்டிருப்பான். பின்பு அந்த வேதனையோடு வாழ்வின் கடைசி சில மாதங்கள் அல்லது வருடங்கள் வாழ வேண்டியிருந்திருக்கும். அது அவனைப் பாறைபோல் அழுத்தி அவனது ஆன்மாவை இருண்டு போகச் செய்திருக்கும்.

தூக்கு மேடைக்கு அவர்கள் வரும்போது பார்வை உள்நோக்கியிருப்பதில் எந்த ஆச்சரியமுமில்லை. இந்த வகையான மனிதர்களுக்கு ஒருவேளை வலி ஒரு பொருட்டாகவே இருக்காது.

ராகவன் நாயர் நல்ல உயரமும் பருமனும் கொண்ட வாட்டசாட்டமான மனிதர், வலது தோள்பட்டையில் பதிக்கப்பட்டிருக்கும் அசோகச் சக்கரத்தோடு கூடிய வெள்ளைச் சீருடையில் அவரது தோற்றம் கம்பீரமாயிருக்கும். அவர் வலிமை வாய்ந்தவர். அவரது முதுகு எப்போதும் செங்குத்தாக நிமிர்ந்தே இருக்கும். இந்த விரைப்பை நீண்ட நாட்களுக்கு முன்பு, இந்திய ராணுவத்தில் வைஸ்ராய் கமிஷனில் சில காலம் இருந்தபோது கற்றுக் கொண்டிருந்தார்.

அவரிடமிருந்த வித்தியாசமான குணம் என்னவென்றால் வீண் சம்பிரதாயங்கள் பார்க்காமல் எல்லோருடனும் பேசிப்பழகக் கூடியவர் என்பதுதான். என்னுடைய தகுதிக்கு அவர் பல படிகள் மேலேயிருந்தாலும் நானும் கூட அவருடன் சிலமுறை பேசியிருக்கிறேன்.

தூக்கிலிடப்பட வேண்டியவர்களுக்கான மரணதண்டனை அறையில் யாராவது இருந்தால் ராகவன் நாயர் ஒரு நாளைக்கு ஒரு முறையாவது அவரைச் சென்று பார்த்து சில வார்த்தைகள் பேசுவார். சூப்பரின்டென்டென்ட் ஆனவுடன் அவரே இதை என்னிடம் சொன்னார். ஏன் என்று எனக்கு வியப்பாக இருந்தது.

ஒரு கீழ் நிலையிலுள்ள தூக்கிலிடுபவர், அவர் ஏன் தூக்கிலிடப்பட வேண்டியவரிடம் தினமும் பேசுகிறார் என்று கேட்டால் அவர் தவறாக எடுத்துக் கொள்ளமாட்டார் என்பது உறுதியான பின்பே நான் அந்தக் கேள்வியைக் கேட்கிறேன். அவரது பதில் நேரடியானதாக இருக்கிறது. 'தூக்கிலிடப்படுபவர் துன்பத்திலுள்ளவர். தான் செய்த காரியத்தைப் பற்றி எண்ணிக் கொண்டே நாட்களைக் கழிக்க வேண்டிய நிலையிலுள்ளவர். இப்படிப்பட்ட நிலையில் உள்ளவர் மீது நான் பரிதாபப்படுகிறேன். அவரது தனிமையைக் குறைக்கவே அவரோடு பேசுகிறேன்.' அவர் சற்று இடைவெளி கொடுக்கிறார். தனது சிந்தனைகளை ஒழுங்கு படுத்திக் கொள்வது போலத் தோன்றியது. 'ஒருவேளை இறுதிமுடிவு விடுதலையைத் தருவதாக இருக்கலாம்.'

அது உண்மையாக இருக்கும் என்று இந்த உரையாடலை நினைவுபடுத்திக் கொண்டு நோட்டில் எழுதியபோது எனக்குத் தோன்றியது. உயர் அதிகாரி, சில தூக்கிலிடும் சடங்குகளை தானே மேற்பார்வையிட்டவர், பல தூக்குக் கைதிகளிடம் ஒவ்வொருநாளும் ஒருமுறையாவது பேசியவர் இப்படிச் சொல்கிறாரென்றால் அது உண்மையாகத்தானிருக்கும். வலி எப்படியிருந்தாலும் முடிவு விடுதலையாகத்தானிருக்கும்.

ஆனால் சில நிமிடங்களில் மத போதகரை வேண்டாமென்று மறுத்த ஒரு கைதியின் நினைவு வந்தது. நடந்ததில் ஒரு பகுதியைத்தான் பார்த்தேன். ஆனால் ராகவன் நாயர் அனைத்தையும் பார்த்தவர் அதைப்பற்றி பின்பு ஒருநாள் என்னிடம் சொன்னார்.

அந்தத் தூக்குக் கைதியின் பெயர் ஜேம்ஸ்.

முந்திய இரவு பாதிரியார் வேண்டுமென்று கேட்கிறார். சில மணி நேரங்களிலேயே பாதிரியார் வந்துவிடுகிறார். ஆனால் தூக்கிலிட வேண்டிய தினத்தன்று காலை நான்கு மணிக்கு அவரது அறைக்குச் சென்ற போது ஜேம்ஸ் அவரைப் பார்க்க விரும்பவில்லை. 'இங்கே நீங்கள் செய்யக்கூடியது எதுவுமில்லை ஃபாதர்' என்று அவர் சொல்கிறார்.

'உங்களோடு நானும் பிரார்த்தனை செய்கிறேன்.' பாதிரி கெஞ்சுகிறார். 'உனது இறுதி ஜெபம்'.

'முடியாது. இல்லை ஃபாதர். பிரார்த்தனை வேண்டாம். இன்னும் நேரம் வரவில்லை. என்னைத் தனியாக விட்டுவிடுங்கள்...' ஜேம்ஸ் உறுதியாகச் சொல்லிவிடுகிறார்.

சடங்குகள் முடிந்துவிட்டன. ஜேம்ஸ் குளித்துவிட்டார். முந்திய இரவு அவர் நன்றாகச் சாப்பிட்டிருக்கிறார். எனவே இந்தப் பிரச்சினை எதிர்பாராதது. தலைமைக்காவலரின் தலைமையில் பல வார்டர்கள் எச்சரிக்கையுடன் அவரது அறைக்குப் போகிறார்கள். 'வா' என்கிறார் தலைமைக் காவலர். 'உனக்கே தெரியும் நேரம் வந்துவிட்டது'.

'எதற்கு நேரம் வந்துவிட்டது?' ஜேம்ஸ் கேட்கிறார்.

'நீ ஜெபம் செய்ய வேண்டிய நேரம் வந்துவிட்டது' என்று வார்டர் பதிலளிக்கிறார்.

'நீங்கள் என்னைத் தூக்கிலிடப் போகிறீர்கள், இல்லையா?' ஜேம்ஸ் கேட்கிறார்.

'வேறு வழியில்லை என்று நினைக்கிறேன்'. வார்டர் பதிலளிக்கிறார்.

'நான் வர மாட்டேன்' அவர் சொல்கிறார், நகர மறுக்கிறார்.

அந்த வார்டர் தனது தலைமை அதிகாரி சூப்பிரின்டென்ட்டிடம் செல்கிறார். ராகவன் நாயர்தான் அவர். எவ்வளவு குறைந்த பிரச்சினைகளோடு முடியுமோ அவ்வளவு குறைவான தொல்லையோடு ஜேம்ஸை நகர்த்திச் செல்லும் பொறுப்பு அவருடையது. நேரம் கழிந்து கொண்டிருப்பதை அவர் உணர்ந்திருக்கிறார். அவரை விரைவில் தூக்கிலிட்டாக வேண்டும். அவர் மரணதண்டனை அறைக்கு விரைகிறார். தேவைப்பட்டால் அவரால் ஆறு வார்டன்களைக் கொண்ட ஒரு குழுவை சிறையறையில் நிறுத்தி கைதியைப் பலவந்தமாகக் கொண்டு வரும்படி உத்திரவிட முடியும். ஆனால் தூக்கிலிடப்பட வேண்டிய மனிதரிடம் அவரது இறுதிக் காலை நேரத்தில் அப்படி நடந்து கொள்வதை அவர் விரும்புவதில்லை. பலப்பிரயோகம் செய்ய விரும்பாததால் அவரது நோக்கம் தூக்கு மேடைக்குத் தானாகவே வர அந்த மனிதரை இணங்கச் செய்வதாக இருந்தது. கைதியிடம் ஒவ்வொரு நாளும் பேசி அவரைத் தயார்படுத்தியிருந்ததால் தன்னால் இதைச் செய்யமுடியுமென்று நினைக்கிறார்.

ஜேம்ஸை அவரது அறையிலிருந்து வெளிவரச் செய்வதற்கு ராகவன் நாயர் செய்த முதல்முயற்சிக்கு பாதிரியாருக்குக் கிடைத்த எதிர்வினையே கிடைத்தது.

‘நான் இங்கு வந்ததிலிருந்து ஒவ்வொரு நாளும் நீங்கள் என்னோடு பேசியிருக்கிறீர்கள். நான் கெட்டவனல்ல என்பது உங்களுக்குத் தெரியும். உங்களுக்கு நான் ஒரு தீங்கும் செய்யவில்லை. நீங்கள் ஏன் என்னைக் கொல்ல வேண்டுமென்று இவ்வளவு தீவிரமாக இருக்கிறீர்கள்? உங்களுக்கு நான் என்ன கெடுதல் செய்தேன்?’ ஜேம்ஸ் அவரிடம் கேட்கிறார்.

‘நாம் பின்பு பேசலாம். இப்போது முதலில் இங்கிருந்து கிளம்பலாம். நடக்கும்போது பேசிக்கொண்டே போகலாம்.’ ராகவன் நாயர் சொல்கிறார்.

‘நான் ஏன் இங்கிருந்து வரவேண்டும்?’

பின்பு ராகவன் நாயர் சடங்கின் அடுத்த பாகத்தைத் தொடங்குகிறார். ஜேம்ஸ் புரிந்த குற்றங்களின் பட்டியலைப் படிக்கிறார். இது கைதியைக் கரைத்துவிட்டது போலத்தோன்றுகிறது. அவர் நகர உடன்படுகிறார். அவர் சிறையறையை விட்டு வெளியே வருகிறார். அவர்கள் இருவரும் தூக்குமேடையின் நுழைவாயிலை நோக்கி நடக்கிறார்கள். பத்து வார்டர்கள் எல்லோரும் கையில் பிரம்புகளுடன் எச்சரிக்கையாகப் பின்தொடர்ந்து செல்கிறார்கள். வழியெல்லாம் ஜேம்ஸ் தான் அவர்களுக்கு ஒரு தீங்கும் செய்யாதபோதும் ஏன் அவர்கள் தன்னைக் கொல்ல விரும்புகிறார்கள் என்று கேட்டுக்கொண்டே வருகிறார். நுழைவாயிலில் என்னிடமும் அதே கேள்வியைக் கேட்கிறார். நான் பதிலே பேசாமல் அமைதியாக இருக்கிறேன். அவரது கைகள் கட்டப்படுகின்றன. முகமூடி முகத்தின் மேல் இழுத்து விடப்படுகிறது. கழுத்தில் சுருக்கு மாட்டப்படுகிறது. நான் லிவரை இழுக்கிறேன். அவர் எங்கள் பார்வையிலிருந்து மறைகிறார். கயிறு சற்றே உதறுகிறது. அவர் தனது கேள்விக்கான பதில் பெறாமலேயே விடைபெற்றுவிட்டார்.

‘நீங்கள் ஏன் என்னைக் கொல்ல நினைக்கிறீர்கள்? தூக்குமேடையின் மீது நின்றுகொண்டிருந்த அவர் என்னிடம் கேட்டார். என்னால் என்ன சொல்ல முடியும்? நான் கேட்ட அந்தக் குரல் நிம்மதியோடு மரணத்தை நோக்கியிருக்கும் ஒருவரின் குரல் அல்ல. அவர் என்னிடம் பேசிய போது அவரது குரல் கெஞ்சுவது போல் இருந்தது நினைவுக்கு வருகிறது. நான் முகத்தைத் திருப்பிக் கொண்டேன். ஆனால் அந்தக் கேள்வி என் மனதின் ஏதோ ஒரு இருண்ட மூலையில் பதிந்திவிட்டது. இப்பொழுது மீண்டும் ஒருமுறை அந்தக் கேள்வி எழும்பி என்னை வாட்டி வதைத்தது.

நான் தூக்கிலிட்ட பெரும்பாலான மனிர்களுக்கு மரணம் ஒரு விடுதலையாக இருந்திருக்கும் என்பது உறுதிதான். ஆனால் எல்லாருக்கும் அப்படி இருந்ததில்லை. எப்படி இருந்தாலும் அந்தச் சிறிய, பூட்டப்பட்ட சிறை அறைக்குள் எதுவும் செய்யாமல் கூரையின் வெடிப்புகளை எண்ணிக் கொண்டும், தான் செய்த தவறையும் மரணத்தையும் பற்றி நினைத்துக் கொண்டும் அடைபட்டு இருப்பவர்களுக்கு மரணம் ஒரு விடுதலை தான்.

மேலும் அவர்கள் இந்த விடுதலையை அடைந்தாலும், இல்லாவிட்டாலும் தூக்கிலிடும் வேலையில் எனது பங்கில் எந்த மாற்றத்தையும் அது ஏற்படுத்தப் போவதில்லை. அதனால் நான் அங்கே எதைப் பெற முயற்சிக்கிறேன் என்று நினைத்துப் பார்த்தேன்.

நான் அன்று எதுவும் எழுதுவதில்லை என்றும் ஏற்கெனவே எழுதியதைப் படித்துப் பார்ப்பது என்றும் முடிவெடுத்தேன். ஏதாவது ஒரு வேலையை திரும்பத் திரும்பச் செய்வதன் மூலம் அதை மேலும் சிறப்பாகச் செய்ய முடியும். இப்போது எழுதிக் கொண்டிருக்கும் நோட்டை வைத்துவிட்டு நான் முதலில் எழுதிய நோட்டை எடுத்து வைத்தேன்.

நான் எழுத வேண்டும் என்று நினைத்த புத்தகம் இது அல்ல என்பதை என்னால் காண முடிந்தது. நான் அதில் எழுதியிருந்தது ஒரு கதையாகவேயில்லை. நான் ஒரு பேனாவுடனும், நோட்டுகளுடனும் உட்கார்ந்தால்தான் வார்த்தைகள் எளிதாக வந்துவிழும் என்று நினைத்துக் கொண்டேன். ஆனால் சொற்கள் மிக அரிதாகவும் வலி மிகுந்ததாகவும் வருவதையும் நான் அறிந்தேன். இவற்றை வைத்துக் கொண்டு ஒரு எழுத்தாளர் ஒரு நல்ல கதையை உருவாக்க முடிந்தால் அவர் மிகவும் நல்ல எழுத்தாளராக இருப்பார் என்று நினைத்துக் கொண்டேன்.

மின்சாரம் போனதால் மின்விளக்குகள் அணைந்து எங்களை இருள் சூழ்ந்தது. சமையலறையில், அடுப்பில் இருந்த கொள்ளிக்கட்டையின் சிறிய வெளிச்சம், செல்லம்மாள் தீப்பெட்டியை கண்டுபிடித்து மண்ணெண்ணெய் விளக்கை ஏற்றப் போதுமானதாக இருந்தது. மின்சாரம் இல்லாத சமயங்களில் நாங்கள் அதற்குப்பதிலாக பயன்படுத்தும் பொருள் இதுதான்.

அன்று இரவு நான் என்ன சாப்பிட்டேன், எப்போது சாப்பிட்டேன் என்பதே எனக்குத் தெரியவில்லை. நேராகப் படுக்கைக்குச் சென்றேன். எனது எலும்புகளில் மிகுதியான சோர்வு படிந்து

இருந்தது. காலை உணவிற்குப்பிறகு, மதியமும் அது விடாப்பிடியாக ஒட்டிக் கொண்டே இருந்தது.

பின்பு மனக்கண்ணில் ஒரு சித்திரம் தோன்றியது.

முதன்முதலாக நான் செய்து முடித்த தூக்கிலிடும் பணிகளில் இதுவும் ஒன்று. நான் தூக்கிலிடப்போகும் ஆள் எனது வீட்டிற்கு அருகில் உள்ள கிராமத்தினைச் சேர்ந்தவர். முப்பது மைல்கள். ஒரு நாள் பகலில் நடந்து விடும் தூரம்.

நேற்று அடியான்களில் ஒருவனால் நான் பொறுமையை இழந்தேன். தூக்கு மேடையின் தூக்குக் கயிற்றின் முனையில் முடிபோடும் வேலையைக் கொஞ்சம் தாமதமாகச் செய்ததால் கடுமையாகப் பேசிவிட்டேன். அவன் அதை விரும்பவில்லை - பதினெட்டு வயதை அடைந்த எந்த ஒரு வாலிபனும் தனக்கு சமமானவர்கள் மற்றும் அலுவலர்கள் முன்னிலையில் கண்டிக்கப்படுவதை விரும்பமாட்டான். இப்போது அவன் கோபத்துடன் மௌனமாக இருக்கிறான். அவன் அவனது வேலையைச் செய்கிறான். ஆனால் வேண்டுமென்றே மெதுவாகச் செய்கிறான். அவன் எனக்கு எரிச்சலுண்டாக்க முயற்சிக்கிறான் என்று நினைக்கிறேன். அவன் அதில் வெற்றியடையவில்லை. ஏனெனில் என்னை நான் மிகவும் கட்டுப் படுத்திக் கொள்கிறேன். அவனிடம் பிறகு பேச வேண்டும், ஏனெனில் ஒழுங்கின்மை கேடு விளைவிக்கக் கூடியது. மீண்டும் ஒரு முறை நான் அவனிடம் பொறுமையை இழக்க மாட்டேன்.

அவன் கயிறை முடிபோட்ட பின்பு கீழே இறங்குகிறான். நாங்கள் தயாராகிவிட்டோம். தண்டிக்கப்பட உள்ள மனிதரைச் சுற்றியும் அணி வகுத்து நடந்து வரும் வார்டர்களின் காலடி ஓசையை நாங்கள் கேட்கிறோம். கதவு திறக்கிறது, அவர் நடந்து வருகிறார்.

அவரை என்னால் நன்றாகப் பார்க்க முடிந்தது. அவர் ஒல்லியாகவும், உயரமாகவும் இருக்கிறார். அவரது மேல் முறையீடுகள் மிக விரைவிலேயே தள்ளுபடி செய்யப்பட்டு விட்டன. எனவே தூக்கிலிடப்படவுள்ளவர்களின் அறையில் நீண்ட நாட்களாக அடைத்து வைக்கப்பட்டிருப்பவர்களிடம் காணப்படும் குண்டான வெளுத்த, ஆரோக்கியமற்ற தோற்றம் அவரிடம் காணப்படவில்லை.

அவர் முதுகு நிமிர்ந்திருந்தது. அவர் யாரையும் நேராக உற்றுப் பார்க்காவிட்டாலும் என் விழிகளைப் பார்ப்பதைத் தவிர்க்கவில்லை.

அவரது கண்கள் மிகுந்த தெளிவுடன் இருந்தன. அவர் அமைதியுடன் இருப்பதுபோல் தோன்றுகிறார். கௌரவத்துடன் மரணத்தை ஏற்றுக் கொள்ள வந்திருக்கிறார். ஒரு விநாடி அந்தத் தெளிந்த விழிகளில் தெரிந்த கர்வத்தையும், அவரது மாபெரும் மனவலிமையையும் கண்டு நான் பயந்து போகிறேன்.

அவர் எப்படி இங்கு வந்து சேர்ந்தார் என்பது எனக்குப் புலனாகிறது. அவர் இரண்டு பேரைக் கொன்றவர். நல்ல வசதியான குடும்பத்திலிருந்து வந்தவர். விவசாய நிலங்களைத் தாக்கும் காட்டுப் பன்றிகளை வேட்டையாடுவதற்காகப் பயன்படுத்தப்படும் இரட்டைக்குழல் துப்பாக்கி வைத்திருக்கும் அளவுக்கு வசதியானவர். அந்தக் குடும்பத்திற்கு நிறைய நிலம் இருந்தது. அவற்றில் பெரும்பாலனவை நீர்ப்பாசன வசதி கொண்டவை. எல்லாமே நன்கு நிர்வகிக்கப்பட்டவை. அவர்களது குத்தகைதாரர்கள் அவர்களை மிகவும் மதித்தனர்.

இந்த மனிதரின் சகோதரர் சண்டையிடுவதிலும், குடிப்பதிலும் விருப்பம் கொண்டவர். இது ஒரு அபாயகரமானது. அந்தச் சகோதரர், ஓர் இரவு தனது பக்கத்து வீட்டுக்காரரோடு ஒரு பெண்ணைக் குறித்த விவாதத்தில் இறங்கினார். அந்தப் பெண் பக்கத்து வீட்டுக்காரரின் மனைவி. இரண்டு பேரும் போதை தலைக்கேறிய நிலையில் இருந்தனர். தடித்த வார்த்தைகள் தகராறுக்கு வழிவிட, சகோதரர் பக்கத்து வீட்டுக்காரரைக் கண்மண் தெரியாமல் அடித்து நொறுக்கி விட்டார். அவர் அன்றிரவு திரும்பிப் போய்விட்டார். ஆனால் மூன்று நாட்கள் கழித்து ஒரு விசுவாசமான வேலைக்காரருடனும் கத்தியுடனும் திரும்பி வந்தார் என்பது கதை. வந்தவர், அந்தச் சகோதரரைக் குத்திக் கொன்றுவிட்டு ஓடிவிட்டார்.

அதற்கு எந்த சாட்சியமும் இல்லை. கத்தியும் கண்டு பிடிக்கப்படவேயில்லை. பக்கத்து வீட்டுக்காரர் கொலை செய்து விட்டுத் தப்பிவிட்டார்.

இந்த மனிதர் சட்டத்தைத் தன் கைகளில் எடுத்துக் கொண்டார். பொறுமையாக தனது பழிவாங்கும் படலத்தை நன்கு திட்டமிட்டார். பக்கத்து வீட்டுக்காரர் இரவு நேரத்தில் பெரும்பாலும் அதே விசுவாசமான வேலைக்காரரின் துணையோடு பக்கத்தில் உள்ள வேறொரு பெண் வீட்டிற்குச் செல்கிறார் என்பதைக் கண்டுபிடித்தார். ஒரு நாள் அந்தப் பெண் வீட்டிற்கு இருவரும் போய்க் கொண்டிருக்கும் வழியில் இந்த மனிதர் தாக்கினார். பக்கத்து வீட்டுக்காரரின் நெஞ்சில் ஒரு குண்டு பாய்ந்தது. விசுசாசமான வேலைக்காரரின்

தலையில் அடுத்தது. ஆனால் அந்தக் குழுவில் அன்று இன்னொரு வேலைக்காரரும் இருந்தார். இவர் தனது துப்பாக்கியில் குண்டு பொருத்துவதற்கு சற்று அதிக நேரம் எடுத்துக் கொண்டதால் இன்னொரு வேலைக்காரர் தப்பிவிட்டார்.

இவரது புரிதலின்படி இவர் எந்தக் குற்றமும் செய்யவில்லை. கணக்கு மட்டுமே தீர்த்தார். முதல் வழக்கில் சட்டம் குளறுபடி செய்யாமல் இருந்திருந்தால், இவரது சகோதரரைக் கொன்றவரை சட்டத்தால் கண்டுபிடிக்க முடிந்திருந்தால், இவர் இங்கிருந்திருக்க மாட்டார். எனது மனதிலும் கூட இவர் செய்தது சரிதான் என்ற எண்ணமிருக்கிறது. ஆனால் இவர் செய்தது முற்றிலும் தவறு என்று நான் கருதினால் எப்படித் தூக்கிலிடுவேனோ, அப்படித்தான் இப்போது செய்யப்போகிறேன்.

அன்று தூக்கிலிடும்போது நான் ஏன் அவ்வளவு பொறுமையின்மையுடன் இருந்தேன் என்பது இப்போது எனக்குத் தெரிந்தது. அந்தச் செயலை செய்ய வேண்டியிருப்பதற்காக நான் என் மீதே கோபம் அடைந்திருந்தேன். அந்த மனிதர் மரணத்தைத் துயரத்துடன் எதிர்கொள்ளவில்லை என்பது எனக்கு உறுதியாகத் தெரிந்தது. அதை அவர் கண்களில் பார்க்க முடிந்தது. அவர் நிம்மதி அடையவில்லை என்பது உண்மைதான். ஆனால் தனது செயல் குறித்து கடுகளவும் அவரிடம் வருத்தமில்லை. வேறெந்தக் கைதியிடமும் தோன்றாத ஒரு அனுதாபம் அவரிடம் எனக்குத் தோன்றியது.

இன்றுவரை அவரைத் தூக்கிலிட நேர்ந்ததற்காக நான் வருந்திக் கொண்டுதான் இருக்கிறேன். அவர் அதற்குத் தகுந்தவரே அல்ல. அவரது சகோதரரைக் கொன்றவரைக் கண்டுபிடிக்க முடியாத எந்த சட்டத்திற்கும் அவரைத் தூக்கு மேடைக்கு அனுப்பும் உரிமையில்லை. ஆனால் மன்னரின் பெயரால் கடவுளின் பெயரால் நான் தூக்கிலிட்டேன். அதை நான் பிறகு தான் கண்டுகொண்டேன். மன்னருக்காகத்தான் அதை நான் செய்தேன்.

இருள் மேலும் கனமானதாக மாறியது. அன்று மாலை நோட்டுப் புத்தகத்தை மூடி வைத்தபோது நான் கொடும் தனிமையை உணர்ந்தேன். முற்றிலும் தனிமைப்படுத்தப்பட்டு இப்போது இந்தத் தனிமையை முடிவுக்குக் கொண்டு வர எந்த வழியும் இல்லாதவனாய் இருப்பது போல் தோன்றியது.

23

அப்போது மழை கடுமையாக பிடித்துக்கொண்டதால் தோட்டத்தில் வேலை ஏதும் இல்லாமல் போய்விட்டது. வெளியே கிளம்ப முடியாத அளவுக்கு சேறும் மழைச் சீற்றமும் உக்கிரமாக இருந்தன.

நான் தூக்கிலிட்டுக் கொன்ற துர்ச்சம்பவங்களும், தூக்கில் இறந்தவர்கள் அனுபவித்த நரகவேதனையும், எந்தத் தவறும் செய்யாத, குறைந்தபட்சம் ஒரு ஆளையாவது நான் தூக்கில் போட்டுக் கொன்றிருக்க வேண்டும், அந்தக் குற்ற உணர்ச்சியின் பளுவும் ஒருசேர என் மனதை அழுத்தின. உணவு கொள்ளவில்லை. உறக்கம் கூட அபூர்வமாகிவிட்டது. என் நண்பர்களைத்தேடிப் போவதையோ அல்லது வழக்கமான என் நடவடிக்கைகளைச் செய்வதையோ அல்லது அந்த எழுத்தாளரைச் சந்திக்கும் முன் எவற்றையெல்லாம் நான் வாடிக்கையாய் செய்து கொண்டிருந்தேனோ அவற்றையெல்லாம் இப்போது செய்ய முடியாதவனாகி விட்டேன். ஏறத்தாழ முழுமையாக மாறிவிட்டேன். மகாலிங்கம் கடைக்குக் குடிப்பதற்காகப் போவது கூட இப்போது நின்றுவிட்டது. ஏனெனில் அதனால் எந்தப் பலனும் ஏற்படப் போவதில்லை.

எனக்கும் செல்லம்மாளுக்கும் இடையே ஒரு பெரும் இடைவெளி விழுந்தது. ஆனால் அவள் அதைக் காட்டிக் கொள்ளவில்லை. பெரும்பாலும் அவளை நான் கண்டு கொள்வதே இல்லை. புத்தகமும் கையுமாக இருந்தேன். அவளோ அவளது நித்தியக் கடமைகளை எனக்காக தொடர்ந்து செய்து கொண்டிருந்தாள்.

காலப்போக்கில் நான் மிகவும் மாறிவிட்டது எனக்கே தெரிய ஆரம்பித்தது. இந்தப் புத்தகத்தை எழுதத் துவங்குமுன் வீட்டு விஷயங்களில், குறிப்பாக சீதோஷ்ண சூழ்நிலை குறித்து மிகவும் ஆர்வமாக இருந்திருக்கிறேன். அக்கறையுடன் கால நிலை மாறுதல்களையும் பருவங்களுக்கேற்ப பயிர்களை நாசப்படுத்த

வரும் பூச்சிகளையும் உன்னிப்பாகக் கவனித்து வந்திருக்கிறேன். நூல் எழுதத் தொடங்கிய பின்னால் அவைகள் பழைய விஷயங்களாகி விட்டன. எனது நீண்ட காலத் துணைவனான நாயைக்கூட நான் மறந்து விட்டேன். அவள் வழக்கம்போல் என்னருகில் கூனிக்குறுகித் தூங்கிக் கொண்டிருப்பது கூட ஏதோ வினோதமாகத் தோன்றியது. குழந்தைகளைப் பற்றியும் பேரக் குழந்தைகளைப் பற்றியும் கூட மறந்துவிட்டேன். என் பார்வை தோட்டம், காடு என்று வெளி விஷயங்களிலிருந்து விலகி என் உள் மனத்தில் இருந்த விஷயங்கள் மீது படிய ஆரம்பித்தது. அதில் என்ன கிடைக்கும் எனத் தெரியாவிட்டாலும் மனம் முழுமையாக அதில் ஒன்றி விட்டது.

இரவும் பகலும் ஒன்று மாதிரியே தோன்ற ஆரம்பித்தன. சில சமயம் கண்களைத் திறந்தபடியே படுத்துக் கிடப்பதும் மழை இல்லாத சமயங்களில் எந்த உணர்வும் இல்லாமல் கழனி வரை நடந்துபோய் வருவதும் வாடிக்கையாகி விட்டன. சிலசமயம் செல்லம்மாள் தட்டில் வைப்பவற்றை சாப்பிட்டு விடுவேன். மற்ற சமயங்கள் சாப்பாட்டைப் பற்றிக் கவலைப்படுவதில்லை. வீடு தேடி வருபவர்களிடம் வெறுமையாக புன்னகைப்பதும் வெளியே வரமுடியாத அளவுக்கு உடம்பு சௌகரியமாக இல்லை என்று சமாதானம் கூறுவதும் நடந்தேறின. என் உடல்நிலை பற்றிக் கேள்விப்பட்டு ஏதாவது வேண்டுமா என்று நச்சரித்த முருகனை துரத்தி விடுவதற்குள் பெரும்பாடு ஆகிவிட்டது. எனக்கு என்ன வேண்டும் என்று அவனுக்கு எப்படித் தெரியும்?

ஒருநாள் விடியற்காலை. திடீர் சத்தம் கேட்டு எழுந்தவன் விசாரிப்பதற்காக கழனிப் பக்கம் போனேன். ஒரு முந்திரித் தோப்பு ஓரத்தில் வெட்டப்பட்டிருந்த ஒரு ஆழமான குழியில் ஒரு காட்டுப் பன்றி மாட்டிக் கொண்டிருந்தது. எனக்குத் தெரிந்த சிறுவர்கள் உட்பட பலரும் அந்தக் குழியைச் சுற்றி நின்று கொண்டிருந்தார்கள். மாலைக்குள் அந்தப் பன்றியை வெளியே கொண்டு வந்து கொன்று பன்றிக்கறிக்கு ஏற்பாடு செய்து விடுவார்கள். சட்டப்படி காட்டு விலங்குகளைக் கொல்வது தவறு. ஆயினும் காட்டுப்பன்றிகள் தோப்பு முழுவதையும் சூறையாடி அழித்து விடக்கூடியவை. இரவில் வந்து வேர்களைத் தோண்டித் தின்பதற்காகவே பயிர்களை அழித்துவிடுபவை.

இன்று மாலை பன்றிக் கறியை யாராவது கொடுத்தனுப்புவார்கள். எனக்குத் தெரிந்த சில பேர் நான் முதல் மாதிரி இப்போது இல்லை என்று கவலைப்பட்டார்கள். அவர்கள் என்னைப் பழைய நிலைக்கு மாற்ற என்ன தான் முயற்சி செய்தாலும் நான் மாறப் போவதில்லை.

பன்றியைப் பற்றி நினைத்தபடியே வீடு திரும்பிக் கொண்டிருக்கையில் ராமைய்யனும் நானும் எப்போதே பேசிக்கொண்டிருந்த ஒரு உரையாடல் நெஞ்சில் குமிழியிட்டது.

அஸ்தமனம்தான் ஒரு நாளில் மிக மோசமான நேரம். அப்போது தான் நாள்முழுக்க வேலை பார்த்த அசதியில் வீடு திரும்பும் மக்கள், காபிக் கடைகளில் சூழ்ந்து கொள்ளும் ஆட்கள், திரைப்படத்திற்குப் போவதற்காக பேருந்து நிலையத்தில் காத்திருக்கும் சில இளைஞர்கள் என்று என்னைச் சுற்றி எல்லாவிதமான ஆட்களையும் பார்க்கிறேன். கோவிலிலும் ஒரு சிறிய பக்தர்கள் குழு ஒன்று கூடியிருக்கிறது.

நான் இனிமேலும் ஒரு 'ஆரட்சர்' அல்ல என்பதை முழுமையாய் நான் உணர்ந்த நேரம். அரசமான்யம் நிறுத்தப்பட்டு விட்டது. அரசர்களுக்கு இனிமேல் அரண்மனையும் பழம் சொத்துக்களும் மட்டும்தான். மற்றபடி அரசு சலுகைகள் இனி கிடையாது. மான்யம் ஒழிக்கப்பட்ட அதே வேளையில் அரசரிடம் 'ஆரட்சராக' இருந்த என் வேலையும் முடிந்து விட்டது. நான் இனி ஆரட்சர் அல்ல. யாரையும் தூக்கில்போட வேண்டியதில்லை. சந்தோஷமாக அதை நான் உணர்ந்தாலும் ஏதோ குறையாகப்பட்டது. என் சந்தேகத்தை நிவர்த்தி செய்து கொள்ளும் பொருட்டு ராமைய்யனுக்காக கோவில் வாசலில் காத்திருக்கிறேன்.

ராமைய்யன் மாலை ஆறறை மணிக்கு கோவிலைப் பூட்டி விட்டு வீடு திரும்பும் போது அவருடனேயே போகிறேன். ஏற்கனவே இருட்டி விட்டது. 'உங்களுக்கு எல்லா சடங்குகளும் அத்துப்படி. பிராயச்சித்தம் பற்றி உங்களுக்கு எல்லாம் தெரியும். ஒரு தூக்கிலிடுபவனுக்கு என்ன பிராயச்சித்தம்?' என்கிறேன்.

அவர் புன்னகையுடன், 'ஒன்றுமில்லை, நீ எந்தத் தவறும் செய்யவில்லையே' என்கிறார்.

'ஆனால் எனக்கு பிராயச்சித்தம் தேவை எனத் தோன்றுகிறது.'

'ஒவ்வொரு முறை தூக்குப் போடுவதற்கு முன்னால் இங்கு நீ பூஜை செய்கிறாயே... அதற்கு அர்த்தம் என்ன?' என வினவுகிறார்.

'நீ அரச கட்டளைப்படி அல்லது அரசாங்க உத்தரவுப்படி தான் தூக்கிலிடுகிறாய். பேரளவில் ஒரு சிறு பிராயச்சித்தம் தேவைதான். அதை நீ முன்னதாகவே செய்து விடுகிறாயே'

'சில நேரங்களில் அது போதாது எனத் தோன்றுகிறது'

‘இல்லை அது போதுமானதே” அவர் தன் மனைவியிடம் தண்ணீர் கேட்கிறார். “நீ யோசிப்பது எனக்குப் புரிகிறது. ஆனால் நீ எந்தத் தவறும் செய்தவன் அல்ல என்றபடியால் பிராயச்சித்தம் தேவைப்படாது’ என்கிறார்.

சற்று எரிச்சலுடன், ‘ம்... அப்படித் தான் வேதப்புத்தகம் சொல்கிறது. பாவச் சுமையை நான் சுமக்கிறேன். அந்தப் பாவச் சுமைக்கு இந்த வேதப் புத்தகம் எல்லாம் தெரியாது. என்னிடம் அது இருக்க வேண்டியதில்லை என்பதை அதற்கு எப்படி புரிய வைப்பது?’ என்கிறேன்.

அவர் சிரிக்கிறார். ‘நீ சொல்வது ஒருவிதத்தில் சரிதான். ஆனால் அதை ஏன் இப்படி நினைத்துப் பார்க்கக் கூடாது?’

‘எப்படி?’

‘உனக்கு விவசாயம் தெரியும் அல்லவா?’

‘ஆமாம்’

‘காட்டில் பயிரை அழிக்க வரும் பன்றியைக் கண்டால் அதைச் கொல்கிறீர்கள் அல்லவா?’

‘இல்லை. நான் என் விவசாயத்தைப் பாதுகாக்கிறேன். அதன் மூலம் என் குடும்பத்தை காப்பாற்றுகிறேன்.’

‘ஆகவே தோட்டத்துக்குள் வரும் பன்றியைப் பொறி வைத்துப் பிடிப்பதிலும் நண்பர்களுடன் சேர்ந்து அதைக் கொன்று தின்பதிலும் எந்தத் தவறும் இல்லையே?’

‘இல்லை’

‘நீ தூக்கிலிட்ட நபர்கள் எல்லாம் ஒரு விதத்தில் இந்த பன்றிகள் போன்றவர்கள் தான். அவர்கள் சமூகவிரோதிகள். பணத்திற்காக, பிறன் மனைக்காக, பழி வாங்குவதற்காக அல்லது கௌரவத்துக்காக என்று பிறரைக் கொன்றவர்கள், அவர்கள் சமுதாயத்தை கெடுக்கும் சக்தி தானே?’

‘நான் அது பற்றி யோசித்துப் பார்க்கிறேன்... சாவதற்கு முன்னால் அவர்கள் முகங்களைப் பார்த்திருக்கிறேன். அப்போது எப்படி அவர்கள் பயந்து போயிருந்தார்கள் தெரியுமா? அவர்களைப்போய் நாச சக்தி என்றெல்லாம் நினைத்துப் பார்க்கக் கூட முடியவில்லை. என் பார்வையில் அவர்கள் பாவப்பட்ட ஜென்மங்கள் தான்’

'அவர்கள் கைகளில் இருக்கும் இரத்தக் கறை உன் கண்ணுக்கு தெரியவில்லையா? அதை நினைத்து உன் வேலையைச் செய்' என்கிறார்.

'அதைச் செய்ய நான்தான் கிடைத்தேனா? அதை நான் ஏன் செய்ய வேண்டும்.' என படபடக்கிறேன். இந்தக் கேள்வி என்னைச் சதா குடைந்து கொண்டே இருக்கும் கேள்வி. இப்போது தான் முதன் முதலாக வெளிப்படுத்துகிறேன்.

'உன் கேள்வி அர்த்தமற்றது' என்கிறார் ராமையயன். 'ஒரு மன்னர் ஏன் மன்னராக இருக்கிறார்? ஏதுமற்ற ஒரு அனாதை ஏன் அப்படி இருக்கிறார்? நான் ஏன் கோவில் பூசாரியாக இருக்கிறேன்? ஒவ்வொருவரும் அவரவர்களாக இருப்பது ஏன்? யாருக்குத் தெரியும்... இது தான் விதி என்பது'

விதி. இது நான் அடிக்கடி கேட்ட வார்த்தை தான். அப்படியொரு விஷயம் கிடையாது. தெரியாது என்று சொல்வதற்குப் பதிலாக விதி என்கிறார்கள். 'பைத்தியக்காரத்தனம் இது' என்று என்னையும் அறியாமல் கத்தி விடுகிறேன்.

இவ்வளவு கடுமையாக ராமைய்யனிடம் நான் இது வரை பேசியதில்லை.

'மன்னிக்க வேண்டும்... உங்கள் மனதைப் புண்படுத்தி விட்டேன் போலிருக்கிறது.' என்கிறேன்.

'இல்லை' ராமைய்யன் கசப்புடன் புன்னகைக்கிறார். 'நீ யாராக இருக்கிறாயோ அது தான் நீ செய்ய வேண்டியது. ஆகையினாலே எல்லோரும் அவரவர்களாக இருந்து விட்டுப் போகும்போது நீயும் நீயாக இருந்து விட்டுப் போவதில் எந்த தவறும் இருக்க முடியாது. இதைத் தான் வேதங்கள் பறைசாற்றுகின்றன. அவற்றை நம்ப வேண்டும் என்று தான் என் மனம் விழைகிறது.'

'நீங்கள் இதைப்பற்றி ஏற்கனவே சொல்லியிருக்கிறீர்கள். வேதங்களை எல்லோரும் நம்ப வேண்டும் என்பது தானே உங்கள் குறிக்கோள்? முதலில் நீங்கள் நம்புகிறீர்களா?'

'நன்றாகக் கேட்டாய்! உண்மையில் நான் இவற்றை நம்பவில்லை. நம்பவும் முடியாது.' என்று புன்னகைக்கிறார். அது இப்பொழுது அர்த்தபுஷ்டியுடன் இருக்கிறது. அதற்குப் பின்னால் இருந்த ரணம் தெளிவாகத் தெரிகிறது. நம்புவது எவ்வளவு கடினமானது?

‘நீங்கள் நம்பாத விஷயங்களையெல்லாம் என்னிடம் ஏன் கூறுகிறீர்கள்?’ எனக்குக் கோபமாக வருகிறது. ராமையன் வேதப் புத்தகங்களிலிருந்து பதில் கூறுவதும் அதே சமயம் அவைகள் மீது நம்பிக்கை இல்லை எனக் கூறுவதும் ஆத்திரமூட்டுகிறது.

‘நானே இன்னமும் வேதங்களை படித்துக் கொண்டுதானிருக்கிறேன்’ என்கிறார் சன்னமாக.

‘உங்களை என்னால் புரிந்து கொள்ள முடியவில்லை’ என்கிறேன்.

‘மன்னிக்கவும். அது என் தப்புதான். உன் கேள்விகளுக்கு என்னால் முடிந்த வரை சரியாகப் பதில் சொல்ல நினைக்கிறேன். அதில் தோல்வியும் அடைகிறேன்’ என்கிறார்.

‘இந்த வேதப் புத்தகங்களால் என்ன தான் பயன்?’

ராமையன் தலையை வேகமாக அசைக்கிறார். அப்போதுதான் தெரு விளக்கு வெளிச்சத்தில் அவருக்குக் கடந்த சில வருடங்களில் எவ்வளவு தூரம் மூப்பு கூடியிருக்கிறது என்பதைப் பார்க்கிறேன். அவரது உறுதிவாய்ந்த உடல் இன்னும் துடிப்புடனும் நரம்பு புடைத்த கரங்கள் இன்னும் வலிமையுடன் இருந்தாலும், தலை நரைத்துப் போய் முகம் வெளிறிப் போயிருந்தது.

‘வேதங்கள் உண்மையானவை என்றுதான் குழந்தைப் பருவத்தில் சொல்லியிருந்தார்கள். நான் நம்பினேன். இப்போதும்தான்’

‘என்ன உண்மை?’

‘நானும் நீயும் அந்தக் குழியில் மாட்டிக் கொண்ட பன்றியைப் போலத்தான்’

‘அது எப்படி?’ என்று கேட்கிறேன்.

‘அதை என்னால் விளக்க முடியாது. அந்த அளவுக்கு அதில் எனக்கு நிபுணத்துவம் இல்லை’ என்கிறார்.

ராமையன் எனக்கு நல்ல நண்பர். அவர் மனதில் இருப்பது எதையும் மறைக்காமல் அப்படியே பேசுகிறார் என்பது எனக்கு தெரியும். அவரிடமிருந்து விடை பெறுகிறேன். அந்தச் சுமை இன்னும் என் மனதை அழுத்திக் கொண்டிருக்க நான் அவரிடம் விடைபெற்றுக் கொண்டபோது அவர் படித்த வேத நூல்களைப் பற்றி வியப்புக் கொள்கிறேன். அவர் சொன்னதிலிருந்து அவை எதற்கும் உதவாதவை என்று தோன்றுகிறது. அவற்றை காலகாலமாய் பாராயணம் செய்து கொண்டிருப்பவர்களுக்கு வேண்டுமானால்

ஏதேனும் உதவிகரமாக இருந்திருக்கக் கூடும். ஆனால் ஒரு வேதப் புத்தகம் எப்படி இருக்க வேண்டும்? எளிமையாக இருக்க வேண்டும். இல்லையென்றால் என்னைப் போன்ற சாமான்ய மக்கள் அதை எப்படிப் படித்துப் புரிந்து கொள்ள முடியும்? அப்படியானால் வேதங்கள் ஒரு சிலருக்காக மட்டும் எழுதப்பட்டது தானா? கடவுள் என்று ஒருவர் உண்மையில் இருக்கிறார் என்றால் எல்லோருக்கும் புரியும்படியாக தன் வேதங்களை எழுத வேண்டும் என்கிற அடிப்படை விஷயம் கூட தெரியாதவராகவா இருந்திருப்பார்?

எனக்கு இந்த சடங்கு சம்பிராதயங்கள் மீது நம்பிக்கை இல்லை. ஆனால் ஒரு குருடனைப்போல் அதை தொடர்ந்து செய்து கொண்டு தான் வந்திருக்கிறேன். கருமம். வேறு என்ன தான் செய்வது?

ராமையனுடன் பேசியதைப்பற்றி அசை போட்டபடியே, நான் ஏன் திரும்பத் திரும்ப சபரிமலை போனேன், மாய்ந்து மாய்ந்து விரதங்கள் அனுசரித்தேன் என்பதற்கான விடையைக் கண்டுபிடித்தேன். அது ஒரு பிராயச் சித்தத்துக்காகத்தான். அது போதுமானதா என்று தெரியவில்லை. போதுமான பிராயச்சித்தம் இன்னதுதான் என்று யாராலும் சொல்ல முடியவில்லை. மாஷ் கதை என் ஞாபகத்துக்கு வந்தது. அது குருவைக் கொள்ள முயன்ற ஒரு சிஷ்யன் அந்தக் குற்றத்திற்காக தன்னைத்தானே தீயில் மாய்த்துக்கொண்ட கதை. அது தான் பிராயச்சித்தம் என்றால் அவன் ஏன் தன் குருவிடம் போய் பிராயச்சித்தம் என்ன என்று கேட்க வேண்டும்? நேராகப் போய் வைக்கோற் போரில் தீயிட்டு உள்ளே பாய்ந்து விட வேண்டியதுதானே. ஒரு மனிதனைக் கொன்ற பாவத்திலிருந்து விடுபட ஒரு அரசன் ஏன் அத்தனை சடங்குகளை செய்ய வேண்டியிருக்கிறது என்பது இப்போது நன்கு புரிகிறது. அதைப் பற்றி நான் ஆழமாக யோசித்த போது அந்த அரசனுக்கு தெரியாத சில ரகசியங்கள் எனக்குப் புரிகின்றன. அதாவது உங்கள் குற்றத்திற்கு உண்மையான பரிகாரம் என்ன என்பதை உங்கள் இதயத்தைக் கேட்டுத்தான் தெரிந்து கொள்ள வேண்டுமே தவிர பிழைப்புக்காக சில வீணர்கள் நடத்தும் வெற்றுச்சடங்குகளால் அல்ல என்பதே அது. அந்த அரசன் தன்னை தானே ஏமாற்றிக் கொண்டிருக்கிறான். உண்மையான பரிகாரத்தை விட போலியான பரிகாரத்தில் திருப்தி அடைந்திருக்கிறான். அவனைச் சுற்றியிருக்கும் அதிகாரிகளும் அப்படித்தான். சூப்பரின்டென்டும் தகவல் கொண்டு வருபவனும் தங்களைத் தாங்களே ஏமாற்றிக் கொள்கிறார்கள். இந்த ஊமைக் கூத்தில் ஒவ்வொருவர் நிலையும் இதுவே. ஏனெனில் எல்லாம் ஊமைக் கூத்தாகி விட்டது.

காரியமாற்றியது இரண்டே இரண்டு பேர்தான். கொலையாளியும் கொலைசெய்யபட்டவனும் மட்டுமே அவர்கள்.

சடங்குகளைச் செய்கிற பூசாரிகளும் தங்களைத் தாங்களே முட்டாளாக்கிக் கொண்டுதான் வந்திருக்கிறார்கள். விதி விலக்காக ராமைய்யன் போன்ற சிலர் மட்டுமே அதை இதயபூர்வமாகச் செய்து வந்தவர்கள். மற்றபடி எல்லோருமே அந்த அரசனைப் போல கோமாளிகள்தான். இவர்களுக்குச் சடங்குகள் ஒரு வெட்டிவேலை தான்.

நானும் சில சடங்குகளைச் செய்திருக்கிறேன், விரதங்கள் இருப்பதும் சேவலைப் பலிகொடுப்பதும் என்று, நானும் இந்த கேலிக் கூத்தில் பட்டுக் கொண்டவன் தானா? அப்படியிருக்க வாய்ப்பில்லை. ஏனெனில் தண்டிக்கப்பட்ட மனிதன் என் செயலால் செத்தானே... அது எப்படி ஒன்றுமற்ற வெட்டிக் கூத்தாக இருக்க முடியும்? வாழ்க்கையே ஒன்றுமற்ற வெட்டிக் கூத்து தானா...

'எதையும் நம்புவது கடினமானது' என்று ராமைய்யன் கூறியது ஞாபகத்திற்கு வந்தது மதத்தைப் போல், உறவுகளைப்போல், வாழ்க்கையைப் போல்.

மரணம். மரணம் தான் மையப்புள்ளியாக இருக்கிறது. நான் எப்படி கொலை செய்திருக்க முடியும்? திருப்பித் தர முடியாத உயிர்களை பறித்துக் கொண்டதற்கு என்ன பரிகாரம் செய்யப் போகிறேன்? குழப்பம் அதிகரித்துக் கொண்டே போனது. இதுவரை நான் அசைக்க முடியாத நம்பிக்கை வைத்திருந்த கருத்துக்கள் எல்லாம் ஆற்றில் அடித்துக் கொண்டு போய் விட்டது போல் காணாமல் போய்விட்டனவே.

எனக்கு என்ன ஆயிற்று?

நான் களைத்துப் போய் படுக்கையில் விழுந்து விட்டேன். பசியோ தாகமோ தோன்றவில்லை. சூரியன் சாயும் வரை வெகுநேம் அப்படியே கிடந்தேன். பிறகு செல்லம்மாளின் தொந்தரவு பொறுக்காமல் கொஞ்சம் தேநீர் அருந்தினேன். அன்று இரவு முன்னதாகவே தூங்கச் சென்று விட்டேன். மீண்டும் கனவு தோன்றியது. அது ஏற்கனவே வந்த கனவு போலவே இருந்தாலும் பிற்பாடு அது மாறிவிட்டது. அது ஒரு பயங்கரமான கனவா இல்லையா என்று என்னால் புரிந்து கொள்ளவே முடியவில்லை.

முதலில் மரணப் பொறிக்குக் கீழே இருந்த இருண்ட குழிக்கு இட்டுச் செல்லும் ஒழுங்கற்ற படிக்கட்டுகளைப் பார்க்கிறேன். அவை

இப்போது மேலும் தெளிவாகத் தெரிகின்றன. கற்களின் நிறம் மங்கிப் போன திட்டுகளையும், ஈரமான பூஞ்சான் பிடித்த திட்டுகளையும் பார்க்க முடிகிறது. அவற்றை விடியலுக்கு முந்தியதான மெல்லிய இருள் போர்த்தியிருக்கிறது. மேலே பார்க்கும்போது இருண்ட வெறுமையான காரிருள் தான் கண்களுக்குத் தெரிகிறது. என்னால் பார்க்க முடியாத தீ நாக்குகளிலிருந்து வந்த ஒரு ஒளிக் கற்றை சுடர் விடுகிறது. படிக்கட்டுகள் கீழே தரையில் இருள் இன்னும் கருமையாகவும் அடர்த்தியாகவும் பயங்கரமாக இருக்கிறது.

எங்கிருந்தோ தொலைவிலிருந்து மேள ஒலி ஏறியும் இறங்கியும் ஒலிக்கிறது.

மரணக் குழியின் இருளில் ஒளிந்திருந்தது மரணபீதி. நான் படிக்கட்டுகளில் கடைசிப் படி மீது நின்று கீழே பார்க்கிறேன். கீழே ஏதோ அசைவது போல் ஒரு தோற்றம். பார்த்துக் கொண்டிருக்கும் போதே அது சட்டென்று மறைந்து விடுகிறது. கீழிருந்து பார்வையை விலக்கி ஒரு தெம்புக்காக, சற்றுமுன் அந்த அறைக்குள் காவலாளிகளுடனும் முகம் மறைக்கப்பட்ட ஆளுடனும் எனக்குத் துணையாக வந்த என் உதவியாளர்களின் முகங்களைப் பார்க்க முகம் திருப்புகிறேன்.

ஆனால் அவர்கள் போய் விட்டார்கள். நான் தனியாய்... முற்றிலும் தனியாய் இருக்கிறேன். அவர்கள் எல்லோரும் போய் விட்டார்கள். அந்த முகம் மறைக்கப்பட்ட மனிதனும் போய்விட்டான்.

மேள ஒலி நிற்கிறது. திடீரென்று நான் மரணப் பொறி மீது நிற்கிறேன். என் முகத்தில் கருப்புத் துணி இல்லை. ஏனெனில் என்னால் பார்க்க முடிகிறதே. கீழே குனிந்து பார்க்கிறேன், என் வெறும் பாதங்கள் பொறியின் திறப்பின் மீது அதன் மையத்தில் பதிந்திருப்பதையும் தூக்குத் தண்டனை விதிக்கப்பட்டவனுக்கான கட்டம் போட்ட சட்டை அணிந்த என் கால்கள் தெரிகின்றன. என் கைகள் கட்டப்பட்டிருக்கின்றன. கால்களும் தான். அதை யாரோ செய்திருக்க வேண்டும். ஆனால், அப்படிப்பட்ட எவரும் என்னைச் சுற்றித் தென்படவில்லை. மேலே நிமிர்ந்து வெண்மை ஒளிர தொங்கிக் கொண்டிருக்கும் தூக்குக் கயிற்றைப் பார்க்கையில் என்னை நானே கட்டிப் போட்டுக் கொண்டது போல ஒரு நினைவு தலை தூக்குகிறது.

என்னை நானே எப்படி கயிற்றால் பிணைத்துக் கொண்டிருக்க முடியும் என யோசிக்கிறேன். அது சாத்தியமேயில்லை. அப்படி நான் நினைக்கும்போதே என் கைகால்களை பிணைத்திருந்த

கயிறுகள் அவிழ்ந்து கொண்டது போல்தோன்றின. தாராளமாகக் கை கால்களை அசைக்கமுடியும் எனத் தோன்றுகிறது.

கீழே மரணக் குழிக்குள் என்ன இருக்கும் என்பதை காண வேண்டும் என எண்ணுகிறேன். இப்போதும் அங்கு பயங்கரம் ஏதும் இல்லை. தேவைப்பட்டால் அங்கிருந்து என்னால் ஓடிப்போய் விட முடியும் எனத் தோன்றுகிறது. ஆனால் பயம் ஏதும் எனக்கு இருக்கவில்லை. ஒரு கணம் படிக்கட்டுகளின் உச்சி மீது நிதானிக்கிறேன். மூச்சை ஆழமாக இழுத்து விடுகிறேன். கீழே இன்னும் இருள் மண்டியிருப்பதைப் பார்க்கிறேன். ஆனால் அங்கு பீதி ஏதும் ஒளிந்து கொண்டிருக்கவில்லை. முன்னால் நான் பார்த்த ஏதோ ஒன்று அசைவது போன்ற தோற்றம் இப்போது போய்விட்டது.

படிக்கட்டுக்களில் கீழே மெதுவாக இறங்குகிறேன். அவை வெறுமனே கடினமாக மட்டும் தோன்றியது. வெளிச்சம் சுமாராக இருந்தாலும் அங்கு குளிர்ந்த பூசனம் பிடித்த சுவர்களையன்றி வேறெதையும் பார்க்க முடியவில்லை. ஒரு மூலையில் கற்கள் பதித்த தரையின் ஒரு ஓட்டையிலிருந்து தண்ணீர் கசிகிறது. அங்கே தண்ணீர் வர வாய்ப்பே இல்லை என்றாலும் சிறைக்காவலர்கள் அந்தத் துளையில் எப்போதும் தண்ணீர் இருக்கும் என்கிறார்கள்.

நான் கவனமாக சுற்றும்முற்றும் பார்த்தேன். மீண்டும் மீண்டும். ஆனால் ஏதும் காணவில்லை. மூலைகளை ஆராய்கிறேன், மீண்டும் அங்கு ஏதும் இல்லை. ஏதும் இல்லாதவற்றைக் கண்டு அஞ்சியா இதுவரை ஓடி ஒளிந்திருக்கிறேன்...?

அந்தக் குழியறையை விட்டு மேலே வர படிக்கட்டுகளின் முதல் படி மீது கால் வைக்கிறேன். ஒரு கணம் நிதானிக்கிறேன். என் மனதில் ஒரு குரல் ஒலிக்கிறது. அப்போது இது ஒரு கனவு என்று உணர்கிறேன். ஆனால் கனவு அறுபடவில்லை. 'என்னைக் கண்டு நீ ஏன் ஓடினாய்?' அந்தக் குரல் கேட்டது, 'நீங்கள் எல்லோரும் என்னிடம் கடைசியாக வந்துதான் ஆகவேண்டும். நீயும் மற்றவர் எல்லோரும். இது உனக்குத் தெரியாதா...?'

பிறகு நான் கண் விழிக்கிறேன். எங்கே என் பயம் போனது? எப்படிப் போனது? என்று நினைத்தபடியே மெல்ல எழுகிறேன்.

நான் கண் விழித்த போது உண்மையாகவே நான் விழித்துக் கொண்டேன்தானா என்பது உறுதியாகத் தெரியவில்லை. சுற்றும் முற்றும் பார்த்தேன். ஒரு நிமிடக் குழப்பத்திற்குப் பின்னால்

வீட்டில் இருப்பது போன்ற அந்நியோன்யமாக சூழ்நிலையை உணர்ந்தேன். அடுப்பங்கரையில் இருந்த தணலின் வெளிச்சம் எரியும் விறகிலிருந்து வரும் வாடை, சாம்பல், ஈரமான துணிகள், சமையலறையில் எலிகளின் உருட்டல், கை மீதும் நெஞ்சின் மீதும் உறுத்திக் கொண்டிருந்த முரட்டுப் போர்வை எல்லாவற்றையும் உணர்ந்தேன்.

வெளியே அடித்துக் கொண்டிருந்த மழைத்தூறலும் இருளும் அமாவாசைகளில் வரும் கடும் இருளும் ஞாபகத்திற்கு வந்தன. நடு ராத்திரியிருக்கும். ஆனால் சரியான நேரம் என்ன என்பது பற்றி கவலை தோன்றவில்லை. களைப்பாக இருந்தது .ஏதோ ஒரு கடும் காய்ச்சல் வந்து போனது போல் உடல் வேர்த்துக் கொட்டியது. தொண்டையை பெருந்தாகம் அறுத்ததால் தண்ணீர் குடிக்க எழுந்தேன். பெருங் களைப்பாயினும் உடல் லேசாக இருப்பதையும் படுக்கையை விட்டு எழுவது சமீப காலத்தில் இருந்து வந்ததைப் போல் அவ்வளவு கடினமாக இப்போதிருக்கவில்லை என்பதையும் கண்டுபிடித்தேன். தண்ணீர் அருந்தும் போது அதன் குளிர்ச்சி தொண்டையைக் கீறி விடுவது போல் இறங்கியது. தண்ணீர்ப் பானையை அதே இடத்தில் அமைதியாக வைத்துவிட்டுப் படுக்கப் போனேன். தலையணை மீது தலைபட்ட உடனேயே தூக்கம் இறுக அணைத்துக் கொண்டது என நினைக்கிறேன்.

காலையில் வெகுநேரம் தூங்கினேன். நான் கண் விழித்த போது மழை வெட்டாப்பு விட்டிருந்தது. கதவு வழியாக சூர்ய ஒளி பாய்ந்து, குளிர்ந்த காற்று வந்தது. மீண்டும் சூரியனை மேகங்கள் மூடிக் கொண்டாலும் மழை வரவில்லை. இந்த இரவைப் பற்றி எல்லா விஷயங்களையும் எழுதி அதை எழுத்தாளருக்கு அனுப்பி விடவேண்டும் என எண்ணிக் கொண்டேன்.

காலைக் காபியை முடித்த பின் கதவோரம் நோட்டுப் புத்தகங்களுடன் உட்கார்ந்து கொண்டேன். மதிய உணவுக்கு முன்னால் இரவில் நான் கண்ட விசித்திரமான கனவைப் பற்றி எழுதி முடித்து விட்டேன். அந்த வேலை முடிந்த போது சுமை இறங்கி விட்டது போல் இருந்தது. போதும் போதுமான அளவுக்கு எழுதி விட்டேன் என்று ஒரு எண்ணம் வந்ததும் நோட்டுப் புத்தகங்களைத் தள்ளி வைத்தேன்.

மலை முகடுகளிலிருந்த மரங்களைத் தொட்டபடி மழைமேகங்கள் தோன்றின. கூடவே இருளும் வந்தது. இரவுணவை மெதுவாகச் சாப்பிட்டேன். நோட்டுப் புத்தகங்களை மறுபடியும் எடுத்துப்

போட்டேன். வெறுமை சூழ்ந்தது. 'எழுதியது போதும்... எழுதாதே' என்று மனம் எச்சரித்தது. சில மாதங்களாக எனக்கு நெருக்கமான உறவாக இருந்த நோட்டுப் புத்தகங்களை இப்போது வெற்றிகரமாக திறக்காமலேயே நிராகரிக்க முடிந்தது.

நான் நிறைவாக எழுதி விட்டேன் என நினைக்கிறேன். நான் எழுதியவற்றை மீண்டும் படித்துப் பார்க்க வேண்டும் எனத் தோன்றவில்லை. எழுத்தாளரை அழைக்க வேண்டியது தான். அதை விட மெயிலில் அனுப்பி விட்டால் என்ன எனத் தோன்றியது. அதன்படி ஒரு நீண்ட கடிதத்துடன் பேனாவையும் ஒரு பிளாஸ்டிக் பையில் அடைத்தேன். "இது எல்லாம் எழுத்தாள நண்பருக்கு" என்று செல்லம்மாளிடம் கூறினேன்.

மழை பெய்து கொண்டிருந்ததால் தபால் அலுவலகத்திற்குப் போக முடியாது போலிருந்தது. என்ன அவசரம் என்று தோன்றியது. அவசரமாக தோன்றிய விஷயங்கள் எல்லாம் தான் முடிந்து போய்விட்டனவே. இனி அவசரத்திற்கு வேலை இல்லை. மழை நின்ற பின் போகலாம் என நினைத்தேன். கதவோரம் மழையைக் கவனிக்கப் போனபோது செல்லம்மா, "இந்த மழையில் எங்கே போகிறீர்கள்?" என்று படபடத்தாள்.

"எங்கும் இல்லை" பையை மேஜையில் வைத்தவாறே, "நான் எங்கும் போகப்போவதில்லை" என்று அறிவித்தேன்.

முடிவுரை

நான் ஏழு நோட்டுப் புத்தகங்களையும் படித்து முடித்தபோது வெளியே இருட்டி விட்டது. தொடர்ந்து ஏறத்தாழ ஏழு மணி நேரம் படித்திருக்கிறேன். இடையில் சிறுசிறு இடைவெளிகள் தேநீருக்கு, மதிய உணவுக்கு, மனதை ஒருமுகப்படுத்த சந்து முனை வரை நடந்துபோய் வர என்று எந்த சிரத்தையும் இன்றி அனாயசமாக எழுதப்பட்டிருந்த சில பத்திகளைப் படிக்கும்போது பொறாமையாக இருந்தது.

இதுதான் முதன்முறையாக தூக்கிலிடுபவரின் அனுபவங்களை அதன் முழுமையான வடிவத்தில் நான் வாசித்து முடித்தது. இதற்கு முன் நான் படிந்திருந்தது அங்கொன்றும் இங்கொன்றுமாக மொழிபெயர்க்கப்பட்டதும், சில அதன் மூல வடிவத்திலுமென்று சிறுசிறு துளிகள் மட்டுமே. அப்போது முழுமையாக படித்தது போன்ற உணர்வு ஏற்படவில்லை, இப்போது ஏற்பட்டிருந்தது போல.

பல விஷயங்கள் இப்போது தான் புரிபடுகின்றன. தன் தந்தை தனது அந்தரங்கமான எண்ணங்களைத் தன் சொந்த மகனை நம்பாமல் ஒரு வேற்று மனிதனிடம் ஒப்படைத்துவிட்டுப் போனதால் அந்த மகனுக்கு என்மீது ஏற்பட்ட கோபம் எவ்வளவு நியாயமானது என்பது இப்போது புரிந்தது. அந்தக் கோபம் இனி நிரந்தமாகிவிடும். அந்தத் தூக்கிலிடுபவர்தான் இனி இல்லையே.

கதை ஏழாவது நோட்டுப் புத்தகத்தின் மத்தியிலேயே முடிந்து போயிருந்தது. புகைவண்டி நிலையத்திற்கு புறப்படும் முன்பு அந்த புத்தகக் கட்டுகளை பையில் திணித்து கொண்டிருந்த போது அந்த ஏழாவது நோட்டுப் புத்தகத்திலிருந்து சில தாள்கள் நழுவிக் கீழே விழுந்தன. அவைகள் அவருடைய சீறலான கையெழுத்தால் நிரம்பியிருந்தன.

அவர்தான் அத்தாள்களைக் கிழித்து கீழே எறிந்து விட்டு பிறகு அவற்றை எடுத்து என்னிடம் தந்தாரோ என்று ஒரு எண்ணம் மின்னலாய்த் தோன்றி மறைந்தது. அத்தாள்களில் அவர் 'எனது முட்டாள் எழுத்தாளருக்கு...' என்று தொடங்கியிருந்த ஒரு கடிதத்தைப் புன்னகை மேலிடத் தொடர்ந்து படிக்கலானேன்.

'என்னால் முடியும் என்று கனவிலும் நினைத்துப் பார்த்திராத ஒன்றை நான் செய்து முடித்துவிட்டேன். ஆம்... நான் ஒரு நூலை எழுதி முடித்துவிட்டேன். இதோ அது நீங்கள் எனக்கு தந்த நோட்டுப் புத்தகங்களில் இருக்கிறது. நீங்கள் எனக்குக் கொடுத்த பேனாவும் இதோ இங்கு... என்னால் இன்னுமொரு நூலை எழுத முடியாது என்பதால் பேனாவையும் திருப்பித் தருகிறேன்.

கடைசியாக நாம் சந்தித்த போது நான் சற்று கோபமாக இருந்தேன் அல்லவா. எனக்குத் தெரியும் நீங்கள் அதைப் பொருட்படுத்த மாட்டீர்கள் என்று. ஏனெனில் இதுபோன்ற கடினமான நூலை எழுதுவது எவ்வளவு சிரமம் என்பதை நீங்கள் அறிவீர்கள். நீங்கள் விரும்பியபடியே நான் முருகனிடமிருந்து நோட்டுப் புத்தகங்களைப் பெற்றுக்கொண்டேன். நான் என்ன எழுத வேண்டுமோ அவற்றையெல்லாம் எழுதினேன். என் மூளையில் பல கதவுகளைத் திறந்தேன். பலவற்றை மூடிவைத்தேன், அங்கு சில பேய்களை உறங்க வைத்தேன்.

முதன் முறையாக நாம் சந்தித்த அந்த நண்பகல் வேளையில், முழுமையாய் அமைதி காத்த நீங்கள், இது சம்பந்தமாய் பணம் பற்றிய பேச்செடுத்தீர்கள். என்னுடைய வாழ்நாள் முழுவதும் பணம் ஒரு பிரச்சனையாய் இருந்ததில்லை. செல்லம்மாளுக்கும்தான். நாங்கள் இருப்பதைக் கொண்டு திருப்திப்படுபவர்கள். அப்படியே கொள்ளுங்கள். வாங்கிய முன்பணத்தில் பெரும்பகுதியை நீங்கள் செலவழித்திருப்பீர்கள். வசதிகள் அற்ற ஒரு மோசமான விடுதியில்தான் நீங்கள் தங்கியிருப்பீர்கள் என்று நினைக்கிறேன். உங்களுக்கு இவ்வளவு சிரமம் கொடுத்ததற்கு எனக்குச் சற்று வருத்தமாக இருந்தாலும் எப்படியோ என் நூலை என்னிடமிருந்து பெற்றே விட்டீர்கள் என்பதைப் பார்க்கும்போது சந்தோஷமாக இருக்கிறது.

நூல் இன்னும் முழுமையாக இல்லை. அதை எப்படி முடிப்பது என்று எனக்குத் தெரியவில்லை. அதை நீங்களே

பார்த்துக் கொள்ளுங்கள். ஏதோ மனச்சுமையை முழுமையாக இறக்கி வைத்துவிட்டது போல் தோன்றினாலும் நானே எழுப்பிய என் கேள்விகளுக்கு உரிய பதில்களை என் நூலில் தர முடியவில்லை. அவற்றை நீங்கள் குறிப்பாகக் கேட்பீர்கள் எனில் என்ன பதிலளிப்பது என்றும் எனக்கு விளங்கவில்லை. இந்த நூலை எழுதும் போது ஏற்பட்ட வலியும் குழப்பமும் மீண்டும் நேராது என்பதும் உறுதியாகத் தெரியவில்லை. ஒருவேளை அவை மீண்டும் என்னை துரத்த ஆரம்பிக்கலாம். ஒன்று மட்டும் உறுதி. நான் இந்த நிமிடத்தில் சுதந்திரமாக அமைதியாய் உணர்கிறேன். இந்த உணர்வு தொடர வேண்டும் என ஆசைப்படுகிறேன்.

உங்களுக்கு நேரம் கிடைத்தால் என்னைச் சந்தியுங்கள். புத்தகம் வெளியானதும் ஒரு பிரதி அனுப்பி வையுங்கள், அதை நான் படிக்க முடியாது என்ற போதிலும். ஒருவேளை காலம் அனுமதித்தால் நீங்களோ அல்லது உங்களது நண்பரோ எனக்காக அதைத் தமிழில் மீண்டும் மொழிபெயர்ப்பு செய்ய வேண்டும். நான் ஒரு நூல் எழுதி, அதை நீங்கள் வேறு ஒரு மொழியில் மாற்றி எழுதி பிறகு மீண்டும் நான் படிக்கும் வண்ணம் என் மொழிக்கு மொழிபெயர்ப்பு செய்வதெல்லாம் வேடிக்கையாக தோன்றவில்லையா...? நீங்கள் என்னை முதலில் பார்த்தபோது உங்களுக்கு என்ன தோன்றியதோ அதன்படி நான் எழுதியிருக்கிறேனா இல்லையா என்பதை நீங்கள் தான் செய்ய வேண்டும். அதைப் புத்தகமாக வெளியிடுவதற்கு முன்னால் என்னவெல்லாம் நீங்கள் புதிதாக சேர்க்க வேண்டியிருக்குமோ என்று தெரியவில்லை. ஆனால் நீங்கள் அதை அப்படியே இம்மியும் மாற்றாமல் வெளியிடுவீர்கள் என்று என் உள்ளுணர்வு கூறுகிறது. அப்போது அந்த நூல் என்னுடைய நூல் மட்டும் அல்ல உங்களுடைய நூலாகவும் அது கருதப்படும்.

இதற்கு முன்னராக ஒரு சந்திப்பின்போது இந்நூல் பணி இருவருக்குமே சோதனையாக இருக்கப் போகிறது என்று சொன்னீர்கள். எழுதும் எனக்குத் தானே கஷ்டம் என அப்போது நான் நினைத்தேன். இப்போது தான் புரிகிறது, நீங்கள் பட்ட கஷ்டமும். என் துன்பத்தில் நீங்களும் பங்கெடுத்துக் கொண்டீர்கள், என்னை முழுமையாக நம்பினீர்கள். இல்லையெனில் இந்த நோட்டுப் புத்தகங்களை எனக்காக முருகனிடம் தந்திருக்க மாட்டீர்கள் அல்லவா.

வேறென்ன சொல்வது எனத் தெரியவில்லை. கோப தாபங்கள், சண்டை சச்சரவுகள் இவைகள் எல்லாற்றுக்கும் அப்பால் நீங்கள் என்னோடிருந்த நேரங்களை நான் பெரிதும் ரசித்திருக்கிறேன். உங்களை வம்புக்கிழுத்து விளையாடியதைக் கொண்டாடி மகிழ்ந்திருக்கிறேன். நீங்கள் என் வயதில் பாதி கூட இல்லை என்றாலும் உங்கள் தலை உபயோகமற்ற புத்தகப் படிப்பால் கனத்துப் போயிருக்கிறது என்றாலும் ஒரு விஷயத்தைக் கட்டாயம் நான் ஒப்புக் கொள்ளத்தான் வேண்டும். உங்களிடமிருந்து பலவற்றை நான் கற்றுக் கொண்டேன் என்பது தான் அது.

நூலில் உங்களுக்குப் பிடித்தமான விஷயங்கள் எல்லாம் இருக்கும் என நம்புகிறேன். நீங்கள் எப்படியெல்லாம் எதிர்பார்த்தீர்களோ அவ்வாறே அவை சிறப்பாக வந்திருக்கும் எனவும் நம்புகிறேன். நீங்கள் அப்படி ஒன்றும் மோசமான ஆள் இல்லை. நீங்கள் கற்றுக் கொள்ள வேண்டியது நிறைய இருக்கிறது என்றாலும் கூட.'

இப்படிக்கு
தங்கள் உயிர் நண்பனும்
சக முட்டாள் எழுத்தாளனுமாகிய
ஜனார்த்தனன் பிள்ளை 'ஆரட்சர்'

அந்தத் தூக்கிலிடுபவரின் கடைசிக் கடிதத்தைப் படிக்கவே அந்த திட்டவட்டமான முடிவும் மனதில் தோன்றிவிட்டது. அந்தக் கடிதத்தைப் படிப்பதற்கு சில நிமிடங்களுக்கு முன்பு தான் நான் அந்நூலை கதையில் இருந்த நிகழ்ச்சிகளின் வரிசைக் கிரமத்தை மாற்றியும், கதை பற்றிய என் களப்பணி ஆராய்ச்சியில் கிடைத்த சில செய்திகளை சேர்த்தும் நான் நன்கு அறிந்திருந்த முருகன் மற்றும் பரமன் போன்ற சில கதாபாத்திரங்களை முழுமைப்படுத்தியும், இப்படியெல்லாம் அந்நூலை வளப்படுத்த வேண்டும் என்று திட்டமிட்டுக் கொண்டிருந்தேன். அது மட்டுமல்ல மாஷ் மற்றும் ராமைய்யன் குருக்களின் வாழ்க்கையில் புதையுண்டிருந்த சில மர்மங்களைப் பற்றி கூடுதலாக சில வார்த்தைகள், மேலும் ஆரட்சரின் உயிரோடிருக்கும் ஐந்து வாரிசுகளைப் பற்றிய சில குறிப்புகளையும் சேர்க்க வேண்டும். கதாபாத்திரங்களைக் கட்டமைத்தல், கதாசிரியருக்கே உரிய கலைத்திறன், இதுபற்றி நான் கற்று வைத்திருக்கும் சில விஷயங்களையும் இடம் பெறச் செய்ய வேண்டும். இவைகள் தானே ஒரு புத்தகப் பதிப்பாளர் எதிர்பார்ப்பவை... அப்படியானால் அவர் முற்றிலும் ஏமாறப்

போகிறார். ஏனெனில் அவருக்கு கிடைக்கப்போவது ஒரு தூக்கிலிடுபவரின் அவியலான கரடுமுரடான படைப்பு தான். வெளிப்பார்வைக்கு நேர்த்தியாகத் தோன்றும்படி என் நகாசு வேலைகளால் மெருகேற்றப்பட்ட கதை அல்ல.

இந்தக் கதை அவர் எதிர்பார்த்தபடியே.